நின் திருவடி சரணம்

விஜயகுமாரன்

ISBN 979-888530978-3

உலகெங்கிலும் எந்தவொரு பிரதிபலனையும் எதிர்பாராமல் பல்வேறு இன்னல்களுக்கு இடையேயும் மாணவர்களை நல்வழிப்படுத்தி அவர்களுக்கு ஒளிமயமான எதிர்காலத்தை அமைத்து தருகின்றன அத்தனை **ஆசிரியர்களுக்கும்** இந்த நூல் சமர்ப்பணம்

பொருளடக்கம்

முன்னுரை

அன்பு நண்பர்களுக்கு,

வணக்கம். அனைவரும் அனைவரும் நலமாக இருப்பீர்கள் என நம்புகிறேன்அதற்காக எல்லாம் வல்ல இறைவனை பிரார்த்திக்கிறேன். மீண்டும் உங்களை சந்திப்பதில் எனக்கு பெருமகிழ்ச்சி.

என்னுடைய முதல் அச்சுப்பிரதி நூலான **எங்கெங்கு காணினும் சக்தியடா** நாவலுக்கு நீங்கள் தந்த பேராதரவினால் இந்த நூலையும் அச்சுப்பிரதியாக வெளியிடுகிறேன்.அதற்காக நோசன் பிரஸ் பப்ளி-ஷாருக்கு மிகவும் கடமைப்பட்டிருக்கிறேன்.

தாய்க்கு தலைமகன் போல் எனக்கு இந்த நாவல் கொஞ்சம் ஸ்பெஷல் தான். நான் எழுதிய முதல் நாவல் இதுதான். என் குருநாதர் எழுத்து சித்தர் **பாலகுமாரன்**அவர்களைநினைத்து வணங்-கிபிள்ளையார் சுழி போடும் போதுகுருவே நின் திருவடி சரணம் என்ற வரியை எழுதினேன். அதுவே பின்னர் தலைப்பாக மாறியது. அவர் செய்த மாயமோ மந்திரமோ இந்த நாவலுக்குchillzee kimoஇணையதளத்தில் நடைபெற்ற நாவல் போட்டியில் சிறப்புப் பரிசு கிடைத்தது.அந்த உற்சாகம் தான் அடுத்தடுத்து நாவல்களை என்னை எழுத தூண்டியது.

சிறு ஊதியத்திற்கு தங்கள் கடும் உழைப்பைத் தரும் திறமையான உழைப்பாளிகளை கொண்டிருந்தாலும் இந்தியாவுக்கே வழிகாட்டிய தன்னலமற்ற தலைவர் கர்மவீரர் காமராஜரின் சொந்த ஊராக இருந்-தாலும்ஏனோஇயற்கையாலும்அரசினாலும் பெரும் தொழிலதிபர்களா-லும் கண்டுகொள்ளாமல் புறக்கணிக்கப்பட்ட வறண்ட விருதுநகர் மாவட்டத்தை இலக்கியவாதிகளும் ஏனோ கண்டு கொள்ளாமல் விட்டு விட்டனர்.

அந்தப் பகுதி மக்களுக்கென்று ஒரு கலாச்சார அடையாளம் உண்டு. அவர்களுக்கும் அன்பு,பாசம்,வீரம்,காதல், காமம் என்று அனைத்து உணர்வுகளும் உண்டல்லவா அதை கதையாக்க முயன்-றிருக்கிறேன்.

இதுபோக குரு என்பவர் யார்?தாயாய் அன்பு காட்டி,தந்தையாய்அரவணைத்து,நண்பனாய் பழகி எப்போதும் நல் வழிகாட்டி ஒருவனை யார் செம்மை படுத்துகிறார்களோ அவரே குரு. அதுவும் இக்கதையில் வரும் மூர்த்தி

சாரைபோலஅதட்டலில்லாமல், அலட்டலில்லாமல் அன்பாய்பேசி பக்குவமாய் புரிய வைப்பவரேஒரு நல்ல குரு என நான் நம்புகிறேன். இதை படித்து முடிக்கும் போது உங்களுக்கும் அந்த எண்ணம் தோன்றினால் அதுவே இக்கதையின் வெற்றியாகும்.

மற்றபடி கதையை படியுங்கள் கருத்துக்களை என்னோடு பகிர்ந்து கொள்ளுங்கள். உங்களுடைய விமர்சனங்களுக்காக எப்போதும் காத்திருக்கிறேன்.

நன்றி மீண்டும் சந்திப்போம்

வாழ்க வளமுடன்

என்றென்றும் அன்புடன்,

விஜயகுமாரன்

CT EMAIL- writervijayakumaran@gmail.com
FB - Vijayakumaran(Writer)
TWEET - writervijayakumaran

1

நின் திருவடி சரணம்

1

ஐந்து கரத்தனை யானை முகத்தனை
இந்தினிளம்பிறை போலும் எயிற்றனை
நந்தி மகன்தனை ஞானக் கொழுந்தினைப்
புந்தியில் வைத்தடி போற்றுகின்றேனே.

அதிகாலை நேரத்தில் கோவிலின் வாசலில் இருந்த கணபதி சன்னதி முன் நின்று பாடிய முதியவரின் குரல் கணீரென்று ஒலித்தது.சாமிக்கு சூட்டப்பட்ட மலர்களிலிருந்து கிளம்பிய நறுமணமும், சாம்பிராணி, ஊதுபத்தி நறுமணமும் இந்த முதியவரின் குரலோடு சேர்ந்து அந்த இடத்தை பரவசப்படுத்தி கொண்டிருந்தது.

காரை கோவிலின் அருகில் பூட்டியிருந்த கடையின் பக்கத்தில் நிறுத்திவிட்டு கிருஷ்ணா இறங்கினான்.கோயிலினுள்நுழையும்போதே முதியவரின் குரல் அவனைவரவேற்றது.பூஜைக்கு இன்னும் நேரமிருந்தது.ராமேசுவரத்தில் இருக்கும் ராமநாதசுவாமி கோவில் பிரகாரத்தை போல பெரிய,நீளமான பிரகாரத்தில் நடக்க துவங்கினான். இந்தப் பிரகாரத்தில் வைத்து எத்தனை கேள்விகளால் அபபாவை தொலைத்தெடுத்தோம் என்று நினைக்க தானாக புன்முறுவல் வந்து அவன் உதட்டில் ஒட்டிக் கொண்டது. இந்த அப்பாவும் தான் எவ்வளவு பொறுமைசாலி என்னுடைய எல்லா கேள்விகளுக்கும் பொறுமையாக பதில் சொன்னாரே.

அப்பாவுக்கு கேள்விகள் மேல் மிகுந்த நம்பிக்கையுண்டு. எவனொருவன் கேள்வி மேல் கேள்வி கேட்டு அதற்கு சரியான விடை காண முயற்சிக்கிறானோ அவனே சிறந்த அறிவாளியாக இருக்க முடியும் என்பதில் உறுதியான எண்ணம் கொண்டவர்.அதுவல்லவா என்னை இத்தனை உயரத்திற்கு கொண்டு வந்தது என்று நினைக்க அப்பாவின் மேல் மதிப்பு கூடியது.

அதிகாலை பூஜை தொடங்கும் நேரம் பெரியவர் தற்போது சுந்தரர் அருளிய தேவாரத்தில் வரும் அக்கோயிலை பற்றிய பதிகத்தைபாடிக்கொண்டிருந்தார். மிக சன்னமான அவருடைய குரலோடு தேவாரப் பதிகங்களும் சேர்ந்து போட்டி போட்டு மனதை மயக்கி வசீகரித்தது.

அதைக் கேட்டுக்கொண்டே நின்ற கிருஷ்ணாஅலங்காரம் முடிந்து திரை விலகி பூஜைக்கான மணி ஒலிக்க ஆரம்பித்தவுடன் மூலவர் சந்நிதியை நோக்கி நடந்-தான்.பிரளயவிடங்கர்என்கிறதிருகல்யாண நாதர் முழு அலங்காரத்தில் ஜொலித்-தார். ஒரு மணமகனை போன்ற பளபளப்புடன் மிக சாந்தமாக கனிவான பார்வை-யுடன் மூலவர் வீற்றிருந்தார்.

கோவிலில் கூட்டம் குறைவாய் இருந்தது. “அப்பா இந்த கோவிலில் சாமிக்கு ஏன் கல்யாணநாதர் என்று பெயர் வந்தது” சிறுவன் கிருஷ்ணா கேட்க “திருமண பாக்கியம் வேண்டி நிற்பவர்கள் இவரை வந்து வணங்கினால் உடனே திருமணத் தடை நீங்கி காரியம் கைகூடும் என்பது ஐதீகம்” என்றார் அப்பா. மகனுக்கு புரி-யவில்லை.“எல்லாருக்கும் தானே திருமணம் நடக்கும். இதுக்கு ஸ்பெஷலாக ஏன் வேண்டனும். நம்மால முடியாத காரியத்துக்கு வேண்டினால் பரவாயில்லை. இதுக்-கெல்லாமா வேண்டுவது”இது மகன்.

“தம்பி திருமணம் என்பது ஒரு தவம். எல்லோருக்கும் அதுசிறப்பாகக் கைகூ-டும் என்று சொல்ல முடியாது. கண்டிப்பாக ஒவ்வொருவருடைய வாழ்க்கையிலும் திசைமாறும் சம்பவம்தான் திருமணம். ஒன்றும் இல்லாதவன் திருமணத்துக்குப்பின் ராஜாஆவதும்,எல்லாம் கொண்ட செல்வன் பிச்சைக்காரன் ஆவதும் திருமணத்-திற்கு அப்பால்தான். அதுவும் எந்த சமயத்தில் நடக்கும் என்பது எவருக்கும் தெரி-யாது. மழைப்பேறும் மகப்பேறும் எப்போது என்றுஅந்த மகாதேவனுக்கும் தெரியாது என்று சொல்வார்கள் அதில் திருமணப்பேறுவையும் சேர்த்துக் கொள்ள வேண்டி-யதுதான்.இங்கு வேண்டிக் கொள்வது திருமணத்துக்கு வரன் கிடைக்க மட்டுமல்ல நல்ல தகுதியான, சரியான வரன் அமைவதற்கும்தான் இந்த வேண்டுதல்.கல்யா-ணம் நடக்க ஒரு பெண்ணுக்கு ஆணும், ஆணுக்கு பெண்ணும் மட்டும் தேவை என்றுநினைக்காதே. மனப்பொருத்தம், தகுதி, பூர்வஜென்ம பலன்கள் இவை அனைத்தும் கூடி வரவேண்டும். அப்போதுதான் அந்த இல்வாழ்க்கை சிறந்திருக்-கும். வீட்டில் மகிழ்ச்சி நீடிக்கும்.மனப்பொருத்தம் இல்லாதவர்களை ஜோடி சேர்த்-தால் குடும்பம் சீரழியும். குடும்பமானம் சந்தி சிரிக்கும்.

தகுதியற்ற இருவர் திருமணம் செய்து கொண்டால் அவர்களுடைய வம்சமே முட்டாள்களாகவும், பிறரிடம் கையேந்தும் நிலையும் ஏற்படும். இருவரில் ஒருவரா-வது தகுதியானவராக இருக்க வேண்டும்.குடும்பத்தில் சரியான முடிவுகளை எடுக்க புத்திசாலிதனம் தேவை. நீயா நானா என்றும் போட்டியிடாது விட்டுக்கொடுக்கும் மனப்பான்மை வேண்டும்.இந்தத் தகுதி இல்லாதவர் ஜோடி சேராமல் இருப்பது

நலம்.

திருமணப் பொருத்தத்தில் பூர்வ ஜென்ம பலன்கள் கணிப்பு முக்கியமானது. இதுதான் குடும்ப பின்னணி என்று சொல்கிறார்கள். ஏழு ஜென்மத்தில் செய்த பாவங்களும் வாரிசுகளை வந்து சேரும் என்று சொல்லும்போது குறைந்தபட்சம் ஒரு தலைமுறை பின்னணியையாவது விசாரித்து அறிய வேண்டியது முக்கியம். கொடும்பாவங்கள் செய்தவர்களின்வாரிசுகளுடன்மணம் புரிதல் என்பதுவீதியில் போகும் கொடுமையை வலிந்து தானாக வாங்குவது போலாகும்.இப்போது சொல் திருமணம் என்பது சாதாரண விஷயமா?'' இப்போது கேள்வி எழுப்பியது தகப்பன்.தெளிந்த நீரோடையாய் வாயடைத்து நின்றான்மகன்.

கோவில் மணி ஒலித்தது. பூஜை ஆரம்பித்தது.வாழ்வின் முக்கிய தருணங்களில் எல்லாம் கோவிலுக்கு செல்வது கிருஷ்ணாவின் வாடிக்கை.இன்றும அப்படிதான் புதிய பொறுப்பில் பதவி ஏற்கும்போது அவனுடைய இஷ்டதெய்வத்தைவணங்கவந்திருந்தான்.

கண்ணுக்குள்ளே பழைய கனவுகள் ஓடியது. இருபது ஆண்டுகளுக்கு முன் இது ஏழு கால பூஜைகள் நடக்கும் ஒரு பிரமாண்ட கோவில். எப்போதும் கூட்டம் நிறைந்திருக்கும். கோவிலின் முன்பாக பிரகாரத்தில் உள்ள பிரசாத கடையில் எப்போதும் வரிசை தான். சாமிக்கு படைத்த நைவேத்தியங்களை வாங்கவே ஒரு கூட்டம் அலைமோதும். இப்போதுகூட்டம் அதிகம் இல்லை.பிரசாத கடையில்யாருமில்லைபூட்டியிருக்கிறது.

அர்ச்சகர் கொடுத்தவிபூதியை வாங்கிநெற்றியில் இட்டுக்கொண்டு திரும்பினான். இன்னும் அந்த பெரியவர் தேவாரம் ஓதிக் கொண்டிருந்தார். காற்றில் தமிழ்மணம்வீசிக்கொண்டிருந்தது..

வெளியே வந்து செருப்பை மாட்டும்போது ''யாருடைய கார் அது?புதிதாக தெரியுது.உன்னோடதா''பிரசாத கடை பெரியவர் எரிச்சலோடுகேட்டார்.

''என்னுடையது தான்.என்னை தெரியலையா கிருஷ்ணசாமி.மேலத்தெருநாராயணனின்மகன்''

''அடடே நீதானா. கடைவாசலில் அடைத்ததுமாதிரி நின்னதனால யாருன்னு கேட்டேன்''.

''சாரிங்க நான் நிறுத்தும்போது உங்க கடை பூட்டியிருந்தது. அதனால இங்க நிறுத்திட்டு போனேன்.முன்னகோவில் நடைதிறக்கும் முன்னே வந்திருவீங்களே இப்ப அதுபோல சீக்கிரம் வருவதில்லையோ''

''வயசாயிடுச்சில்ல.இப்ப வியாபாரமும் அப்படி ஒன்னும் பெருசா இல்ல.கோவில்லயும் சுற்றியுள்ளஇந்த ஊர்லயும் எப்பவும் ஒரே பிரச்சினைதான். இதெல்லாம் உனக்கு தெரியுமா.பிரச்சினைஆரம்பிச்சப்ப நீ இங்கதான இருந்த.அது இன்னும் தொடர்கிறது''

“நாங்க இங்கே குடியிருந்தவரையும் அப்படி எந்த பிரச்சினை இல்லைங்க. அதுக்கு பிற்பாடுதான் ஏதோ பிரச்சினையின்னு சொன்னாங்க. எனக்கும்ஓரளவு விஷயம் என்னன்னு தெரியும்”.

“ஊரே ரெண்டுபட்டு கிடக்குதுப்பா. பதினைந்து பதினாறு வருஷம் ஆயிடுச்சு. இன்னும் நிலைமை சரியாகயில்ல”.

“ஐயாஇதை எப்படி சரி செய்வது என்று யாருக்கும் தெரியலையா இல்லை யாரும் முயற்சி எடுக்கவில்லையா”.

“சாதாரண ஒரு பிரச்சனை வளர்ந்து இன்றைக்கு பெரிய பிரச்சினையா நிக்குது.ஆளாளுக்கு கோர்ட் கேஸ், சண்டை சச்சரவுன்னு திரியிறாங்க.இது பெரிய பிரச்சனை. அரசாங்கமே பல தடவை சமரசம் பேசிதோத்துப்போச்சு.பிரச்சனை மட்டும் அப்படியேயிருக்கு”.

“ஊர்லபெரியவங்க கலந்து பேசி சரி பண்ணலாமே”

“யார் சொல்லி யார் கேக்க போறாங்க.மாவட்ட கலெக்டர் சொல்லியே யாரும் ஒன்னும் கேட்கல. மூணுநாலு கலெக்டர் மாறி போயாச்சுதீர்வுதான் கிடைக்கல. அதெல்லாம் சரி காலையில எதுக்கு அந்த வெட்டிக்கதை. நீஎன்ன வேலையிலயிருக்க உங்க அப்பா எப்படி இருக்காரு”.

“இங்கே குடி இருந்தப்பவேநான் ஐஏஎஸ்பாஸ் ஆனது உங்களுக்கு தெரியும்தானே. ட்ரெய்னிங் முடித்தபிறகு டெல்லி செகரெட்ரியேட்டில்ஜாயின் பண்ணினேன். பத்து வருஷம் கழிச்சு உத்தரப் பிரதேசத்திலும் பின் ஆந்திராவிலும்கலெக்டர் போஸ்டிங் போட்டாங்க. இப்பதான் தமிழ்நாட்டில் நம்ம டிஸ்ட்ரிக்ட் கலெக்டரா போஸ்டிங் போட்டு இருக்காங்க.இன்றைக்கு பொறுப்பேற்க போறேன். அதற்கு முன்னாடி கோவிலுக்கு வரலாம்னு வந்தேன். வீட்ல அப்பா அம்மா எல்லாம் நல்லா இருக்காங்க. என்னோட தான் இருக்காங்க. அடுத்தமுறை வர்றப்ப கூப்பிட்டு வாரேன்”.

“அட ஆமா இதுவரையும் அதை மறந்தே போயிட்டேன். நீ ஏதோ ஒரு பிரைவேட் கம்பெனியில் உத்தியோகம் பார்க்கிறதா நினைச்சுட்டு இருந்தேன்.நீங்க இங்க இருந்து போய் எத்தனை வருஷம் ஆச்சு”.

“நாங்க இங்க இருந்து போயி இருபது வருஷம் ஆச்சு. வெளியூரில் இருந்தாலும் தமிழ்நாடு நியூஸ் கேட்டுவிடுவோம். கோயிலுக்கு வரணும்னு ரொம்ப நாளா ஒரு வேண்டுதல். அதனாலதான் காலையில சட்டுனு வந்துட்டேன். பிறகு இன்னொரு நாள் குடும்பத்தோடவரணும்.தமிழ்நாட்டில்போஸ்டிங் கிடைக்கும்னு நினைக்கவே இல்ல அதுவும் நம்ம டிஸ்ட்ரிக்ட்ல கிடைக்கும்னு கனவுல கூட நினைக்கல. நம்ம டிஸ்ட்ரிக்ட்ல கிடைச்சதாலரொம்ப சந்தோசமா இருக்கேன்”.

“ரொம்ப சந்தோஷப்படாதீங்க.ஏண்டா வந்தோம் என்று இன்னும் கொஞ்ச நாள்ல வருத்தப்படபோற. அந்த அளவுக்கு பிரச்சனைகள் நிறைந்த ஏரியா இது. எப்படி சமாளிப்பே உன்னுடைய சாதுவான குணத்துக்கு இதெல்லாம் முடீயுமான்னு எனக்கு தெரியலப்பா”.

கோயிலின் கோபுரத்தை அண்ணாந்து பார்த்து கிருஷ்ணா கைதூக்கி “சிவனே போற்றி ஓம் நமச்சிவாய எல்லாம் அவன் கருணை. அவன் பார்த்துக்குவான். பிறகு வேறொரு நாள் நான் வந்து உங்களை சந்திக்கிறேன்” என்று கிளம்பினான்.

அவன் காரில் ஏறி போனாலும் பெரியவரின் கண்கள் அவனையே பார்த்துக் கொண்டிருப்பதை அவனால் உணர முடிந்தது.

2

‘‘கல்யாணி அக்கா’’அதிகாலை இருட்டில் சத்தம் வந்த திசையைஉற்றுப்பார்த்தாள் கல்யாணி.அடுத்ததெருவிலிருந்துவெளிவந்தபெண் அருகில் வரும் போது அடையாளம் தெரிந்தது.‘‘என்ன சங்கீதா காலையிலேயேவந்துருக்க’’என்றாள்.

‘‘உங்களை தனியா பார்த்து பேசணும்னு வந்தேன் அக்கா. பகலில் நீங்க எப்பவுமே தையல் கிளாஸ் அப்புறம் டியூசன் கிளாஸ் என்றுராத்திரி வரைபிசியா இருக்கீங்க. தனியா பேசுறதுக்குநேரமே கிடைப்பதில்லை. அதனாலதான் காத்தாலே உங்களை பார்த்து ஒரு உதவி கேட்டுட்டு போலாம்னுவந்தேன்’’.

கோலம் போட்டுக்கொண்டிருந்தகல்யாணி கோலமாவு டப்பாவை கீழே வைத்துவிட்டு எழுந்து நின்றாள்.‘‘என்ன ரொம்பமுக்கியமான விஷயமா?’’ என்று கேட்டாள். அருகில் வந்த சங்கீதா ‘‘என்னக்கா காலையிலேயே குளிச்சாச்சா. சோப்பு வாசனை கும்முனு மணக்குதே. இந்த இருட்டிலும் ரொம்ப அழகா தெரிகிறீர்கள்’’ என்று மிக அருகே வந்து பெருமூச்சுவிட்டாள்.

உலகில் ஒரு அதிசயம் உண்டென்றால் ஒரு பெண் மனமாற இன்னொரு பெண்ணை அழகி என்று ஏற்றுக் கொள்வதுதான்.அப்படி ஒரு அழகில் கல்யாணி இருட்டிலும் ஜொலித்தாள்.தலையில் ஈரம் போக துண்டை சுற்றியிருந்தாள். அவளின் சோப்பு வாசனை தெருவெங்கும் மணத்தது.சான்றிதழ்களில் வயது முப்பத்தாறு ஆகியிருந்தாலும் பார்ப்பதற்கு அப்போதுதான் கல்லூரி படிப்பை முடித்தவள் போலிருந்தாள்.

சங்கீதா பேசுவது புரியாத கல்யாணி ‘‘இதைச் சொல்லத்தான் காலங்காத்தால ஒரு தெரு தாண்டி இங்கவந்துருக்கியா?வந்தவிஷயத்த சொல்லு. எனக்கு வேலையிருக்கு’’ என்றாள்.

‘‘அக்கா உங்ககிட்ட கொஞ்சம் தனியா பேசணும் உள்ளே வரலாமா’’.அவளை உள்ளே அழைத்து கொண்டு போய் டியூஷன் பிள்ளைகள் அமரும் பென்சில் உட்கார வைத்தாள்.

‘‘நாம ரெண்டு பேரும் இங்க தனியா தான் இருக்கோம். என்ன விஷயம்னு சீக்கிரம் சொல்லு’’.

“அக்கா நீங்க எனக்கு ஒரு ஹெல்ப் பண்ணனும் என் தங்கச்சிய உங்களுக்கு தெரியுமில்ல. அவ விஷயமாத்தான்உங்ககிட்ட பேச வந்திருக்கேன்” என்றாள்.

சங்கீதாவின் குடும்பத்தை பற்றி மட்டுமல்ல மேலத்தெருவிலிருக்கும் அனைவ-ரையும் கல்யாணிக்கு தெரியும். எல்லா குடும்பத்திலிருந்தும் பிள்ளைகள் டியூசன் படிக்க பெண்கள் தையல் படிக்கஎன்று குடும்பத்திற்கு ஒருவராவது கல்யாணியிடம் கண்டிப்பாய் வருவார்கள். அதுபோலத்தான் இதற்கு முன் பள்ளி பருவத்தில் சங்-கீதாவும் அவருடைய தங்கை சரிதாவும் கல்யாணியிடம் டியூசன் படித்தனர்.

பள்ளிப் பருவத்தில் இருவரும் படிப்பில் படு சுட்டி. சங்கீதாவைவிட சரிதா புத்திசாலி. பாடங்களை ஒரு முறை சொல்லிக் கொடுக்கும்போதே புரிந்துகொள்-ளும் கற்பூரபுத்தி.அவள் அடிக்கும்லூட்டிகளை காண்பதற்குகென்றேஅவளைச் சுற்-றிஎப்போதும் நண்பர்கள் கூட்டம் இருக்கும். பள்ளிப்பருவம் முடிந்து கல்லூரியில் நுழையும் வரை அந்த ஏரியாவிலேயே ரொம்ப சுட்டித்தனமான பெண் பிள்ளை அவள்தான். கல்லூரிக்கு போனதும் தான் எல்லாம் தலைகீழானது.

சமீப நாட்களில் ஊருக்குள் சரிதாவின் பெயர்பரபரப்பாக பேசப்பட்டது. அவள்-ஏதோ காதல் வலையில் சிக்கி ஒரு பையனோடு ஓடிப்போனதாக ஊரில் அரசல்-புரசலாக பேசிக்கொண்டார்கள். அவள் வீட்டிலிருந்து தேடிப்போன ஆட்கள் ஒரேநாளில் அவளை கண்டுபிடித்து கையோடு அழைத்து வந்தனர். ஒரு சிலர்-கூட்டிக்கொண்டு போனவன் ஒரேநாளில் அவளை ஏமாற்றி விட்டு போனதாகவும் வேறு சிலர் அந்தப் பையன் வேறு ஒரு ஜாதி என்பதால் சரிதாவின் அப்பா அவனை அடித்துவிரட்டி விட்டு இவளை இழுத்துக்கொண்டு வந்ததாகவும் இன்று இல்லாவிட்டாலும் என்றாவது ஒரு நாள்இவள்மீண்டும் ஓட போகிறவள் தான் என்றும் பேசிக்கொண்டிருந்தனர்.

இதையெல்லாம் தையல் கிளாசுக்கு வரும் பெண்கள் சொல்ல கல்யாணி கேட்-டறிந்து இருந்தாள். அவர்களாக சொல்லாமல் கல்யாணி எப்போதும் யாருடைய பிரச்சினையிலும் மூக்கை நுழைப்பது இல்லை. அதற்கான நேரமும்அவசியமும் அவளுக்கு இல்லை. ஆனால்இதுபோன்றசிக்கல்களில்உள்ள பல்வேறு பெண்க-ளுக்கு கல்யாணி உதவி செய்திருக்கிறாள். இப்போது சங்கீதா வந்து அமர்ந்திருக்-கிறாள்.

“யாரு நம்ம சரிதா தானே அவளுக்கு என்னாச்சு”.

“அக்கா சரிதாவின் பிரச்சனை உங்களுக்கு தெரியும் தானே. இப்போ ஒரு மாசமா வீட்டிலேயே அடைந்து கிடைக்கிறாள்.மனசளவில் நிறைய பாதிக்கப்பட்டு இருக்கா.யாரோடும் பேசாமல் தனிமையில் இருக்கிறாள். அவளுடைய காயங்-களை எப்படி போக்குவது என்று தெரியல.அவள் மனசில் என்ன நினைத்துக் கொண்டிருக்கிறாள் என்பது தெரிந்தால் அதற்கு ஏற்றார்போல் நாங்க ஏதாவது செய்யலாம்.

பிரச்சனை வெளியே தெரிந்தால் அசிங்கமாகிவிடும் என்று அவளைப் பார்க்க யாரையும்எங்க அப்பா அனுமதிக்கவில்லை. அவளும் யாரையும் பார்க்க விரும்பல. இந்த ஏரியால சின்ன வயசுல இருந்து அவள் மனசு விட்டு பழகியது உங்களிடம் தான்.அவளை பழைய நிலைமைக்கு கொண்டு வர உங்களால தான்-முடியும்என்றுநினைக்கிறேன். தயவுசெய்து உதவி செய்யுங்கள்'' என்று கண்ணீர் விட்டு அழுதவாறு கல்யாணியின் கைகளை பிடித்துக் கொண்டாள் சங்கீதா.

''சரிதா ரொம்ப நல்ல பொண்ணு அவளுக்கு ஏன் இப்படியானது என்பது அந்த ஆண்டவனுக்கே வெளிச்சம். இதில் நான் எப்படி உங்களுக்கு உதவி செய்-வது? யாரிடமும் பேசாத சரிதா என்னிடம் எப்படி பேசுவாள். அப்படியே பேசினா-லும்நான் அவளை பார்த்து பேசஉங்க அப்பா ஒத்துக் கொள்வாரா?''.

''அப்பாசொல்லித்தான் நான் உங்களை பார்க்க வந்தேன். நீங்கள் வந்து சரி-தாவிடம்கொஞ்ச நேரம் பேசினாலே போதும் எல்லாம் சரியாகும் என்று நினைக்-கிறேன். நீங்க இன்னைக்குஎங்கவீட்டுக்கு வர்றீங்களாப்ளீஸ்''.

''சரி நீ போ. நான் மதியம் வருகிறேன்''.

''உங்களைத்தான் நம்பியிருக்கிறேன் தயவுசெய்து மறக்காமல் வாருங்கள்'' என்-றவாறு எழுந்தாள் சங்கீதா.ஆறுதலாக அவளுடைய தோளை தட்டி வழியனுப்பி-னாள் கல்யாணி.

சங்கீதா போனபின் வீட்டினுள் வந்த கல்யாணி தொப்பென்று கட்டிலில் படுத்-தாள். எப்போதும் காலையில் எழுந்து குளித்துவிட்டு புத்துணர்ச்சியாக வேலை-யைத் தொடங்கும் கல்யாணிக்கு இன்று காலை நேரத்திலேயே அதிர்ச்சியாக இருந்தது.சரிதாவின் கதையை பிற பெண்கள் சொல்ல கல்யாணி ஏற்கனவே கேட்-டிருக்கிறாள். அப்போதெல்லாம் அதை பெரிதாக அவள் எடுத்துக் கொண்ட-தில்லை. ஏனென்றால் தையல் கிளாஸ்க்கு வரும் பெண்கள் ஒன்றை பத்தாக்கி ஊதி பெரிதாக்கி புறம் கூறுபவர்கள். ஆனால் சங்கீதாவே வந்து சொல்லும் போது மனது வலித்தது. இத்தனை சிறிய வயதில் எத்தனை எத்தனை பிரச்சனைக-ளில் இந்த பெண்கள் மாட்டிக் கொள்கிறார்கள். தானாகவே போய் தீயில் விழும் விட்டில் பூச்சி போல் இருக்கிறார்களே படித்தவர்களுக்கும் இது நேர்வது தான் கொடுமை.

என்னை சந்திக்க சரிதா ஒத்துக் கொள்வாளா? அப்படி அவள் ஒத்துக்கொண்-டாலும் அவளிடம் நான் என்ன பேசுவது? எப்படி ஆறுதல் சொல்வது? ஏற்கனவே புண்பட்டு போனவளைமேலும் புண்ணாக்காமல் எப்படி அமைதிப்படுத்துவது? இப்-போதைய தலைமுறை அறிவுரை சொன்னால் ஏற்பது இல்லையே இவளும் அப்படி தானோ என்னவோ.

காலையில்சமையல் வேலையை முடித்தவுடன் கடை திறக்கும் முன் கோவி-லுக்கு போயிட்டு வர வேண்டும். அந்த ஆண்டவனின் கருணை இருந்தால் மட்-

டுமே சரிதாவை போன்ற பெண்கள் கரையேற முடியும்என்று மனதுக்குள் நினைத்-
துக் கொண்டாள் கல்யாணி.

3

மூர்த்தி வகுப்பறையில் நுழைந்தவுடன் எழுந்து நின்ற மாணவர்கள் “எனக்காக அல்ல உனக்காக ,குட் ஈவினிங் சார்”ஒரே குரலில் உரக்க சொன்னார்கள்..பதிலுக்கு மூர்த்தி“எனக்காக அல்ல உங்களுக்காக குட் ஈவினிங் சிட் டவுன்ப்ளீஸ்” என்றான். மாணவர்கள் அமர்ந்தார்கள். வகுப்பறையில் மாணவர்கள் 18பேரும் மாணவிகள் 12 பேரும் அமர்ந்திருந்தனர்.

“டியர் ஃப்ரெண்ட்ஸ் எல்லோரும் உற்சாகமாக இருக்கீங்களா?” மாணவர்களைப் பார்த்து மூர்த்தி கேட்க “எஸ் சார்” என்று மாணவர்கள் கோரஸ் பாட வகுப்பறை குதுகலம் ஆனது.

மூர்த்தி அந்தப் பள்ளியிலேயே படித்த மாணவர்.பிளஸ் டூ படிப்புமுடிந்தவுடன் உடற்கல்வி ஆசிரியர் பயிற்சி பெற்று வேலைவாய்ப்பு அலுவலகம் மூலம் கிடைத்த வாய்ப்பை பயன்படுத்தி அவன் படித்த பள்ளியிலேயே உடற்கல்வி ஆசிரியராக பணியில் சேர்ந்தார். பணியில்சேர்ந்து15ஆண்டுகள் ஆகிறது.பள்ளியில் வேலை செய்வதை ஒரு கடமையாக நினைக்காமல் தன்னுடைய சொந்த வேலைகளை போல்விருப்பப்பட்டு செய்வார். மாணவர் நலனில் அக்கறை எடுத்துக் கொண்டவர்.சமயம் கிடைக்கும்போது மாணவர்களுக்கு இலவசமாக டியூசன் சொல்லிக் கொடுப்பார். அவருக்கு தெரியாத சப்ஜெக்ட் இல்லை என்று சொல்லும் வகையில் எல்லா பாடங்களையும் எளிதாக கற்பிப்பார். ஆசிரியர்களுக்கும் விருப்பமானவர்.எல்லோரிடமும் உரிமை எடுத்து பழகுபவர் அந்தப் பள்ளியிலேயே வயதில் குறைந்த ஆசிரியர் என்பதால் அனைவருக்கும் ஒரு இளைய சகோதரனை போல் நடந்து கொள்வார். எந்த ஒரு ஆசிரியர் விடுமுறை எடுத்தாலும் அதற்கு மாற்றாக அந்த வகுப்பை கவனிக்கும் பொறுப்பை தலைமை ஆசிரியர் மூர்த்தியிடம் ஒப்படைபார்.

பள்ளியில் நாட்டு நலப்பணித் திட்டம் செயல்படுத்த வேண்டும் என்ற யோசனையை மூர்த்தி தெரிவித்தபோது யாருக்கும் பெரிதாய் விருப்பமில்லாமல் இருந்தது. மூர்த்திதான் பிடிவாதமாய் நின்று அதன் பயன்களை தலைமை ஆசிரியருக்கு விளக்கமாக எடுத்துக் கூறி பள்ளியில் நாட்டு நலப்பணித் திட்டம் துவங்க

காரணமாக இருந்தார். அன்று முதல் இன்றுவரை பத்தாண்டுகளாக என் எஸ் எஸ் யூனிட் ஆபீஸராக மூர்த்தி செயல்படுகிறார்.வாரம் இரண்டு நாட்கள் மாலை-பள்ளி முடிந்த பிறகு ஒரு மணி நேரம் என் எஸ் எஸ் சம்பந்தமாக பாடம் நடத்-துவார். மூர்த்தி சாரிடம் பாடம் கேட்பதற்காகவே மாணவர்கள் என் எஸ் எஸ் சில் இணைந்தார்கள்.

“நண்பர்களே நம்முடைய பள்ளியில் நாட்டு நலப்பணித் திட்டம் தொடங்கி பத்தாண்டுகள் ஆகிவிட்டன. நாம் வருடா வருடம் பல ஊர்களில் நலப்பணிகள் செய்திருக்கிறோம். அதுபோலஇந்த வருடமும் செய்ய இருக்கிறோம்.இந்த வருடம் திருச்சுழி என்ற ஊரில் பத்து நாட்கள் தங்கியிருந்து சேவை செய்யப் போகிறோம். இந்த முகாமில் நீங்கள் அனைவரும் கலந்து கொள்ள வேண்டும். என்ன எல்லா-ரும் தயார் தானே”என்றார் மூர்த்தி.

“நாங்கள் தயாரா இருக்கிறோம் நாம் எப்போது போகணும் சார்” என்று ஒரு மாணவன் கேட்டான்.

“அது இன்னும் முடிவாகவில்லை அடுத்த வாரம் மாவட்ட கல்வி அதிகாரி இன்ஸ்பெக்சன். அப்ப முடிவு செய்வாங்க. முடிவான உடன் நான் உன்கிட்ட சொல்கிறேன். அதற்கு முன் இன்ஸ்பெக்சன்க்கு நாம் தயாராக வேண்டும். எல்-லோரும் ரெடியா இருங்க. இன்றைக்கு கிளாஸ் நடத்தப் போகிறது நம்ம பிரேம்கு-மார்”.

மாணவர்கள்கைதட்டி ஆரவாரித்து அழைக்க பிரேம்குமார் என்ற மாணவன் வகுப்பறையில் முன் வந்து நின்றான். “பிரேம் இப்போது நீ நாட்டு நலப்பணித்திட்-டம் என்றால் என்ன என்பதை மாணவர்களுக்கு வகுப்பு எடுக்க வேண்டும். இது ஒரு பாடம் போலில்லாமல் சகதோழர்களுடன் பேசுவதுபோல் ரொம்ப கேஷுவலா தெரியணும். ஓகேவா ரெடி ஸ்டார்ட்” என்றார் மூர்த்தி.

“குட் ஈவினிங் பிரண்ட்ஸ் இன்றைக்கு இந்த வகுப்பு நடத்துவதற்கு வாய்ப்பு கொடுத்ததற்கு முதல்ல நம்ம மூர்த்தி சாருக்கும் உங்களுக்கும் நன்றியை தெரிவித்-துக் கொள்கிறேன். இது பல தடவை மூர்த்தி சாரும் உங்களில் பலரும் நடத்தின வகுப்புதான். நான் புதிதாக ஒன்றும் சொல்வதற்கு இல்லை. இருந்தாலும் எனக்கு தெரிந்த சில விஷயங்களை உங்களுக்கு சொல்ல விரும்புகிறேன்.நம் நாட்டில் என்எஸ்எஸ்அமைப்புதுவங்கப்பட்டு 50 ஆண்டுகள் முடிந்து இப்ப வெற்றிகரமான 51 ஆவது ஆண்டில் இருக்கிறோம்.இந்தியா முழுவதும் சுமார் 50 லட்சம் மாண-வர்களை தன்னார்வலர்களாக கொண்ட ஒரு மிகச்சிறந்த அமைப்பு இதுவாகும்”.

பதினொன்றாம் வகுப்பு படிக்கும் பிரேம்குமார் என்ற மாணவன் மிகத்தெளிவாக பதட்டமின்றி மாணவர்களுக்கு மத்தியில் பேசிக் கொண்டிருக்கிறான் என்றால் அதற்கு காரணம் மூர்த்திதான். வகுப்பறையில் ஒருமுறை மட்டும் பாடம் நடத்தி-விட்டு பின் அதற்கான சந்தேகங்களையும் வினாக்களையும் மாணவர்களை முன்

நிறுத்தி தாங்கள் அறிந்த கருத்துக்களை விவரங்களை அடுத்தவர்களுக்கு பாடம் நடத்தும் உத்தியை கொண்டுவந்தது மூர்த்தி சார். அது மாணவர்களிடம் நல்ல பலனை தந்தது. புத்தகத்தில் உள்ளதை மட்டும் படிக்காமல் பாடம் சம்பந்த-மான பல்வேறு விவரங்களைபல்வேறு புத்தகங்களிலிருந்தும் கூகுள் தகவல்களை-யும் சேகரித்து அடுத்த நாள் வகுப்பறையில் பாடம் நடத்த மாணவர்கள் ஒருவருக்-கொருவர் போட்டி போட்டு தயாரானார்கள். இது பாடத்தை மனப்பாடம் செய்யும் பழக்கத்திலிருந்து தெளிவாக கற்கும் உத்தியை கண்டுபிடிக்க உதவியது.

சற்றுகருத்து உயரமான அந்தப்பையன் மேலும் தொடர்ந்து “என் எஸ் எஸ் அமைப்பு தொடங்க காரணம் மாணவர்கள் மற்றும் இளைஞர்கள் இடையே சமூக சேவை செய்ய வேண்டும் என்ற மனிதநேய தத்துவத்தை இளமையிலேயே உரு-வாக்க வேண்டும் என்பதே. பல்வேறு நாடுகளில் இளவயதில் ராணுவ சேவை கட்டாயமாக்கப்பட்டது போல் நம் நாட்டிலும் கொண்டு வர வேண்டும் என நினைத்தனர் ஆட்சியாளர்கள். ஆனால் சுதந்திர இந்தியாவின் ஆரம்பகால நிதிப்-பற்றாக்குறை அதை செயல்படுத்த முடியாமல் தடுத்தது.அதற்கு பதில் ஒருகுறுகி-யகால சமூகசேவை திட்டமாக1969இல் துவங்கப்பட்டது நமது நாட்டு நலப்பணி திட்டம். முதலில் பல்கலைகழக அளவில் இருந்தது பின் கல்லூரி, பள்ளி என்ற அளவில் விரிந்து பரந்தது. இதனுடைய தாரக மந்திரமே ‘எனக்காக அல்ல உங்-களுக்காக’ என்பதாகும்”

பிரேம் பேசுவதை மற்ற மாணவர்கள் ஆர்வத்துடன் கேட்டுக் கொண்டிருந்-தனர்.மற்ற எந்த தொழிலிலும் உள்ளவர்களிடமும் யார் பெரியவர், யார் சிறந்த-வர் என்ற போட்டி ஏற்பட்டால் அங்கு தானாகவே பொறாமை குடி புகுந்துவிடும் அது பல தவறான வழிகளுக்கு இட்டுச் செல்லும். ஆனால் மாணவர்களிடத்தில் போட்டி ஏற்பட்டால் ஒருவரை ஒருவர் மிஞ்ச தன் அறிவை வளர்த்துக் கொள்ள தூண்டுகோலாக அமையும்.மாணவர்கள் மட்டும்தான் மற்றொரு சக மாணவனை அளவுகடந்து மனதார பாராட்டி உற்சாகப்படுத்துவர்.

மாணவர்களின் மகிழ்ச்சியை அவர்களுடைய முகமே பிரதிபலித்தது. அவர்கள் முகத்தில் தெரிந்த ஆர்வம்பிரேம்குமாரை மேலும் உற்சாகப்படுத்தியது“எனக்காக அல்ல உங்களுக்காக என்றால் நாம் நாட்டு நலப்பணித் திட்டத்தின் மூலம் நமக்-காக எந்த ஒரு பலனையும் எதிர்பாராது பிறருக்காக அவர்களின் வாழ்வுக்காக நம்மை அர்ப்பணித்து முழுமனதுடன் செயல்படுவோம் என்பதை தெரிவிக்கும் மந்-திரச் சொல்லேஅது. எனக்கு பேச வாய்ப்பளித்த உங்களுக்கு மீண்டும் நன்றி சொல்லி விடைபெறுகிறேன் நன்றி” என்றான்.

மாணவர்கள் கைதட்டி ஆரவாரித்தனர்.அத்துடன் பேச்சை நிறுத்திய பிரேம்கு-மார் ஆசிரியரை பார்த்து வணக்கம்செய்து தன்னுடைய பெஞ்சில் வந்து அமர்ந்-தான்.அதுவரை மாணவர்களுடன் கடைசி பெஞ்சில் அமர்ந்திருந்த மூர்த்தி எழுந்து

முன்னே வந்து நின்றார்.

“அபாரம்பிரேம்உன்னுடைய தெளிவான உச்சரிப்பும்நீ திரட்டித் வந்த தகவல்களும் எல்லோருக்கும் பயனுள்ளதாக இருக்கும். இதுபோல மற்றவர்களும தயாராக இருந்தால் இன்ஸ்பெக்சன் பற்றி பயப்படத் தேவையில்லை”என்றார் மூர்த்தி.

“சார் முகாமிற்கு வரும்போது யூனிபார்ம்ல தான்வரணுமா இல்ல கலர் டிரஸ் போடலாமா சார்” ஒரு மாணவன் எழுந்து கேட்டான்.

“இங்க இருந்து கிளம்பும்போது யூனிபார்ம்ல தான் போகணும். அங்க நம்ம சர்வீஸ் பண்ணும்போது கலர் டிரஸ் போட்டுக்கலாம். இப்ப நீ எதுக்கு அவசரப்படுற. போறதுக்கு முன்னாடி என்னென்ன தேவை என்று நான் சொல்லி விடுவேன் அது மாதிரி செய்யணும்”.

“அதுக்கில்ல சார் என்கிட்ட நல்ல கலர் டிரஸ் இல்ல. எங்க அம்மாகிட்ட சொல்லிபுதுசு வாங்கணும்அதுக்காக கேட்டேன். கடைசி நேரத்தில் சொன்னா காசு இல்லைன்னு சொல்லி வாங்கி கொடுக்க மாட்டாங்க. அதனால தான் இப்பவே கேட்டேன்”.

“இதற்கு போய் அம்மாவை தொல்லை செய்ய வேண்டாம்.இத்தனை பேர் இருக்கிறோமில்ல அங்க போய்பார்த்துக்கொள்ளலாம்”. பக்கத்திலிருந்த சக மாணவன் அவனை கையை பிடித்து இழுத்து உட்கார வைத்தான்.

“சமத்துவம் இங்கேயே ஸ்டார்ட் ஆயிடுச்சு பாருங்கடா” மகிழ்ச்சியுடன் மூர்த்தி சொல்ல மாணவர்கள் மேஜையை தட்டி சிரித்தார்கள். அப்போது பியூன் வந்து “சார் கிளாஸ் முடிந்தவுடன் தலைமையாசிரியர் அறைக்குஉங்களை வரச் சொன்னாங்க”என்று கூறினார். “சரி வரேன்னு சொல்லுங்க”.

“ஓகே பிரண்ட்ஸ் இன்னைக்கு இதோட கிளாஸ் முடிந்தது. இந்த சண்டே ஃப்ரீயா இருக்கிறவங்க எல்லாம் வாங்க பள்ளி வளாகத்தில் மரம் நடலாம். ஏறகனவே நட்டிய மரத்திற்கு தண்ணீர் விடலாம்.வருகிறவர்கள் நம்ம பிரேம்குமார் கிட்ட பேர் கொடுத்துட்டு போங்க. இப்ப வழக்கம்போல கைதட்டி வகுப்பை முடிக்கலாமா” என்று கேட்டவுடன் மாணவர்கள் எழுந்து நின்றார்கள்.

இந்தப் பள்ளியில் என் எஸ் எஸ் வகுப்பு முடிந்தவுடன் எல்லோரும் சேர்ந்து 1 2 3 என்று மூன்று முறை கைதட்டி கலைந்து செல்வார்கள். அது வழக்கம். இன்றும் எழுந்து நின்றவர்கள் அதுபோல் கைதட்டி விடைபெற்றனர். மாணவர்கள் கலைந்து சென்ற பின் மூர்த்தி தலைமையாசிரியர் அறையை நோக்கி நடந்தார்.

4

வீட்டில் வேலைகளை முடித்த கல்யாணி கோவிலுக்கு போனபின் சங்கீதாவின் வீட்டிற்கு போகலாம் என்ற முடிவை மாற்றிக்கொண்டாள். முதலில் சங்கீதாவின் வீட்டிற்கு போய்சரிதாவை பார்த்து பேசவேண்டும்.முடிந்தால்அவளையும் அழைத்துக்கொண்டு கோயிலுக்கு போனால் நல்லதுஎன்று தோன்றியது. பாவம் வீட்டிலேயே அடைந்து கிடக்கிறாள். அவளை யாராவது வெளியே கொண்டுவர வேண்டும்.அவளை ஆறுதல்படுத்தி யாராவது மனம்விட்டு பேச வேண்டும். அதை நாமே செய்யலாம் கோயிலுக்குஅழைத்துசெல்லலாம் என்று நினைத்தாள்.

கல்யாணி அடுத்த தெருவில் இருந்த சரிதாவின் வீட்டிற்கு சென்றாள்.வீட்டின் கதவைத் தட்டி "நான் வரலாமா" என்று சத்தம் கொடுக்க உள்ளிருந்து சங்கீதா ஓடிவந்து கையைப் பிடித்து உள்ளே அழைத்து சென்றாள்."ரொம்ப தேங்க்ஸ்க்கா-எங்கே நீங்க வருவீங்களோமாட்டீங்களோஎன்று பயந்துகிட்டேயிருந்தேன்"..

"உங்க அப்பாவைஎங்கே காணோம். நான் வருவது அவருக்கு தெரியுமா?".

"அப்பா காலையில விருதுநகருக்கு போயிருக்கிறார். சரிதாவிடம் நீங்கள் பேசும்போது அவரிருந்தால் சரிதாவுக்கு சங்கடமாயிருக்கும் என்று நினைத்து வெளியே போயிருக்கிறார். அதனால் கவலைப்படாமல் அவளிடம் பேசலாம்".

"சரிதாவை கூப்பிடு அவளை முதலில் பார்க்கலாம்". "உள்ளே வாங்க" என்று அடுத்த அறைக்கு கூப்பிட்டு போனாள்.

சாத்தியிருந்த கதவை திறந்தாள். அந்த அறை எல்லா ஜன்னல்களும் சாத்தப்பட்டு இருட்டாகயிருந்தது. உள்ளே ஆள் இருப்பதை பார்க்கவே லைட் போட வேண்டிய சூழ்நிலை. கட்டிலின் நடுப்பகுதியில் அமர்ந்திருந்தாள் சரிதா.

"யாரது இருட்டிலயிருக்கிறது..இருட்டுன்னாலேபயப்படுகிற நம்ம சரிதா குட்டியா இது.அறையை இப்படி இருட்டாகவா வைத்திருக்கிறது?என்ன ஆச்சு உனக்கு? ஏன் இப்படியிருக்க?"என்றுகேட்டவாறு உள்ளே சென்று கட்டிலில் அமர்ந்தாள்கல்யாணி.

பின்தொடர்ந்து வந்த சங்கீதா அறையிலிருந்த ஜன்னல்களை ஒவ்வொன்றாக திறந்து வைத்தாள். அறை முழுவதும் காலை வெளிச்சம் பரவியது. திடீரென

வந்த சூரிய வெளிச்சத்தை கண்டதாலோ அல்லது கல்யாணியின்கூர்மையான பார்வையை தவிர்ப்பதற்காகவோ சரிதா தலையை கவிழ்ந்து கண்களை மூடிக்-கொண்டாள் கண்ணீர் மட்டும் நிற்காமல் வழிந்து கொண்டேயிருந்தது.

“என்னுடைய கெட்டபுத்தி என்னை இப்படி இருட்டில தள்ளியது.என்னுடைய முட்டாள்தனத்தால இப்ப எங்க குடும்பமும் வெளியே தலை காட்ட முடியாம வீட்டுக்குள்ளேயே இருண்டு போய் கிடக்குது.கொஞ்சநாளாவீடேஇருட்டடைந்து போயி மௌனமாயிருக்கு. பேச்சுசத்தம் கேட்டே பல நாளாச்சு.இந்தஇருட்டறையில் இருந்து இருந்து கொஞ்ச நாளா என் உடம்பும் மனசும் இருட்டுக்கு பழகி-ருச்சு..இதுவே என்வாழ்க்கையின்னும் ஆயிப்போச்சு. நான் வேறென்ன செய்-வது”கதறி அழ தொடங்கினாள் சரிதா.

அவளை ஆதரவாக பற்றி தன்னுடைய மடியில் படுக்க வைத்துக் கொண்டாள் கல்யாணி. மெதுவாக அவளுடைய தலைமுடியை கோதி முதுகை வருட தடவி கொடுத்தாள். சரிதாவின் கண்ணீர் கல்யாணியின் சேலையை நனைத்தது. அவளை சற்று ஆசுவாசப்படுத்தியபின்“நான் சொல்வதை கொஞ்சம் கேட்கிறாயா சரிதா. இந்த உலகத்தில தப்பே செய்யாதவங்கன்னுயாருமேயில்லை. எல்லோரும் தப்பு செஞ்சவங்க தான். ஆனால் அதிலிருந்து மீண்டு வர அது என்ன தப்பு, ஏன் செய்தோம் என்று என்பதை உணரவேண்டும். இதனால நமக்கு கிடைத்த பயன் என்ன என்பதை அறிந்து மீண்டும் இதுபோன்ற தப்பு செய்யாம இருக்கணும். இப்-படி நம்முடைய தவறுகளைதிருத்திக்கொள்ள வேண்டுமே தவிர அந்த தப்பு தான் வாழ்க்கை என்று ஏத்துக்கிட்டு அதுவாகவே வாழ்க்கையை அமைச்சுக்க கூடாது.

அதுவுமில்லாம வெளியே என்ன நடக்குதுன்னு நீ வெளியே வந்து பார்த்தால் தானே தெரியும் அத விட்டுட்டு இருட்டறையிலயிருந்து கிட்டு வெளியே இப்ப-டித்தான் நடக்கும் நீயாக ஏதாவது முடிவு பண்ணுவது எப்படி இருக்கீங்க பார்த்தா பூனை கண்ணை மூடிக்கொண்டு ஐயோ உலகம் இருண்டுரிச்சே என்று சொல்வ-தைப் போலயிருக்கு”.

இதுவரைஅறையின் ஓரத்தில் கதவில் சாய்ந்தவாறு இவர்கள் பேசுவதை கேட்-டுக்கொண்டிருந்த சங்கீதா “அக்கா நீங்க பேசிக்கிட்டு இருங்க நான் போய் டீ எடுத்துட்டு வர்றேன்” என்று சொல்லி அங்கிருந்து சமையலறைக்குச் சென்றாள்.

மடியில் படுத்திருந்த சரிதாவை மெல்ல நிமிர்த்தி உட்கார வைத்து “என்ன பிரச்சனையிருந்தாலும் அதற்காக இப்படி இருட்டறையில் அடைந்து கிடக்க-லாமா?. இருட்டு என்பது அறியாமை. நீ படித்த புத்திசாலி. உன்னுடைய புத்தியை கொண்டு இந்த அறியாமை இருட்டை விரட்ட வேண்டும்.இந்த பிரச்சினைகளி-லிருந்து மீண்டுவர உண்மையிலேயே உனக்கு விருப்பமிருந்தால் எழுந்து போய் குளித்து ரெடியாகி வா.நான் என்னுடைய பழைய சரிதா குட்டியை பார்க்கத்தான் வந்தேன்”.

அதற்கு சரிதா ‘‘ஓகே மிஸ் நான் பழைய மாதிரி தான் இருக்கேன். மெதுவாக பழைய நிலைக்கு வருவேன். வீட்டில் எல்லோரும் பேச ஆரம்பித்தாலே போதும்.யாரும் என்னோடு பேசுவதில்லை.நான் வெளியில் வந்துயாரும் பேசாமல் இருப்பதற்கு பதில் நான்இந்த அறையிலேயே அடைந்து கிடக்க விரும்பினேன்’’.

‘‘இப்படி வீட்டில் உள்ள ஒவ்வொருவரும் மற்றவர்கள் என்ன நினைப்பார்கள் என்று நினைத்தே இத்தனை நாளாக பேசாமல் இருக்கிறீர்கள். இது உன்னுடைய வாழ்க்கை அது எவ்வாறு இருக்கவேண்டும் என்று தீர்மானிப்பது நீதான். உன் முடிவு எதுவாக இருந்தாலும் நீ தெளிவாக உன் குடும்பத்தில் தெரிவிக்கலாம். இனி எல்லோரும் பேசுவார்கள் அவர்கள் உன்னிடம் பேச ஆவலோடு இருக்கிறார்கள். அவர்கள் பேசுவது உன்னை புண்படுத்தும் என்று நினைத்துதான் பேசாமல் இருந்திருக்கிறார்கள். அதனால நீ எதற்காகவும் கவலைப்பட வேண்டாம். நீ பேசினால் அவர்களும் பேசுவார்கள் நீ சந்தோசமாய் இருந்தால் அவர்களும் சந்தோஷப்படுவார்கள்’’.

‘‘நீங்கள் பேசியதிலிருந்து ரொம்ப சந்தோசமா இருக்கு மிஸ். நான் கண்டிப்பா இன்றைக்குலிருந்து பழைய மாதிரி இருப்பேன். அக்காவும் அப்பாவும் என்னோடு பேசினாலே போதும்.நான் ஒன்று கேட்டால் தப்பா நினைச்சிக்க மாட்டீங்களே?’’ஒருவித தயக்கத்தோடு கேட்டாள் சரிதா.

‘‘நீ என்னிடம் என்ன வேண்டுமானாலும் கேட்கலாம். இதற்கு முன்னாலும்-என்னிடம் பல கேள்விகளை கேட்டவள் தானேநீ. இப்ப என்ன தயக்கம்’’.

‘‘இதற்கு முன்னாடி நான் டியூஷன் படித்த போது எனக்கு சிறுவயது அதனால் ஏதாவது விளையாட்டுத்தனமாக கேட்டிருப்பேன். அது பாட சம்பந்தமாக என்பதால்நீங்கள் சொல்லி கொடுத்தீர்கள். நம்முடைய உறவு இப்படித்தான் இருந்தது என்று நான் நினைச்சேன். ஆனால் என்பிரச்சினைகளை பற்றி அக்காவும் அப்பாவும் கூட பேச தயங்கியபோது நீங்க எப்படி என்னிடம் இவ்வளவு பக்குவமா பேசுறீங்க அன்பா நடந்துக்கிறிங்க என் மேல் அவ்வளவு அன்பு உங்களுக்குஇருக்கா?’’.

‘‘உன் மேல மட்டுமில்ல என்னிடம் படித்த அத்தனை குழந்தைகள் மேலயும் எனக்கு பாசமிருக்கு. அதுபோல தையல் படிக்க வர்ற எல்லா பெண்களிடமும் எனக்கு அக்கறையிருக்கு. இதுல யாருக்கும் நான் பாகுபாடு காட்டுவதில்லை. என்னால் முடிந்த உதவிகளை எல்லோருக்கும் செய்வேன்’’.

‘‘அப்ப நான் ஒன்னும் உங்களுக்கு ஸ்பெஷல் இல்லையா?’’

‘‘இல்லைன்னு நான் சொன்னேனா? நீயும் எனக்கு ஸ்பெஷல் தான் சரிதா குட்டி’’.

“ரொம்ப தேங்க்ஸ் மிஸ் எங்க அம்மா சின்ன வயசுலே இறந்துட்டாங்க.நானும் சங்கீதாவும் எங்களுடைய ஆசைகளை சொல்றதுக்கு அப்பாவை தவிர வேற ஆளு இல்ல. அப்பாவிடமும் ஓரளவு தான் சொல்ல முடியும். எங்களுடைய பிரச்சனைகளை சொல்றதுக்கு ஆளில்லாமல் தவித்துக் கிட்டிருந்தேன் இப்ப நீங்க வந்தீங்க. உங்களிடம் பேசுவது எங்க அம்மாவிடம் பேசுவது போலயிருக்கு”மெல்ல மெல்ல இயல்பு நிலைக்கு திரும்பினாள் சரிதா.

“எல்லாம் சரி இன்னும் கிளம்பாமல் இருக்கியே? சங்கீதா டீ போட்டு கொண்டு வர்றதுக்குள்ள நீ போய் குளிச்சு ரெடியாகி வா. நாம ஒரு இடத்துக்கு போக வேண்டியிருக்கு”.

“வெளிய வா அதுவும்இன்றைக்கே வா?”.

“எஸ் இன்னைக்கு தான். அதுவும் இப்பவே தான். சீக்கிரம் ரெடியாகு”.

“கொஞ்சநாள் ஆகட்டும் மிஸ். முதல்ல எங்க வீட்டில்உள்ளவர்களோடு பேசி பழகிட்டு அப்புறம் வெளியே போலாம். வெளிய வர்றதுக்கு ஒருமாதிரி அவமானமா இருக்கு”.

“அதெல்லாம் உன்னோட கற்பனை தான். நீ ஒன்னும் கவலைப்பட வேண்டாம். என்னோட கோயிலுக்கு வா. அப்புறம் நம்மதையல் ஸ்கூல்ல கிராமப்புற மகளிர் மேம்பாட்டு திட்டத்தின் கீழ்புதுசா ஒரு கோர்ஸ் ஆரம்பிக்க 15 பேரை சேர்க்க சொல்லியிருக்காங்க. அந்த கோர்ஸில் நான் ஏற்கனவே உன் பேரையும் சங்கீதா பேரையும் சேர்த்திருக்கேன். அந்த கோர்ஸ் இரண்டு நாளில் தொடங்கயிருக்கு. அதனால நீநாம கடைக்கு வந்து ஃபார்ம் ஃபில் பண்ணி கொடு. இப்ப கிளம்பு கோவிலுக்கு போகலாம்” என்று சொன்னாள்.

கட்டிலிலிருந்து துள்ளி எழுந்தவள் வேறு உடைகளை எடுத்துக்கொண்டு குளியலறைக்குள் ஓடினாள். சங்கீதா டீ போட்டு கொண்டு வருவதற்கும் குளியலறையிலிருந்து சரிதா வெளி வருவதற்கும் சரியாக இருந்தது. சங்கீதாவிடம் இருந்து டீ வாங்கி குடித்துக்கொண்டே சரிதாவை பார்த்தாள் கல்யாணி.

சிறுவயது முதலே இவளிடம் டியூஷன் படித்து வளர்ந்தவள் தான் சரிதா. இப்போது எப்படி வளர்ந்து விட்டாள். ஒரு சிறிய தவறு அவளுடைய வாழ்க்கையின் போக்கை எப்படி எல்லாம்மாற்றி அமைத்து விட்டது. இவள் மிக நல்ல பெண், புத்திசாலி, மிகுந்த அழகுடையவள் இவளை எப்படியாவது சரி செய்ய வேண்டும்.

நல்ல உடை அணிந்து மேக்கப் செய்து வெளிவந்த சரிதா தேவதை போல் தெரிந்தாள். அவள் அணிந்திருந்த சுடிதார் அவளுடைய அழகுக்கு பொருத்தமாக இருந்தது. மீண்டும் கல்யாணியிடம் “கண்டிப்பாக நாம் இன்று வெளியே போக வேண்டுமா? கோவிலுக்கு வேறொரு நாள் போகலாம்” என்றாள்.“நோ இன்னைக்கு தான் போகணும் உடனே வா” என்றவுடன் கிளம்புவதற்கு தயாரானாள்.

தங்கை பழையபடி மீண்டு வந்ததில் சங்கீதாவிற்கு மகிழ்ச்சி இருந்தது.“நீயும் ஒரு கப் டீ சாப்பிட்டு போ” என்று தங்கையை வற்புறுத்தினாள். “இல்லை அக்கா நான் கோவிலுக்கு போயிட்டு வந்து விடுகிறேன். இப்ப மிஸ் எனக்காக வெயிட் பண்றாங்கல்ல”என்றாள். “நான் வெயிட் பண்றேன். ஒன்னும் அவசரம் இல்ல.டீ குடிச்சிட்டு என் கூட வந்தா போதும்.போறவழியில பசி மயக்கத்தில் ரோட்ல விழுந்தீன்னா என்னால உன்ன தூக்கிட்டு வரமுடியாது பாத்துக்கோ”.

கல்யாணியின் கிண்டலை சகோதரிகள் சேர்ந்து ரசித்தனர்.நீண்ட நாட்களுக்குப் பிறகு அந்த வீட்டில் சூரியஒளி நிரம்பி அனைவர் உள்ளத்திலும் சந்தோஷ விதை முளைத்தது.

5

பள்ளிக்கூடத்தின் நுழைவாயில் அருகே தனி கட்டடத்தில் அமைந்திருந்தது தலைமையாசிரியர் அறை. அதன் இருபுறங்களிலும் ஆசிரியர்களின் ஓய்வு அறை மற்றும் பள்ளியின் அலுவலக அறைகள் இருந்தன. தலைமையாசிரியரின் அறையின் பின்பக்க கதவை திறந்தால்மைதானம் தெரிந்தது.மைதானத்தின் நடுவே உயரமான கொடிகம்பம் இருந்தது. ஒரு அரசுபள்ளி என்றாலும் மிக நேர்த்தியாக வடிவமைக்கப்பட்ட கட்டடங்களை கொண்டிருந்தது.

தலைமை ஆசிரியர் அறை வாசலில் நின்று “நான் உள்ளே வரலாமா?” என்று கேட்டார்மூர்த்தி. “ வாருங்கள் உங்களைத்தான் எதிர்பார்த்துக் கொண்டிருந்தேன்” என்று உள்ளிருந்து தலைமையாசிரியரின் குரல் கேட்டது. உள்ளே சென்றார். அங்கு தலைமை ஆசிரியரும் வேறு இரு ஆசிரியர்களும் இருந்தனர். மூர்த்தி தலைமை ஆசிரியர் காட்டிய நாற்காலியில் அமர்ந்தார். “மூர்த்தி சார் டி இ ஓ ஆபீஸிலிருந்து தகவல் வந்திருக்கு அடுத்த வாரம் பத்து நாள் என் எஸ் எஸ் கேம்ப் திருச்சுழியில் நடத்த பெர்மிஷன் கிடைச்சிருக்கு. அதற்கான ஏற்பாடுகளை நீங்கதான் சீக்கிரம் செய்யணும். என்ன தயாரா இருக்கீங்கல்ல”.

“ஆமாம் சார். எல்லா ஏற்பாடுகளும் தயார்மாணவர்களும் ரொம்ப ஆர்வமா இருக்காங்க”

“வெரி குட்வாலண்டியர்ஸ் பெயர் லிஸ்ட் என்னிடம் கொடுங்கள்.நீங்க ஒரு முறை அந்த ஊருக்கு போய் தங்கும் வசதி, உணவு ஏற்பாடுகள் எல்லாம் எப்படி செய்யலாம்னு அங்க உள்ள வி ஏ ஓவையும் கிராமசபை தலைவரையும் பார்த்து பேசிட்டு வந்துருங்க. பெண் பிள்ளைகளும் வர்றாங்க. அதனால கொஞ்சம பாதுகாப்பான இடமாக பாருங்க”.

“சார் அதை பற்றி எல்லாம் கவலைப்படாதீங்க. மூர்த்தி சார் எல்லாத்தையும் கவனமாக செய்கிறவர். பிள்ளைகளை கண்ணும் கருத்துமாக பாத்துக்குவார். அவரு ஒவ்வொரு வருஷமும் கேம்ப் நடத்துவதற்கு பிள்ளைகளை கூப்பிட்டு போனவரு தானே”.

“ஒரு சின்ன வேண்டுகோள் சார். ஒவ்வொரு வருஷமும் நாட்டு நலப்பணி திட்ட மாணவர்களில் இருந்து சிறந்த தன்னார்வலர்கள் என்று மாநில அளவிலும் தேசிய அளவிலும் மாணவர்களை தேர்ந்தெடுக்கிறார்கள். இந்த வருஷம் நம்ம பள்ளி மாணவர்கள் யாராவது அந்த விருதுக்கு தேர்ச்சி பெறுவார்களா என்று இந்த முகாமில் முயற்சி பண்ணிப் பாருங்களேன்”பக்கத்தில் அமர்ந்திருந்த ஒரு ஆசிரியர் கூறினார்.

“கண்டிப்பாக சார் இதற்காகத்தான் கடந்த சில வருடமாக நான் முயற்சி பண்ணிகிட்டு இருக்கேன். ஆனால் அதற்கான சூழ்நிலை மற்றும் வாய்ப்புகள் அமையவில்லை.இந்த முறை சரியான இடமும் காலமும் அமைந்துஇருக்கிறது.நம்முடைய மிகச் சரியான டீம் துடிப்புள்ள பிள்ளைகள் கண்டிப்பாக நல்ல பெயர் எடுப்பார்கள். இந்த முகாம் நம்பள்ளியின் பெருமையை வெளி உலகுக்கு காட்டும் என்கிற நம்பிக்கை எனக்கு இருக்கிறது”.

“விருது என்பது நம் உழைப்புக்கான அங்கீகாரம் மட்டுமல்ல ஒரு மாணவன் விருது பெற்றார் என்றால் அந்தப் பள்ளியே உத்வேகம் கொள்ளும் என்பது உங்களுக்கு தெரியாதது இல்லை. முயற்சி செய்யுங்கள் பார்க்கலாம் நாம் நம் கடமையை சிறப்பாக செய்தால் கண்டிப்பாக பலன் கிடைத்தே தீரும்”.

“நீங்கள் சொன்னதை கவனத்தில் வைத்துக் கொள்வேன். எங்களுடைய டீம் முழு முயற்சியுடன் செயல்படுவோம்”.

“இந்தவாரத்திற்குள் ஒருநாள் நீங்க திருச்சுழிக்கு நேரா போய் வேண்டிய ஏற்பாடுகளை செய்து விட்டு வாருங்கள்.இது ஃபுல்லா உங்களுடைய பொறுப்பு. மூர்த்தி சார் கொஞ்சம்கவனமாகபார்த்துக்கொள்ளுங்கள்”.

“கண்டிப்பா சார். என்னுடைய முழு கவனத்தோடு செயல்படுவேன். நான் நாளைக்கே போய் திருச்சுழிக்கு போய் எல்லா ஏற்பாடுகளையும் செய்துவிட்டு வாரேன்”.

“நாளை காலையில தாராளமா நீங்க போயிட்டு வரலாம்”.

“சரி நான் போயிட்டு வரேன் சார்” என்று கூறிதலைமை ஆசிரியரிடம் விடைபெற்றுமூர்த்தி கிளம்பினார்.

6

பகல்வேளை கோவிலில் அதிக கூட்டமில்லாமல் இருந்தது.சரிதாவுடன் கல்யாணி கோவிலை வலம் வந்தாள்.

கருவறைகளில் வீற்றிருந்தகல்யாணநாதர் அன்றைய தினம் திருமணக்கோலத்-தில்பச்சைப் பட்டுடுத்தி கையில் வேலுடன் வெள்ளைநிற தலைப்பாகையுடன் முழு அலங்காரத்தில் காட்சியளித்தார். கல்யாண நாதரை வணங்கி விட்டுவெளியில் வந்து பிரகாரத்தில் ஒரு ஓரத்தில் அமர்ந்தார்கள்.

சற்றுநேரம் அமைதியாக இருந்த சரிதா “மிஸ்கோயிலில் இருக்கிறவங்க எல்-லாம் என்னை பார்த்து ஏதோ பேசுற மாதிரி தோணுது.நாம வீட்டுக்கு போலாமா?” என்று கேட்டாள்.

“சரிதாயாரும் உன்னை பார்க்கவில்லை. கோயிலுக்கு வருபவர்கள் ஒவ்வொ-ருவருக்கும் பல்வேறு வேண்டுதல்,பல்வேறு பிரச்சினைகள் இருக்கும். அவரவர்க-ளுக்கு அவரவர் பிரச்சினையை பார்க்கவே நேரமில்லை.ஒவ்வொருவரும் அவங்க பிரச்சனைகளை கவனிப்பார்களா உன்ன பார்த்துட்டு இருப்பார்களா?. உன் மனசு தான் நீ ஏதோ தப்பு செஞ்சிட்டதா உன்ன உறுத்திக்கிட்டேயிருக்குனு நினைக்-கிறேன். அந்த குற்ற உணர்ச்சியினால்தான்நீ அடுத்தவர்களை குற்றம் சொல்ற. அப்படி நீ செய்த குற்றம் தான் என்ன? வெளியில் சொல்ல முடியும் என்றால் என்னிடம் நீ தாராளமாக சொல்லலாம். அது உனக்கு ரொம்ப ஆறுதலாக இருக்-கும்”என்றாள்.

“நானே யாரிடமாவது சொல்வதற்காக காத்துக்கொண்டிருந்தேன்.இப்போது உங்களிடம் சொல்வதன் மூலமாக எனக்கு மனஅமைதியும் சரியான அறிவுரையும்-கிடைக்கும் என்ற நம்பிக்கையில் சொல்கிறேன்.தினேஷினால் என் வாழ்க்கையில் ஏற்பட்ட குழப்பத்தை அப்படியே சொல்கிறேன்”.

“தாராளமா சொல்லலாம். அதுக்கு முன்னாடி நீ என்னை மிஸ் என்று கூப்-பிடுவதை நிறுத்து.என்னை நீ அக்கான்னு கூப்பிட்டால் போதும். அது இன்னும் உன் மனசுல என் மேல நம்பிக்கையை உண்டு பண்ணும். நான் உனக்கு ஏதாவது ஒரு வகையில உதவி செய்யணும்னு நினைக்கிறேன். அதற்கு உன் பிரச்சனை

என்னென்ன ஒளிவு மறைவில்லாமல் என்னிடம் சொல்''.

''ஆறுமாதங்களுக்கு முன்பு பார்த்த சரிதாயில்லை நான். கல்லூரிக்கு படிக்க போன இரண்டு வருஷத்துக்குள்ளேயே என்னுடைய நிலை தலைகீழாக மாறி போச்சு. எல்லாத்துக்கும் காரணம் அந்த பாழாய்ப்போனகாதல். அவன் பெயர் தினேஷ்''.

விருதுநகரில்உள்ள பெண்கள் கல்லூரியில் இளங்கலை அறிவியல் இரண்டாம் ஆண்டு படித்துக் கொண்டிருந்த சமயம் அது.திருச்சுழியிலிருந்து விருதுநகருக்கு தினசரி அரசு பேருந்தில் சென்று வந்தாள்.காலை நேரத்தில் செல்லும் அரசு பேருந்தில் எப்போதும் கூட்டம்தான்.வேலைக்கு செல்பவர்கள் பள்ளி,கல்லூரி மாணவர்கள் என்று அளவில்லாத கூட்டத்தில் நிறைமாத கர்ப்பிணியாய் பேருந்து-கள் நிரம்பி செல்லும். அப்படி கல்லூரிக்குப் போய் வந்த காலத்தில் அறிமுகமா-னான் தினேஷ்.

திருச்சுழி பஸ் ஸ்டாப்பிற்கு முந்தைய ஸ்டாப்பில் உள்ள ஊரை சேர்ந்த தினேஷ் விருதுநகரில் உள்ள ஒரு தனியார் பொறியியல் கல்லூரியில் பைனல் இயர் படித்து வந்தான். இவனும் அரசு பேருந்திலேயே தினசரி கல்லூரிக்கு போய் வருவான். கூட்டமில்லாத ஒரு பேருந்து பயணத்தில் சரிதாவை பார்த்தான். பெண்-கள் சீட்டில் உட்கார்ந்து இருந்த அவன் எழுந்து நின்று சரிதாவுக்கு இடம் கொடுத்தான். அந்த சீட்டில் சென்று சரிதா அமர்ந்தாள்.

கையில்பேக் வைத்துக்கொண்டு நின்றவனை பார்த்து''நான் பார்த்துக்கொள்-கிறேன்பேக்கை கொடுங்கள்'' என்று கூறினாள்.அதற்காகவே காத்திருந்தவன்அ-வளிடம் பேக்கைகொடுத்துவிட்டு அருகிலேயே நின்று கொண்டான். விருதுநகர் பஸ் ஸ்டாண்ட் வந்தவுடன் அவனுடைய பேக்கை அவள் கொடுக்க அவன் ''தேங்க்ஸ்''என்றான்.''நான் தான் உங்களுக்கு தேங்க்ஸ் சொல்ல வேண்டும். சீட் பிடித்து கொடுத்ததுநீங்க தானே'' என்று கூறினாள் சரிதா.

''நீங்கள் தேங்க்ஸ் சொல்வதைகேட்பதற்காகவே நான் டெய்லி உங்களுக்கு சீட் பிடித்து கொடுக்கலாம் போலிருக்கிறது''.

''நீங்க சீட்டு பிடித்து கொடுக்க பஸ் டெய்லி இதுமாதிரி ஃப்ரீயா ஒன்னும் வராது.டெய்லி வர்ற அந்த கூட்டத்தில நீங்க எப்படி சீட் பிடிப்பீங்க''.

''அந்த கவலை உங்களுக்கு எதற்கு?.டெய்லி உங்களுக்கு உட்கார இடம் கிடைக்கும் நீங்களும் டெய்லி எனக்கு தேங்க்ஸ் சொல்ல வேண்டியிருக்கும்''. ''சரி அதையும் தான் பார்க்கலாம்'' என்று சற்று சவால் விடும் பாணியில் சொல்லி விட்டுபேருந்திலிருந்து இறங்கி சென்றாள்..அவள் முதுகு பக்கம் நின்று விதி சிரித்-ததை யார் அறிவார்கள்.

மற்ற சிறு பிராணிகளின் கண்களுக்குத் தெரியாமல் சிலந்தி வலை பின்னும். பார்க்க மிக மிக மெல்லியதாய் தெரிந்தாலும் அதன் சக்திஅபாரம். அதுபோல

ஒரு ஆண் பெண்ணை வீழ்த்த முடிவு செய்தால்எல்லாவகை தந்திரங்களையும் கை கொள்வான் என்பது உலகின் பொது விதியாகும்.அந்த விதியின்படிதினேஷ் அவளை வீழ்த்த தயாரானான்.

காலையில் சீக்கிரமாக கிளம்பிஅவன் வீட்டிலிருந்து இரண்டு ஸ்டாப் தள்ளி பேருந்து கிளம்பும் இடத்திற்கே சென்றுநின்று கொண்டிருந்த பேருந்தில் ஏறி பெண்கள் வரிசையில் கடைசி சீட்டில் இடம் பிடித்தான். அங்கிருந்து பள்ளிக்கு-வரும் ஒரு சிறுவனை பக்கத்தில் அமர வைத்துக்கொண்டான். பேருந்து கிளம்பி-யது. ஒவ்வொரு நிறுத்தத்திலும் கூட்டம் ஏற தொடங்கியது.திருச்சுழி வரும்போது பேருந்து நிரம்பியிருந்தது. பேருந்தில் ஏறிய சரிதா யாரோ அழைக்கும் சத்தம் கேட்டு திரும்பிப் பார்க்க கடைசி சீட்டிலிருந்து தினேஷ் கையை காட்டினான். திடுக்கிட்ட சரிதா பின் சுதாரித்துக்கொண்டு கூட்டத்தை விலக்கி கடைசி சீட்டுக்கு வர தினேஷும் அந்த சிறுவனும் எழுந்து அவளுக்கு இடம் கொடுத்தனர்.

சீட்டில்அமர்ந்த சரிதா அவனை நோக்கி ஸ்நேகமாக புன்னகை பூக்க அதனால் கொஞ்சம் தைரியம் பெற்ற தினேஷ் “ஹலோ என்ன சீட் கிடைச்-சிருச்சா”என்றான்.“கில்லாடிதான் நீங்க. இந்த கூட்டத்தில் உங்களுக்கு எப்படி இடம் கிடைத்தது?”ஆச்சிரியத்தில் அவள் வினவ“அதெல்லாம்உங்களுக்கு எதுக்கு நேற்று நான் சொன்னதுபோல டெய்லி உங்களுக்கு இடம் கிடைக்கும்.நீங்கள் தின-மும் எனக்கு தேங்க்ஸ் சொல்வீர்கள்”இன்று அவள் கேட்காமலேயே பேக்கைஅ-வளிடம் கொடுத்தான். பேருந்து நிலையம் வந்ததும் இறங்குவதற்கு முன் சரிதா “ரொம்ப தேங்க்ஸ்“என்றாள்.. “இனி அடிக்கடி சொல்ல வேண்டியிருக்கும் கொஞ்-சம் ஸ்டாக் வச்சுக்கோங்க” என்றவாறு திரும்பி நடந்தான் தினேஷ்.

பஸ்ஸில் அவன் இவளுக்கு சீட் பிடித்து தருவதும் இவள் பதிலுக்கு தேங்க்ஸ் சொல்வதும் தொடர்கதையானது. நாளாக நாளாக இதன் பரிணாம வளர்ச்சியின் அடுத்த கட்டத்தை நோக்கி சென்றது. பஸ்ஸில் உள்ளவர்கள் உற்று கவனிப்பதை கண்டுகொள்ளாமல் கதை பேசுவது கண்ணால் ஜாடை செய்வது மற்றவருக்கு தெரியாமல் கைகளால்சைகைசெய்வதுமாக அவர்களுக்குள்ளான பழக்கம் வளர்ந்து கொண்டிருந்தது. பஸ்ஸில் அவளுடன் வரும் மாணவிகளும் அவனோடு வரும் மாணவர்களும் இதை நோட்டமிட ஆரம்பித்தனர்.

முதலில்அவள் தினசரி அணிந்து வரும் ஆடையை புகழ்ந்து பேசினான். அவள் சிரிப்பால்அதை ஆமோதித்தாள்.அவளுடைய சம்மதத்துடன் அவன் தைரி-யமாய் இன்னும் முன்னேறினான். அவளுடைய அழகை ஒரு முன்னணி நடி-கையோடு ஒப்பிட்டு புகழ்ந்து தள்ளினான். புகழுக்கு மயங்காத பெண்கள் யாருண்டு.இரண்டும் கெட்டான் பருவமான டீன்ஏஜ்ஜின் முடிவிலிருந்த சரிதாவும் மயங்கிப் போனாள். காலையில் மட்டும் பேருந்தில் சந்தித்துக் கொண்டு இருந்த-வர்கள் பின்னர் மாலை வேளையிலும் சந்திக்க ஆரம்பித்தனர்.

ஒன்றிரண்டு மாதங்கள் ஆனது. இப்போதெல்லாம் அவன் சீட் பிடித்து கொடுக்க வேண்டியதில்லை. மாறாக ஏதேனும் ஒரு இடத்தில் வசதியாக நின்றால் போதும் அவன் ஏறிய அடுத்த ஸ்டாப்பில் ஏறும் சரிதா அவன் அருகில் வந்து நின்று கொள்வாள். இனி விருதுநகர் போகும் வரை ஒரே பேச்சுதான். பரிணாம வளர்ச்சியின் அடுத்த கட்டத்தில் சீண்டல்களும் உரசல்களும் ஆரம்பமானது. இவன் அவளை கிண்டல் செய்வதும் அதற்குஅவள் செல்லமாக தலையில் கொட்டுவது கிள்ளுவது என்று கதை திசை திரும்பியது.

ஒரு நாள் காலையில் பேருந்தில் ஏறிய சரிதா வெள்ளை நிற காட்டன் சுடிதார் பச்சை நிற துப்பட்டா அணிந்த தேவதையாய் ஜொலித்தாள். ஈர கூந்தலை கேரளப் பெண்களைப் போல முடியாமல் நீளமாக விட்டிருந்தாள்.எந்த மேக்கப்பும் இல்லாமலேயே அழகாக தெரிந்தாள். பஸ்ஸிலிருந்த முதியவர்கள் முதல் பெண்கள் மாணவர்கள் எல்லோரும் சில கணம் அவளை உற்று நோக்கினார்கள். எல்லோரும் அவளையே பார்ப்பது உணர்ந்து அவள் மனதுக்குள் மகிழ்ந்தாள்.

பேருந்தில் பின்பக்கம் நின்றுகொண்டிருந்த தினேஷிற்கு பக்கத்தில் போய் நின்றாள். இத்தனை அழகுடன் அவளை முதன்முறையாக பார்த்த தினேஷின் வாயிலிருந்து வார்த்தைகள் வெளிவரவில்லை. ஓரிரு நிமிடங்கள் அவளை வைத்த கண் வாங்காமல் பார்த்துக் கொண்டிருந்தான்.அவன் அவளையே பார்த்து பிரமித்துப் போய் பார்த்துக்கொண்டே நிற்பதைஅறிந்த சரிதா இன்னும் சந்தோசமானாள்.

சாரதாவிடமிருந்து வந்த மணம் அவனை சுண்டி இழுத்தது.இவ்வளவு நேரமாகியும் அவன் பேசாமலிருப்பதை கண்டு அவன் கையை கிள்ளினாள். உடனேஆ என்றுகத்தி பயங்கரமாக வலிப்பதை போல்நடித்தான் தினேஷ். “சும்மா ஆக்ட் பண்ணாதீங்க எதற்கு இப்படி கத்துறீங்க”

“நான் ஆக்ட் பண்ணல உண்மையிலேயே நீ கிள்ளியது எனக்கு வலிக்குது. அது சரி இன்னைக்கு உன் பர்த்டே வா? எனக்கு சொல்லவே இல்லையே”

“எனக்கு இன்னைக்கு பர்த்டேன்னு யார் சொன்னா? ஊருக்குப் போயிருந்த எங்கப்பா எனக்கும் எங்க அக்காவுக்கும் புது டிரஸ் வாங்கிட்டு வந்தாரு. அதை நான் இன்னைக்கு காலேஜுக்கு போட்டுட்டு வந்தேன் எப்படியிருக்கு”.

“நான் என்ன சொல்லி உன் அழகை வர்ணிக்கிறது.பஸ்சை ஒரு தடவை சுற்றி பாரு.கிழவர்களிலிருந்துபொடிசுகள் வரைக்கும் பொம்பிளைகளும் கூட உன்னை வாயை பிளந்து கொண்டு பார்க்கிறார்கள். சாலமன் பாப்பையா வை கூப்பிட்டு நீ அழகா உன் உடை அழகான்னு பட்டிமன்றமே வைக்கலாம்”புகழ்ந்து தள்ளினான்.

கண்களை திறந்துகொண்டே கனவு காணும் வியாதியில் வீழ்ந்தாள்சரிதா. தன்னைச்சுற்றி நடப்பதையெல்லாம் மறந்து தான் ஒரு தேவதை போலவும் எல்லோரும் தன்னை கொண்டாடுவது போலவும் கற்பனையில் மிதந்தாள்.இப்படி மிதமிஞ்சிய கற்பனை உலகில் சஞ்சரிபவர்கள் போதை அடிமையை போன்றவர்கள். அந்த

நேரத்தில் என்ன முடிவு எடுப்பது என்ன பேசுவது எப்படி நடந்து கொள்வது என்கிற தன்னிலையை மறந்தவர்களாகிவிடுவார்கள்.

“எனக்கு கொஞ்சம் புத்தகங்கள் வாங்க வேண்டியுள்ளது. அதற்காக இப்போது மதுரைக்கு போகப்போகிறேன் நீயும் வருகிறாயா” என்று கேட்டான்.

“ஐயோ நான் வரல. எனக்கு காலேஜ் இருக்கிறது”.

“எல்லா நாளும் தான் காலேஜுக்கு போற. இன்று ஒருநாள் என்கூட வா.எனக்கான புக்ஸ் வாங்கிவிட்டு அழகர் கோவிலுக்கு போய் சாமி கும்பிட்டுவிட்டு வரலாம். உன்னிடம் ஒருமுக்கியமான விஷயம் பேச வேண்டியிருக்கிறது”..

“எந்த விஷயமாக இருந்தாலும் நீங்க இங்கேயேசொல்லலாம்.இதற்காக எதற்கு மதுரைக்குபோகணும்”என்று சொல்லி சிரித்தாள்சரிதா.

“நான் பேசுவது நம்மை பற்றிய ஒரு முக்கிய விஷயம். அது கோவிலில்தான் பேச முடியும். இப்படி பேருந்திலோ ரோட்டிலோ நின்று பேச முடியாது. என்னை நம்பினால் உனக்கு விருப்பமிருந்தால் என்னோடு வா”.

வேறு சாதாரண நாளாக இருந்தாலும் சாதாரண மனநிலையில் இருந்தாலும் சரிதா சற்று யோசித்து இருப்பாள். இன்றைக்கு இருந்த குதூகலமான மனநிலையில் அவள் மனதுஅவன் சொல்லும் அனைத்து விஷயங்களையும் முயற்சித்துப் பார்க்கலாம்என்கிற எண்ணத்தில் இருந்தது.

“உன்னை நம்பாமல் வேறு யாரை நம்ப போகிறேன். ஆனால் நான் இதுவரையும் கல்லூரிக்கு கட் அடித்ததில்லை. வீட்ல தெரிஞ்சா பெரிய பிரச்சனையாகிவிடும் அதுக்காக தான் யோசிக்கிறேன்”.

“வீட்டில் எப்படி தெரியும். இப்ப நேரா மதுரைக்கு போயி புத்தகங்கள் வாங்கிட்டு அப்படியேகோயிலுக்கு போயிட்டு எப்பவும் போல் அஞ்சு மணிக்கெல்லாம் வீட்டுக்கு போயிடலாம்.உங்க ஊர்லயிருந்து உன் காலேஜ்ல படிக்கிற பிள்ளைகள் வேற யாரும் இல்ல.அதனால எப்படியும் வீட்டுக்கு தெரியாது. பின்ன ஏன் பயப்படுற?”.

“எங்க அப்பாவ நினைச்சா பயமாயிருக்கு. அவரு வியாபார விஷயமா எப்போவும் ஏதாவது ஒரு ஊருக்குபோய் வந்துகிட்டு இருப்பாரு..அவர் மட்டும் எங்கேயாவது என்னை பார்த்தால் அவ்வளவுதான் என்னை வெட்டிப் போடுவார்”.

“அதெல்லாம் பார்க்க முடியாது அவரால. ஏன்னா மதுரை என்பது திருச்சுழி மாறி சின்ன ஊர்இல்லை அது ஒரு கடல் மாதிரி. உனக்கு வர விருப்பம் இல்லை அதை நேரடியா சொல்லு”.

சற்றுநேரம் யோசித்தவள் “சரி வாறேன் கோயிலுக்கு தானே போயிட்டு அஞ்சு மணிக்குள்ள வந்துடலாம் இல்லையா?”.

“ஆமாம் கோயிலுக்குத்தான் போறோம். அஞ்சு மணி வரைக்கும் நமக்கு என்ன வேலை? அதுக்கு முன்னாடியே வந்துரலாம்”. அவனோடு கிளம்ப தயாரானாள் சரிதா. அன்றைய நாள் அஷ்ட கோணலாக அவள் வாழ்க்கையை மாற்ற போவதை அறியாமலேயேமதுரைக்கு பஸ் ஏறினார்கள்.

மதுரையில் இறங்கி டவுன்ஹால் ரோட்டில் உள்ள ஒரு கடையில் அவனுக்கு தேவையான இரண்டு புத்தகங்களை வாங்கினான். பின்னர் மீனாட்சி அம்மன் கோவிலுக்கு போய்விட்டு வெளியில் வந்து ஒரு ஹோட்டலில் மதிய உணவு சாப்பிட்டார்கள்.சாப்பாட்டுக்கு இடையே சரிதா “காலையில்பஸ்ஸில் வரும்போது மதுரையில் வைத்து ஏதோ ஒரு முக்கிய விஷயம் பேசவேண்டும் என்று சொன்னீர்களே அது என்ன”..

“அவசரப்படாதேமணி இரண்டு கூட ஆகவில்லை அதுக்குள்ள என்ன அவசரம் வீட்டுக்கு போறதுக்குள்ள ஒரு நல்ல நேரம் பார்த்து நானே சொல்லலாம்னு இருக்கேன்”.

“நாம் மதுரைக்கு வந்ததற்கான முக்கிய காரணமே அதுதானே அதை பேசாம வேற ஏதோ பேசுறீங்களே நீங்க என்ன சொல்லப்போறீங்க என்பதை அறியஎன் மனசு தவிச்சுகிட்டு இருக்கு”என்று தவிப்புடன் பேசினாள்.

அவள் தவிப்பதை உள்ளுக்குள் ரசித்தவன் வெளியே காட்டிக் கொள்ளாமல் “அப்படியே ஒரு படம் பார்த்துவிட்டு போலாமா?” என்று கேட்க “வேண்டாம் வேண்டாம் நாம இப்பவே கிளம்பலாம்” என்று பதறினாள் சரிதா.

“அதெல்லாம் லேட்டாகாது. நான்கு மணி ஆனவுடன் நாம் பாதி படத்திலேயே கிளம்பிப் போய்விடலாம். படம் பார்க்கும்போது நான் சொல்லவேண்டிய விஷயத்தை உன்னிடம் சொல்ல வசதியாக இருக்கும்” என்று சொல்ல ஏதோ மயக்கத்தில் இருந்தசரிதா அதற்கு உடன்பட்டாள்.

ஹோட்டலிலிருந்து வெளியே வந்தவர்கள் நேராக ஒரு திரையரங்கிற்கு சென்றனர். அது ஒரு ஏசி தியேட்டர் உள்ளே சில்லென்று இருந்தது. தியேட்டரில் அதிக கூட்டமில்லை படம் ஆரம்பித்தது. தினேஷ் மெதுவாக அவளுடைய கையைப் பற்றினான்.தன் கைமேல் முதன்முதலாக ஒரு ஆணின் ஸ்பரிசம் பட்டவுடன் சரிதா சற்று அதிர்ந்தாள் உடனே கையை விலக்கினாள். ஆனால் அந்த ஸ்பரிசம் புதிதாய் இருந்தது அவளுக்கு தேவையாக இருந்தது. மறுமுறை தீண்ட மாட்டானா என ஏக்கம் வந்தது தீண்டும் போது இனி அனுமதிக்கலாமா வேண்டாமா என்று மனதிற்குள் குழப்பம் நுழைந்தது.மனதில் ஏற்பட்ட கிளர்ச்சி ஆனந்தமாய்தோன்றியது.

சற்றுநேரம் அமைதியாக இருந்த தினேஷ் இந்த முறைஏதோ ரகசியம் சொல்பவன்போல் அவள் தோள் மீது சாய்ந்தான். இம்முறை அவனை தடுக்காமல்என்ன என்று கேட்பது போல் அவளும் அவன் மேல் சாய்ந்தாள்.இன்னும் அவளோடு

ஒட்டி சரிந்து அமர்ந்த தினேஷ்சரிதாவின் கையை இறுகப்பற்றி‘‘ஐ லவ் யூ ‘‘ என்று கிசுகிசுத்த குரலில் அவளின் காதோரம் சொன்னான்.தன்னுடைய இன்னொரு கரத்தால் தினேஷின் கரத்தைஅழுத்தமாக பிடித்து சரிதாவும் ஏதேதோ உளறினாள்.திரையில் படம் ஓடியது. இடைவேளை வந்தது கூட தெரியவில்லை சுற்றிலும் வேறு ஒரு உலகம் இருப்பதையும் மறந்து போனார்கள். நாலரை மணிக்கு பாதியில் போகவேண்டும் என நினைத்தவர்கள் படம் முடியும் வரை அங்கேயே இருந்தனர். அனைத்தையும் மறந்தனர். படம் முடிந்து அனைவரும் எழும் போது தான் சுய உணர்வு பெற்றனர் மௌனமாய் வெளியேறினர்.

வெளியில் வரும்போது ஏதோ வேறு கிரகத்திலிருந்து வந்த ஏலியன்ஸ் போல ஓர் உயிர் இரு உடல் போல் நெருக்கமாக இருவரும் கைகோர்த்தபட வெளிவந்தனர். ஏசி அறையில் இருந்துவிட்டு வெளியில் வந்தவுடன் சூரிய ஒளி படும் போது கண்கள் கூசியது. ஒரு முறை கண்ணை மூடி திறந்து பார்த்தஅவளுக்கு தலையில் இடி விழுந்தது போலாயிற்று.தியேட்டருக்கு எதிரே உக்கடையில் அவளுடைய அப்பாவும் நான்கு முரட்டுத்தனமான ஆட்களும் நின்றுகொண்டிருந்தனர்.

‘‘என்னை மறைத்துக்கங்களஎங்கப்பா நிக்கிறாரு‘‘என்று அவனுக்குப் பின் மறைந்து நின்றாள் சரிதா.அவளை மறைக்காமல் விட்டுவிட்டு அவன் முட்டாள்தனமாக எங்கே எங்கே என்று சுற்றிலும் திரும்பிப்பார்க்க அவளுடைய அப்பா அவளையே உற்று நோக்கிக் கொண்டிருந்தார். அவள் ‘‘வா சீக்கிரம் போகலாம்’’ என்று சொல்ல இவன் அங்கேயே நிற்க சரிதாவின் அப்பா கடையிலிருந்து வெளியே வருவதை பார்த்தவுடன் சரிதா பயந்துபோய் கூட்டத்தின் ஊடே விறுவிறுவென்று நடந்தாள்.தினேஷ் பின்தொடர்ந்தான். சற்று மறைவான இடத்திற்கு போனதும்‘‘எங்கப்பா நம்மளை பார்த்துவிட்டார்.இனி நான் என்ன செய்ய அவ்வளவு தான்என் வாழ்க்கையே போச்சு’’ என்று அழுக தொடங்கினாள்.சுற்றிலும் கடந்து போனவர்கள் இவர்களை ஒரு மாதிரியாக பார்த்தனர். அவளை ஆறுதல் படுத்தி ‘‘ஒன்னும் பயப்பட வேண்டாம் உங்கப்பா பாத்திருக்க மாட்டாங்க. பார்த்திருந்தால் தான் கூப்பிட்டு இருப்பார்களே’’ என்று ஆறுதல் சொல்லி பார்த்தான்.

‘‘ இல்ல எங்க அப்பா நல்லா பார்த்தாச்சு. அதனாலதான் வெளியே இறங்கி என்னை நோக்கிவந்தார்’’ என்று அழுதபடியே சொன்னாள்.

‘‘ சரி வா அவர் வர்றதுக்குள்ள வீட்டுக்கு போகலாம் ‘‘ என்றான். இரண்டு பேரும் நடந்து பேருந்து நிலையம் சென்று பஸ் ஏறினார்.பேருந்து போய்க்கொண்டிருந்தது. இரண்டு பேரும் ஒரே சீட்டிலேயே அமர்ந்திருந்தனர்.எதுவும் பேசாமல் மௌனமாக அழுதுகொண்டிருந்தாள் சரிதா.ஆதரவாய் அவள் தோளில் கையை போட்டு தன்மேல் சரித்து கொண்ட தினேஷ் ‘‘கவலைப்படாதே உங்க அப்பா

பார்த்திருக்க மாட்டார். அப்படியே பார்த்து இருந்தாலும் இந்த பிரச்சனை வீட்-டுக்கு தெரிந்தாலும் எல்லாம்ரெண்டு நாள்ல சரியாயிடும். என்னைக்கு இருந்தா-லும்நம்ம காதல் விஷயம் வீட்ல தெரிய வேண்டியது தானே. அப்ப பிரச்சனை வருவதற்கு பதில் இப்ப வந்து இருக்கு என்று நினைச்சுக்கோ அதற்கு ஏற்றாற்-போல் பதில் சொல்லு''.

''எங்க அக்கா கல்யாணம் முடிஞ்ச பிறகு தெரிஞ்சா பரவாயில்லை. அந்த நேரம் என் படிப்பு முடிந்திருக்கும் நீங்களும் நல்ல வேலைக்கு போயிருப்பீர்கள் அந்த நேரத்தில் சொன்னா எங்க அப்ப கண்டிப்பா ஒத்துக்கொள்வார். ஆனா இப்ப தெரிந்தால் அக்காவுக்கு முன்னாடியே நான் இப்படி ஒரு தப்பு பண்றதா நினைப்பார். எங்க அப்பா இதை பொறுத்துக்கொள்ள மாட்டார். எங்க அக்கா வாழ்க்கையைநானே கெடுத்துட்டேன் என்றுசொல்லிஎன்னை வெட்டி போட்டுவிடு-வார். எனக்கு வீட்டுக்கு போகவே பயமா இருக்கு''.

''அப்படி ஒன்னும் நடக்காது பயப்படாத. இப்ப நீ என்ன தப்பு செய்தாய்இதுக்-குமேல பயமா இருந்தா நீ எங்க வீட்ல வந்து இரண்டு நாள் இரு. உங்க அப்பா கோபம் தணிந்த பிறகு உங்க வீட்டுக்கு போகலாம்''.

''உங்க வீட்டுக்கு மட்டுமல்ல வேற எங்கேயுமே இனி நான் வரமாட்டேன்''.

''இப்ப நான் சொல்வது உனக்காக மட்டுமில்லை எனக்காகவும் சேர்த்துதான். உன்கூட சேர்ந்து அவர் என்னையும் நல்லா அடையாளம் பார்த்திருப்பார். கண்-டிப்பா எங்க வீட்டுக்கு தேடி வந்துவிடுவார் . ரெண்டு பேரும் சேர்ந்து பிரச்சினை-யில்மாட்ட போறோம்'' இப்போது அவன் கலங்கினான்.

தன்னோடு சேர்ந்து அவனும் பிரச்சினையில் சிக்கிக் கொள்வானோ தன்னால் அவன் அடிபட போகிறானோ என்ற சிந்தனையில் அவனைக் காப்பாற்றஅவன் என்ன சொன்னாலும் அதை செயல்படுத்த தயாரானாள் சரிதா.

''என்னை யார் என்று சொல்லி உங்க வீட்டில அறிமுக படுத்துவீர்கள்.நீங்கள் என்ன சொன்னாலும் உங்க வீட்டுல இதற்கு கண்டிப்பா ஒத்துக்க மாட்டாங்க. இந்த வயசுல உனக்கு இதெல்லாம் தேவையா அப்படின்னு கேட்டு காரி துப்-புவார்கள். இதுதான் மதுரைக்குநான் வரல வரலைன்னு சொன்னது. நீங்கதான் கேட்காம என்னை கூப்பிட்டுவந்து இப்படி ஆயிருச்சு''.

சரிதாவின் உறுதியில் தெரிந்த மாற்றம் தினேஷுக்கு தைரியத்தை கொடுத்தது. அவன் மனதில் வேகமாக வேறு திட்டங்களை போட ஆரம்பித்தான்.

''சரி தப்பு எல்லாம் என் பேர்ல தான் அதை நானே சரி செய்றேன். நீ எங்க வீட்டுக்கு வர வேண்டாம். உங்க வீட்டுக்கும் போக முடியாது. எங்க சித்தப்பா வீடு ஒன்னு பக்கத்திலேயேகாலியாக இருக்கு. அங்க போய் இருக்கலாம் அங்கே வேறு யாரும் வரமாட்டார்கள். நாளைக்கு நம்ம பிராண்டுகளை விட்டு உங்க வீட்டு நிலவரம் எப்படி இருக்குன்னு பார்த்துட்டு வந்து அதறகடுத்து உன்னை வீட்டில்

கொண்டு விடுகிறேன்.என்னுடைய தப்பை நானே சரி பண்றேன் ஓகே. வா போகலாம்'' என்று அவன் குடியிருக்கும் ஊருக்கு பக்கத்து ஊரில் பஸ் நின்றவுடன் கீழே இறங்கினான்.

தான் என்ன செய்கிறோம் என்று எந்த உணர்வும் இல்லாமலேயே அந்த முட்டாள் பெண்ணும் பஸ்ஸை விட்டு இறங்கி அவனுடன் நடந்தாள். நன்றாக இருட்டி இருந்தது.

மெயின் ரோட்டிலிருந்து நூறு மீட்டர் தள்ளி புதிதாக ஒரு ரியல் எஸ்டேட் நிறுவனம் குடியிருப்பு பகுதியை அமைக்க வேலைகளைத் தொடங்கி இருந்தது. ஆங்காங்கே சில வீடுகள் தலைதூக்கி இருந்தன. எல்லாமே அரைகுறையாக கட்டப்பட்டு கொண்டு இருக்கிறது சற்று தூரம் நடந்து அருகில் செல்லும் போது கட்டடங்கள் இருட்டில் கண்ணுக்கு தெரிந்தது.இருட்டில் நடந்து போய் ஒரு வீட்டின் முன் நின்றனர். அது முழுமையாக கட்டி முடிக்கப்பட்ட ஒரு வீடு. முறையான நிலைக்கதவு இல்லை. நிலை கதவு வைக்கும் இடத்தில் தற்காலிகமாக ஒரு பழைய தகரத்தை கதவு போல் வைத்திருந்தனர்.

கதவைத் தள்ளித் திறந்தான் தினேஷ். இன்னும் மின்சார வசதி செய்யப்படாமல் இருந்தது.யாரும் பார்க்கிறார்களா என்று சுற்றுமுற்றும் பார்த்துவிட்டு இருவரும் உள்ளே நுழைந்தனர்.புதர்கள் நிறைந்திருந்தஅந்த சுற்றுவட்டாரத்தில் ஆட்கள் யாரும் இல்லை என்பதை அந்த மயான அமைதியே உணர்த்தியது. உள்ளே நுழைந்தவுடன் கதவை பழையது போல் அடைத்தான். உள்ளே கும்மிருட்டாக இருந்தது. இருட்டில் ஒன்றுமே தெரியவில்லை. இருட்டு கண்களுக்கு பழக்கமாகி ஓரளவு உருவம் தெரிய ஆரம்பித்த பின்னர் இரண்டுபேரும் நகர்ந்து உள்ளறைக்கு சென்றனர்.உள்ளறையில் இருந்த ஜன்னலை திறந்து வைத்தனர். வெளியே இருந்து நில ஒளி உடன் நல்ல காற்றும் உள்ளே வந்தது.இருவரும் ஜன்னல்வழியாக வெளியே தெரிந்த இருட்டை வெறித்துப் பார்த்துக் கொண்டிருந்தனர்.

எவ்வளவு நேரம் தான் அவர்கள் அப்படியே என்றார்களே அவர்களுக்கு வயிற்றில் பசி வந்த பின்னர்தான்சுயநினைவுக்கு வந்தனர். பிரச்சனைகளை மட்டுமே நினைத்துக் கொண்டே வந்ததால் பசி அவர்களுக்கு தெரியவில்லை. இங்கே வந்து இவ்வளவு நேரம் நின்ற பிறகு பசித்தது.

“நாம பஸ்ஸில் வரும்போது தான் இங்கே இறங்கலாம் என்று திடீர்னு முடிவு எடுத்ததால் சாப்பாடு எதுவும் வாங்காம வந்துட்டோம். நீ இங்கேயே இரு நான் போய் சாப்பாடு வாங்கிட்டு வரேன்''.

“வேண்டாம் என்னை தனியாக விட்டு விட்டு போக வேண்டாம். இங்கேயே இருக்க பயமாக இருக்கு. என்ன பசி வந்தாலும் நீ என்னை விட்டு போக வேண்டாம்''.

அப்போதுதான் அவர்களுக்கு கல்லூரிக்கு கொண்டுவந்த உணவை மதியம் சாப்பிடாமல் கடையில் சாப்பிட்டது ஞாபகம் வந்தது.''நம்ம பேக்கில் மதியம் சாப்பிட கொண்டுவந்த சாப்பாடு இருக்கு. அதைச் சாப்பிட்டு நம்ம பசியை போக்கலாம்''. இருவரும் அவர்களுடைய டிபன் பாக்ஸை வெளியே எடுத்தனர். தரையில் உட்காரப் போனவளை கையை பிடித்து இழுத்து ''கீழே உட்காராதே'' எனதடுத்தான் தினேஷ்.

''வா வெளியில் போய் அமர்ந்து சாப்பிடலாம். உள்ளே பயங்கர இருட்டாக உள்ளது சாப்பிடும்போது எதுவும் சாப்பாட்டில் விழுந்தாலும் நமக்கு தெரியாது அதனால் தான் நிலா வெளிச்சத்தில் சாப்பிடலாம் என்றேன்'' என்றான்.

சற்று தள்ளி கட்டட வேலை நடக்கும் இடத்தில் அடுக்கி வைக்கப்பட்டிருந்த செங்கல்கள் மேலமர்ந்து நிலா வெளிச்சத்தில் சாப்பிட தொடங்கினார்கள். அவளுடைய டிபன் பாக்ஸில் தக்காளி சாதம் இருந்தது அவனுடைய டிபன் பாக்ஸில் தயிர் சாதம் இருந்தது இருவரும் ஆளுக்கு கொஞ்சம் பரிமாறிக்கொண்டு உணவு உண்டனர். ''நல்லவேளை சாப்பாடு கெட்டுப் போகவில்லை'' என்றால். '' இப்போ உள்ள பசிக்கு சாப்பாடு கெட்டுப் போய் இருந்தாலும் நாம சாப்பிட்டு தான் ஆகணும்'' என்றான். பாட்டிலில் இருந்த தண்ணீரை குடித்து முடித்தனர்.''பாட்டிலில் தண்ணீர் தீர்ந்து விட்டது இனி குடிக்க இங்கே தண்ணீர் கிடைக்குமா''.

''தெரியவில்லை உள்ளே இருக்கிற பைப்புகளில் எதிலாவது தண்ணீர் வருகிறதா என பார்ப்போம்''என்றவன் பேக்கை தோளில் மாட்டிக்கொண்டு ஒரு கையில் பாட்டிலுடன் வீட்டை நோக்கி நடந்தான். உடனே சரிதாவும் பயத்துடன் அவனோடு போய் ஒட்டிக் கொண்டாள். தினேஷ் கையிலிருந்த செல்போன் லைட் வெளிச்சத்தில் ஒவ்வொரு அறையாக தேடினான். சமையலறை போலிருந்த ஒரு அறையின் தடுப்பில் ஒரு டிரம்மில் தண்ணீர் இருந்தது. கட்டட வேலைக்கு வருகிறவர்கள் குடிப்பதற்காகவோ அல்லது கட்டட வேலைக்காகவோ அந்த டிரம்மில் தண்ணீர் வைத்திருந்தனர்.பாட்டிலில் சிறிது தண்ணீர் பிடித்து குடித்து பார்த்தான். நல்ல வேளை அது குடிப்பதற்கான தண்ணீராக இருந்தது. இருவரும் தண்ணீர் குடித்துபின் காலியான பாட்டிலில் தண்ணீர் நிறைத்து கொண்டு வந்தனர்.

அழுது அழுது களைத்து போயிருந்த சரிதாவுக்கு உறக்கம் வருவது போல் இருந்தது.''உனக்கு உறக்கம் வருகிறது என்றால் உள்ளறையில் போய் படுத்துக்கொள் நான் இந்த அறையில் இருந்து பார்த்துக் கொள்கிறேன்'' என்றான்.''அதற்கு முன் பாத்ரூம் எங்கே இருக்கிறது'' என்று கேட்டாள் சரிதா. ''கொஞ்சம் பொறு அதையும் தேடிப் பார்ப்போம்'' என்றவன் லைட்டைவீட்டைச் சுற்றிலும் சுற்றிலும் காட்டினான். வீட்டின் வெளிப்பக்கத்தில் கழிவறை இருந்தது. முதலில் வெளியே போய் கழிவறையை சுற்றிலும் பார்த்த தினேஷ் அவளை வா

என்று சைகை காட்டினான்.கழிவறை பகுதியை சுற்றிலும் புதர் மண்டி கிடந்தது. இருட்டில் அதை பார்க்கவே சரிதாவுக்கு பயமாக இருந்தது. அவனை துணைக்கு அழைத்துக்கொண்டு போனாள். கழிவறையின் பக்கத்தில் அவனை நிறுத்திவிட்டு உள்ளே போனாள் நல்லவேளையாக தண்ணீர் வசதி இருந்தது.பின்னர் திரும்பி வந்தவள் வீட்டின் உள்ளறைக்கு சென்றாள்.

அவளுக்கு லைட் வெளிச்சத்தை காட்டியவாறு வந்து தினேஷ் உள்ளறையில் அவளோடு நுழைந்தவன் திடுக்கிட்டு நின்றான்.உள்ளறை முழுவதும் சிமெண்ட் மூட்டைகள் வைத்த தூசி நிரம்பி இருந்தது. வீடு முழுவதும் வேலை முடியாததால் ஆங்காங்கே மணலும்சிறிய கற்களும் நிரம்பியிருந்தது. அங்கே இருந்த ஒரு வேப்பமரத்தின் சிறிய கிளையை இலைகளோடு பொடித்து கொண்டு வந்து அதை-வைத்து தரையை சுத்தம் செய்தான். என்றாலும் இன்னும் தூசி அதிகமாயிருந்தது. தரையை துடைக்க ஏதாவது பழைய துணி கிடைக்குமா என்று தேடிப்பார்த்தால் அப்படி எதுவும் கிடைக்கவில்லை.

“சரிதா இதற்குமேல் தரையை சுத்தம் செய்ய முடியாது இதில் எப்படி படுத்து தூங்குவாய். வெளியில் போய் உட்கார்ந்து தூங்கவும் முடியாது பூச்சித் தொல்லைகள் அதிகம். வீட்டைச் சுற்றிலும் பார்த்தாயா புதர் போல இருக்கிறது.செல்போனின் சார்ஜ் இன்னும் கொஞ்ச நேரத்தில் தீர்ந்துவிடும் அடுத்து அதையும் உபயோகிக்க முடியாது என்ன செய்வது”.

“இன்னைக்கு காலைல யார் மூஞ்சில முழிச்சேனோ பிரச்சினைக்கு மேல் பிரச்சினை உடம்பும் மனசும் ரொம்ப அசந்து போச்சு. கொஞ்சம் உறங்கினால் பெட்டரா இருக்கும்”.

“நீ ரொம்ப டயர்டா இருக்கிறதால நான் ஒன்னு சொல்றேன்.நீ இன்றுபுது வெள்ளை சுடிதார் போட்டுக்கிட்டுவந்திருக்கிறாய். இதோட நீ தரையில் உட்கார்ந்தாலும் படுத்தாலும் அழுக்காகி விடும்”.

“டிரஸ்ஸில் அழுக்கு ஒட்டாமல் இருக்க வேற ஏதாவது வழி இருந்தால் சொல்லுங்க எனக்கு ரொம்ப டயர்டா இருக்கு”.

“ உன் துப்பட்டாவை எடுத்து உடம்பில் கட்டிக்கோ.சுடிதாரை பத்திரமா கழட்டி மடிச்சு உன் பேக்கில் வைத்துக் கொள்”.

“என்ன சொல்ற. ஏதாவது உளறாதே” என்று சரிதா சீறினாள்.

“ஏன் சரிதா கோவப்படுற. இந்த அறைக்கு உள்ளே போய் கதவை பூட்டி தாழ் போட்டுக்கோ.உன் டிரஸை கழட்டி பத்திரமா வச்சுக்கோ. நாளைக்கு பகலில் போட்டுட்டு உங்க வீட்டுக்கு போக அழுக்கில்லாத டிரெஸ் வேணும் இல்லையா.அழுக்கான டிரஸ்சுடன் எப்படி பகலில் வெளியே நடமாட முடியும் அதற்காக சொன்னேன். தப்பா எடுத்துக்காதே.யோசித்து உன் விருப்பப்படி செய் டிரஸ் அழுக்காகாமல் இருப்பது முக்கியம்”.

சற்று நேரம் யோசித்த சரிதா “உள்ளே ஒரே இருட்டாக இருக்கிறது உன் செல் போனை என்னிடம் தருகிறாயா “என்று கேட்டாள். “செல்போன் உன்னிடமே இருக்கட்டும் சார்ஜ் குறைவாக உள்ளது. அதனால் தேவைப்படும் போது மட்டும் உபயோகித்து கொள்” என்று கூறி செல்போனை அவள் கையில் தந்தான்.

சரிதா அவனிடமிருந்து செல்போனை வாங்கிக்கொண்டு உள்ளறைக்குள் சென்றாள். கதவை போட்டி தாளிட்டாள். கீழே உட்காரலாம் என்று பார்த்தால் அவள் கை வைக்கும் இடமெல்லாம் சிமெண்ட் தூசி இன்னும் லேசாக பட்டுக்கொண்டே இருந்தது.துப்பட்டாவை கழட்டி உதறினாள். உதறிய வேகத்திற்கு வீசிய காற்றில் சிமெண்ட் துகள்கள் காற்றில்பறந்ததுஅந்த கும்மிருட்டிலும் நன்றாக தெரிந்தது.சற்றுநேரம் ஜன்னலுக்கு அருகில் வந்து தூசி பறப்பது குறையும் வரை காத்திருந்தாள்.துப்பட்டாவை கீழே விரித்து படுக்கலாமா என்றுஅளந்து பார்த்தாள். துப்பட்டாவின் உயரம் சரியாக இருந்தாலும் அகலம் குறைவாக இருந்தது. உறங்கும்போது கையோ காலோ துப்பட்டாவின் வெளியே கண்டிப்பாக தரையில் படும் என்று தோன்றியது.இப்போதே டிரஸ் சற்று அழுக்கானது போல் தோன்றியது. இன்னும் அதிகமாக ட்ரெஸ்ஸில் அழுக்கு பிடித்தால் நாளைக்கு வெளியில் எப்படி நடக்க முடியும் என்று பயந்தாள்.

தினேஷ் ஒவ்வொன்றையும் சரியாக யோசித்து தான் சொல்கிறான் நான் தான் தவறாக புரிந்து கொள்கிறேன் என்று மனதில் நினைத்து கொண்டாள். இனி வேறு வழியில்லை. இங்கே பார்க்க வேறு ஆள் இல்லை என்ற தைரியத்தில் உடைகளை கலைந்தாள். மலைவாழ் மக்களைப் போல் சுடிதாரின் துப்பட்டாவை மார்புக்கு மேலே சுற்றி கட்டினாள். துணிகளைபத்திரமாக மடித்து புத்தகப் பையில் வைத்தாள்.தினேஷின்னுடைய செல்போனை கைக்கு பக்கத்திலேயே வைத்துக் கொண்டாள். அங்கிருந்தஒரு செங்கல்லை தலைக்கு வைத்து அப்படியே தரையில் படுத்து உறங்க தயாரானாள்.அன்றைய போக்குவரத்து அலைச்சல்களும் பிரச்சினைகளும் அசதியாய் இருக்கபடுத்த சற்று நேரத்திலேயே நல்ல தூக்கத்தில் ஆழ்ந்தாள்.

நன்றாக உறங்கிக்கொண்டிருந்த சரிதாவுக்கு திடீரென விழிப்பு ஏற்பட்டது. திறந்திருந்த ஜன்னல் வழியே யாரோ அவளை பார்ப்பதை போல் உணர்ந்தாள்.இருட்டில் கண்களைமட்டும் திருப்பி ஜன்னலை கூர்ந்து கவனித்தாள். அங்கே ஏதோ அசைவதை போல தோன்றியது. கையை நகர்த்தி இருட்டில் துலாவி செல்போனை எடுத்தாள். அதை ஆன் செய்து பார்த்தால் ஆன் ஆகவில்லை.பேட்டரி சார்ஜ் சுத்தமாக டவுன்ஆகி செல்போன் ஆப் ஆகியிருந்தது.பின் மெதுவாக எழுந்து சத்தமில்லாமல் நகர்ந்துவந்து ஜன்னல் வழியே பார்த்தபோது அங்கே யாருமில்லை. நிலா வெளிச்சத்தில் பக்கத்திலிருந்த மரங்கள் மட்டும் காற்றுக்கு அசைந்து கொண்டிருந்தது.அப்போது வெளியிலிருந்து ஆந்தையோ வவ்வாலோ ஏதோ பறவையின் கொடூரமான அலறல் சத்தம் கேட்டது. சற்றுநேரம் நின்று

அதை கேட்டவுடன் மனதில் பயம் குடி கொண்டது.அதற்கு மேலும் ஜன்னலருகே நிற்க முடியவில்லை.

தினேஷ் என்ன செய்கிறான் என்று பார்ப்போம்என நினைத்தவள் மெதுவாக வந்து சத்தமில்லாமல் கதவை திறந்தாள்.வீட்டின்வாசல் கதவை அடைந்து அதனருகே தலை வைத்து தினேஷ்படுத்திருந்தது இருட்டில் தெரிந்தது.இவள் மெதுவாக கதவைத் திறந்தாலும் கீழே கிடந்த கற்களில்கதவின் கீழ்ப்பகுதி அழுந்தியதால் கதவு திறக்கும் ஓசை சத்தமாகவே கேட்டது. கதவு திறக்கும் சத்தம் கேட்டதும் “என்ன சரிதா உறக்கம் வரலையா?” என்று கேட்டவாறு திரும்பி படுத்தான் தினேஷ்.

“ஆமாம் எனக்கு உள்ளே படுக்க பயமாய் இருக்கிறது”.

“பயமா எதற்கு?அதுதான் வெளியே நான் காவல் இருக்கிறேனே என்னை மீறி யாரும் வரமாட்டார்கள். பயப்படாமல் போய் படு”

“ஜன்னலுக்குப் பக்கத்தில் ஏதோ அசைவு தெரிந்தது யாரோ என்னை பார்ப்பது போல் உணர்ந்தேன்”.

“அது பிரமையாக இருக்கலாம். நீ அளவுக்கதிகமாய் பயந்துபோய் இருப்பதால் அப்படி உன் மன தோன்றலாக இருக்கலாம்”.

“ஏதேதோ சப்தம் வேறு கேட்டுக்கொண்டே இருக்கிறது”.

“நாம் என்ன ஊருக்குள்ளேயா இப்ப இருக்கிறோம். இது ஒரு காடு. இதில் இப்பத்தான் வீடு கட்ட ஆரம்பிச்சிருக்காங்க.இங்கே ஆள்கள்குடிவர எப்படியும் சில வருடங்கள் ஆகும். இந்த வீட்டை சுத்தி புதிர்கள், செடி, மரங்கள் நிறைஞ்சு இருக்கு. ராத்திரியானா பறவைகள் கத்தறது மட்டுமில்லை பாம்பு கூட வரும். அப்படிப்பட்டஇடம் இது” என்று மெல்லிய குரலில்கூறினான் தினேஷ்.

“பாம்பா” என்று அலறியவாறு சரிதாபயந்துஇரண்டு அடி முன்வைத்து நகர அங்கே தரையில் மணல் போல் கிடந்த சிறிய கற்கள் வழுக்கி விட நிலைதடுமாறி இருட்டில்அவன் மேல் விழுந்தாள்.அப்போதுதான் தெரிந்தது அவன் ஆடைகள் கழட்டி இவளைப் போன்று புத்தகப்பையை தலையில் வைத்து படுத்திருந்தது.அவன்மேல் விழுந்தவள் சற்று சுதாரித்துஎழுந்திருக்கும்போது அவளுடைய துப்பட்டா தடுத்தது. பரபரப்புடன் துப்பட்டாவை அவள் எடுக்க முயல இவன் தன் உடலை மறைக்க ஒரு பக்கமாக திரும்பி படுத்தான்.அப்போது அவளுடைய துப்பட்டாவின் ஒரு பகுதி அவன் உடம்பு கீழே சிக்கிக்கொண்டது. சிக்கிக்கொண்ட துப்பட்டாவை மீட்க வேண்டி அவள் வேகமாக இழுக்க அதே கணத்தில் துப்பட்டாவை விடுவிக்க இவன் மெதுவாக தரையிலிருந்து எழும்ப சட்டென்று துப்பட்டா விடுதலை ஆனது.சட்டென்று துப்பட்டா விடுவிக்கப்பட்டது மீண்டும் நிலைதடுமாறி கீழே விழுந்தாள். அவளை தாங்கிப் பிடிக்க வேகமாக எழுந்தவன்கைகளில் அவளுடைய துப்பட்டா சிக்கியது அதை பிடித்து இழுக்க துப்பட்டா அவன்

கையோடு வந்தது. துணி இல்லாதசரிதா இருட்டில் கீழே விழுந்தாள்.

சற்று சுதாரித்த சரிதா அவனிடமிருந்து துப்பட்டாவை வாங்க படுத்திருந்த நிலையிலேயேகையை நீட்டஅவள் இருக்குமிடம் தெரியாமல்இருந்த இடத்திலிருந்து கையை நீட்டிக் கொண்டிருந்தான் அதை வாங்க எழுந்து நின்றவள்“நான் எங்கே இருக்கிறேன்”என்று மெல்லிய குரலில் கூறினாள்.

சத்தம் வந்த திசையில் அவளை நோக்கி முன்னேறினான்.அப்போது முன்பு அவள் வழுக்கி விழுந்த இடத்தில் இவனுக்கும் வழுக்கியது.கீழே விழ இருந்தவன் அவள் தோளை பற்றினான் அந்த பாரம் தாங்காமல் அவள் விழ அவள் மேல் இவனும் விழுந்தான். இந்த முறை அவள் மேல் அவன் விழுந்து இருந்ததால் அவசரப்பட்டு உடனே எழுந்திருக்க முயற்சிக்கவில்லை.மெதுவாக புரண்டு படுத்தான். மாறி மாறி கீழே விழுந்த அதிர்ச்சியில் இருந்து விடுபட இருவருக்குமே கொஞ்சநேரம் ஆனது. இருவரும்ஆடை இல்லாமல் அருகருகே படுத்திருந்தனர். வெளியில் அமைதியாக இருந்தனர்.உள்ளுக்குள் அவர்களை கட்டுப்படுத்த பெரும் போராட்டம் நடத்தினர்.

“எங்கேயாவது அடிபட்டு இருக்கா “ என்று கேட்டவாறு மெதுவாக அவள் தலையில் தன் கையால் தடவிக் கொடுத்தான். அவள் பதில் பேசாமல் அமைதியாக இருந்தாள் தலையிலிருந்து கையை கொஞ்சம் கொஞ்சமாக கீழே இறக்கி வருடிக் கொடுப்பது போல் செய்தான். அவள் உடல் முழுவதும் அவனுடைய கைகள் நகர்ந்துகொண்டே இருந்தது.அவள் மறுப்பேதும் சொல்லாமல் அவனை அனுமதித்தாள்.இருவரும் தன்னிலை மறந்தனர். அணை உடைந்தது வெள்ளம் கரை கடந்தது அந்தப் புதிய அனுபவம்,இன்பம் இருவருக்கும் அந்த நேரம் தேவையாயிருந்தது. துன்ப நேரத்திலும் இதை சந்தோஷத்தோடு அனுபவித்தனர்.

அது ஒரு நீண்ட இரவாய் அமைந்தது.விடிய விடிய விழித்திருந்து ஆனந்தம் கண்டவர்கள் விடியும்போது தூங்கினார்கள்.விடிந்ததற்குஆதாரமாக பறவைகள் ஒலி கேட்க பதறி கண்விழித்த சரிதா தன் கோலம் கண்டு அதிர்ந்தாள்.உடலில் ஒட்டு துணி இல்லாமல்தான் இருப்பதையும் தன்னருகே ஒருவன் நிர்வாணமாக படுத்து இருப்பதும் அவளுக்கு அருவருப்பை உண்டுபண்ணியது. தன்னையே ஒரு முறை வெறுப்புடன் மேலும் கீழும் பார்த்தாள். உடல் முழுவதும் வேர்வையில் ஒட்டிய சிமெண்டும் மணலும்மொத்த உடம்பையும் நிறம் மாற்றிக் காட்டியது .சிவந்த நிறத்தில் இருந்த அவளுடைய மேனி கன்னங்கரேலென்று காட்சியளித்தது.

நேற்றைய சம்பவத்தை சாட்சியான துப்பட்டா அறையில்ஒரு ஓரத்தில் கிடந்தது. அதை கையில் எடுத்து பார்த்தாள்.இவளோடு ஒப்பிடும்போது துப்பட்டாவில் அழுக்கு குறைவாகவே இருந்தது. துப்பட்டாவை எடுத்து உடலை மறைத்து சுற்றிக் கொண்டவள் அந்த அறையில் இருந்த டிரம்மில் உள்ள தண்ணீரில் குளித்தாள். உடலில் ஒட்டி இருந்த சிமெண்ட் மணல் கலவை போக வெகு நேரம் ஆனது.

குளித்து முடித்த பின் துப்பட்டாவை நன்றாக கழுவி பிழிந்து மறுபடியும் உடம்பைச் சுற்றி கட்டிக் கொண்டு திரும்பி வரும்போது தினேஷ் மெதுவாக விழித்து பார்த்-தான். அவளை பார்த்தவுடன் வேகமாகதிரும்பி மறைவாக அமர்ந்துகொண்டான்.

“சாரி சரிதா” வெளி பக்க கதவை பார்த்தவாறு மெல்லிய குரலில் தயக்-கத்தோடு கூறினான். அதற்கு அவளும் “நான்தான் முதல்ல சாரி சொல்ல-ணும்.என் இடத்தில் இருக்காம இருட்டில் வந்து தடுமாறி மேலே விழுந்ததுநான்-தான். நீங்க எதுக்கு சாரி சொல்றீங்க”என்றாள்.அவள் சாதாரணமாக பேசியது அவனுக்கு தைரியத்தை வரவழைத்தது.

“நான் சொன்ன சாரி அதற்கு இல்லை. அதற்கு பிறகு நடந்ததற்கு”. அவனு-டைய பேச்சின் நோக்கத்தை அறிந்த சரிதா “சாரி அப்புறம் சொல்லலாம். இப்ப போயி முதல்ல குளிங்க.ஆளை பார்த்தால் சிமெண்ட் பூசிய கரடி மாதிரி தெரியுது” என்று பேச்சை மாற்றினாள்.சரிதா சாதரணமாக எடுத்துக்கொண்டாள் என்பது அவனுக்கு மிகுந்த தைரியத்தை கொடுத்தது.அப்படியே ஆடை இல்லாமல் அவள் முன் தைரியமாக நடந்து சென்று குளித்தான். சரிதா உள்ளறைக்கு போனாள்.

ஜன்னல் வழியே வெளியே தெரிந்த காட்சிகளை பார்த்தாள். நேற்றுவரை மாணவியாக சிறுபிள்ளைத்தனமாக இருந்தவளுக்கு இன்று ஏதோ பொறுப்பு வந்-ததுபோல் தோன்றியது. ஒருவரின் மனைவியாக குடும்பத்தலைவியாக ஆகிவிட்-டதை போல் தன்னை கற்பனை செய்து கொண்டாள். திருமணம் முடிந்து முதலி-ரவு அறையிலிருந்து வெளிவந்தவளை போன்ற வெட்கம் மனதில் குடி கொண்டது.

குளித்து முடித்து தலை துவட்ட துண்டு இல்லாதவன் நேராக சரிதா அருகில் போய்நின்று அவள் உடலை மறைத்து கட்டியிருந்த துப்பட்டாவை உருவினான். அவள் கொடுக்கமாட்டேன் என்று போக்கு காட்டி அறையின் மறுபக்கம் ஓட அவளை விரட்டி ஓடியவன் அவன் பலத்தை பிரயோகிக்க அங்கே ஒரு செல்ல சண்டை நடந்தது. சண்டையில் அவனுக்கே வெற்றி கிடைத்தது போரில் துப்-பட்டாவை கைப்பற்றினான். தோல்வியடைந்த சரிதா துப்பட்டாவை பறிகொடுத்து மறுபடியும் பிறந்த மேனி கோலத்தில் மீண்டும் அவனிடம் சரணாகதி அடைந்தாள். இந்த முறை சற்று அச்சமற்றவர்கள்ஆனார்கள் இருவரும். மறுபடியும் கத்தியின்றி ரத்தமின்றி யுத்தமொன்று துவங்கியது.

யுத்தம் முடிந்து சகஜ நிலை திரும்பி பிறகுதான் கள நிலவரம் வெளியில் தெரியும் என்பதுபோல் காமம் அடங்கிய பிறகு தான் பசிக்கொடுமை தலைகாட்டி-யது. பசியை அடக்கமாட்டாத சரிதா “எனக்கு ரொம்ப பசிக்குது இங்கே ஏதாவது சாப்பிட கிடைக்குமா?” என்றாள். அதை அவள் சொன்னவுடன்தினேஷ் உடை-களை அணிந்து கொண்டு கிளம்பினான்.” இப்ப எங்க கிளம்பிட்டீங்க” என்று கேட்டாள்சரிதா.“வயிறு பசிக்குது என்று சொன்ன இல்ல. நான் பக்கத்து ஊருக்கு போயி சாப்பிட ஏதாவது வாங்கிட்டு வரேன். அதுவரையும் பயப்படாம உள்ளறை-

யில் கதவை சாத்திட்டு இருந்தா போதும். நான் வந்து குரல் கொடுத்தால் மட்டும் கதவை திறக்கணும்'' என்றான்.

“ வேண்டாம் என்னை இங்கு தனியாக விட்டுவிட்டு நீங்கள் போக வேண்டாம். இருட்டிய பின் இருவரும் சேர்ந்து போய் சாப்பிடலாம்'' என்றாள். “ அதுவரையும் உன்னால சாப்பாடு இல்லாம தாக்குபிடிக்க முடியாது நான் போயிட்டு அரை மணி நேரத்துல வந்துருவேன்'' என்றான்.

“எங்க போய் சாப்பாடு வாங்குவீங்க? எங்க ஊருக்கு போனால் எங்க வீட்டு நிலவரத்தை பார்த்துட்டு வரீங்களா?''.

“ உங்க அப்பா என்னையும் தான் நல்ல அடையாளம் பார்த்துட்டாரு. அதனால இப்ப நானும் நேரடியா உங்க ஊருக்கு போக முடியாது.என்னுடைய ஃபிரண்ட்ஸ் வேற இரண்டு பேரை வெச்சுதான் ஊருக்குள்ள போய் விசாரிக்க சொல்லணும். நான் இப்ப எங்க ஊருக்கு தான் போறேன். வீட்டிலேயோ கடையிலயோ சாப்பாடு வாங்கிட்டு வரேன்'' என்று சொல்லி கிளம்பினான்.

அவன் வெளியே போனவுடன் முன்பக்க கதவை அடைத்துவிட்டு உள்ளறைக்கு சென்று கதவை தாளிட்டு ஓரமாய் அமர்ந்தாள் சரிதா.இரண்டும் கெட்டான் பருவத்தில் இயற்கை உடலில் ஏற்படுத்தும் மாற்றங்களை விட அதிக அளவில் மனதில் மாற்றங்களை உண்டு செய்கிறது. உடலில் ஏற்படும் மாற்றங்கள் வெளியே தெரிபவை யாராலும் கண்டுபிடித்து விடமுடியும்.உடலில்மாற்றம் நிகழ பலமாதங்கள், வருடங்கள் வேண்டியிருக்கும்.மனதில் ஏற்படும் மாற்றங்கள் அபாயகரமானவை அதை யாராலும் எளிதில் கண்டுபிடித்துவிட முடியாது. ஒரு கண நேரத்தில் பல முடிவுகளை மாற்றக்கூடியது மனது. மனதால் எப்போதும் விழிப்போடு இல்லாதவர்கள் படுபாதாளத்தில் விழுவதும் அந்த கண நேர முடிவை சரியாக எடுப்பவர்கள் புகழின் உச்சத்தில் இருப்பது உறுதி.

உடலால் ஏற்பட்ட தடுமாற்றங்களை மனதால் அடக்கியாள தெரியாத சரிதாதன் எதிர்காலத்தை பற்றி சிந்திக்காமல் நேற்றைய நிகழ்வுகளையே அசை போட்டுக் கொண்டிருந்தாள்.உடலில்ஏற்படும்விருப்பங்களையும் நேற்று நடந்த சம்பவங்களையும் யோசித்துக்கொண்டே இருந்ததால் குடும்பத்தைப் பற்றி மறந்து இருந்தாள். தனக்கு ஒரு திருமணமாகாத அக்கா இருப்பதையோ நான் ஒரு கல்லூரி மாணவி என்பதையோ முற்றிலும் மறந்து இருந்தாள்.

உட்கார்ந்த நிலையிலேயே கனவுலகில் சஞ்சரித்துக் கொண்டிருந்தவள் திடீரென வெளியில் ஏதோ சத்தம் கேட்டு திடுக்கிட்டு விழித்தாள். ஜன்னல் வழியே எட்டிப் பார்த்தவள் தூரத்தில் மாடுமேய்க்கும் இரண்டு சிறுமிகள் பேசுகிற சத்தம் தான் என்றவுடன் நிம்மதி பெருமூச்சு விட்டாள். சற்று நேரம் ஜன்னல் அருகில் நின்றவள் அந்த இரண்டு சிறுமிகளையும் பார்த்துக்கொண்டே இருந்தாள். அந்த-இரண்டு சிறுமிகளில் அக்காவைப் போல் இருந்தவளுக்கு பத்து வயது இருக்கும்.

இளையவளுக்கு எட்டு வயதிருக்கும். ஒருகையில் ஒரு தூக்கு பாத்திரத்தை வைத்திருந்தனர். மற்றொரு கையில் கம்பை வைத்துக்கொண்டு ஆடுகளின் பின்ஏதோ சொல்லிக் கொண்டே போனார்கள்.அந்தஇரண்டு சிறுமிகளையும் பார்க்கும்போது அவளும் அவளுடைய அக்காசங்கீதாவாகவும் மனக்கண்ணில் பட்டது.அவர்களுடைய சிறுவயதில் வீட்டிலிருந்த ஆடுகளை மேய்க்க செல்வதுண்டு.அப்படி பள்ளி விடுமுறை நாட்களில் ஆடு மேய்க்க செல்லும்போது ஒரு பாத்திரத்தில் மதிய உணவு எடுத்துக் கொண்டு ஆடுகளை ஓட்டிச் செல்லும்போது தன் வகுப்பில் நடத்திய பாடங்களை அக்காவிடம் ஒப்பிப்பது, பாடல்களை பாடிக் காட்டுவது அவளுக்கு நினைவில் வந்தது. அப்போதுதான் குடும்பத்தை பற்றிய சிந்தனை மனதில் உதித்தது.

தன்னை ஒரு முறை குனிந்து உற்றுப்பார்த்தாள். அந்த நேரத்திலும் அவள் வெறும் துப்பட்டா உடன் நின்று கொண்டிருந்தாள். என்னவாயிற்று எனக்கு? ஏன் இப்படி ஆனேன்? எண்ணெய் தேய்த்து குளிக்கும் நாட்களில் தலையில் சீயக்காய் தேய்த்து விடுகிறேன்அழுக்கு தைத்து குளிப்பாட்டுகிறேன்என்று உடன்பிறந்த அக்கா சொன்னாலும் கேட்காமல் அவளை எத்தனை முறை குளியலறையிலிருந்து விரட்டி இருக்கிறாள். அப்படிப்பட்டவள் இன்று ஒருவன் முன் துணி இல்லாமல் நிற்கிறாள். இத்தனைக்கும் அவனுக்கும் நமக்கும் உள்ள உறவு தான் என்ன? கட்டிய கணவனிடம் காட்ட வேண்டிய அழகை எந்த ஒரு உறுதியான நிச்சயமான உறவு இல்லாத ஒருவனிடம் காட்டிவிட்டோமே? இரண்டு நாளில் நடந்த மாயம்தான் என்ன? இது சரிதானா என்று குழம்பிக் கொண்டு இருக்கும்போது தூரத்தில் மறுபடி பேச்சு சத்தம் கேட்டது.

ஜன்னலிலிருந்து பார்க்கும்போது தினேஷ் உடன் வேறு இரு இளைஞர்களும் பேசியபடியேமெயின் ரோட்டில் இருந்து இந்த வீட்டிற்கு வரும் பாதையில இறங்கி நடந்து வந்து கொண்டிருந்தனர்.தன்னிடம் சொல்லாமல் வேறு நபர்களை இந்நேரம் இங்கு அழைத்து வருவதை அவள் விரும்பவில்லை.தான் இருக்கும் கோலத்தை உடன் வரும் இளைஞர்கள் பார்த்துவிடக்கூடாது என்று பயந்தாள் சரிதா. பதைபதைத்துப் போன சரிதா தன்னுடைய புத்தகப்பையை தூக்கிக் கொண்டு வேகமாக கழிவறை நோக்கி ஓடினாள். கதவில்லாத கழிவறையின் வாசலை புதர் மண்டிக்கிடந்தது. கொஞ்சம் தைரியத்தை வரவழைத்து துப்பட்டாவை கழட்டி அந்த சுவரில்கதவுக்கு பதில்ஆணியில் மறைவாக மறைப்பாக தொங்க விட்டாள். உடை மாற்றி கொண்டு தயாராக தொடங்கினாள்.

தினேஷ் தூரத்திலிருந்து வரும்போதே வீட்டை உன்னிப்பாக கவனித்து வந்தான். வீட்டில் இருந்து எந்த ஒரு சத்தமும் இல்லாமல் அமைதியாக இருந்தது. அவன் போனபோது கதவு எப்படி மூடி இருந்ததோ அப்படியே மூடி இருநதது.பசியில் சரிதா உறங்கிக் கொண்டிருப்பாள் என்று நினைத்தான்.வீட்டின் அருகில்

வந்து ஒரு முறை அதை உறுதிப் படுத்திய அவன் வீட்டினுள் நுழையாமல் சற்று தள்ளி இருந்த ஒரு வீட்டுக்கு பக்கத்தில் மறைவாக போய் நின்றான். தினேஷ் உடன் வந்தவர்களும்அவனை பின்தொடர்ந்து போய் மறைவாக நின்றனர்.

“டேய் மச்சி உண்மையிலேயே அவளைமுடிச்சிட்டியா டா”புதிதாய் வந்தவன் கேட்டான்.

“இன்னும் உனக்கு ஆயிரம் தடவை சத்தியம் பண்ணி சொல்லனுமா”.

“அவ்வளவுசுலபமா முடியுதுன்னு ரொம்ப சப்ப பிகரா இருக்கும்னு நினைக்கிறேன்”

“ரொம்ப சூப்பர் பிகர்டா. நானே பார்த்திருக்கேன்” இது ஒரு புதுக்குரல்.

“அதுக்கு இல்ல எப்பயும் ஏதாவது பிளான் பண்ணி முன்கூட்டி ஏற்பாடெல்லாம் பண்ணிட்டு பண்றவன் நீ. இந்த தடவைஎங்களிடம் கூட சொல்லாமல் திடுதிப்புன்னு எப்படி கொண்டு வந்திருக்கியே. அதனால கேட்டேன்”.

“அதுதாண்டா எனக்கும் சர்ப்ரைஸா இருக்கு. ஏதோ ஒன்னு நினைச்சு போக நேத்து சட்டுன்னு வந்து அமைந்து இருக்கு. நைட்டு அவளா வந்து விழுந்தாள் பிறகென்ன எல்லாம் ஒரே ஜாலிதான்”.

“இதுதான் இதை கேட்கும் போதுதான் நம்பவே முடியல. அப்படி ஒன்னு ரெண்டு மாசம் பேசிக்கிட்டு இருந்தாலே எப்படிடா உனக்கு அமையுது. எங்களுக்கு ஒண்ணுமே புரிய மாட்டேங்குது. அப்படி என்னதான் உன் கிட்ட இருக்கு?”.

“அது சரிதான் இன்னும் என்ன நம்ப மாட்டேங்கறீங்க இல்ல. நம்பாட்டி போங்கடா. உங்களுக்கு ஒரு சாம்பிள்காட்டுகிறேன் பார்க்கிறீர்களா“.

“என்னடா செய்யப்போற?” ஆர்வம் தாங்காமல் புதியவன் கேட்டான்.

“இரண்டு பேரும் இங்கேயே மறைவா நில்லுங்க. நான் உள்ள போறேன் அப்புறம் உள்ள என்ன நடக்குதுன்னு கொஞ்ச நேரம் கழிச்சு அந்த பின்பக்க ஜன்னல் கிட்ட வந்து நின்றுஓசி படம் நீங்க பார்க்கலாம். சத்தம் போட்டு மட்டும் காரியத்தை கெடுத்து விடாதீர்கள்”.

“மச்சி அதெல்லாம் உன்னை நம்பாம வேற யாரை நம்புவது. பானு விஷயத்துல எப்படி அல்வா சாப்பிடற மாதிரி சாப்பிட்டோம் அது மாதிரி இருக்கும்னு நினைச்சேன். ஆனா இது அதைவிட ஈசியா கொண்டு வந்து இருக்க. அதனாலதான் நம்ப முடியாமல் கேட்டேன்”.

“பானு என்னடா பானு. அதைவிட இவ சூப்பரா இருப்பா” அந்த புதிய குரல்.

“அந்த ரேகா மாதிரி படம் பிடிச்சு ஏதாவது பிரச்சனை பண்ணுவாளாடா”.

“அப்படி எதுவும் ஆக கூடாது என்றுதான் உங்கள இருட்டின பிறகு வரச் சொன்னேன். அதைக் கேட்காமல் இப்படி ரெண்டு பேரும் ஆளாய் பறக்குறீர்களேடா”.

“வீட்ல சும்மா தானே இருக்கோம். உனக்கு உதவிக்கு வரலாம் என்றுதான் இப்பவே வந்தோம். இன்னைக்கு நாங்களும் வரலாம் இல்ல”.

“ஆத்துல போற வெள்ளத்தை நான் குடிச்சா என்ன? நாய் குடிச்சா என்ன? எல்லாம் ஒன்னு தான். உங்களுக்கு இன்னைக்கு பங்கு இருக்குடா. ஆனால் இருட்டிய பிறகு நான் சிக்னல் கொடுப்பேன். அதுக்கு முன்னாடி வந்து காரியத்தை கெடுத்து விடாதீர்கள். இந்த பில்டிங் உள்ள போயிமறைவா இருங்க. தப்பித்தவறி யாராவது வந்தாலும் அவங்க கண்ணில் பட்டு விடாதீர்கள்”.

“இப்ப நீ என்னடா செய்யப் போற”.

“நான் போய் என்னுடைய வேலையை கன்டினியூ பண்ண போறேன். எவ்வளவு தூரம் நான் நல்லவனா தெரிகிறனோஅவ்வளவு தூரம் அவளும் என்கிட்ட நல்லா ஓபனா இருப்பா” என்று கண் சிமிட்டினான் தினேஷ்.

கழிவறைக்குள் நின்று இதையெல்லாம் கேட்டுக் கொண்டிருந்த சரிதாவின் தலையில் இடி விழுந்தது போல் இருந்தது.தினேசை நம்பி வந்தது எவ்வளவு பெரிய தவறு என்று அப்போதுதான் புரிந்தது. எவ்வளவு தந்திரமாக பேசி அவனு-டைய ஆக்டோபஸ் கரங்களால் தான் இம்மியளவும் தப்பிக்க முடியாத அளவிற்கு வைத்திருக்கிறான் என்பதை உணர்ந்தாள். இங்கு என்ன நடக்கிறது நம்மைச் சுற்றி வளைத்துள்ள இவர்கள் யார்இவர்கள் நோக்கம் என்னஎன்பதுசரிதாவுக்கு தெளி-வாக தெரிந்தது. இந்த சதியில் தினேஷ் தான் முக்கியச் அதிகாரம் என்றால் இவர்களிடம் இருந்து எப்படி தப்பிப்பது. இவர்களிடம் சிக்கினால் நம் வாழ்க்கையே சின்னாபின்னமாகி போய்விடும். ஒருவன் மேலும் இரு ஆள்களை அழைத்து வந்-திருக்கிறான் என்றால் இன்னும் நான் பெரிய பிரச்சனைகளை எல்லாம் சந்திக்க வேண்டி இருக்குமோ என்று நினைக்கும் போது அவளுக்கு தலையை சுற்றிக் கொண்டு வந்தது.

தலையை பிடித்துக் கொண்டு கழிவறை சுவரிலேயே சற்று நேரம் சரிந்து நின்-றாள். ஒருவருக்கு பிரச்சினைகள் தலை தூக்கும் போது கடைசியாய் போய் நிற்-கும் இடம் அவள் மனதிலும் தோன்றியது 'ஆண்டவா கடவுளே ஓம் நமச்சிவாய பிரளய நாதரே எங்கள் ஊரில் குடி கொண்டிருக்கும் சிவனே யாருக்கும் தெரியாது என்று நான் ஒரு மாபெரும் தவறை செய்துவிட்டேன். அதற்கான தண்டனை-களையும் ஏற்கிறேன். ஆனால் இப்படி கண்ட காமுகர்கள் கையில் சிக்கி என் வாழ்க்கை சின்னாபின்னமாகி விடக்கூடாது. இது எனக்காகமட்டும் வேண்டி உன்-னிடம் கேட்கவில்லை. எனக்கு ஏதேனும் நேர்ந்தால் தலைமுறை தலைமுறையாக உன்னையே வணங்கி வரும் உன் பரம்பரை பக்தர் குடும்பம் அவமானத்தில்தலை குனிய வேண்டி இருக்கும். இந்த அவமானத்தில் இருந்து என்னை காப்பாற்றி விடு. பிரளய சமயத்தில் இந்த உலகை நீ காப்பாற்றியது உண்மையானால் இப்-போது எனக்காக உதவி செய்ய வேண்டும்.இதில் நான் தப்பிப் பிழைத்தால் என்

ஆயுளுக்கும் எந்த ஒரு தவறும் செய்யாதவளாக இருப்பேன். என்னை காப்பாற்று காப்பாற்று என மனமுருகி வேண்டிக் கொண்டாள். துக்கம் பொங்கி வந்தது.

கடவுளை வேண்டிக்கொண்டுநின்றவளுக்கு எங்கிருந்துதான் அவ்வளவு ஆவே-சம் வந்ததுஎன்று தெரியவில்லை.பத்ரகாளி போல் ஆவேசமடைந்த அவள் பேக்கை எடுத்து முதுகில் மாட்டிக்கொண்டுதுப்பட்டா எடுத்து தோளில் சுற்றி வெளியே வந்தாள்.

உடன்வந்த புதியவர்கள் இரண்டு பேரும் கட்டடத்துக்குள் போக தினேஷ் பழையபடி அந்த வீட்டை நோக்கி நடந்து வந்தான். கழிவறையிலிருந்து வெளியே வந்த சரிதாவை பார்த்து திடுக்கிட்டவன்‘‘நீஇங்கதான் இருந்தியா. சீக்கிரம் வா சாப்பாடு கொண்டு வந்திருக்கிறேன் சாப்பிடலாம்’’என்றுசமாளிக்க பார்த்தான்.

‘‘ நான் இங்க தான் இருந்தேன் நீ பேசுவதையும் கேட்டேன். நீ எல்லாம் ஒரு மனுஷனா? உன்னை நம்பி வந்த என்னை நம்ப வைத்து கழுத்தை அறுத்து விட்டாய்’’ என்று அவன் முகத்தில் காறித் துப்பினாள்.

‘‘சரிதா நான் சொல்வதை கேளு. நான் ஃப்ரெண்ட்ஸ்களிடம் சும்மா பந்தா காட்டுவதற்காக அப்படி பேசினேன். நீ ஒன்னும் மனசில் வெச்சுகாதே’’ என்று மழுப்பினான்.

‘‘நீ இங்க நடந்ததையும் சொன்ன. இனிமேல் என்ன நடக்கும் என்பதையும் சொல்லி இருக்க. உன் கணக்குப்படி நான் ஆத்துல போற வெள்ளம் வர்றவன் போறவன் எல்லாம் என்னை அள்ளிக் குடிக்கலாம். இப்போதைக்கு இரண்டு பேரை கூப்பிட்டு வந்திருக்கிறாய்.புதிதாய் வந்தவர்களிடம் நீ பேசுவதைக் கேட்டால் நீங்கள் மூவரும் சேர்ந்து இங்க வச்சு நிறைய தப்புகள் செய்து இருக்கிறீர்கள் என்பது தெரியுது. அதனாலதான் என்னை பிளான்பண்ணிஇங்கேகொண்டுவந்தி-ருக்கிறீர்கள்என்பது எனக்கு தெரியும்.இனிமேலும்இங்கு இருப்பது எனக்கு ஆபத்து. நான் கிளம்புகிறேன்’’ என்று கிளம்பினாள்.

‘‘நீ இப்ப எங்க போற. உங்க வீட்டுக்கு போனால் பெரிய பிரச்சினை ஆயிடும். இங்கேஇரு. இங்கு உனக்கு வேறு பிரச்சினைகள் எதுவும் இருக்காது. உங்க வீட்-டுக்கு போய் பார்த்துட்டுநான் கால் பண்றேன். அதற்கு அப்புறம் வீட்டுக்கு போனா போதும். உனக்கு இங்க இருக்குறது தான்சேப்டி’’.

‘‘என்னுடைய சேப்டி பத்தி எனக்கு தெரியும். எங்க வீட்டு பிரச்சினைகளையும் நான் சமாளிச்சுக்கறேன்.என் வழியை விடு‘‘எங்கிருந்தோ அவ்வளவு தைரியம் வந்தவளாக கத்தினாள்.

சரிதாவின் குரல் கேட்டு கட்டடத்திற்குள் மறைந்திருந்த அந்த இரண்டு இளைஞர்களும் வெளியே வந்தனர். பார்க்க படிக்கின்ற மாணவர்களைப் போல் இருந்தவர்கள் சரிதா ஆவேசமாக நிற்பதை பார்த்ததும் சற்று பயந்தனர்.

அவர்கள் முன் தன்னுடைய திட்டம் தோல்வியை அடைவதை ஏற்றுக்கொள்ள முடியாமல் கொதித்துப் போன தினேஷ் அருகில் வந்து அவளுடைய கையை இறுகப் பிடித்தான்.

“போவது என்றால்தாராளமாக போகலாம். அதுக்கு முன்னாடி இன்னும் ஒரு முறை எங்களுக்கு நீசம்மதிக்கணும். அதற்குப் பிறகு நீ யாரோ நான் யாரோ. சரிதானே இன்னும் அரைமணிநேரத்தில் நீ போய்விடலாம்’’ என்றுஅவள் கையை பிடித்து இழுத்தான். அதுவரை தேக்கி வைத்திருந்த ஆத்திரத்தை எல்லாம் ஒன்று சேர்த்து அவன் கையை உதறி அவள் விறுவிறுவென்று ரோட்டை நோக்கி நடக்கத் துவங்கினாள்.

அதை பார்த்தவுடன் அந்த இரு இளைஞர்களுக்கு முன் தன்னுடைய வீரத்தை காட்ட நினைத்து அவள் பின்னால் அமர்ந்து முதுகில் மாட்டி இருந்த பேக்கை பற்றி இழுத்து அவளை நிறுத்தினான் தினேஷ். “என்னடி ஓவரா சீன் போடுற.பஸ்ல சீட்போட்டுக்கொடுத்த சாதாரண விஷயத்திற்கு என் கூட படுக்குறதுக்கு வந்தவள் தானே நீ. இப்ப புதுசா வேற ஆட்களை பார்த்தவுடன் பத்தினி வேஷம் போடுகிறாயா.பேசாமல் உள்ளே வா’’என்றவன் அவளுக்கு முன் சென்று பாதையை மறித்து நின்றான்.

“பேசாமல் என் வழியை விடு. உண்மையில் பயங்கர கோபத்தில் இருக்கிறேன்’’.

“உன் கோபம் என்ன செய்யும் அடம் பிடிக்காமல் உள்ளே வா’’ என்றவன் அவனுடைய இரண்டு கைகளாலும் சரிதாவின் இடதுகையை பிடித்து இழுத்து நகரத் தொடங்கினான்.

பலங்கொண்டு அவன் இழுத்தபோது நிலைகுலைந்த சரிதா சற்று சுதாரித்து எழுந்தாள். அவளுடைய ஆத்திரம் எல்லை மீறியது. அவனிடமிருந்து கையை விடுவிக்க முயற்சி செய்தாள் முடியவில்லை.அவன் அவளை இழுத்துக் கொண்டு நகர நகரகீழே விழுந்தவள் அங்கே கட்டட வேலைக்காக அடுக்கி வைத்திருந்த வரிசையிலிருந்து ஒரு செங்கலை எடுத்து அவன்முகத்தில் ஓங்கி அடித்தாள். செங்கல் தாக்கியதில்தினேஷின் முகத்தில் இடது பக்கம் முழுவதும் இரத்தம் பீறிட்டு வந்தது.“ஆஐயோஅம்மா“ என்று கத்தியவாறுஅவளை பிடித்திருந்த கையை விட்டு விட்டு அவன் முகத்தை தாங்கிப் பிடித்து வலியில் துடித்தபடி தரையில் அமர்ந்தான். இதை பார்த்த மற்ற இரு இளைஞர்களும்அவள் அருகில் வர பயந்தனர். மெதுவாக நகர்ந்து தினேஷிற்கு பக்கத்தில் போய் அவனைத் தாங்கிப் பிடித்து செங்கல் வரிசையில் உட்கார வைத்தனர்.

சில நிமிடங்கள் அங்கேயே நின்று அவர்கள் மூவரையும் கவனித்தாள். யாரும் எதிர் தாக்குதல் நடத்த துணியவில்லை.இப்போது காக்க முன் வராதவர்கள் இனி நம்மை விரட்டி வந்து தாக்க மாட்டார்கள் என்பதை உறுதி செய்தபின்கையிலிருந்-

தசெங்கல்லை கீழே போட்டுவிட்டு மெதுவாக மெயின் ரோட்டை நோக்கி நடக்கத் துவங்கினாள் சரிதா.சில நிமிடங்களுக்கு முன் நடந்த சம்பவங்களை தான் தான் செய்தோமா அல்லது கனவா என்று தோன்றியது.இப்படி ஒரு ஆணை இரத்தம் சொட்டும் அளவிற்கு தன்னால் தாக்க முடியும் என்பது ஆச்சரியமாயிருந்தது.

நடந்து மெயின் ரோட்டிற்கு வந்தவள் பஸ்சுக்கு காத்திருந்தாள். இப்போது போனால் ஊரில் ஆள் நடமாட்டம் இருக்கும் என்ன செய்வது என்று யோசித்தவள் விருதுநகருக்கு பஸ் ஏறினாள். அங்கிருந்து அவளுடைய தந்தைக்கு செல்போனில் தொடர்பு கொண்டாள்.இருட்ட துவங்கியிருந்த வேளையில் விருதுநகருக்கு வந்த அவருடைய தந்தை அன்று இரவு அவளை பத்திரமாக வீட்டிற்கு கொண்டு வந்து சேர்த்தார். அவரும் எந்த கேள்வியும் கேட்கவில்லை சரிதாவும் எதுவும் சொல்லவில்லை. இப்படி ஒரு சம்பவம் நடந்ததாக அவளுடைய அப்பா எந்த ஒரு அறிகுறியும் காட்டவில்லை.

“இதுதான் அக்கா நடந்தது. இதைப்பற்றி அப்பாவும் அக்காவும் இன்று வரை ஒரு வார்த்தை கூட கேட்கவில்லை.என்னிடம் பேசாமல் ஒதுங்கி இருக்கின்றனர்” என்று கூறி அழுதாள்.

“அட முட்டாள் பெண்ணே அழாதே. இது பொது இடம். இங்கே அழுதாள் பார்க்கும் ஊர் ஜனம் ஆளாளுக்கு ஒரு கதை சொல்ல தொடங்கும். பின் அது எங்கே போய் நிற்கும் என்பது யாருக்கும் தெரியாது.ஒரு ஆள் செய்யும் தவறுக்கான தண்டனையை விட ஊர் பேசும் இந்தக் கதைகள் தரும் தண்டனை கொடுமையானது”.

“எனக்கு எவ்வளவு கடுமையான தண்டனை கிடைத்தாலும் போதாது. ஏனென்றால் நான் செய்தகுற்றங்கள் அப்படி. என் குடும்பத்திற்கு தீராத அவமானத்தை தேடித் தந்திருக்கிறேன். இனி எப்படி எல்லோரிடமும் என்னால் சகஜமாக பேச முடியும்”.

“வீணாக மனதை போட்டு குழப்பிக்கொள்ளாதே. இது ஒரு கெட்ட கனவாக நினைத்து நீ மறக்கத்தான் வேண்டும்.இரவில் காணும் கனவின் ஆயுள் காலைவரை தான். காலை எழுந்திருக்கும்போது மறந்துவிடும்நீண்ட நேரம் நினைவில் இருப்பதில்லை. அதுபோலத்தான் இதுவும். சீக்கிரம் உன் நினைவிலிருந்து மறைந்து போக நீ முழுவதுமாக படித்து படிப்பில் கவனம் செலுத்த வேண்டும். பழைய சரிதாவாக நீ துள்ளி திரிவதை நான் பார்க்க வேண்டும்”.

“இல்லை அக்கா நான் இனி படிக்கப் போகவில்லை. வீட்டை விட்டு வெளியே வர எனக்கு பிடிக்கவில்லை. இனி வீடு தான் என் உலகம். மேற்கொண்டு நான் என்ன செய்ய வேண்டும் என்று அப்பா தீர்மானிக்கட்டும். அவர் எது சொன்னாலும் ஏற்றுக்கொள்ள தயாராக இருக்கிறேன்” என்று கூறியவளின் கண்களிலிருந்து கண்ணீர் அருவியாக கொட்டியது.

கோயிலுக்கு வந்த பெண்களில் சிலர் ஆங்காங்கே அமர்ந்திருந்தனர். இவள் அழுது கொண்டிருப்பதை அவர்கள் பார்த்தனர். இது பல்வேறு பிரச்சினைகளை உண்டாக்கும் என்பதை அறிந்த கல்யாணி "சரிதா வா போகலாம். இனி இங்கு அமர்ந்து பேசினாள் தேவையில்லாத பிரச்சினைகள்தான் உண்டாகும். வா நம் கடைக்கு செல்லலாம்" என்றவாறே எழுந்தாள். அவளை பின் தொடர்ந்து எழுந்த சரிதா வாசலருகே நின்று மூலவர் சந்நிதியை நோக்கி வணங்கினாள்.

"என்னம்மா ஏகப்பட்ட வேண்டுதல்கள் இருக்கும் போலிருக்கு. மணிக்கணக்கில் சாமி கும்பிட்டுவிட்டு வருகிறீர்கள்"என்று கேலி பண்ணும் தோரணையில் பேசியவரை திரும்பி பார்த்தனர்.கோயிலுக்கு அருகில் பக்தி புத்தகங்கள் பிரசாதங்கள் விற்பனை செய்யும் கடையில் அமர்ந்திருந்தகணபதி ஐயர்எழுந்து வந்தார்.

"அப்படி பெரிய வேண்டுதல்கள் எதுவும் இல்லை. சாமி கும்பிட்டது அஞ்சு நிமிஷம் தான். என்னுடைய பழைய ஸ்டுடென்ட் சரிதாவைபார்த்தேன். கொஞ்ச நேரம் மனம் விட்டு பேசிக்கொண்டு இருந்தோம்".

"இது யாரு நம்ம கமிஷன் மண்டி ராமச்சந்திரன் மகள் தானே உனக்கு ஒரு அக்கா இருக்கு. இல்லையா".

"ஆமாம் எப்படி எல்லாரும் புத்தியும் துல்லியமா தெரிஞ்சு வச்சிருக்கீங்க" ஆச்சரியமாக கேட்டாள் சரிதா.

"எனக்கு வேற வேலை என்ன இருக்கு. கோயில்ல அர்ச்சகராக இருந்தப்ப உங்க எல்லாரையும் தெரியும். தினமும் வர்றவங்க ஜாதகம் எனக்கு அத்துப்படி. இப்ப வேலையும் இல்லை. எனக்கு நேரம் போவது இங்கதான். இந்த கடை ஓனர் என்னோட பிரண்டு அவர் இல்லாதப்ப நான் கடையை கவனித்துக் கொள்வேன். அப்படியே எனக்கு பொழுதும் போகுது உங்களைப் பற்றியும் தெரிஞ்சுக்க முடியுது".

"ஒரு கல்லுல இரண்டு மாங்கா அடிக்கிற பழைய கில்லாடிதான் நீங்க"என்றாள் கல்யாணி.

"சும்மா ஒரு வார்த்தை உன்னை கிண்டல் அடிச்சதுக்கு இப்ப நீ பழிவாங்குகிறாயா"பொய் கோபம் காட்டினார் கணபதிஐயர். " கோவிச்சுக்காதீங்க தாத்தா. உண்மைதான்அக்கா சொன்னது. இந்த ஊரிலேயே நீங்கதான் பெரிய கில்லாடி"என்றாள் சரிதா.

"ஒன் டீச்சர காப்பாற்றுவதற்காக என்னை ஏதாவது சொல்லாதே. உங்க அப்பாவை விடவா நான் பெரிய கில்லாடி சரக்கை வாங்கி கைமாற்றி விடுவதிலேயே ஆயிரம் ஆயிரம் சம்பாதிக்கிறார். அந்த சாமர்த்தியம் எனக்கு துளிகூட இல்லையே?".

“சம்பாதிக்கிறது இல்லை மட்டும் எங்கப்பா கில்லாடியா இருக்கலாம். ஆனால் அரசாங்கத்துக்கு எதிர்த்து கேஸ் போட்டு பார்க்கிறது என்றால்அது உங்களால தான் முடியும். இப்ப சொல்லுங்க யார் கில்லாடி”.

“கல்யாணி இவங்களுக்கு டியூசனில் வெச்சு பாடம் சொல்லி கொடுக்கிறாயா இல்ல உன்ன மாதிரியே பேசுறதுக்கு கத்துக் குடுக்கிறியா. போற போக்கை பார்த்-தால் உன்ன மிஞ்சி விடுவே போல இருக்கு”கல்யாணியை பார்த்து சிரித்தபடியே கேட்டார்.

“நானே உங்களை பார்த்தவுடன் கேட்க வேண்டும் என்று நினைத்தேன். அவள் கேட்டுவிட்டாள் ஏன் இப்படி ஒரு வழக்கு போட்டீர்கள். இதனால் உங்க-ளுக்கு என்ன கிடைக்கப் போகுது”.

“சரிதா சின்னப்பொண்ணு இங்கு நடந்தது எல்லாம் அவளுக்கு தெரியாது. ஆனால் நீ கூட இப்படி கேட்பது எனக்கு ஆச்சரியமா இருக்கு. இந்த கோயில் திருவிழாவிலும் தேரோட்டத்தி லும் நடந்த பிரச்சினைகளை மறந்துட்டியா”.

“அதெல்லாம் எப்போதோ முடிந்த கதை. அதற்கும் இப்போது தேரோட்டம் நடத்துவதை தடுப்பதற்கும் என்ன சம்பந்தம்இருக்கு?”.

“அது முடிந்த கதை என்று யார் சொன்னது. வெளியில் பகிரங்கமாக தெரியா-மல் இன்னும் பயங்கர விஸ்வரூபமாக உருவெடுத்து நிற்கிறது. தேரோட்டம் என்று அறிவிக்கும் போது அந்த பூதம் வெளியே வரும். அப்படி வராமல் தடுக்க தான் ஸ்டே வாங்கி இருக்கிறேன்”.

“சரி. உங்களுக்கு நல்லது என்று தோன்றினால் செய்யுங்கள். எங்களுக்கு நேரம் ஆயிடுச்சு. போய்விட்டு வருகிறேன் “ என்று கூறி தன் கடைக்கு சரிதா-வுடன் நடந்தாள்.

இரண்டு பேரும் நடந்து கல்யாணியின் வீட்டிற்கு வந்தனர். சாத்தியிருந்த கதவை தள்ளிக்கொண்டு உள்ளே போன கல்யாணி சேனை போட்டாள். வீட்டின் முன்புறத்தில் கல்யாணியின் தந்தை நடத்திவந்த பழைய மளிகை கடையை ஒரு-பெண்கள் தையல் பயிற்சி நிலையம்நடத்துவதற்காக மாற்றி அமைத்து இருந்தனர். அதில் நான்கு தையல் மிஷின்கள் போடப்பட்டிருந்தது. அது போக மீதமிருந்த இடத்தில் ஒரு கம்ப்யூட்டர், பிரிண்டர் ஒரு டேபிளில் வைக்கப்பட்டிருந்தது.கடை-யின் முன்பக்கத்தில் வெளியில் தெரியும்படி ஜெராக்ஸ் மிஷின் இருந்தது.இருபது பிள்ளைகள் வரை தரையில் அமர்ந்து படிக்க இடவசதி இருந்தது. அந்த இடத்-தில் பாய் விரிக்கப்பட்டு சுத்தமாக, காற்றோட்டமாக இருந்தது.

வீட்டினுள் நுழைந்தவர்கள் ஹாலில்உள்ள சேரில் அமர்ந்தனர். வீடு அமைதி-யாக இருக்கவே “ அம்மா “என்று சமையலறையை நோக்கி குரல் கொடுத்தாள்-கல்யாணி.“இவ்வளவு நேரம் எங்கே போனாய். கோவிலுக்கு போனாள் சீக்கிரம்

வர முடியாதா?'' என்று உள்ளிருந்தவாரே பதில் சொன்னாள் அம்மா. ''நான் மட்டும் போயிருந்தால் சீக்கிரம் வந்திருப்பேன். இன்றைக்கு வேறு ஒரு கெஸ்ட் கூட வந்திருக்காங்க. யாருன்னு நீ இங்க வந்து பாரு ''என்று சொன்னாள். சமையலறையில் இருந்துகல்யாணியின் அம்மாவெளியே வந்து பார்த்தார்.

'' வா வாஇது நம்ம சரிதா தானே. இவளை தானா கெஸ்ட் அது இதுன்னு பயங்கர பீடிகை போட்டாய்.ஏன் சரிதா உள்ளூரிலேயே இருந்தாலும் இந்த பக்கம் வர்றதில்லை. காலேஜுக்கு படிக்க போனபிறகு டியூசன் மிஸ் வேண்டாம என்று நினைத்து விட்டாயோ. ஆளையே பார்க்க முடியவில்லையே'' அம்மா சிரித்தவாறு வரவேற்றார்.

''அப்படி ஒன்றுமில்லை அம்மா காலேஜ் முடிஞ்சு வர்றதுக்கு ஆறு மணி ஆகுது. அடுத்து வெளியே கிளம்பி போக நேரமில்லை. அதனாலதான் வரலை''.

''அம்மா குடிக்க ஏதாவது இருந்தால் கொஞ்சம் கொடுக்கிறாயா? வெயில்ல போயிட்டு வந்தது பயங்கர தாகமாய் இருக்கிறது'' என்றாள் கல்யாணி. '' கொஞ்சம் பொறு எலுமிச்சை சாறு பிழிந்து ஐஸ் போட்டு எடுத்துட்டு வர்றேன்''என்றாள்.

''கல்யாணி அக்கா இன்றைக்கு கடையை திறக்க வில்லையா?''.

''எப்போதும் காலையில 10 மணிக்கு திறப்பேன். காலைல ஜெராக்ஸ் எடுக்க வர்றவங்க துணி தைக்க கொடுப்பவர்கள் மட்டும் தான் வருவார்கள். மற்றபடிபெரிதாய் ஒன்றும் வேலை இருக்காது. மதியம் ஒரு மணிக்கு மேல் தான் தையல் பழக பெண்கள் வருவார்கள். அதிலிருந்து பிசியாக வேலை இருக்கும். சாயங்காலம் டியூசன் படிக்க குழந்தைகள் வருவார்கள். அப்படியே எனக்கு 8 மணி வரையும் ஃபுல்லா வேலை இருக்கும். காலைல உங்க வீட்டுக்கு வந்ததாலே இன்னைக்கு இவ்வளவு நேரமா கடையை திறக்காமல் இருக்கிறேன்''.

''என்னால உங்க வேலையும் கெட்டுப் போச்சு. வாங்க இப்ப போய் கடையை திறக்கலாம்''.

''இரு போகலாம். இப்ப என்ன அவசரம். லேட்டானது ஆயிருச்சு. பயங்கர தாகமாய் இருக்கு அம்மா ஜில்லுனுஜூஸ் கொண்டு வரட்டும் குடிச்சிட்டு போகலாம்''.

''என்னுடைய பிரச்சினைகள் அம்மாவுக்கு தெரியுமா? ஏதாவது சொன்னார்களா''என்று கிசுகிசுத்த குரலில் கல்யாணியிடம் கேட்டாள்.

''உன் பிரச்சனை இங்கு யாருக்கும் தெரியாது. நானும் யாரிடமும் சொல்ல மாட்டேன். நீயாக போய் யாரிடமும் சொல்லாமல் இருந்தால் போதும்''.

அம்மா சமையலறையில் இருந்து இரண்டு கிளாஸ்களில் ஜூஸ் கொண்டு வந்து கொடுத்தாள்.அதை வாங்கி குடித்தபின் இருவரும் கடையின் சாவியை எடுத்துக்கொண்டு எழுந்தனர். '' எங்கே கிளம்பி விட்டீர்களா? ஒரு பத்து நிமிஷம்

தான் மதிய உணவு தயாராகிவிடும்.சாப்பிட்டுட்டு போய் கடையில் இருக்கலாமே'' என்றார்.

''அம்மா கடை என்ன இரண்டு கிலோமீட்டர் தூரத்திலாஇருக்கு. நீ இங்கிருந்து ரெடி என்று சொன்னால் போதும். நான் ஓடோடி வந்து விடுவேன்''.

''உன்னிடம் யார் சொன்னது நான் சரிதாவை சொன்னேன். ரொம்ப நாள் கழித்து வந்திருக்கிறாள். ஒரு வாய் சாப்பிட்டு போகட்டுமே என்று சொன்னேன்''.

''அவள் எங்கே போகபோகிறாள். இங்குதான் இருப்பாள். நீ அவசரமில்லாமல் சாப்பாடு செய்தால் போதும். அவசரப்பட்டு உப்பு ,காரம் அதிகம் போட்டு விடாதே''என்று சொல்லிக்கொண்டே நடந்து போயினர்.

கடையை திறந்து சுத்தம் செய்து மிஷின்களை துடைத்து முடித்தபின் அங்கிருந்த கல்யாண நாதர் படத்திற்கு முன் ஊதுபத்தி பற்றவைத்து சுற்றிக் காட்டி கண்மூடி வணங்கினாள்.தன்னுடைய பிறகு இருக்கையில் அமர்ந்து டேபிளை திறந்துஉள்ளே இருந்த ஒரு பைலை வெளியே எடுத்தாள்.அதிலிருந்துஇரண்டு பேப்பர்களை எடுத்து சாரதாவிடம் கொடுத்தாள்.

''சரிதா இதுதான் கிராமிய மகளிர்இலவச தையல் படிக்கும் திட்டத்துக்கான அப்ளிகேஷன் ஃபார்ம். வீட்டுக்கு கொண்டுபோய் உனக்கும் சங்கீதாவிற்கும்படிவங்களை பூர்த்தி செய்து உங்களுடைய ஆதார் கார்டு நகலை இணைத்து கொண்டு வாருங்கள்''.

''அக்கா திரும்பவும் கேட்கிறதால் என்மேல் கோபப்படாதீர்கள். கண்டிப்பாக நான் இதில் சேர வேண்டுமா. எனக்கு இன்னும் பயமாய் இருக்கிறது''.

''இன்னும் உனக்கு எதுக்கு பயம். அதுதான் எல்லா பிரச்சினையிலும் இருந்து மீண்டு வந்தாச்சு இல்லையா. இனி நீ ஏன் அதையே நெனச்சுக்கிட்டு இருக்க. உன் பிரச்சனை என்ன என்று என்னிடம் தெளிவாக சொல்லு''.

''என்னை அவன் கூட சேர்ந்து எங்காவது யாராவது பார்த்திருப்பார்களோ என்றும்மதுரையில் எங்க அப்பா பார்த்ததைப் போல வேற யாரும் பார்த்திருப்பார்களோ என்றும் பயமாய் இருக்கிறது. அதுபோல தினேஷ் அவனோட பிரண்ட்ஸ் ரெண்டு பேரும் எங்காவது என்னை பார்த்தால் என்ன செய்வார்களோ என்று பயமாய் இருக்கிறது''

''அப்படி யாராவது அவனோடு உன்னை பார்த்ததாக சொன்னால் உடனே மறுக்காமல் ஒத்துக்கொள். ஆமாம் அவன் என்னுடைய ஃபிரண்ட் என்று தைரியமாக சொல். மதுரைக்கு போனாயா என்று கேட்டாள் ஆமாம் இங்கே கிடைக்காத கல்லூரி புத்தகங்கள் வாங்கப் போனேன் என்று தைரியமாக சொல்.தினேசையோ மற்ற இரு இளைஞர்களையோபார்த்தால் அச்சம் கொள்ளாதே. ஓடி ஒழியாது நேருக்கு நேர் அவர்களை பார் தலைதெறிக்க ஓடிவிடுவார்கள். நீ கோழை என்-

பது வெளியில் தெரிந்தால் உன்னை விரட்டி விரட்டி அடிப்பார்கள் தைரியமாக இரு''.

கல்யாணி என்னதான் அறிவுரை கூறினாலும் சரிதா அவற்றை முழுமையாக ஏற்றுக் கொள்ளும் மனநிலையில் இல்லை. அவளுடைய மனம் முழுவதும் ஏதோ ஒரு பதட்டத்தில் இருந்தது. வெளியில் சொல்ல முடியாத தவிப்புடன் இருந்தாள்.

"நீ இன்னும் தயங்குவதைப் பார்த்தால் வேறு ஏதோ பிரச்சினைகள் இருக்கிறது என்று நினைக்கிறேன். என்னிடம் முழுமையாக சொல்லாமல் நீ மறைத்து இருக்கிறாய். அதனாலதான் சொல்லவும் முடியாமல் விழுங்கவும் முடியாமல் நீ தவித்துக் கொண்டு இருக்கிறாய் என்று நினைக்கிறேன்''.

"அப்படி ஏதுமில்லை அக்கா. என்ன நடந்ததோ அதை முதல் நாளில் இருந்து கடைசி நிமிஷம் வீடு திரும்பிய வரை எல்லாவற்றையும் உங்களிடம் சொல்லிவிட்டேன். ஆனால் இனிவரும் அவமானங்களை சந்திக்க உடலும் மனமும் தயாராக இல்லை. பட்ட அவமானங்கள்போதும் என்பதுபோல் இருக்கு'' என்று கண்ணீர் விட்டு அழுதாள்.

"சரி உன்னை எப்படி ஆறுதல் படுத்துவது என்று எனக்கு தெரியவில்லை. நீ சேரவில்லை என்றால் ஒரு படிவத்தை திரும்ப கொடு. இந்த ஒன்றை மட்டும் சங்கீதாவிடம் கொண்டுபோய் கொடு''.

"அக்கா நான் கிளம்பட்டுமா? என் மீது உங்களுக்கு கோபம் இல்லையே?''.

"கண்டிப்பாக இல்லை.உன்னை இந்த அளவுக்கு ஆறுதல் படுத்த முடிந்தது அதுவே எனக்கு பெரிய சந்தோசம். உள்ளே போய் சாப்பிட்டு போ. அம்மா சாப்பாடு தயார் செய்திருப்பார்கள்.நேரம் கிடைக்கும்போது இங்கு வா''.

"நான் இன்னொரு நாள் வந்து சாப்பிட்டு கொள்கிறேன். இப்போது தனியாக வீடு திரும்ப பயமாக உள்ளது. என் கூட துணைக்கு வீடுவரை வருகிறீர்களா? இந்த பயத்தினால் தான் தையல் வகுப்புக்கு வரவில்லை என்று சொன்னேன்''.

அப்போது தான் கல்யாணிக்கு சரிதா முற்றிலும் பயம் தெளியவில்லை என்பதை அறிந்தாள். என்னதான் தைரியமாக ஒரு ஆணுடன்சண்டையிட்டு தப்பித்து வந்திருந்தாலும்தினேஷால் அவள் ஏமாற்றபட்டதாலோ அவள் தாக்கி அவன் முகத்தில் வழிந்த ரத்தத்தை பார்த்ததாலோ மற்றவர்கள் முன் தன் அந்தரங்கம் தெரிந்து அவமானப்பட்டதாலோஅவள் மனதளவில் கடுமையாக பாதிக்கப்பட்டு இருக்கிறாள். இவ்வாறு மனதளவில் பாதிக்கப்பட்டவர்களை நாம் இன்னும் மென்மையாக கையாண்டு இருக்கவேண்டும். தப்பு செய்து விட்டோமோ என்றுநினைத்தாள் கல்யாணி.தன்னுடைய அணுகுமுறையை உடனடியாக மாற்றிக்கொள்ள தீர்மானித்தாள்.

"சரிதா நான் கொண்டுவந்து விடுகிறேன். அதற்குமுன் உன் தன்னம்பிக்கையை வளர்க்க ஒரு கதை சொல்லட்டுமா?'' என்று கேட்டாள்.கதை என்றவுடன் ஆர்-

வத்தோடு தயாரானாள்.“என்ன கதை. அதுவும் என்னை போன்ற ஏமாந்த கதையா காதல் கதையா அல்லது இரண்டும் இல்லாமல்பள்ளியில் நடத்துகிற நீதி-போதனை கதையா”.

“எல்லாம் கலந்த ஒரு கதை. கொஞ்ச நேரம் கேளேன் உனக்கு கண்டிப்பா பிடிக்கும்னு நினைக்கிறேன். உன்னுடைய வாழ்க்கையில் ஒருவனை நம்பி போய் ஓர் இரவை சந்தோசமா இருந்தாய். அதற்கான தண்டனையை இப்ப அனுபவிக்-கிற. ஆனா இந்த கதையை கேள். கதை முடிந்தவுடன் உன்னிடம் கேள்விகள் கேட்பேன். நீ பதில் சொல்ல வேண்டியிருக்கும். அதனால் கவனமாக கேளு. இது-வும் நம்ம ஊர்ல உள்ள ஒரு பெண்ணின் உண்மை கதை தான்”.

7

ஞாயிற்றுக்கிழமை காலை. அந்த ஊரின் கிளை நூலகம் சிறுவர்களால் நிறைந்திருந்தது.தங்கள் கையிலிருந்த புத்தகத்தை விட்டு விட்டு அடுத்தவருடைய புத்தகத்தை எட்டி பார்ப்பதும் அது என்னவென்று கேட்பதுமாய் இருந்தனர்.அவர்களுடைய பேச்சு குரல்நித்யாவின்புத்தக தவத்தை கலைத்தது. சாந்த சொரூபியான அவளுக்கு புத்தகம் படிக்கும்போது யாரேனும் இடைஞ்சல் செய்தால் அவ்வளவுதான். ஆத்திரம் பொத்துக் கொண்டு வரும்.அது யாரென்றும் பார்க்க மாட்டாள். எந்த இடம் என்றும் யோசிக்க மாட்டாள். உண்டு இல்லை என்று ஆக்கி விடுவாள்.

அன்றும் அப்படிதான். சத்தம் எழுப்பிய சிறுவர்களை முதலில் முறைத்துப் பார்த்தாள். அதில் சிலர் அமைதியானார்கள். அதன்பிறகும் வந்த சத்தத்தை அடக்க உஷ் என்று உதட்டின் மேல் கைவைத்து அதட்டினாள். பெரும்பாலான சிறுவர்கள் அதற்கு பயந்து அடங்கி விட்டனர்.என்றாலும் இரண்டு சிறுவர்கள் மட்டும் ஒரு புத்தகத்திற்கு அடிதடி சண்டையை நடத்திக் கொண்டிருந்தனர். சத்தம் போடாதீர்கள் என்று இவள் வாய்விட்டு கூறியதை அவர்கள் கேட்கவில்லை. அவளுக்கு கோபம் தலைக்கேறியது.

நூலகத்தில் நூலகர் இல்லை. கதவை திறந்து வைத்தவர் இவளை பார்த்துக்கொள்ளச் சொல்லிவிட்டு போய்விட்டார். நூலகத்தில் வேறு பெரியவர்களும் இல்லை. அதிக கோபம் கொண்டவள் அலமாரிகளில் அடுக்கி இருந்த புத்தகங்களில் படிந்த தூசி தட்டவைத்திருந்த ஒட்டடைக்குச்சி போன்று இருந்த ஒரு கம்பை பார்த்தாள். அதை எடுத்து சண்டையிட்டுக் கொண்டிருந்த ஒரு சிறுவனின் பின்புறத்தில்லேசாக அடித்தாள்.

வலித்ததோஇல்லையோ எல்லோருக்கும் முன் அடிபட்டதால் அந்தப் பையன் அழுது கொண்டே ஓடினான். மற்றொரு சிறுவனும் இவளை பார்த்து பயந்து புத்தகத்தை அங்கேயே போட்டு விட்டு ஓடிவிட்டான்.

சிறுவர்களின் தொல்லை ஒழிந்தது நிம்மதியாக படித்துக்கொண்டிருந்தாள. சற்று நேரத்தில் அடி வாங்கிய அந்த சிறுவன் வீட்டிலிருந்து ஒரு இளைஞனை

அழைத்துவந்தான்.வந்த இளைஞன் கைலியை மடித்துக் கட்டிக்கொண்டு தோளில் கிடந்த துண்டை அசைத்து அசைத்துநின்றதை பார்க்கும்போது அவன் பயங்கர கோபத்தில் இருக்கிறான் என்று தோன்றியது. நூலகத்தில் வாசலிலேயே நின்று"இந்த பையன அடித்தது யாரு? வெளிய வாங்க" என்றுகத்தினான். அது-வரை புத்தகத்தில் ஆழ்ந்திருந்த நித்யா தலை உயர்த்தி " யார் நீங்க. என்ன விஷயம் ?"என்று கேட்டாள். அப்போது அந்த பையன் " மாமா இந்தக் அக்கா தான் என்னை அடித்தார்கள்" என்று அவளை சுட்டிக் காட்டினான்.

"ஹலோ நீங்கதான் இந்த சின்ன பையனை அடித்தீர்களா?பார்த்தா படித்தவர்-களாகஅமைதியானவர்களாக தெரியுது. சின்ன பசங்க கிட்ட ஏன் இப்படி கொடூ-ரமாக நடந்து இருக்கீங்க".

நித்யா புத்தகத்தை மூடி வைத்துவிட்டு நூலக வாசலுக்கு வந்தாள். வாசலில் நின்றவனை பார்வையாலேயே அளவிட்டாள். அவள் பார்ப்பதை சகிக்க முடி-யாமல் அந்த இளைஞன் மடித்துக் கட்டிய கைலியை கீழே இறக்கி விட்டான். கோபம் தணிந்து சற்று பவ்யமாய் நின்றான். "அவன் நூலகத்தில் இன்னொரு பையனோட சண்டை போட்டான். அதிக சத்தம் போட்டான். சொல்லியும் கேட்கல அதனால அந்த கம்பை வைத்து இலேசாக பின்னாடி தட்டினேன்"மெல்லிய குர-லில் நடந்ததை கூறினாள்.

எதிரியின் குரல்தாழ்ந்ததை கண்டவுடன் அந்த இளைஞன் மறுபடியும்குரல் ஓங்கினான். "லேசாகவோபலமாகவோஅடுத்தவர் பிள்ளையை அடிக்க யார் உங்-களுக்கு அனுமதி கொடுத்தது. நூலகர் எங்கே?".

"என்னை பார்த்துக்க சொல்லிவிட்டு நூலகர் வீட்டிற்கு சாப்பிட போயிருக்-கிறார்.அவரை பார்க்க வேண்டுமானால் சற்று காத்திருங்கள். பிள்ளைகள் நல்ல பழக்கத்தை கற்றுக்கொள்ள யார் வேண்டுமானாலும் கண்டிக்கலாம்".

"அது உங்க பிள்ளையை கண்டியுங்கள். ஊரார் பிள்ளையை இல்ல" வந்தவன் கோபம் குறையாமல் பேசினான்.

இதற்கு மேலும் வந்தவனோடு பேசி நேரத்தை வீணடிக்க விரும்பாமல்"சாரி சார் இது இவ்வளவு பெரிய பிரச்சனையாக மாறும் இன்று நான் நினைக்கல. அவன் செய்தது இங்கே படித்துக்கொண்டிருக்கும் எல்லோருக்கும் இடைஞ்சலா இருந்ததால அப்படி செய்தேன். மன்னிச்சுக்கோங்க" என்று கூறினாள்.

மன்னிப்பு என்கிற வார்த்தை எவ்வளவு மகத்தானது. எத்தனை கோபத்தில் ஒருவன் இருந்தாலும் மன்னித்துக்கொள் என்று கை கூப்பினால் சட்டென்று அமைதி ஆவான். அதிலும் மன்னிப்பு கேட்பது ஒரு பெண் என்றால் எந்த ஒரு முரடனும் மனம் மாறுவான். அப்படி ஒரு பண்பானவனாகஇருந்தான் அந்த இளைஞன் "பரவாயில்லைங்க அடி ஒன்னும் பலமாய் இல்லை. இருந்தாலும்

அழுதுகிட்டே வந்து சொன்னதினாலே வீட்டில போய் பாத்துட்டு வரச் சொன்-னாங்க. அதனால வந்தேன்''.

''டேய் வாடா போலாம் ''என்று அழைக்க அந்த சிறுவன் '' இல்ல மாமா நான் படிக்கப் போறேன்'' என்றான்.

''உள்ளே போனா சண்டை போடக்கூடாது. அமைதியா படிக்கணும் இல்-லைனா அந்த அக்கா திரும்ப அடிப்பாங்க.இன்னொரு முறை என்னை கூப்பிட்-டால் வர மாட்டேன். ஒழுங்கா இப்பவேவா''

'' நீங்களும் கூட இருக்க மாமா. நான் சத்தமில்லாமல் படிப்பேன்''.

வந்தவனுக்கு நித்யாவின் பேச்சு பிடித்திருந்தது பிரச்சனை வந்தபோதும் கலங்-காமல் மிக சாதாரணமாக இருந்தது அவனை அசத்தியது. சிறுவன் அழைத்ததை சாக்காக வைத்து அவளை பார்ப்பதற்காக நூலகத்தின் உள் நுழைந்தான்.அந்த இளைஞன் உள்ளே வந்து அவளுக்கு எதிரே இருந்த சேரில் அமர போனான். அப்போது அவள் '' நூலகத்தின் உள் வரும்போது அந்த டேபிளில் வைத்திருக்கிற குறிப்பேட்டில் பெயர் எழுதி கையெழுத்திட வேண்டும் ''என்றாள். அவன் அவ்-வாறே சென்று பேர் எழுதி கையெழுத்திட்டு வந்து சேரில் அமர போனவனிடம் மறுபடியும் அவள் ''நூலகம் என்பது கோவிலை போன்ற புனிதமான இடம். அதனுள் இப்படி கைலி கட்டிக்கொண்டு வரலாமா? இந்த மாதிரியான உடைக-ளுக்கு இங்கு அனுமதி இல்லை''என்றாள். அவனும் சிரித்துக் கொண்டே சுவரில் எழுதி இருந்த சத்தம் செய்யாதீர்கள் என்ற வாசகத்தை சுட்டிக்காட்டினான். உடனே அவனுக்கு பதில் சொல்லும் விதமாக ''இப்போது இங்கு நான் நூல-கர் ''என்று அவள்சொல்ல அரசர்கள் கால திரைப்படங்களில் வரும் சேவகனை போல ''உத்தரவு மகாராஜா'' என்று குனிந்து வணங்கினான். அவள் சிரித்தாள். கையிலிருந்த புத்தகத்தை மூடிவைத்துவிட்டு ''இது யார் உங்களுடைய மகனா '' என்று கேட்டாள்.''ஏங்க அந்தப் பையன் பலமுறை மாமா என்று கூப்பிட்-டதை கேட்கலையா? இது எங்க பக்கத்து வீட்டு பையன். அவங்க வீட்டில் வேறு ஆண்கள் யாரும் இல்லாததால் என்னை அனுப்பினார்கள். உங்களோட சண்டை போட'' என்று சொல்லி சிரித்தான்.

இவர்கள் பேசிக்கொண்டிருக்கும் போது நூலகர் வந்தார். ''வாப்பா சரவணா. என்ன இந்த பக்கம். உனக்கு புத்தகம் படிக்கவே நேரமில்லை என்று பீத்தி கொள்-வாயே. இன்றைக்கு என்ன அதிசயம் காலையிலேயே நூலகத்துக்கு வந்து இருக்-கிறாய்'' என்று அவனை வம்புக்கு இழுத்தார்.

''உண்மையிலேயே எனக்கு இன்றைக்கும் நேரம் இல்லை. நீங்க பாடடுக்கு நூலகத்தை இந்த பெண்ணிடம் ஒப்படைத்து விட்டு போயிட்டீங்க. அந்த நேரத்துல இங்கே ஒரு பூகம்பமே நடந்திருச்சு. அதற்காக பஞ்சாயத்து பண்ண நான் நூல-

கத்தின் படியேற வேண்டியதாயிற்று'' ஏதோ ஒரு பெரிய விஷயம் நடந்தது போல் பில்டப் கொடுத்தான் சரவணன்.

அவன் சொன்னதை கேட்டவுடன் நூலகர் பதறிப்போனார். “ ஏன் என்னமா ஆச்சு'' என்று நித்யாவிடம் கேட்டார். நடந்ததை அவள் கூறியதும் கொல்லென்று வாய்விட்டு சிரித்தார்.“பள்ளிக்கூடம் லீவு விட்டாச்சு இங்கே வந்துஇந்த குட்டி குரங்குகள் செய்கிற சேட்டை இருக்கே பயங்கரம். இவர்கள் சண்டைபோட்டு கிழிக்கிற புத்தகங்களை பேப்பர் வைத்து ஒட்டி வைக்கிறது எனக்கு வேலையா போச்சு. நித்யா என்கிறதாலே ஒரு அடியோடு விட்டாள். நானாக இருந்தால் பின்னி எடுத்து இருப்பேன்'' என்று சிரித்தார்.

“அப்ப நீங்க ரெண்டு பேரும் சேர்ந்து இந்த நூலகத்தை இழுத்து மூடாம விட-மாட்டீங்க போல இருக்கு. அடிபட்ட பிள்ளைகள் வீட்டிலிருந்து ஆள்கள் வந்து உங்களை ஓர் வழி பண்ணப் போகிறார்கள் பாருங்கள்''.

அதுவரை அவர்கள் இரண்டு பேரும் பேசுவதை கேட்டுக்கொண்டிருந்த நித்-தியா எழுந்து வந்து “உங்களிடமே இப்படி பேசுகிறாரேயார் சார் இது? உங்களுக்கு தெரிந்தவரா'' இன்று அவர்கள் பேச்சின் இடையே குறுக்கிட்டாள் நித்யா.

“ஓ சாரி ரொம்ப நாள் கழிச்சி இவர பார்த்ததாலே உங்களுக்கு அறிமுகம் செய்யணும் என்பதை மறந்து விட்டு நாங்கள் பேசிக் கொண்டிருந்தோம். இவர் சரவணன் இங்கதான் மேலத்தெருவில் வீடு. பி.காம் முடித்துவிட்டு தூத்துக்குடியில் ஒரு லாரி டிரான்ஸ்போர்ட் ஆபீஸில் வேலை செய்கிறார்'' என்றவாறு சரவணன் பக்கம் திரும்பி “ சரவணன் இது நித்யா. உங்க தெருவிலே மளிகை கடை வைத்-திருக்கிறார்களே முருகன் அவருடைய மகள்.மதுரையில் ஒரு கல்லூரியில் பிஏ படிச்சுக்கிட்டு இருக்காங்க. இவங்களுக்கு புத்தகம் என்றால் ரொம்ப இன்ட்ரஸ்ட். அதனால சனி ஞாயிறு இரண்டு நாட்களும் காலையில் இருந்து சாயங்காலம் வரை அவர்கள் இங்கேயே தான் இருப்பார்கள்'' என்று இருவரையும் அறிமுகம் செய்துவைத்தார். ஒரே நேரத்தில் இருவரும் “ஹாய்'' என்றார்கள்.

இரண்டு பேரையும் மாற்றி மாற்றி பார்த்தவர் “நான் உள்ளே வரும் போது இரண்டுபேரும் ஏதோ சுவாரசியமாய் பேசிக்கொண்டு இருந்தீர்கள். நான் இடைஞ்-சலாக வந்து விட்டேனோ'' என்று அர்த்தப் புன்னகை சிந்தினார்.

அவருடைய சில்மிச பேச்சின் அர்த்தம் புரியாமல் நித்யா “அப்படியெல்லாம் ஒன்றுமில்லை. புத்தகத்தின் மதிப்பு தெரியாதவர்களிடம் எனக்கு என்ன பேச்சு''என்றாள்.

“ என்னால் நூலகத்துக்கு வந்து நேரம் செலவழிக்க முடியவில்லை என்றுதான் சொன்னேனே தவிர புத்தகங்கள் பிடிக்காது என்று சொல்லவில்லை.எனக்கும்புத்-தகங்கள் பிடிக்கும் தூத்துக்குடியில் என் அறையில் நிறைய புத்தகங்கள் இருக்-

கின்றன''.

"இதை இத்தனை வருடமாக நீ சொல்லவே இல்லையே'' என்று நூலகர் கேட்க அவன்"நீங்கள் என்னிடம் கேட்கவே இல்லையே. சரி நான் கிளம்புகிறேன் நேரமாச்சு'' என்று சொல்லி வெளியே கிளம்ப தயாரானான்.

"அடிக்கடி நூலகத்துக்குவா என்று இனி நான் சொல்ல தேவையில்லை என நினைக்கிறேன். நான் சொல்லாமலே இனி நீ கண்டிப்பாக வாரவாரம் வருவாய்'' கண் சிமிட்டினார். "நீங்கள்நினைப்பதுபோல் அப்படியெல்லாம் ஒன்றுமில்லை'' என்று சொல்லிவிட்டு வெளியேறிப் போனான் சரவணன். கடைசியாக அவர்கள் பேசியது அர்த்தம் புரியாமல் கொஞ்ச நேரம் குழம்பி போனாள் நித்யா.

நூலகர் சொன்னதை மெய்ப்பிக்கும் வகையில் அந்த வாரம்ஞாயிற்றுக்கிழமை காலையிலேயே நூலகத்திற்கு வந்த சரவணனை நூலகர் சத்தமாக " வாங்க வாங்க சரவணன். போனவாரம் நான் சொன்னபோது கோபமா போனீங்களே. இப்ப என்ன ஆச்சு? உலகம் உருண்டை சரவணன். நீங்க எங்க சுத்தினாலும் இங்குதான் வரவேண்டியிருக்கும். உங்களுக்கான புவியீர்ப்பு விசை மையம் கொண்டிருக்கிறது இந்த நூலகத்தில் தான்.அதை தெரிந்து கொண்டதால்தான் அப்படி சொன்னேன். நீங்களும் இப்போது அதைஉணர்ந்து கொண்டிருப்பீர்கள் என நினைக்கிறேன்'' என்று அர்த்தம் புரியாத வகையில் பேசினார். அர்த்தம் தெரியாமலேயே அதற்காக சிரித்தாள் நித்யா.அதுவரை அப்படி எந்த ஒரு நினைப்பும் இல்லாமல் தன்னிடமும் புத்தகங்கள் உள்ளது என்பதை நிரூபிக்க வேண்டும் என்கிற ஆவேசத்தில் இருந்த சரவணன் நூலகர் கூறியதன் அர்த்தம் என்ன என்று யோசிக்கத் தொடங்கினான்.

ஒரு சில வினாடிகளில் அதன் அர்த்தத்தை புரிந்து கொண்டவன் முகத்தில் மெல்லிய நாணம் படர்ந்தது. அதை வெளிக்காட்டிக்கொள்ளாமல் இருக்க பெருமுயற்சி செய்தான் அவனுடைய அவஸ்தையை கண்ட நூலகர் நிலைமையை இயல்பு நிலைக்கு கொண்டுவர முயற்சித்தார்.

என்றாலும் பொது இடத்தில் வைத்து இப்படி திடீரென நூலகர் பேசியதும்அதற்குநித்யாசிரித்ததும் அவனை சீற்றம் கொள்ள செய்தது. '' சார் நீங்க நினைக்கிற மாதிரி வேற எந்த ஒருவிஷயத்திற்காகவும் இங்கே நான் வரல. போனவாரம் இவங்க ஏதோ தனக்கு மட்டும்தான் புத்தகம் படிக்கும் பழக்கம் இருக்கிறதாகவும் மற்றவர்களெல்லாம் படிக்காத முட்டாள்கள் என்கிற விதமாகவும் பேசினாங்க. அதுக்காகத்தான் என்னுடைய ரூம்ல இருக்கின்ற புத்தகங்கள் சிலவற்றை கொண்டு வந்தேன்'' என்று கூறியவன்.தான் கொண்டுவந்திருந்த ஒரு பையில் இருந்து சில புத்தகங்களை எடுத்து நூலகரின் டேபிள் மீது வைத்தான்.

அவன் கொண்டு வந்திருந்ததில் சில மாத இதழ்கள் மற்றும் ராஜேஷ்குமாரின் கிரைம் நாவல்கள் இருந்தது. " இதெல்லாம் என்ன யாருடையது" என்று கேட்டாள் நித்யா. "என்ன இப்படி கேட்கிறீர்கள். இதெல்லாம் நான் காசு போட்டு வாங்கிய என் சொந்த புத்தகங்கள் தாங்க" என்று அப்பாவித்தனமாக கூறினான்.

"நான் அதைக் கேட்கவில்லை யார் எழுதியது என்று கேட்டேன்". அவளுடைய கேள்வியை உள்வாங்காமல் தான் தான் அவசரப்பட்டு விட்டோமோ என்று நினைத்தவன் தன் அவசர புத்தியை நினைத்து சிரித்துக் கொண்டான். " இது இந்துமதி எழுதிய நாவல்கள் இது ராஜேஷ்குமாரின் கிரைம் நாவல்கள்" என்று தனித்தனியாக பிரித்து வைத்தான்.

புத்தகங்களை கையில் எடுத்து பார்த்தவாறு "சாரி சரவணன் சார் அன்றைக்கு நீங்கள் பயங்கர கோபத்தில் இருந்தீர்கள். உங்களை சரி செய்யஒரு தமாசுக்கு அப்படி சொன்னேன். என்னை மன்னித்துக் கொள்ளுங்கள். நீங்கள் கொண்டுவந்திருக்கும் புத்தகங்கள் நான் இதுவரை பார்க்காதது"என்றவள். நூலகரிடம் திரும்பி"என்ன சார் இது மாதிரியான புத்தகங்கள் நம் நூலகத்தில் இல்லையே" என்றாள்.

"ஆம் இந்த மாதிரி புத்தகங்கள் நம் நூலகத்தில் இருக்காது. இந்த மாதிரி புத்தகங்கள் அதிகப்படியான வாசகர்களை கவர்ந்தாலும் இவற்றை வாங்க அரசு நிதி ஒதுக்குவது இல்லை. அதிலும் இதைப்போன்ற கிளை நூலகங்களில் அதிகப்படியான புத்தகங்களை எதிர்பார்க்க முடியாது".

"இதுவரை நீங்கள் இருவரும் இந்த புத்தகங்களை எல்லாம் படிக்கவில்லை என்றால் இங்கேயே இதை வைத்துக் கொள்ளலாம். சமயம் கிடைக்கும்போது படித்துப் பாருங்கள். அதிலும் குறிப்பாக ராஜேஷ்குமாரின் கதைகளை படித்தால் அதற்கு அடிமையாகி விடுவீர்கள். அப்புறம் எங்கே என்னை பார்த்தாலும் இன்னும்வேற புத்தகம் இருக்கிறதா என்று நச்சரிக்க ஆரம்பித்து விடுவீர்கள்"என்று கூறினான்.

"சரி இன்றைக்கு காலையிலேயே சண்டைக்கு வந்த நீங்கஒரு நல்ல காரியம் செய்து இருக்கிறீர்கள். சரவணன் கருணையில் நூலகத்திற்கு சில புத்தகங்கள் அன்பளிப்பாக கிடைத்திருக்கிறது என்று கணக்கில் எழுதிக் கொள்கிறேன். இனி வாராவாரம் ஞாயிற்றுக்கிழமை இங்கே உங்களை பார்க்கலாம் அப்படித்தானே"என்றார்.

அர்த்தம் புரிந்த சரவணன் "அப்படி சொல்ல முடியாது. நேரம் கிடைக்கும்போது கண்டிப்பா வந்து விடுவேன்" நித்யாவை பார்த்தவாறு சொன்னான்.

அவர்கள் பேசுவதை கவனிக்காமல் ஒரு புத்தகத்தை புரட்டி பார்த்து கொண்டிருந்த நித்யாவிடம்அங்கே இருந்த புத்தகங்களில் ஒன்றை தேடி எடுத்து கொடுத்-

தான்.'' இந்த கதையை படித்து பாருங்கள். பயங்கர சஸ்பென்சாக இருக்கும் படிக்க ஆரம்பித்தால் முடிக்காமல் கீழே வைக்க மாட்டீர்கள்'' என்று கூறினான்.

''இப்போது என்னிடம் வேறு சில புத்தகங்கள் இருக்கிறது. அடுத்த வாரம் செமஸ்டர் ஆரம்பித்து பத்து நாட்களில் முடியும். அடுத்து உள்ள விடுமுறை நாட்களில் உங்களுடைய எல்லா புத்தகத்தையும் வாங்கி படித்துக் கொள்கிறேன்''.

''அப்ப அடுத்த வாரம் வர மாட்டீர்களா ''. ''இல்லை இன்னும் இரண்டு மூன்று வாரங்கள் வரமாட்டேன்''. அதுவரை சந்தோசமாக பேசிக்கொண்டிருந்த அவன் முகம் வாடிப்போனது.அது இம்முறை நூலகருக்கு மட்டுமல்லாது நித்யாவுக்கும் அப்பட்டமாய் தெரிந்தது.

நன்றாக பேசிக் கொண்டிருந்தவன் சட்டென்று ஊமையானான்.பேச்சை நிறுத்தியவன் மெதுவாக போய் சேரில் அமர்ந்தான். டேபிளில் கிடந்த தினசரி பேப்பரை எடுத்து புரட்ட துவங்கினான். அவனுடைய செயல் நித்யாவுக்கு வித்தியாசமாக பட்டது. காலையில் பரபரப்புடன் வந்தான் புத்தகங்களை அடுக்கி அதைப்பற்றி விவரித்தான். திடீரென்று இப்படி மௌன சாமியார் போல் அமர்ந்து விட்டானே எதனால் என்று யோசித்தாள்.

யோசித்த அவளுக்கு இவன் கடைசியாக கேட்ட கேள்வி ஞாபகத்துக்கு வந்தது.அதற்கு நான் கூறிய பதில் அவனை எப்படி பாதிக்கும் நான் மூன்று வாரங்கள் வரமாட்டேன் என்று சொன்னதற்காகவாஇப்படி போய் அமர்ந்து இருக்கிறான் குழப்பத்தில் தவித்தாள்.

அவனுக்கு அருகில் இருந்த சேரில் போய் அமர்ந்தாள். அவனை இயல்பு நிலைக்கு கொண்டுவர பேச்சை தானாகவே தொடங்கினாள். ''சரவணன் சார் நாம இரண்டு தடவை சந்தித்து விட்டோம் ஆனாலும் நான் உங்களைப் பற்றி கேட்க மறந்துவிட்டேன். நீங்க என்ன படிச்சு இருக்கீங்க உங்க வேலையை பத்தி கொஞ்சம் சொல்றீங்களா'' என்று கேட்டாள்.

அவளாகவே தன்னிடம் வந்து பேச தொடங்கியது சரவணனுக்கு மகிழ்ச்சி அளித்தது.''அன்றைக்கு நூலகர் என்னை உங்களுக்கு அறிமுகப்படுத்தும் போது முழுமையாக என்னை அறிமுகப் படுத்திக் கொள்ளலாம் என்று நினைத்தேன். எங்கள் வீடு உங்கள் கடை இருக்கும் அதே தெருவில் கோயிலுக்குப் பின்பக்கம் உள்ள கடைசி வீடு. எங்கள் வீட்டிலிருந்து எங்கு போக வேண்டும் என்றாலும் உங்கள் கடையை கடந்துதான் போக வேண்டும்.அப்போதெல்லாம் நிறைய தடவை உங்களை பார்த்திருக்கிறேன்'' என்று சம்பந்தமில்லாமல் ஆரம்பத்திலிருந்து தொடங்கி பேச்சை வளர்த்தான்.

''விருதுநகரில்உள்ள தனியாரின் கல்லூரியில்பி.காம் படித்து முடித்தேன். இப்போது தூத்துக்குடியில் ஒரு பிரபல லாரி டிரான்ஸ்போர்ட் கம்பெனியில் டக்கிங் வேலை பார்க்கிறேன். தூத்துக்குடியில் தங்கியிருந்து வாரம் ஒரு முறை வீட்டிற்கு

வந்து செல்வேன்.டென்ஷன் இல்லாத வேலை. ஓரளவு நல்ல சம்பளம் கிடைக்கிறது.எனக்கு எந்த கெட்ட பழக்கங்களும் இல்லை சாப்பாட்டு செலவு ரூம் வாடகை போக மற்ற பணத்தையெல்லாம் அம்மாவிடம் கொடுத்து விடுவேன்.பேங்கில் கொஞ்சம் சேமிப்பு உள்ளது. இந்த வருடம் ஒரு கல்லூரியில் மாலைநேர வகுப்பில் எம்பிஏ படிக்க இருக்கிறேன். எம்பிஏ படித்தால் நான் வேலை பார்க்கும் கம்பெனியில் மேனேஜராகலாம். பிறகு கை நிறைய சம்பளம் வாங்கலாம்'' அவள் கேட்ட ஒரு கேள்விக்கு பதிலாய் மொத்த ஜாதகத்தையும் சந்தோஷத்தில் அடுக்கிக்கொண்டே போனான்.

வருத்தத்தில் இருந்தவனை சற்று ஆசுவாசப் படுத்தலாம் என்று பேசினால் அவன் என்னவோ பெண் பார்க்க வந்த மாப்பிள்ளை வீட்டார் சொல்வதைப்போல பெருமையடித்துக் கொண்டு இருக்கிறானே என்று நினைத்துக்கொண்டாள். அவன் சகஜ நிலைக்கு திரும்புவது கண்டு இதுதான் சரியான நேரம் என நினைத்தவள் ''ஓகே ஆல் த பெஸ்ட் நான் கிளம்புறேன் சார்'' என்றவாறு வீட்டிற்க்கு கிளம்பினாள்.

தன்னுடன் நித்யா பேசியதை சந்தோசமாக மனதிற்குள் பூட்டி வைத்துக் கொண்டான். இவர்கள் பேசியதையும் பேச்சின் முடிவில் சரவணன் முகத்தில் ஒளி படர்வதையும் நூலகர் கவனிக்க தவறவில்லை.

அடுத்த ஞாயிற்றுக்கிழமை வந்தது. சரவணனுக்கு வீட்டில் இருக்க முடியாமல்மனது தவித்தது.காலையில் மணி 10 ஆயிருந்தது. நூலகத்திற்கு போனால் என்ன? என்று மனதுக்குள் தோன்றியவுடன் செயல்படுத்த தயாரானான்.நன்றாக டிரஸ் செய்துகொண்டான்.மூன்று நான்கு முறை நன்றாக தலை வாரினான். அவன் வீட்டில் இருந்து சற்று தூரம் நடந்தால் வருகின்ற நூலகத்திற்கு நேராக போகாமல் நித்யாவின் வீடு இருந்து பாதையில் நடந்தான்.100 அடி தூரத்தில் உள்ள நூலகத்திற்கு ஒரு கிலோ மீட்டர் தூரம் சுற்றி கொண்டு போனான்.சற்று தூரத்திலிருந்துவீட்டு வாசலில் நித்யா தென்படுகிறாளா என்பதை பார்க்க வேண்டி மெதுவாக நடந்தான்.

நித்யாவின் வீட்டு வாசலில் கடை திறந்து இருந்தது. அவளுடைய தந்தை அமர்ந்திருந்தார். கடையில் ஏதாவது வாங்குவதுபோல் போகலாமா என யோசித்தவன் அவளுடைய தந்தையைப் பார்த்து பயந்து அந்த எண்ணத்தை கை விட்டான்.கடையை தாண்டி நடந்து போகும் போது வீட்டினுள் பார்வையை செலுத்தினான். விடுமுறையில் நித்யா வந்து இருக்கிறாளா என்பதை அறிய அவன் மனம் துடித்தது. வந்ததற்கான அடையாளமே இல்லை. இருந்தாலும் இப்போது அவள் நூலகத்தில் இருந்தாலும் இருப்பாள் என்ற எண்ணத்தில் நூலகத்திற்கு நடந்தான்.வழியிலிருந்த கோவிலில் வாசலில் இருந்தபடியே கடவுளை வேண்டிக்கொண்டு நூலகத்திற்கு போனான்.

நூலகத்திற்குள் நுழைந்தும் மறையாமலும் அவனுடைய கண்கள் நித்யாவை தேடின. ஆளை காணவில்லை என்றதும் ஏமாற்றத்துடன் டேபிளில் இருந்த குறிப்பேட்டில் எழுதி கையெழுத்திட்டு சேரில் வந்து அமர்ந்தான். தினசரிகளை கையில் எடுத்து புரட்ட தொடங்கினான். என்றாலும் அவன் மனம் நாளிதழ்களில் ஒன்றாமல் மனம் தத்தளித்தது. இவனுடைய தவிப்பை கண்டு கொண்டாலும் அன்று நூலகர் அமைதியாக இருந்தார். சற்றுநேரம் படித்துக் கொண்டிருந்தவன் வீட்டிற்கு கிளம்ப தயாரானான். கையில் இருந்த நாளிதழை மடித்து வைத்து விட்டு அவன் எழுந்தவுடன் “என்ன சரவணன் இன்றைய நியூஸ் எல்லாம் படிச்சாச்சா. பேப்பர்ல நல்ல நியூஸ் இல்லைன்னு நினைக்கிறேன். அதனாலதான் உங்க முகம் ரொம்ப வாடி போய் இருக்கு .சரிதானே” என்றார் நூலகர்.

நம் மனதில் உள்ளதை அப்படியே அவர் சொல்கிறார் இவரிடம் எச்சரிக்கையாக இருக்க வேண்டும் என்று நினைத்தவன் அவரைத் திரும்பிப் பார்க்காமல் “அப்படி எல்லாம் ஒன்று இல்லையே. நான் நார்மலா தான் இருக்கேன். போய்ட்டு வரேன்” என்று சொன்னவன் அவர் வேறு ஏதும் கூறுவதற்கு முன் வெளியேறி வீட்டிற்குப் போனான்.

நித்யா அன்று மாலை நேரத்தில் நூலகத்திற்கு வந்தாள். கையோடு கொண்டுவந்திருந்த புத்தகத்தை கொடுத்துவிட்டு அலமாரியிலிருந்து வேறு ஒரு புத்தகத்தை தேடி எடுத்துக்கொண்டு வந்தாள்.“இந்த புத்தகங்கள் வேண்டாமா” என்று அவர் டேபிளில் இருந்த சரவணனின் புத்தகங்களை காட்டினார். “புத்தகங்கள் ரொம்ப நல்லா இருக்கும் என்று சரவணன் சொன்னார். அதனால செமஸ்டர் முடிஞ்ச பிறகு லீவுல பொறுமையா படித்திருக்கிறேன். இப்ப இந்த புக் போதும்” என்றாள். நூலகரிடம் கொடுத்து பதிவு செய்தபின் வீட்டிற்கு கிளம்ப தயாரானாள்.

“ என்னம்மா இன்று காலையில் வரவில்லை. சரவணன் வந்திருந்தார் சண்டை போட ஆள் கிடைக்காமல் திரும்பிப் போய்விட்டார்”

“இந்த வாரம் செமஸ்டர் ஆரம்பிக்குது அதற்கு படித்துக்கொண்டிருந்தேன். இப்ப கொஞ்ச நேரம் ரிலாக்ஸ் பண்ணலாம் என்பதற்காக அப்படியே லைப்ரரிக்கு வந்தேன். போகும்போது கோயிலுக்கு போய்விட்டு வீட்டுக்கு போறதுக்கு நேரம் கரெக்டா இருக்கும்”. சாதாரணமாக சொல்லிவிட்டு நடந்தாள்.

நூலகத்தை விட்டு வெளியே வந்தவள் அங்கிருந்து ஐந்து ஆறு கட்டிடங்கள் தள்ளி ஒட்டியிருந்த கிராம நிர்வாக அலுவலர் அலுவலக கட்டிடத்தின் முன்பகுதியில் அமர்ந்து சரவணன் சிலவயதான பெண்களுடன் பேசிக்கொண்டிருப்பதை பார்த்தாள். கோவிலுக்கு போகும் வழியில் அந்த கட்டிடம் இருந்தது.பொது இடத்தில் வைத்து அவனை பார்த்தால் பேசுவதா வேண்டாமா என்று தயங்கியவாறே மெதுவாக நடந்தவள் அவனை கடக்கும்போது சரவணன் அவளை பார்த்து விட்டான்.“ஹலோ மேடம்” என்று கூவி அழைத்தான். அவன் சத்தம் கேட்டு திரும்பிப்

பார்த்தவள் “ஹலோ சரவணன் சார் எப்படி இருக்கீங்க. இங்கே என்ன செய்து கொண்டிருக்கிறீர்கள்” என்று கேட்டாள்.

“எனக்கு என்னங்க நான் நல்லா இருக்கேன். “இந்த அம்மாக்களுக்கு முதியோர் உதவித்தொகை தொகைக்கான விண்ணப்ப மனு எழுதி தரச் சொல்லி கேட்டாங்க.அதை அவங்களுக்கு எழுதி கொடுப்பதற்காக இங்கே உட்கார்ந்து இருக்கிறேன். கலெக்டர் ஆபீஸ்லநாளை மனுநீதி நாள் முகாமில் கலெக்டரிடம் கொடுக்க வேண்டும் என்பதால் இப்போது எழுதி வைக்க வேண்டும்”.

அப்போது அங்கிருந்த வயதான ஒரு பெண்மணி “தம்பி கொஞ்சம் சீக்கிரம் எழுதிக் கொடுப்பா. மேகம் கருத்திருக்கு எந்த நேரமும் மழை வர்ற மாதிரி இருக்கு பாரு” என்றார். அங்கு ஐந்துபெண் பெண்கள் மனு எழுத காத்திருந்தனர்.

சரவணன் சற்றென்று நித்யாவிடம் “ நீங்க கோபப்படவில்லை என்றால் ஒரு உதவி செய்கிறீர்களா? இந்த இரண்டு பேருக்கு நீங்க மனு எழுதி கொடுங்க .நான் இந்த மூன்று பேருக்கும் எழுதிக் கொடுக்கிறேன். மழை வருவதற்கு முன்னாடி சட்டுனு வேலையை முடிக்கலாம். உதவி செய்றீங்களா?”.

“ஓ அதனால் என்ன. உங்களிடம் இன்னொரு பேனா இருக்கிறதா” என்று அவள் கேட்டாள். அவன் தன்னிடம் இருந்த இன்னொரு பேனாவை எடுத்து அவளிடம் கொடுத்தான். அந்த விண்ணப்பத்தை எப்படி எழுதுவது என்று அவன் ஒரு முறை சொல்லிக்கொடுக்க அதுபோல் மற்ற இருவருக்கும் அவள் எழுதி கொடுத்தாள். எழுதிவாங்கிய பெண்மணிகள் சென்றிருந்தனர். இவர்கள்கிளம்புவதற்குள் மழை கொட்ட துவங்கியது.

மழையில் நனைந்து கொண்டே கிளம்ப தயாரான நித்யாவை சரவணன் தடுத்தான். “சற்று பொறுங்கள்.மழையில் நனைவது எல்லோருக்கும் பிடிக்கும் விஷயம்தான். என்றாலும் இந்தபயங்கர இடி மின்னலோடு பெய்யும்இந்த மழையிலே நனைந்து கொண்டு உங்களால் வீடுவரை போக முடியாது.அப்படியும் நனைந்து கொண்டு போனால் ஜலதோஷம், காய்ச்சல் கண்டிப்பாக வரும். செமஸ்டர் வரும் போது தேவையில்லாமல் ரிஸ்க் எடுக்காதீர்கள்” அக்கறையுடன் கூறினான்.அவன் கூறியதில் உள்ள உண்மையை உணர்ந்து நித்யா ஒதுங்கி நின்றாள்.

இவர்கள் இருவரும் மட்டும் அந்த கட்டிடத்தில் திண்ணையில் அமர்ந்திருந்தனர்.மதுரை போன்ற நகரத்தில் போய் படித்தாலும்அவனோடு அங்கு தனியாக அமர்ந்திருப்பது அவளுக்குள் ஒரு தயக்கத்தை ஏற்படுத்தியிருந்தது. யாராவது இதை பார்த்தால் தப்பாக நினைப்பார்களோ என்பதும் ஒரு காரணம். காற்று சுழன்று அடிக்கும்போது அந்த தாழ்வாரத்தில் சாரல் அடித்தது. அதில் நித்யாவின் உடை கொஞ்சம் கொஞ்சமாக நனைய துவங்கியது.இன்னும் சற்று நேரம் இப்படியே நனைந்தால் அவள் உடை முழுவதுமாக நனைந்து விடும்.அதை பார்த்த சரவணன் சற்று பொறுங்கள் இதோ வருகிறேன் என்று கூறி மழையில் இறங்கி

ஓடினான்.

மழையில் நினையாதீர்கள் இன்று நம்மை தடுத்தவன் தற்போது தன்னை தனியே தவிக்க விட்டுவிட்டு ஓடியது அவளுக்கு ஆத்திரத்தை உண்டு பண்ணியது. இவனை நம்பி இங்கு நின்றது தவறு என்ற சிந்தனை வந்தது.ஓடி போனவன் சற்று நேரத்தில் திரும்பி வந்தான். அவன் கையில் ஒரு பை இருந்தது.

முழுவதும் நனைந்த நிலையில்வந்தவன்படியேறிதாழ்வாரத்துக்குவந்தான. அந்த பையை அவளிடம் நீட்டினான். " தனியா இருக்க பயந்துட்டீங்களா? இதை எடுக்கத்தான் போயிருந்தேன். உங்களிடம் சொன்னாள் வேண்டாம் என்று மறுப்பீர்கள் அதனால்தான் சொல்லாமல் ஓடினேன்" என்றான்.அவனுக்கு பதில் ஏதும் சொல்லாமல் அமைதியாக நின்றாள்.அவன் அந்தப் பையை மறுபடியும் நீட்ட " என்ன" என்று பார்வையிலேயே அவள் வினவினாள். அவனே பையை பிரித்து உள்ளேயிருந்து ஒரு ரெயின் கோட்டை எடுத்தான். காலேஜில் படிக்கும்போது பெங்களூர் டூர் போயிருந்தோம். அப்போ வாங்கியது. ரெண்டு வருஷமா யூஸ் பண்ணாம அப்படியே கவரோடு வைத்திருந்தேன். இன்னைக்கு தான் அதை உங்களுக்காக உபயோகிக்கவேண்டும் என்று எழுதி இருக்கு போல" என்று சிரித்தவாறு அவளிடம் கொடுத்தான்.

"இதை நீங்களே உபயோகித்து கொள்ளுங்கள். எனக்கு வேண்டாம். நான் அவசரம் இல்லாமல் மழை விட்டபிறகுவீட்டிற்கு போய்க் கொள்கிறேன்"என்றாள். "உங்களை இதை போட்டுக்கொண்டு போக கட்டாயப்படுத்தவில்லை. இதை போட்டுக் கொண்டு இங்கே நில்லுங்கள். உங்களுடைய உடை நனைகிறது" என்று கூறி அவள் நின்ற திசைக்கு எதிர்ப்புறம் திரும்பி நின்றான்.

அவன் மறுபுறம் திரும்பி நின்றதை பார்த்த பிறகுதான் அவளுக்கு தன்னைப் பற்றிய உணர்வு வந்தது. அவளுடைய சேலை மழையில் நனைந்துஉடம்போடு ஒட்டி மிக கவர்ச்சியாக தெரிந்தது.ஈரமான சேலை சற்று விலகி இருநததால் இடுப்பு பகுதி வெளியே தெரிந்தது. அவசரமாக சேலையை இழுத்து உடலை மறைத்தவாறு முழுவதும் சுற்றிக் கொண்டாள். அவன் அவள் மேல் காட்டிய அக்கறையும் கண்ணியமும் அவளுக்கு பிடித்திருந்தது.

அந்தரெயின் கோட்டை வாங்கி அணிந்து கொண்டாள். அவளுடைய உடலுக்கு அது சற்று பெரியதாக இருந்தது.மழை அவளை நனைக்காமல் அந்த ரெயின் கோட் தடுத்தது. மழையின் வேகம் குறைந்தாலும் முற்றிலுமாக நிற்கவில்லை

அவளை திரும்பி பார்க்காமலேயே "மழை இப்போதைக்கு நிற்காது போல் தோன்றுகிறது. என்னோடு தனியாக அதிக நேரம் நிற்பது உங்களுக்கு நல்லதல்ல. அதனால்நீங்கள் இந்த கோட்டை போட்டுக்கிட்டு போங்க. அடுத்து முறை நூலகத்திற்கு வரும்போது கொண்டு வந்தால் போதும். இப்போது எனக்கு இது அவச-

ரம் இல்லை. இனி இதுபோல் இன்று மழை பெய்யுமோ'' என்றான்.

“ சரி “என்று கூறி அவள் இறங்க மழையில் தலை நனைந்தது.அதுவரை அவளுக்கு எதிர்புறம் திரும்பி நின்றவன் அவளை திரும்பி பார்த்தான்.ரெயின் கோட்டை தவறாக மாட்டி இருந்தாள். “ரெயின் கோட்டில்மேலிருந்து கீழ்வரை வரிசையாக உள்ள பட்டன்களை சரியாக போடுங்கள். தற்போது அவசரத்தில் தவறுதலாக போட்டிருக்கிறீர்கள். தலையை மறைக்க முதுகு பக்கம் ஒரு தொப்பி இருக்கிறது. அதை எடுத்து மாட்டிக் கொள்ளுங்கள்''இன்று அதை அணியும் விதத்தை சொல்லிக் கொடுத்தான்.

அவள் மறுபுறம் திரும்பி நின்று பட்டன்களை கழட்டி ஒவ்வொன்றையும் சரி-யாக போட்டாள். தொப்பியை கழுத்தின் பின் பகுதியில் தேடிப்பார்த்தாள். அதை வெளியே இழுத்து தலையில் வைத்து கட்ட அவளுக்கு தெரியவில்லை.சற்று நேர-மாக அவள் முயற்சி கை கூடாததை பார்த்தசரவணன்'' நான் உதவி செய்யட்டுமா “ என்று கேட்டான்.

இவன் உதவியை ஏற்கலாமா வேண்டாமா என்று யோசித்தவாறு நின்றாள். அவள் மௌனமாக அங்கேயே நிற்க ''நீங்கள் பதில் சொல்வதற்குள் இருட்டி-விடும்'' என்றவாறுஅவள் நின்ற படியிலிருந்து ஒருபடி மேலே ஏறியவன்ரெயின் கோட்டின் பின்பகுதியில் தொங்கிக்கொண்டிருந்த தொப்பியை இழுத்து அவள் தலையில் வைத்து முடி வெளியே தெரியாத அளவுக்கு மறைத்து கழுத்தோடு இறுக்கி கட்டிக் கொடுத்தான்.அவனுடைய விரல் அவள் மேல் படாமல் பார்த்துக்-கொண்டார். “ சரி பத்திரமாக போய் வாருங்கள்'' என்று அனுப்பி வைத்தான்.

“நீங்கள் எப்படி போவீர்கள்''. “ அதோ அதுதான் என்னுடைய வீடு. இந்த தெருவில் கடைசி வீடு “ கையை நீட்டி வீட்டை சுட்டிக்காட்டினான் சரவணன்.

“போய் வருகிறேன்'' என்று அவனிடம் சொல்லிவிட்டு மழையில் நடக்கத் தொடங்கினாள்.சரவணனை பற்றிய எண்ணம் அவள் மனதில் அலையடித்தது.

அதன் பின் அவர்கள் அடிக்கடி சந்திக்க தொடங்கினார்கள். அந்த நூலகமே அவர்களுக்கான சந்திக்கும் இடமாக அமைந்தது. ஞாயிற்றுக் கிழமைகளில் காலையில் சந்தித்தால்நேரம் போவது தெரியாமல் அரட்டை அடித்துக் கொண்டி-ருப்பார்கள். அவர்களோடு நூலகரும் சேர்ந்துகொண்டால் சில சமயங்களில் மதியம் சாப்பாட்டு நேரம் கடந்த பிறகு திரும்பிச் சென்றனர்.

இப்படியே ஆறு மாத காலமாகபோய்க்கொண்டிருந்த இவர்களுடைய நட்பு ஒருநாள் திசை மாறியது. நித்யா மூன்றாமாண்டு படித்துக் கொண்டிருந்தாள். அன்று ஞாயிற்றுக் கிழமை காலையிலேயே நூலகத்தில் சந்தித்தனர் எப்போதும் உற்சாகமாக சரவணன் அன்று ஒருவித தயக்கத்தோடு வந்தான். நூலகத்தில் நூல-கர் இல்லை. இரண்டு மூன்று சிறுவர்கள் மட்டும் படித்துக் கொண்டிருந்தனர். அப்போதுதான் நூலகம் திறந்ததால் உள்ளறையில் அடுக்கி வைத்திருந்த புத்தகங்-

களை நித்யா தூசி தட்டிக் கொண்டிருந்தாள்.

தயங்கியவாறே உள்ளறைக்கு வந்த சரவணன் சட்டென்று ஒரு சிறிய கவரில் சுற்றிய ரோஜா பூவை நித்தியாவின் கையில் தந்தான். அதை வாங்காமல் ஏறிட்டு பார்த்த அவளிடம் “நித்யா நான் உன்னை காதலிக்கிறேன். இதை கொஞ்ச நாளாகவே உன்னிடம் சொல்லலாம் என்று நினைத்துக் கொண்டிருந்தேன். சொல்வதற்கான தைரியமோ அதற்கான சரியான சூழ்நிலையோ இதுவரை அமையவில்லை” என்று சற்று தைரியத்தை வரவழைத்துக்கொண்டு அவளிடம் பேசினான். அதுவரை அமைதியாக நின்றுகொண்டிருந்த “என்ன இப்படி முட்டாள்தனமா பேசுறீங்க. உங்களை எவ்வளவு நல்லவர் என்று நம்பினேன். நீங்க இவ்வளவு மட்டமான ஆளா இருப்பீர்கள் என்று நான் நினைக்கவே இல்ல” என்றவாறு திரும்பி புத்தகங்களின்மீதுபடிந்திருந்த தூசியை அந்த ஒட்டடை குச்சியினால் தட்ட தொடங்கினாள்.

ஒரு நிமிடம் அதிர்ந்துபோன சரவணன் அவமானத்தில் தலைகுனிந்தான் சுற்றிலும் யாராவது தன்னை பார்க்கிறார்களா என்று நோட்டம் விட்டான். யாரும் பார்க்கவில்லை என்பதை அறிந்து நிம்மதி பெருமூச்சு விட்டவன்சற்று சுதாரித்து பூவை நீட்டி இருந்த கையை இறக்கினான். “ சாரி நித்யா” என்றவாறு திரும்பி வெளியேற முயற்சித்தான்.

அப்போது நித்யா கலகலவென்று சிரித்தாள். “ ரொம்ப பயந்துட்டீங்களா சார்” என்றாள். அவளுடைய சிரிப்பு சத்தம் கேட்ட பிறகு தான் சரவணனுக்கு உயிர் வந்தது. ஒன்றும் பேசாமல் திரும்பி பார்த்தான். அவனருகில் வந்த நித்யா அவன் கையில் வைத்திருந்த பூவை பிடுங்கினாள். “காதலைச் சொல்ல பூ கொடுக்கணும்னு அவசியமில்லை. தைரியத்தோடு சொன்னால் போதும். வார்த்தையால் வெளியே சொல்ல முடியாதவர் நாளைக்கு எப்படி என்னை வைத்து சந்தோசமாக வாழ்க்கை நடத்துவார்”.

சரவணனுக்கு நித்யா என்ன கூறுகிறாள்என்பது முதலில் புரியவில்லை. அதனால் பதில் பேசாமல் அப்படியே நின்று கொண்டிருந்தவனை பார்த்து “என்ன சார் நான் பேசுவது புரியலையா.கொஞ்சம் நாளாய் என்னோடு நீங்கள் பேசும்போது ஏதோ சொல்வதற்காக துடித்துக் கொண்டிருந்தீர்கள் என்பதை உங்கள் முகமே எனக்கு காட்டிக் கொடுத்து விட்டது. உங்கள் காதலை நான் அப்போதே ஏற்றுக் கொண்டேன். நீங்களாக வந்து சொல்லட்டும் என்று காத்திருந்தேன்”சற்று வெட்கத்துடன் கூறினாள்.

இதை கேட்டவுடன் சரவணனின் கால்கள் தரையில் நிற்கவில்லை வானத்தில் மிதப்பது போன்று உணர்ந்தான்.” கொஞ்ச நேரத்தில் என்னை கலங்கடித்து விட்டீர்கள்” என்றவன் பூ வைத்திருந்த அவளுடைய கையைப் பற்றினான். அதை

விடுவித்துக் கொள்ளாமல் அப்படியே நின்றவள் “நாம முதலில் காதல் என்றால் என்ன என்று வரையறுத்து கொள்வோமா. சினிமாவில் வருவது போன்ற கற்பனையான பாடல்களுடன் கூடிய மசாலா காதல் அல்ல. நம்முடைய நட்பு சிறப்பானது அதை வாழ்நாள் முழுதும் கொண்டு செல்லவேண்டும் என்று நினைக்கிறோம். அதற்கான அடுத்த முன்னேற்பாடு தான் இந்த காதல்.இப்போது காதலிக்கிறோம் என்பது நண்பர்கள் என்ற நிலையிலிருந்து ஒரு படி முன்னேறி இருக்கிறோமே தவிர வேறு எதுவும் இல்லை. நான் இன்னும் படிக்க வேண்டி இருக்கிறது.என் படிப்பு முடியும் வரை என் கவனம் திசை திரும்பாது. அதே போல் நீங்களும் படிக்க வேண்டும் என்று விருப்பம் உள்ளவர் தானே. இப்போது புதிதாக எம்பிஏ வில் சேர்ந்து உள்ளீர்கள். அதில் சிறப்பாக தேர்ச்சி பெற்று உயர்ந்த பதவியில் அமருங்கள். இதெல்லாம் நல்லபடியாக நடக்கட்டும். அதற்கு இன்னும் இரண்டு மூன்று வருடம் நாம் காத்திருக்க வேண்டியிருக்கும். இதற்கெல்லாம் உங்களுக்கு சம்மதம் தானே”.

பெண்கள் ஒரு காரியத்தையும் செய்ய துணிந்து விட்டால் அதன் அடி ஆழம் வரை ஆராய்ச்சி செய்வார்கள். நித்யாவும் அப்படித்தான்.சரவணன் மேல் காதல் எண்ணம் துளிர்த்த போது அவள் வாழ்க்கையில் நடைபெறவேண்டிய அத்தனை விஷயங்களையும் துல்லியமாக பட்டியலிட்டு இருந்தாள். என்றாவது ஒருநாள் தன்னிடம் வந்து சரவணன் காதலைப்பற்றி பேசும்போது என்ன பேச வேண்டும் என்பதைக்கூட திட்டமிட்டு இருந்தாள்.

“உண்மைதான். படிப்பும் முடிவது வரை மட்டுமல்ல எத்தனை ஆண்டுகள் ஆனாலும் நீ சொல்லும் வரை நான் காத்திருப்பேன்” என்று கூறினான்.ஆண்கள் இப்படித்தான் எதையும் சரியாக திட்டமிடுவது இல்லை. அந்த நேரத்தில் எது மனதில் தோன்றுகிறதோ அதை பேசி விடுவார்கள். அதுவே பல சமயங்களில் அவர்களுக்கு பாதகமாக அமைந்துவிடும்.

நூலகர் வருவது ஜன்னல் வழியே தெரிந்தது. அவனிடமிருந்து கைகளை விடுவித்துக் கொண்டு அவள்பின் வாங்கினாள் புத்தக அலமாரியை நோக்கி போனாள்.அலமாரி மறைவில் நின்று அவன் கொடுத்த பூவை கவரில் இருந்து வெளியே எடுத்தாள். தலையில் சொருகிக்கொண்டாள்.அவன் வெளியே சென்று சேரில் அமர்ந்து படிக்கத் தொடங்கினான்.வேறு புத்தகம் எடுத்து பதிவு செய்து வாங்கிக்கொண்டு வீட்டிற்கு கிளம்பினாள். அவனை கடந்து போகும் போது அவன் அவளை பார்த்தான். அவள் தலையில் இவன் கொடுத்த சிகப்பு ரோஜா சிரித்தது.

இப்படி காதல் வாழ்வில் இருவரும் நுழைந்தனர். அவர்களுடையமனதில்காதல் காட்டுத்தீயாய் சடசடவென்று பற்றிப் பிடித்தது.

இவ்வாறு இவர்களுடைய காதல் வளர்ந்து கொண்டிருந்தபோது வழக்கம்போல் ஒரு வார இறுதி விடுமுறையில் வெள்ளிக்கிழமை கல்லூரி முடிந்து சீக்கிரமாகவே

வீட்டிற்கு திரும்பி வந்தாள்.கடை பூட்டியிருந்தது. வீடு சற்று பரபரப்பாக இருந்தது. வீட்டினுள் போய் பார்க்கும் போதுசில நெருங்கிய உறவினர்கள் வந்திருந்தனர். பொதுவாக எல்லோரிடமும் நலம் விசாரித்தாள் அவர்களும் இவளை அன்போடு நலம் விசாரித்து பேசினார்கள்.சுற்றுமுற்றும் பார்த்தாள் அம்மாவை காணவில்லை.

மெதுவாக சமையலறைக்குச் சென்றுபார்த்தாள் அம்மா ஏதோ பலகாரம் செய்-துகொண்டிருந்தாள். “அம்மாஎன்ன நடக்குது. திடீர்னு ஏன் நிறைய சொந்தக்-காரங்க வந்திருக்கிறார்கள். ஏதேனும் விசேஷமா” என்று கேட்டாள். “ ஆமாம் ஒரு நல்ல விஷயம் தான். நீ சீக்கிரம் உள்ளே போய் குளித்து ஏதாவது ஒரு நல்ல டிரஸ் போட்டுக்கிட்டு வா” என்று அம்மா சொன்னாள். “ எதுக்குமா என்ன விஷயம்னு முதல்ல சொல்லு”. “ என்ன விஷயம் என்பது அப்பா வந்து சொல்-லுவாங்க. நீ போய் தயாராகி வா”.

விஷயம் புரியாமல் நித்யா நின்று கொண்டிருக்கும்போது அப்பா வந்துவிட்டார். “ அப்பா என்ன விஷயம். ஏன் எல்லாரும் வந்திருக்காங்க”.

” அதுவா சும்மா தான்.திருநெல்வேலியில் இருந்து உன் அத்தை குடும்பத்-தோடு கோயிலுக்கு வந்திருந்தாங்க அப்படியே உன்னையும் பார்த்துட்டு போலாம்-னுவந்திருக்காங்க. உன்னை பார்த்து நாலஞ்சி வருஷம் ஆயிருச்சு. சாயங்காலம் மாப்பிள்ளையும் வருவார் என்று அவர்கள் சொல்வதைப் பார்த்தால்உன்னை பெண்பார்க்கத்தான் வருகிறார்கள் என்று நினைக்கிறேன். எதற்கும் மாப்பிள்ளை வருவதற்குள் நீ கொஞ்சம் அலங்கரித்து தயாராக இரு”.

நித்யாவிற்கு தலை சுற்றியது. அப்படியே நின்றவள் “அப்பா இப்ப எதற்கு இதெல்லாம். எனக்கு இன்னும் படிக்க வேண்டியுள்ளது.முன்கூட்டியே என்னிடம் சொல்லாமல் திடீர்னு ஏன் இப்படி செய்கிறீர்கள்”.

“எனக்கு இவர்கள் வரும் விஷயமே தெரியாது. ஏதோ வேண்டுதலுக்காக நம்ம குலதெய்வம் கோவிலுக்கு வந்தவர்கள் அப்படியே இங்கே வந்தார்கள். அவர்கள் பேசிய விதத்தில் இருந்து தான் அவர்கள் உன்னை பார்க்க வந்திருக்கிறார்கள் என்று நானாக கூறுகிறேன்.உறுதியாக அவர்கள் பெண் கேட்டுத்தான் வந்திருக்கி-றார்களா என்பது எனக்கு தெரியவில்லை. என்றாலும் வீட்டிற்கு விருந்தினர் வந்-திருக்கும் போது நீ அலங்கரித்துக் கொள்வதில் ஒன்றும் தப்பில்லையே” என்று அவளுடைய தந்தை கூறினார்.

தந்தையும் மகளும் என்று பேசிக் கொண்டிருந்ததை பார்த்த அவளுடைய தாய் “ இரண்டு பேரும் இங்கே என்ன செய்கிறீர்கள்.வந்தவர்களை எல்லாம் அங்கே தனியாக விட்டு விட்டு அப்படி என்ன வெட்டிப்பேச்சு. நீங்கள் முன் பக்கம் போய் வந்து அவர்களுடன் பேசிக் கொண்டிருங்கள்.நித்யா சீக்கிரம் போ. போய் சீக்கிரம் தயாராகி வா. எதுவாயிருந்தாலும் இவர்கள் போனபின் பேசிக் கொள்ளலாம்”என்-

றாள் அம்மா.

என்ன செய்வது என்று தெரியாத நித்யா குளியலறைக்குள் சென்று குளித்துவிட்டு அவள் அறைக்கு திரும்பி வந்தபோது கட்டிலில் மயில் தோகை நிற பட்டு புடவை ஒன்றை அம்மா தயாராக எடுத்து வைத்திருந்தாள். அவள் எடுத்து வைத்திருந்த உடையை அணிந்து கொண்டு தலை ஈரம் போகஃபேன் காற்றில் காயவிட்டு முகத்தில் லேசான மேக்கப் செய்துகொண்டாள்.கண்ணாடி முன் நின்று தன் அழகை பார்த்துக்கொண்டிருந்தவள் மணமகனாக சரவணனை கற்பனை செய்துகொண்டாள். இன்று பெண் பார்க்க வருவது சரவணன் ஆக இருந்தாள் எப்படி இருக்கும் என யோசிக்கும்போது சந்தோசமாக இருந்தது. ஆனால் நிஜ வாழ்க்கையில் நடப்பதோ வேறு.

வருவது வரட்டும் எதுவாயிருந்தாலும் சந்திப்போம் என்ற துணிவிற்குவந்துவிட்டாள். வந்தவர்கள் போனதும் அப்பாவிடம் பேசிக்கொள்ளலாம் தன்னுடைய கருத்து சரி என்றால் அதற்கு அப்பா எப்போதும் குறுக்கே நிற்க மாட்டார். அந்த எண்ணமே அவளுக்கு தைரியத்தை வரவழைத்தது. வீட்டின் வாசலில் கார் வந்து நிற்கும் சத்தம் கேட்டது. மாப்பிள்ளை போல் இருந்தாள் ஒருவரும்ஒரு சிறிய பெண்ணும் உள்ளே வந்தனர். அப்பா அவர்கள் அமர நாற்காலியை எடுத்து வரிசையாக போட்டுவைத்திருந்தார். அந்த அறையின் ஓரத்திலிருந்த சமையலறையில் மறைவாக இன்று அவர்களை நித்யாபார்த்துக் கொண்டிருந்தாள்.

மூன்றுஆண்களும் மாப்பிள்ளையும் ஒருபக்க சேரில் அமர்ந்து இருக்க மற்றொருபுறம் சேரில் மூன்று பெண்மணிகள் அமர்ந்திருந்தனர். சுமார் பத்தாம் வகுப்பு படிக்கிற பருவமுள்ள ஒரு சிறிய பெண் அவர்களோடு வந்திருந்தவள் அங்கும் இங்கும் நடந்து கொண்டிருந்தாள். இவர்களுக்கு எதிர்புறம் அப்பாவும் உள்ளூரிலேயே இருந்த ஒரு உறவினரும் அமர்ந்திருந்தனர் .ஏதேதோ பழைய கதைகளை பேசிக் கொண்டிருந்தநித்யாவின் அப்பா சமையலறையை நோக்கி “நித்யா எல்லோருக்கும் டீ கொண்டு வா” என்றார். நித்யாவின் கையில் ஒரு ட்ரேயில் அனைவருக்கும் டீ கோப்பைகள் கொடுத்து விடப்பட்டது. அதைக் கொண்டுவந்து ஒவ்வொருவருக்கும் பரிமாறினாள். வேறு ஒரு பெரிய தட்டில் அம்மா செய்து வைத்திருந்த பலகாரங்களும் அப்பா கடையில் வாங்கிய இனிப்பு வகைகளும் கொண்டுவந்து அவர்கள் அமர்ந்திருந்த இடத்தில் இருந்த மேஜையில் வைத்தனர்.

அனைவருக்கும் தேநீர் கொடுத்துவிட்டு உள்ளே போக திரும்பியவளை அங்கிருந்த பெண் ஒருவர் “கொஞ்சம் நில்லும்மா இங்கே வந்து உட்காரு” என்று ஒரு நாற்காலியை காட்டினார்.அவள் தயங்கி நிற்க “பரவாயில்லை உட்காரு. நாமெல்லாம் சொந்தக்காரர்கள் தான். உன்னை சின்னப் பெண்ணாக பார்த்தது. நான்கைந்து வருடங்கள் ஆகிவிட்டது. அதனால் அடையாளம் தெரியவில்லை. நீயும் நன்றாக வளர்ந்து விட்டாய்.இது என்னுடைய மகன் சந்திரன் திருநெல்வேலியில்

சொந்தமாக கடை வைத்திருக்கிறார்'' என்றவள் அவள் படிப்பை,கல்லூரியை பற்றி எல்லாம் விசாரித்தாள். அவர்கள் கேட்ட கேள்விக்கு பதில் கூறினாள் நித்யா. சற்று நேரங்கழித்து உள்ளே போகட்டுமா என அம்மாவை பார்த்து கண காட்ட அதை புரிந்து கொண்ட அம்மா " சரி வா உள்ளே போகலாம்'' என்று அவளை அழைத்தார். வந்தவர்களிடம் கை கூப்பி வணக்கம் செலுத்தி விட்டுஅவள் அம்மாவோடு சமயலறைக்குள் புகுந்தாள். வெளியே இருந்தவர்கள் ஏதேதோ பேசி சிரித்தனர். அது எல்லாம் இவள் மனதில் பதியவில்லை. திடீரென்று வந்த இந்த பிரச்சினையை எப்படி சமாளிப்பது என்ற கவலையே அவள் மனம் முழுவதும் நிறைந்திருந்தது.

அந்த நேரத்தில் அந்த சிறு வயது பெண் உள்ளே வந்தாள். நித்யாவின் கையை உரிமையோடு பிடித்து கொண்டு " நீங்க ரொம்ப அழகா இருக்கீங்க. எங்க அண்ணனுக்கு உங்களை ரொம்ப பிடிச்சிருக்கு.இதை ஸ்பெஷலா உங்ககிட்ட சொல்லச் சொன்னார். உங்களுக்கு அவனை பிடித்து இருக்கிறதா'' என்று கேட்டாள். அதற்கு நித்யா பதிலளிக்காமல் அம்மாவை பார்க்க அந்த சிறு பெண்ணின் பக்கத்தில் வந்து "ஆண்கள் சொல்வதைப் போல் பெண்களும் அப்படிஉடனே சொல்லக்கூடாது. நீ சின்ன பெண் உனக்கு அது பத்தி தெரியாது இல்ல. பெரியவங்க முடிவு பண்ணி சொல்லுவார்கள் அப்படின்னு உங்க அண்ணன் கிட்ட சொல்லு'' என்றாள்.

அம்மா சாமர்த்தியமாக பேசி சமாளிப்பது கண்டு வியந்தாள் நித்யா. வெளியே பேசிக் கொண்டிருந்தவர்கள் கிளம்ப தயாரானார்கள். சேரை விட்டு எழுந்த ஆண்கள் முன்னே செல்ல அவர்களோடு அப்பா வாசலுக்கு போனார். கிளம்பிய பெண்மணிகள் சமையலறைப் பக்கம் வந்து நாங்கள் கிளம்புகிறோம் என்றனர். உடனே சமையலறையிலிருந்து வெளியே வந்த நித்யாவும் அவள் அம்மாவும் அவர்களுக்கு வணக்கம் கூறி விடை கொடுத்தனர். இருவரும் வாசல்வரை அவர்களுடன் வெளியே வந்தனர். அவர்கள் வந்திருந்த இரண்டு கார்களும் கிளம்பியது.மாப்பிள்ளை பையனும் அந்த சிறு பெண் ணும் சந்தோசமாக கை அசைத்தனர்.அவர்கள் போனபின் அப்பா உள்ளே வந்தார்.

சேரில் அமைதியாக நித்தியா அமர்ந்திருப்பதை பார்த்து அவளுக்கு வலதும் இடதும் ஆக அப்பாவும் அம்மாவும் அமர்ந்தனர். " கமலா இன்றைக்கு இவளுக்கு நல்ல திருஷ்டிசுத்தி போடணும். அந்த பட்டு சேலையில் இளவரசி மாதிரி எவ்வளவு அழகா இருந்தா தெரியுமா. என் கண்ணே பட்டுடும் போல தெரியுது''

அதற்கு அம்மா "இதெல்லாம் நீங்க சொல்லனுமா என்ன. எனக்கு அப்பவே தோனிச்சு இரண்டு பேரும் சீக்கிரம் சாப்பிட வாங்க. சாப்பிட்டு முடித்தவுடன் திருஷ்டி சுத்தி போட்டுட்டு கதவை அடைக்கணும் ".இரண்டு பேரையும் மாறி

மாறி பார்த்தநித்யா “இரண்டு பேரும் என்கிட்ட பேசாதீங்க. எல்லாத்தையும் ப்ளான் பண்ணி பண்ணிட்டு ஒன்னுமே தெரியாத மாதிரி என்னிடம் பொய் சொன்னீங்க இல்ல. இனி நான் உங்களோடு பேச மாட்டேன்” என்று முகத்தை திருப்பிக் கொண்டாள்.

“இங்க பாரு நித்யா இந்த மாப்பிள்ளையை உனக்கு பிடிக்கலையா. அவரைப்பற்றி முதல்ல தெரிஞ்சுக்கோ. உன்னோடு ஒப்பிட்டுப் பார்த்தால் அவரு பெரிய அழகன் இல்லை தான். சுமாரான அழகு என்றாலும் மோசமில்லை.குடும்பம் நடத்த அழகுமட்டும் முக்கியம் இல்லை. அவருடைய குடும்பத்திற்குகிராமத்தில்தேவையான அளவு சொத்து இருந்தாலும்இவர் சொந்தமாகதிருநெல்வேலியில்டிபார்ட்மென்டல் ஸ்டோர் வச்சிருக்காரு. படிப்பு பெரிய அளவில் இல்லை பத்து தான் என்றாலும் அவரிடம் 35 பேர் வேலை செய்றாங்க. சின்ன வயசிலேயே சொந்த கால்ல நின்னு முன்னேறி விட்டார். சிட்டி குள்ளேயே சொந்த வீடு, கார் எல்லாமே இருக்கு.கூடவந்திருந்தஅந்த சின்ன பொண்ணு அது அவருடைய தங்கை. அதை கரையற்ற வேண்டியது மட்டும்தான் அவருக்கு இருக்கிற ஒரு முக்கியமான கடமை.வேறு எந்த ஒரு பிக்கல் பிடுங்கல் இல்லாத சின்ன குடும்பம். நிம்மதியான வாழ்க்கை அங்கே நிச்சயம். இதுக்கு மேல உனக்கு என்ன வேணும். சொல்லு”

“அப்பா நான் மாப்பிள்ளையின் உருவத்தையோவருமானத்தையோ மற்ற விஷயங்களையோ பேசலை. எனக்கு மேற்கொண்டு படிக்கணும். அதற்கு ஒரு இரண்டு வருடம் என்னை ஃப்ரீயாக விடுங்கள். என் கல்யாணத்தை பத்தி இரண்டு வருடம் போனபின் பேசலாம். எனக்கு இப்போ கல்யாணம் வேண்டாம் என்று சொல்வதற்கு என் படிப்பு மட்டும்தான் காரணம் காரணம் காரணம் “என்று அழுத்தமாகச் சொன்னாள்.

“ஓ அதுதான் காரணமா அப்ப இதைப்பற்றி நேராகவே மாப்பிள்ளையிடம் பேசலாம். திருமணம் முடிந்தபின்னர் கூட உன்னை படிக்க அனுப்புவார். அதெல்லாம் ஒரு பிரச்சினையே இல்லை” ரொம்ப சாதாரணமாக பேசினார் அப்பா.

இதற்குமேல் அவரிடம் பேசுவது வீண் என்று முடிவு செய்த நித்யா அங்கிருந்து கோபம் கோபமாக அவளுடைய அறைக்கு சென்றாள்.

அடுத்த முறை சரவணன் சந்தித்தபோது இதைப்பற்றி கூறினாள்.அவள் கூறியதை முழுவதும் கவனமாக கேட்டவன் “ உங்க வீட்டில் இப்போது என்ன நிலவரம்” என்று கேட்டான்.

தான் சொன்ன பிறகும் இன்னொரு முறை என்ன நிலவரம் இன்று கேட்கிறானே என்று அவன் மேல் கோபம் வந்தது. “அதுதான் சொன்னேனே கல்யாணம் கட்டிக்கொள் என்று சொல்லி வற்புறுத்துகிறார்கள். இன்னும் எனக்கு செமஸ்டர் முடிய இரண்டு மாதங்கள் தான் உள்ளது. அதுவரை வேண்டுமானால் பொறுப்பாளர்கள். அதற்கடுத்து கண்டிப்பாக கல்யாணத்திற்குநாள் குறிக்க பார்ப்பார்கள்.

நான் என்ன செய்வது?''கண் கலங்கியது.

“கவலைப்படாதே அப்படி உன்னை அடுத்தவனிடம் விட்டுக் கொடுத்து விட மாட்டேன் நீ எனக்கானவள்.உன் படிப்பு முடிந்தவுடன் வீட்டில் உன்னை கல்யாணத்திற்கு கட்டாயப்படுத்தினால்நீ என்னோடு வந்துவிடு.நாம் தூத்துக்குடிக்கு சென்று விடலாம். நீ வருவது உறுதியானால் சொல்நான்இப்போதே வேறு பெரிய வீடு பார்க்கதொடங்குகிறேன்''.

அவன் கூறியதை யோசித்து பார்த்தவள் “இன்னும் கொஞ்ச நாள் போகட்டும். அப்படி கடுமையான நெருக்கடி வரும்போது பார்த்துக் கொள்ளலாம் “ என்றாள். சரவணன் ஆதரவாக அவள் முதுகைத் தட்டிக் கொடுத்து கவலைப்படாதே என்று கூறி சென்றான்.

மாதங்கள் கடந்தன. அவள் கல்லூரி இறுதி ஆண்டு செமஸ்டர் முடிந்தது. வீட்டில் எப்போதும் கல்யாண பேச்சு தான். போதாக்குறைக்கு மாப்பிள்ளை வீட்டாரும் அடிக்கடி போன் செய்து பேச ஆரம்பித்தனர்.ஒவ்வொரு முறையும் அவர்களை பேசி சமாளிப்பதற்குள் நித்யா பெரும்பாடு பட்டாள். ஆனால் அப்பாவும் அம்மாவும் மிகுந்த மகிழ்ச்சியில் இருந்தனர்.

ஒரு நாள் அப்பா மதிய சாப்பாட்டு வேளையில் “நித்யா நீ சொன்னத நான் மாப்பிள்ளை கிட்டயே நேரா கேட்டேன். அவர் ரொம்ப பெரிய மனசுக்காரர். அதனால இந்த லீவ்லேயே கல்யாணத்தை வைத்திடுங்கள்.கல்யாணம் முடிந்து நித்யா இங்கே வந்தவுடன் நான் இங்கே சிட்டியில் இருக்கிற ஒரு பெரிய கல்லூரியில் நித்யா மேற்கொண்டு படிக்க சீட் வாங்கி தருகிறேன்.அவளுக்கு விருப்பமான எந்த கோர்ஸ் வேண்டுமானாலும் படிக்கட்டும் என்று சொல்லிவிட்டார். இப்ப உன் பதில் என்ன?'' என்றார்.

நித்யாவுக்கு இந்தக் கேள்விக்கு பதில் சொல்ல முடியாததால் பேசாமல் சாப்பிட்டு அவளுடைய அறைக்கு சென்றாள். கட்டிலில் சாய்ந்து கொண்டவளுக்கு அழுகை பொத்துக் கொண்டு வந்தது.தவறு செய்து விட்டோமோ அல்லது உறுதியான முடிவெடுக்க முடியாமல் திண்டாடுகிறோமோ என்ற தவிப்பு மனதில் தோன்றியது.சற்று நேரம் அப்படியே கட்டிலில் படுத்து இருந்தவள் அப்படியே உறங்கிப் போனாள். கண்விழித்து பார்க்கும்போதுமணி ஐந்து சூரியனின் உக்கிரம் குறைந்து இருந்தது.காலையிலேயே ஒருமுறை குளித்து இருந்தாலும் மதியத்திலிருந்து அழுததால் உண்டான களைப்பைப் போக்க மீண்டும் ஒருமுறை குளித்துவிட்டு வந்தாள். வேறு உடை அணிந்தவள் கோவிலுக்கு சென்று வரலாம் என்று கிளம்பினாள். கடையில் அப்பா இல்லை அம்மா தான் அமர்ந்திருந்தாள்.” நான் கோவிலுக்கு போயிட்டு வருகிறேன்'' என்று சொல்லிவிட்டு பதிலுக்கு கூட காத்திராமல் வீதியில் இறங்கி நடக்கத் துவங்கினாள். கோயிலுக்கு அருகே வரும்போது கடைவீதியில்யாரோ ஒரு பெண் “ நித்யா வாம்மா எங்க போற “இன்று அவளைப்

பெயர் சொல்லி அழைத்தது கேட்டது. சத்தம் வந்த திசையில் சுற்றிலும் பார்த்-தாள் அங்கு யாரும் இல்லை. ஒரு கடையில் நின்ற இளைஞனைத் தவிர அந்த தெருவில் நடமாட்டமே இல்லை. யோசித்தவாறு அவள் நடக்க முற்பட மறுபடி-யும் அந்தப் பெண் “நான் இங்கே இருக்கேன் இந்தப் பக்கம் கொஞ்சம் திரும்பி பாரு”என்று அழைத்தாள். இந்த முறை அவள் சுற்றிலும் பார்க்க கடையில் நின்ற அந்த இளைஞன் அருகில் வந்தான்.

அவன் அருகில் வரும்போது தான் அடையாளம் தெரிந்தது அது கணேசன். இவளோடு பள்ளி பருவத்தில் உடன் படித்தவன். பன்னிரண்டாம் வகுப்பு முடிந்து இவள் கல்லூரிக்கு சென்ற நாளிலிருந்து அவனை பார்க்கவில்லை மூன்று வருடம் கழித்து இப்போது தான் பார்க்கிறாள்.

“என்ன நித்யா இங்க நின்னு கிட்டு இருக்க” என்று கேட்டான். அவன் கேட்-டதற்கு பதில் சொல்லாமல் அவனை பார்த்த சந்தோஷத்தில் “ கணேசா எப்படி இருக்க. உன்ன பாத்து எவ்வளவு நாளாச்சு? என்ன படித்துகிட்டு இருக்க “என்று கேட்டாள். “நான் விருதுநகரில் ஒரு கல்லூரியில் பிஏ படித்து முடித்துவிட்டு இந்த வருடம் முதல் மதுரை சட்டக் கல்லூரியில் படிக்க இருக்கிறேன். நீ எப்படி இருக்-கிறாய் என்ன செய்கிறாய்”

“நான் மதுரையில் ஒரு தனியார் பெண்கள் கல்லூரியில் பி ஏ படித்தேன். இனி இந்த வருடம் எம் ஏ வில் சேர வேண்டும்”என்றாள்.

“எம் ஏ படிக்கிறதுக்கு ரோட்ல யாரும் அப்ளிகேஷன் கொடுக்கிறார்களா என்ன”.

“ஏன், நீ என்ன கேட்கிறாய் என்று எனக்கு புரியல”.

“ஏன் ரோட்டுல நின்னு சுற்றுமுற்றும் பார்த்து யாரையோ தேடிக்கிட்டு இருக்க “ என்றான் கணேசன்.

அவன் கேட்ட கேள்விக்கு அர்த்தம் புரிந்து சிரித்தவள் “ஓஅதுவாநான் நடந்து வரும்போது ஏதோ ஒரு பெண்மணி என்னை பேர் சொல்லி அழைப்பது போல் இருந்தது. நான் சுற்றிலும் பார்த்தேன் யாரையும் காணவில்லை. இரண்டாவது முறையும் அப்படி கேட்டது. அதனால்தான்நின்று யார் கூப்பிடுவது என்றுகவனித்-துக் கொண்டிருந்தேன்”.

“இந்த பொம்பளையா என்று பாரு” என்றவன் மறுபுறம் திரும்பி நின்று பெண் குரலில் “நித்யா நித்யா கொஞ்சம் நில்லும்மா.கொஞ்சம் திரும்பி என்னை பாரம்மா” என்று குரல் கொடுத்தான். அப்போதுதான் நித்யாவிற்கு ஞாபகம் வந்-தது. கணேசன் மிமிக்கிரி கலையில் பலகுரல் மன்னன் என்று பெயர் எடுத்தவன். பள்ளி நாட்களிலேயே ஆசிரியர்களை போலவும் தலைமை ஆசிரியரை போலவும் வகுப்பறையில் மாணவர்களிடையே பேசி கைதட்டல் வாங்குவான். ஆசிரியர்கள்

இல்லாத வகுப்பறைகளில் கணேசனின் ராஜ்ஜியம் தலைதூக்கும்.பெண் குரலில் பேசி அசத்துவான்.

“ஓ நீதானா அது. யாரோ ஒரு பெண் கூப்பிடுவதாய் நினைத்து ஏமாந்து போனேன்”.

“அதற்குள் என்னை மறந்து விட்டாயா.கொஞ்ச நாள் பார்க்கலைன்னா எல்லாத்தையும் மறந்து விடுகிறீர்கள்”.

“உன்னை மறக்க முடியுமா. நான் நடந்து வரும்போது தெருவில் பெண்களே இல்லை திடீரென குரல் கேட்டவுடன் உண்மையிலேயே பயந்து போய் நின்று விட்டேன்”.

“அட பயந்தாங்கொள்ளி இந்தக் காலத்தில் இப்படி ஒரு பெண்ணா” மறுபடியும் அவளை கிண்டலடித்து பெண் குரலில் பேசினான். “உன்னைப்போல நான் ஒன்றும் பெரிய வீரன் இல்லை அதற்காக நீ சொல்ற மாதிரியான பயந்தாங்கொள்ளி இல்லை. திடீர்னு யாரோ ஒரு பெண் கூப்பிட்டது அதனால பயந்து போயிட்டேன அவ்வளவுதான். இது மாதிரி நீ ஒன்னும் பயந்தது இல்லையா அடுத்தவங்கள கேள்வி பண்ற”.

“பயமா அந்தப் பேச்சுக்கே இடமில்லை. எதற்காக பயப்பட வேண்டும். யாருக்காக பயப்படணும். தப்பு செஞ்சா மட்டும்தான் பயப்படணும் இல்லேன்னா யாருக்கும் பயப்பட வேண்டிய அவசியமே இல்லை”.

“கொஞ்சம் பொறு. நீ இனிமேல் தானே சட்டக் கல்லூரியில் சேர போற. அதுக்கு முன்னாடியே இப்படி பேச ஆரம்பிச்சிட்டியே”.

“பிஏ படிக்க கல்லூரிக்கு போன நாளிலிருந்து தயாராக ஆரம்பிச்சிட்டேன். கல்லூரியில் மாணவர் சங்க தலைவராக இருந்த நான்இப்ப மாவட்ட அளவில் நிர்வாகியாகஇருக்கிறேன்”.

“அப்ப இனி படிப்பு அவ்வளவுதான் அரசியலில் இறங்கி சம்பாதிக்க போறன்னு சொல்லு”.

“மற்றவர்கள் செய்வதை பார்த்து என்னை எடை போடாதே நம்ம பாதையே வேற”

“பார்ப்போம் பார்ப்போம். எல்லாரும் ஆரம்பத்துல சொல்ற டயலாக் லிருந்து தான் நீயும் ஆரம்பிக்கிற. எங்க போய் முடியுதுன்னு பார்ப்போம்”.

“கண்டிப்பா நீ பார்ப்ப. நான் என்ன செய்றேன்னு இந்த உலகமே பார்க்கிறபடி செய்வேன்”.

“பெரிய அளவுக்கு போயிட்டா எங்களையும் கொஞ்சம் கவனிச்சுக்கோ. ஏதாவது பிரச்சனை என்றுஉன்னிடம் வரும்போது எங்களை விரட்டி அடிக்காம இருந்தாலே போதும்”.

‘‘உங்களை மாதிரி நண்பர்களின் பிரச்சனைகளை தீர்க்க பதவி இருந்தால்தான் முடியும் என்று நினைக்காத உங்களுக்கு எந்த நேரத்திலும் எந்த உதவியும் செய்வேன்’’ என்றவன் ஹோட்டல் சர்வரைபோல் கையில் பேனாவை எடுத்தது எழுதுவது போல் பாவனை செய்து‘‘மேடம்மே ஐஹெல்ப் யூ‘‘என்றான் அவள் சிரித்தாள்.

அவனோடு பேசிக் கொண்டிருந்த நேரத்தில் வீட்டில் இருந்தபோது வீட்டில் இருந்து கிளம்பியபோது உண்டாய் இருந்த டென்ஷன் குறைந்திருந்தது. நீண்ட நாட்கள் கழித்து சந்தித்ததால் இருவரும் பள்ளி நாட்களில் நடந்த சுவாரசியமான விஷயங்களையும் அவரவர் கல்லூரியில் நடந்த சுவாரஸ்யமான விஷயங்களையும் பகிர்ந்து கொண்டிருந்தனர்.

பேச்சுமும்முரத்தில் இருவரும் கடைவீதியில் ஒரு ஓரத்தில் நின்று கொண்டிருப்பதை மறந்தனர். அப்போது பேருந்திலிருந்து இறங்கிய நித்யாவின் தந்தை இவர்கள் இருவரும் பேசி சிரிப்பு சிரிப்பதை பார்த்தவாரே கடைக்கு போனார்.அவர் மனம் கோபத்தில் கொந்தளித்தது.

ஏற்கனவே அவருக்கு கணேசனை பிடிக்காது. ஊருக்கு வடக்கில் இந்திரா காலனி இருந்தது. அதில் இருந்தநாற்பது வீடுகளில் ஒன்றில்தான் கணேசன் குடும்பம் குடியிருந்தது. கணேசன் வசிக்கும் காலனிக்கு அருகேதான்நித்தியா குடும்பத்திற்கு சொந்தமானதோட்டம் இருந்தது. அதில் இருந்த பம்புசெட்கிணற்றில் மழை காலங்களில் நீர் சுரக்கும்.அப்படி சுரக்கும் நீரை தேக்கிவைத்து மழைக்காலம் முடிந்தபின் பயிரிடப்படும் காய்கறி செடிகளுக்கு பயன்படுத்துவார்கள்.வானம் பார்த்த பூமியான அந்தப் பகுதியில் பயிரிடப்படும் செடிகளுக்கு அந்த கிணற்று நீரே ஆதாரம்.

சமீபகாலங்களில் அந்த பகுதியில் கடுமையான தண்ணீர் பஞ்சம்.குடிக்க மட்டுமல்ல வீட்டு உபயோகத்திற்கு கூட தண்ணீர் கிடைக்கவில்லை. ஊராட்சி அமைப்பின் சார்பில் ஆழ்துளை கிணறு நானூறு அடி வரை தோண்டியும் பலனில்லை.

அப்படி தண்ணீர் பஞ்ச நாட்களில் அந்த காலனி ஆட்கள் கிணற்றில் நீரெடுத்து பயன்படுத்த தொடங்கினர். அதனால் பயிரிட்ட காய்கறிகளுக்கு தண்ணீர் பாய்ச்ச முடியவில்லை. செடி வாடி போனது. ஒருமுறை இரு முறைநஷ்டத்தை தாங்கிக் கொண்ட நித்யாவின் தந்தை முருகன் காலனி ஆட்கள் கிணற்றில் தண்ணீர் எடுக்க வரமுடியாதபடி நிலத்தை சுற்றி வேலி அடைத்தார்.

அதுவும் சில நாட்களுக்குத்தான். ஒரு நாள் காலையில் தோட்டத்துக்கு வந்தவர் ஒருபக்க வேலி முழுவதுமாக பிரித்து போடப்பட்டு இருப்பதை பார்த்தார்.எப்போதும்அவர் தோட்டத்திற்கு அருகே காலனியைச் சேர்ந்த சில இளைஞர்கள் கணேசன் தலைமையில் அமர்ந்திருப்பதை பார்த்திருக்கிறார்.வேலி பிரிக்கப்பட்டது அவர்களால் தான் என்று நம்பினார்.

அன்றும் அவர் போகும்போது சிலர் தண்ணீர் எடுத்துக் கொண்டிருந்தனர். அதைப்பார்த்துஆத்திரப்பட்டு தண்ணீர் எடுத்தவர்களோடு சண்டைக்கு போனார்.பஞ்சத்தில் இருந்த மக்களின் நிலையை அவர் உணரவில்லை. மக்களும் அவருடைய நஷ்டத்தை உணரவில்லை. மோதல் முற்றியது. முற்றிய நிலையில் அங்கிருந்த கூட்டத்தை விலக்கி அவருக்கு அருகே வந்த கணேசன் "போங்க சார் போய் வேற வேலைய பாருங்க. குடிக்கவே தண்ணீர் இல்லாமல் மனுசங்க அல்லாடிக் கொண்டிருக்கும் போதுநீங்க என்னடான்னா பயிர் செய்கிறோம் மயிர்-செய்கிறோம் என்ன சொல்லிக்கிட்டு திரிகிறீர்கள். போங்க போயி கடையில உட்-கார்ந்து சம்பாதியுங்கள்" என்று அத்தனை பேருக்கும் முன்பாக மரியாதை இல்லா-மல் விரட்டுவதை போல் பேசினான். அதிலிருந்து தோட்டத்திற்கு போகும்போதும் வரும்போதும் எப்போதெல்லாம் அவர் கண்ணில் கணேசன் தென்படுகிறானோ அப்போதெல்லாம் அவனை எதிரி போல் பார்க்க தொடங்கினார்.

நித்யாவின் தந்தை முருகன் ஒரு நல்ல மனிதர் தான். அவர் காசை எண்ணி எண்ணி செலவு செய்யும் பரம்பரையில் வந்தவர்.தன் சொந்த உழைப்பால் முன்-னேறியவர் சிறுவயது முதலே பலசரக்குக் கடையில் வேலையாளாக நின்று முத-லாளியின் அன்பையும் பெற்று படிப்படியாக உயர்ந்தவர். சொந்தமாக கடை தொடங்கி வருமானம் பெருகி சொத்துக்கள் பெருகினாலும் பணக்கார தோர-ணையை வெளியில் காட்டிக் கொள்ளாதவர்.செலவு செய்கிற ஒவ்வொரு காசுக்கும் கணக்கு வைத்திருப்பார். யாரோடும் பகைத்துக் கொள்ளாமல் அந்த ஊரில் கடை நடத்தினார். விஷயமாக நடந்த சண்டையை கூட மறந்து விட்டார். காலனி ஆட்-கள் அவருடைய கடைக்கு வருவதும் இவர் தோட்டத்தில் தோட்டவேலை களுக்-காகஆட்களை பயன்படுத்திக் கொள்வதையும் நிறுத்தவில்லை. ஆனால்கணேசன மேல் கொண்ட கோபம் மட்டும் தணியாமல் அப்படியே இருந்தது.

அதற்கு வேறொரு காரணமும் இருந்தது மாணவர் சங்கத்திற்காகவும் மற்ற பொது நிகழ்ச்சிகளுக்காகவசூலிக்கவரும்போதும் இவர் கொடுக்கும் சிறு தொகையை கிண்டலாக பேசுவான். அதுவும் அவரை காயப்படுத்தி இருந்தது.

கோவிலுக்கு போய்விட்டு இருட்டும் போது நித்யா வீட்டிற்கு வந்தாள். முருகன் கடையில் இருந்தார்.அவர் தனக்குப் பிடிக்காத கணேசனுடன் மகள் பேசிக்கொண்-டிருந்ததை பார்த்தபோது கடும் கோபம் கொண்டார். இவ்வளவு நேரம் கழித்து மகளை பார்த்தாலும் அந்த கோபம் குறையாமல் இருந்தது.என்றாலும் தன்னுடைய கோபத்தைக் காட்டாமல் சகஜமாக "எங்கம்மா போயிட்டு வருகிறாய்" என்று கேட்-டார்." கோவிலுக்கு போனேன்" என்று சொல்லியவாறு அவளிடம் இருந்த பிரசாத கவரை கொடுத்தாள். அவளிடம் இருந்து வாங்கிய திருநீறை நெற்றியில் இட்டுக்-கொண்டு கவரை மடித்துக் கொடுத்தார். வாங்கிக்கொண்டு வீட்டிற்குள் சென்றாள். வீட்டினுள் அவளுடைய அம்மா காபி போட்டுக் கொண்டிருந்தாள்." இவ்வளவு

நேரம் ஏன்ஆயிற்று " என்று கேட்க "உன்னிடம் சொல்லிவிட்டு தானே கோவி-லுக்கு போனேன்.சாமி கும்பிட்டு வர நேரம் ஆயிருச்சு" என்று சாதாரணமாக சொன்னாள்.

மறுநாள் காலையில் கடையில் முருகன்இருந்தார். அவர் கடையில் இருந்-தாலே காலையில் ஓசியில் பேப்பர் படிக்கவும் அவரோடு வெட்டி கதை பேசுவ-தற்கும் ஒரு கூட்டம் வந்து போவதுண்டு. வியாபாரம் அதிகம் இல்லாத நேரங்க-ளில் முருகனும் அவர்களோடு அமர்ந்து கதை எடுத்துக் கொண்டிருப்பார். பக்கத்து தெருவில் நடக்கும் விஷயங்களில் ஆரம்பித்து அந்த கிராமத்தை தாண்டி தமிழ்-நாட்டை தாண்டி உலக விஷயங்கள் வரையும் போய் சர்ச்சை செய்து முடிப்பார்-கள்.இவர்கள் பேசும் சத்தம் சில நேரம் சண்டை போடுவது போல் தோன்றும். அப்போது வீட்டினுள் இருந்து கமலா ஓடிவந்து எல்லோரையும் திட்டி விரட்டி விடுவாள்.அடுத்த சில நாட்கள் அமைதியாக இருப்பவர்கள் திரும்ப சத்தமிட்டு பேச ஆரம்பிப்பார்கள்.

இது ஒரு தொடர் கதையாக இருந்தது. என்றும் அரட்டை அடிக்க வரு-கிறபெரியவர் ஒருவர்வந்து திண்ணையில் அமர்ந்தார். அன்று வேறு யாரும் வரவில்லை. நாட்டு நடப்புகள் பேசி முடித்தவர் போகிற போக்கில் "உன் மகளுக்கு திருமண வயதாகிறது. மாப்பிள்ளை பார்க்கிற உத்தேசம்இல்லையா" என்று கேட்-டார். அதற்கு முருகன் " பார்த்துக்கொண்டுதான் இருக்கிறோம். அவள் படிப்பு முடியட்டும் என்று காத்திருக்கிறோம்" என்றான். " பார்த்து முருகா வயதுக்கு வந்த பெண் பிள்ளைகளை நீண்ட நாள் பொத்தி பொத்தி வைத்து பாதுகாக்க முடியாது கவனமாக இரு" என்று சொல்லி எழுந்தார்.

எப்போது பேசினாலும் பொதுவாக பேசுகிறவர் இன்று தன் குடும்பத்தைப் பற்றி ஆரம்பிக்கிறார் என்று யோசித்தவன் அவரிடம் மேலும் பேசுவதற்குள் பொருள்கள் வாங்ககடைக்கு பெண்கள் சிலர் வந்தனர். அவர்களை அனுப்புவதற்குள் பெரியவர் போய்விட்டார்.

அன்று மாலையும் கோயிலுக்கு போய்விட்டு வருகிறேன் என்று நித்யா கிளம்பி போனாள். கோவிலில் சாமி கும்பிட்டுவிட்டு திரும்பி வரும் வழியில் கடைவீதியில் கணேசன் சில நண்பர்களுடன் நின்று பேசிக்கொண்டிருந்தான். அவனை கடந்து செல்லும் போது "ஹாய் நித்யா என்ன கண்டுக்காம போகிறாய்" என்று சத்தம்-போட்டு அழைத்தான். அந்தசத்தத்தில் கடைவீதியில் பொருள்கள் வாங்க வந்தி-ருந்தவர்களில் சிலர் திரும்பிப் பார்த்தனர்.

"சாரி கணேசன்உண்மையிலேயே நீ நிற்பதை நான் கவனிக்கவில்லை".

"தோழர்களே இது என்னுடைய ஃப்ரெண்ட் நித்யா. பள்ளிக்கூடத்தில் என்-னோடு ஒன்றாக படித்தவர். இப்போது மதுரையில் பிஏ முடித்து விட்டார். அடுத்து

எம் ஏ படிக்க ரெடியாயிட்டு இருக்காங்க'' என்று அவளை அவர்களுக்கு அறிமுகப்படுத்தினான். பின் நித்யாவை பார்த்து நித்யா "இது எங்களுடைய மாணவர் சங்கதோழர்கள். பல்வேறு கல்லூரிகளில் சங்கங்களை நிர்வகித்து வரும் நிர்வாகிகள். இன்று ஒரு கலை நிகழ்ச்சிக்காக வசூல் செய்து கொண்டிருக்கிறோம். முடிந்தால் ஏதாவது உதவி செய்'' என்று உண்டியலை நீட்டினான்.

திடீரென்று அவன் கேட்டவுடன் " நான் கோவிலுக்கு வந்ததால் கையில் எதுவும் கொண்டு வரவில்லை. இன்னொரு முறை எங்காவது சந்தித்தால் தருகிறேன்'' என்றாள்.அதற்கு கணேசன் "ஏன் நித்தியா வீட்டில் ஏதாவது பிரச்சினையா. தினசரி கோவிலுக்கு வருகிறாய்''.

"அப்படி ஒன்றும் இல்லை படிப்பு முடிந்ததால் வீட்டில் சும்மா இருக்கிறேன் பொழுது போகவில்லை நேற்றும் இன்றும் தான் கோவிலுக்காக வெளியே வந்திருக்கிறேன்.கோவில்இல்லாவிட்டால் நூலகத்தை தவிர எனக்கு வேறு போக்கிடம் இல்லை''.

"பொழுது போகவில்லை என்றால் எங்களோடு வரலாமே. மக்களுக்கு சமூக சேவை செய்வது ரொம்ப நல்லது''.

அவனுக்கு பதில் சொல்லாமல் கிளம்ப தயாரானவள் " சரி நான் வரட்டுமா கணேசன்'' என்றாள்.

உடனே கணேசனுடன் வந்திருந்த மற்றொரு பையன் " தோழரே அவங்க வீடு எங்கே இருக்கு என்று சொல்லுங்கள். அங்கே போய் வசூல் செய்து கொள்ளலாம்'' என்றான்."அதுவா அதோ அங்கே ஒரு மளிகை கடை தெரிகிறது இல்லையா. அதுதான் இவளுடைய கடை வீடு. அங்கே போனாலும் அவளுடைய அப்பா இருப்பார். அவர் பெரிதாக ஒன்றும் தர மாட்டார். அவருக்கு முன் நித்யாவும் ஒன்னும் கொடுக்க மாட்டாள். அங்கே போவது வேஸ்ட்'' என்று அவன் கடையை நோக்கி சுட்டி காட்டவும் கடையில் இருந்த முருகன் அவர்களை பார்க்கவும் சரியாக இருந்தது .அப்பா பார்ப்பதை அறிந்தவுடன் அங்கிருந்து வேகமாக நகர்ந்தாள்.

அவளுடைய தந்தைக்கும் கணேசனுக்கும் நடந்த பிரச்சனை அவளுக்கு தெரியும்.அதனால் கணேசனுடன் பேசியதை வீட்டில் சொல்லவில்லை.அவளுடைய தந்தையும் அதைப்பற்றி அவளிடம் ஏதும் கேட்கவில்லை. அதனால் இதை சாதாரணமாக நினைத்துக்கொண்டாள். ஆனால் முருகனின் மனதில் கோபம் அலையடித்தது "எனக்கு விரோதியான அந்தப் பையனிடம் இவள் எதற்காக பேசிக் கொண்டிருக்கிறாள். ரவுடி தனம் செய்யும் அவனிடம் தெருவில் நின்று பேசினால் பார்ப்பவர்கள் என்ன நினைப்பார்கள்''கன்று நினைத்தவர் அதை எப்படி நித்யாவிடம் சொல்லலாம் என்று யோசித்தார்.

மறுநாள் காலை கடைக்கு அந்தப் பெரியவர் வந்தார். அவரிடம் பேச தொடங்கினான் முருகன். பல்வேறு விஷயங்களை பேசிய மெதுவாக இந்த வாரம் ஞாயிற்றுக்கிழமை நம்ம ஊரு கோவில் திருவிழா பற்றி பேச ஊர் கூட்டத்திற்கு ஏற்பாடு செய்திருக்கிறார்கள் என்ற தகவலை சொன்னார்.

“நாளைக்கு தான் ஞாயிற்றுக்கிழமை. அதை மறந்து விட்டீர்களா. எனக்கும் அழைப்பு வந்தது” என்று கூறினான் முருகன். அப்படியே “நேற்று என் மகள் திருமண விஷயமாக ஏதோ ஆரம்பித்தீர்கள். மேற்கொண்டு ஒன்றும் பேசாமல் போய் விட்டீர்களே என்ன விஷயம்”.

சற்று தயங்கியவாறே அமர்ந்திருந்தவர் மெல்ல எழுந்து முருகனுக்கு பக்கத்தில் வந்து நின்றார். மெதுவாக “தம்பிஇந்த காலத்தில் பெண் பிள்ளைகளை பொத்திப் பாதுகாப்பது என்பது ரொம்ப பெரிய விஷயமாக இருக்கிறது. உங்களுடைய மகள் படிப்பு முடிந்து விட்டால் சீக்கிரம் ஒரு நல்ல இடம் பாருங்கள். காலதாமதம் செய்வது ஏதாவது சங்கடத்தில் கொண்டுபோய்விடும் “ என்றுசொன்னார். அதை கேட்டதும் பதறிப்போன முருகன் “மற்றவர்கள் எப்படியோ என் மகள் அப்படி எந்த ஒரு பிரச்சனையிலும் மாட்டி கொள்ள மாட்டாள். என்னை தலைகுனிய வைக்க மாட்டாள்.ஆனால் நீங்கள் சொல்ல ஆரம்பித்த விஷயம் வேறு ஏதோ என்று நினைக்கிறேன். அதை முழுவதுமாக சொல்லுங்கள்” என்றான்.

“உன் மகள் மேல் நீ இவ்வளவு நம்பிக்கை வைத்திருப்பது எனக்கு சந்தோசம்தான். ஆனால் நான் பார்த்த ஒரு சம்பவத்தை சொல்கிறேன். சில நாட்களாக உன் மகள் ஒரு பையனோடு பேசிக் கொண்டிருப்பதை பார்த்தேன். அது தப்பாக பட்டது உன்னிடம் சொல்கிறேன்.ஊர் மக்களுக்கு தெரிந்து நாலுவிதமா பேசுவதற்கு முன் உன் விருப்பப்படிசீக்கிரம்நல்ல முடிவு எடு”என்றவாறு கிளம்பினார். அவரிடம் யார் அந்த பையன் என்றுகூட முருகனுக்கு கேட்கத் தோன்றவில்லை. அவர் மனம் முழுவதும் அது கணேசனாக தான் இருக்கும் என்று தோன்றியது. இன்று அவளிடம் இதைப்பற்றி எப்படியும் கேட்க வேண்டும் என்று முடிவு செய்தார்.

அன்றும் மாலை நேரத்தில் கோயிலுக்கு கிளம்பினாள் நித்யா. சனிக்கிழமை வேலை முடிந்தவுடன் சரவணன் கிளம்பிசீக்கிரம் வருவான். இவளுக்கு கல்லூரி விடுமுறை விட்டதிலிருந்து வாரவாரம் சனிக்கிழமை கோவிலிலும் ஞாயிற்றுக்கிழமை நூலகத்திலும் அவர்கள் சந்தித்துக் கொண்டார்கள்.சனி கிழமைகளில் பெரும்பாலும் கோவிலில் ஆட்கள் இருக்க மாட்டார்கள். அதனால் இவர்கள் பிரகாரத்தை சுற்றி வரும்போது பேசிக்கொண்டும் சிரித்துக்கொண்டும் வந்தாலும் பார்ப்பதற்கு ஆள் இருக்க மாட்டார்கள். பிரகாரத்தில் சுற்றி வருபவர்கள் மூலவரை தரிசிக்க செல்லும்போது அங்கே கணபதி ஐயர் இருப்பார். ஓரிருமுறை இவர்களை பார்க்கும்போதே அவருக்கு புரிந்து விட்டது.

அன்றும் அப்படித்தான் சரவணன் வந்தவுடன் அவனுடன் கோயிலுக்குள நுழைந்தவள் சாமி கும்பிட்டு ஓரிடத்தில் அமர்ந்தனர். அர்ச்சனை செய்ய அவரவர் பெயர் நட்சத்திரம் கூறினர்.கணபதி ஐயர் அர்ச்சனை செய்தவாறே மனதிற்குள பொருத்தம் பார்த்தார்.அர்ச்சனை முடித்து வெளியே வந்து பிரசாதம் கொடுத்தவர். அவர்கள் பொய் பிரகாரத்தில் ஒரு இடத்தில் அமரும் வரை காத்திருந்தார். மூலவர் சந்நிதியின் வளாகத்தில் ஒரு கல்லில் அமர்ந்தவர். "நித்தியா இது யாரு. உன் வருங்கால கணவரா. இரண்டு பேரின் பெயரும் நட்சத்திரமும் அபாரமாக பொருந்தி வருகிறது. சீக்கிரம் வீட்டில் சொல்லி கல்யாணம் முடித்துக் கொள். அமோகமாய் வாழ்வாய்" என்றார்.வேறு ஆட்கள் வர எழுந்து சென்றார்.

ஐயர் எழுந்து சென்றவுடன் "சரவணன் மீண்டும் வீட்டில் கல்யாணம் செய்யச் சொல்லி நெருக்கடி கொடுக்கிறார்கள்.அதனால் நம்முடைய விஷயத்தை இன்று நான் அப்பாவிடம் பேசலாம் என்று நினைக்கிறேன்" என்றாள். அதற்கு அவன் "இன்றைக்கு பேசணுமா. ஊர்ல நாளைக்கு திருவிழா சம்பந்தமா ஊர்க்கூட்டம போடுறாங்க. அதனால் கோவில் திருவிழா முடிந்த பிறகு பேசினால் நல்லது".

"இல்லை சரவணன் விஷயத்தை தள்ளிப்போடும் படியான சூழ்நிலை இப்ப இல்ல. திருவிழான்னு ஊர்க்கூட்டம் முடிவு பண்ணி காப்பு கட்டியாச்சு என்றால அடுத்து திருவிழா முடியிற வரைக்கும் ஒன்னும் செய்ய முடியாது".

"சரி அப்போ இன்னைக்கு வீட்ல கொஞ்சம் பொறுமையா பேசு. அவங்களுடைய அடுத்த நடவடிக்கையை பாத்துட்டு நாம என்ன செய்றதுன்னு முடிவெடுக்கலாம்.அவர்கள் பேசும்போது நீ கடுமையாக எதிர்ப்பு தெரிவிக்காதே. நீ கடுமையாக எதிர்த்தால் நாளை நாம் சந்திப்பதை கூட அவர்கள் தடுக்கலாம். எப்போதும போல் சாதாரணமாக இரு. நாளை காலை நாம் நூலகத்தில் சந்திக்கலாம்" என்றான். இருவரும் வீட்டிற்கு கிளம்பினார்.

கோவிலுக்கு போன நித்யா வர தாமதமாகவே அவளுடைய அப்பாவிற்கு சந்தேகம் தோன்றியது காலையில் பெரியவர்கள் கூறியதை கேட்டதிலிருந்து அவரால நிம்மதியாக இருக்க முடியவில்லை. இவ்வளவு நேரமாக அப்படி அவள் என்னதான் செய்கிறாள் என்பதை பார்ப்போம் என்று நினைத்தவர் கடையிலிருந்து வெளிவந்து கோவிலுக்கு நடந்தார்.அவர் கோவிலுக்கு அருகே வரும்போது கோவிலில் இருந்து வெளிவந்த சரவணனும் நித்யாவும் செருப்பை மாட்டிக் கொண்டிருந்தனர். நித்யாவின் தந்தையை பார்த்த சரவணன் அவளிடம் போய் வருகிறேன் என்று கூட சொல்லாமல் போய்விட்டான்.சற்று தூரத்தில் நிற்கும் அப்பாவை பார்க்காத நித்யா இவன் ஏன் சொல்லாமல் கொள்ளாமல் போகிறான என்று தெரியாமல் ஒரு நிமிடம் தாமதித்து வீட்டிற்கு போக திரும்பி நடந்தாள்.

கடைவீதியில் இன்றும் கணேசனை பார்த்தாள். அவன் அவளைப் பார்த்து கூப்பிடும் முன்பாகவே இவள் தானாக அவன் அருகில் சென்று நின்றாள்"ஹலோ

தோழரேஎப்படி இருக்கு உங்க வசூல் வேட்டை. எங்கே உன் பரிவாரங்களை காணோம்'' என்று கிண்டலாக கேட்டாள்.மெதுவாக இவளை திரும்பி பார்த்தது உன்னை மாதிரி பணக்காரங்க பணம் கொடுக்கிறதுக்கு தயங்குறீங்க. பின்ன எப்படி நான் வசூல் பண்றது .தோழர்களுக்கு இன்று வேறு ஒரு இடத்தில் ஒரு பயிற்சி பகுப்பு இருக்கிறது. அதற்கு போயிருக்கிறார்கள். அதனால்இன்றைக்கு நான் மட்டும்தான் வசூலுக்கு வந்தேன்''.

அப்போது அவளுடைய தந்தை இவர்கள் நின்ற இடத்தை கடந்து போனார். உடனே கணேசன் ''நித்யா என்கூட நீ பேசிக்கிட்டு இருக்காதஉங்கப்பா பாத்துகிட்டே போறாரு. இன்னைக்கு வீட்ல போயி உன்னை கண்டிக்க போறாரு. என்னால நீ திட்டு வாங்க போற'' என்றான்.

''எங்க அப்பாஅப்படிப்பட்டவர் இல்லை.உன் பிரச்சனை சம்பந்தமாக வீட்டில் பேசியதே இல்லை. உன் கூட பேசக்கூடாது என்று எங்க வீட்டில இதுவரைக்கும் யாரும் சொன்னதில்லை''.

''அப்ப சரி நல்ல அப்பாதான் அவர். நான் வேறு ஒரு விஷயம் உன்னிடம் கேட்கணும்னு நினைச்சுகிட்டு இருந்தேன் கேட்கட்டுமா''.

''என்னிடம் கேட்க உனக்கு என்ன தயக்கம். தாராளமாக எது வேண்டுமானாலும்கேட்கலாம்''.

''நீ யாரையாவது காதலிக்கிறாயா. என்னிடம் உண்மையை தான் சொல்ல வேண்டும்''அவளுடைய முகத்தைப் பார்த்தவாறு கேள்வியை கேட்டான்.

''என் அப்படி கேட்கிறாய்''.

''உன் நடவடிக்கைகளை பார்த்தால் அப்படி தோன்றுகிறது. காதலிப்பவர்களுக்கு தான் எப்போதும் மனதில் ஒரு டென்சன் இருந்து கொண்டே இருக்கும். உன்னை பார்த்தால் எப்போதும் ஏதோ ஒரு டென்ஷனில் இருப்பது போல் தோன்றுகிறது. பருவப் பெண்களுக்கு டென்ஷன் வருவதற்கும் டெய்லி கோவிலுக்கு வருவதற்கும் இதைத்தவிர வேற என்ன காரணம் இருக்க முடியும்'' என்று கேலி செய்து சிரித்தான்.

''உண்மைதான். நான் ஒருவரை காதலிக்கிறேன்'' என்று கூறியவள் சரவணனை பற்றியும் தற்போது தன் வீட்டு சூழ்நிலையை கூறினாள்.

''கவலைப்படாதே சரவணன் நல்லவர் என்றால் அவரோடு உன் வாழ்க்கை சிறப்பாகஅமையும் என்பதில் பரிபூரண நம்பிக்கை இருக்கும் என்றால் அவரையே திருமணம் செய்து கொள்.பிறர் திருப்திக்காக உன் விருப்பங்களை தியாகம் செய்யாதே. எந்த ஒரு எதிர்ப்பு வந்தாலும் பார்த்துக்கொள்ளலாம். உனக்கு ஏதாவது உதவி வேண்டும் என்றால் என்னிடம் கேள்''என்றான்.

“சரி ஏதேனும் உதவி வேண்டுமென்றால் உன்னை தேடி வருகிறேன். இந்த விஷயத்தை தயவு செய்து வெளியில் யாரிடமும் சொல்லி விடாதே என்றவள விழிகளின் ஓரம் நீர் கசிந்தது.

“அதெப்படி யாரிடமும் சொல்லாமல் இருப்பது. இன்றைக்கு நைட்டு நோட்டீஸ் அடித்து ஊரெல்லாம் ஒட்டுவேன்”.அவள் செல்லமாக அவன் முழங்கையில் ஒரு கிள்ளு கிள்ளிவிட்டு போனாள்.அவன் “ ஆவ் “ என்றுகத்தினான். அப்போதும சிலர் திரும்பிப் பார்த்தனர்.

இரவு கடையை அடைத்துவிட்டு வீட்டிற்குள் வந்த அப்பா கைகள் கழுவி சாப்பிட உட்கார்ந்தார். இரவு உணவை அவர்கள் வீட்டில் எப்போதும் அனைவரும ஒன்றாக அமர்ந்து உண்பது வழக்கம்.முருகனும் நித்யாவும் சாப்பிட அமர்ந்தனர். அவர்களுடன் உணவு பரிமாறிய அம்மாவும் உட்கார்ந்த பின் அப்பா நேரிடையாகவே “அந்தப் பையனுக்கும் உனக்கும் ஏதோ பழக்கம் என்று ஊரில் எல்லோரும பேசுகிறார்கள். கோவிலில் வைத்து பார்த்தேன் அங்கே பார்த்தேன் இங்கே பார்த்தேன் என்றுஅவர்கள் சொல்லும்போது எனக்கு மனசு கூசுது. நீ என்ன நினைச்சு இதையெல்லாம் செய்து கொண்டிருக்கிறாய் “என்று கேட்டார்.

“எந்த நாய் அப்படி என் பெண்ணை பற்றி சொன்னது. என்னிடம் காட்டுங்கள்.அவர்களின் நாக்கை இழுத்து வைத்து அருத்து விடுகிறேன்” சாப்பாட்டுத தட்டை தள்ளி வைத்து விட்டு எழுந்தாள் கமலா.

“ஏய் கமலா சத்தம் போடாம பேசாம உட்காரு நான் கேட்ட கேள்விக்கு முதலில் இவள் பதில் சொல்லட்டும் அதற்கப்புறம்ஊரை அடக்குகிறவேலையை செய்யலாம்”.

இருவரும் அவள் முகத்தையே பார்த்துக் கொண்டிருக்க “அப்பா அவா ரொம்ப நல்லவர். எனக்கு அவரை பிடித்து இருக்கு” என்ற ஒற்றை வரியில் பதில் சொன்னாள்நித்யா. அவருடைய அப்பா அதற்கு மேல் பேசவில்லை. கணவன் மௌனமாக இருந்தால் கடும் கோபத்தில் இருக்கிறான் என்பதை அறிந்த அவளுடைய தாயும் அமைதியானாள். அந்த இரவு அவர்களுடைய வீட்டில் ஒரு மயான அமைதி நிலவியது.

இன்றைக்கு எப்படியாவது நம் வீட்டிலும் இந்த காதலை சொல்லிவிட வேண்டும் என்று தீர்மானத்தோடு காத்திருந்தான் சரவணன். சற்று நேரத்தில் அவனுடைய அப்பாவும் வந்துவிட்டார். அவனுடைய தங்கை பனிரெண்டாம் வகுப்பு முடித்துவிட்டு அந்த வருடம் கல்லூரிக்கு செல்ல தயாராக இருந்தவள் முன்னறையில் வேறு இரண்டு தோழிகளோடு பேசிக்கொண்டிருந்தாள்.

சமையலறைக்கு சென்றவன் அம்மாவிடம் “அம்மா நான் ஒரு முக்கிய விஷயம் உங்களிடம் பேச வேண்டியுள்ளது. அப்பாவை கொஞ்சம் உள்ளே கூப்பி-

டுகிறாயா''. என்றுமே இப்படி பேசாதவன் இன்று இப்படி பேசுகிறானே என்று நினைத்த அந்தத் தாய் வெளித் திண்ணையில் அமர்ந்திருந்த அவனுடைய தந்-தையை உள்ளே அழைத்தாள். சமையலறையில் எதிரெதிரே நின்ற மூவரும் சற்று நேரம் அமைதியாக இருந்தனர்.''என்னடா ஏதோ பேசணும்னு சொல்லிட்டு இப்படி அமைதியா இருக்க'' என்று அவன் அம்மா பேச்சை தொடங்கி வைத்தார். இன்-னும் தயக்கம் போகாதவனாய் தடுமாற்றத்துடன் பேச்சை தொடங்கிய சரவணன் ''அப்பா நான் ஒரு என்னை காதலிக்கிறேன்'' என்று கூறினான். அதைக்கேட்ட பின்னரும் அவன்தந்தை அமைதியாக நின்றார்.

'' என்னடா இப்படி ஒரு குண்டை தூக்கி போடுற.யாருடா அந்த பொண்ணு. எத்தனை நாளா இந்த பழக்கம்'' என்று கேள்விகளை அடுக்கினாள் அம்மா.

''அவள்பெயர் நித்யா.நம்ம தெருவில் தான் குடியிருக்கிறார்கள். முருகன் மளிகை கடைக்காரரின் பொண்ணு. நல்ல படிச்ச பொண்ணு. மதுரை இல்ல உள்ள காலேஜ்லபி ஏ படிச்சா. மேலும் படிக்க ஆசைப்படுகிறாள்''என்றான்.

மளிகை கடைக்காரர் பெயர் சொன்னவுடன் அவனுடைய தந்தை திடுக்கிட்-டார். அவன் மேற்கொண்டு பேசுவதற்கு முன்கைகைநீட்டி பேச வேண்டாம் என தடுத்தவர்'' டேய் சரவணா இந்த பொண்ணு வேண்டாம். நம்ம குடும்பத்துக்கு அது சரியா வராது. இந்தப் பேச்சை இத்தோட விடு'' என்று கூறி நகர முற்பட்டார். அப்பா இப்படி கூறியவுடன் சரவணன் கோபப்பட்டு '' வேற ஜாதி பொண்ணு என்பதற்காக சொல்றீங்களா. ஜாதி வேற தான்என்பதை தவிரஅவர்கள் வீட்டின் வசதியும் அந்தப் பெண்ணின் படிப்பும் எல்லாமே நம்மளை விடஉயர்வாய் தான் இருக்கு'' என்றான்.

''சரவணா பணமோ ஜாதியோ இல்லையடா வாழ்க்கை. ஒழுக்கம் தான் முக்-கியம். அதுவும் இதைப் போன்ற சிறிய கிராமத்தில் ஒழுக்கக்கேடானவர்கள் வெளியே தலை காட்ட முடியாது''.

''அந்த பெண்உள்ணின் ஒழுக்கத்தில் என்ன குறைகண்டீர்கள் அவள் சுத்த தங்கம்''சரவணன் முதல் முறையாக அவன் தந்தையை எதிர்த்து பேசினான்.

''சரவணா சொன்னால் கேளு. நம்ம வீட்டிலேயேயும் ஒரு பெண் குழந்தையும் இருக்கிறது. அதனால வேறு ஒரு பெண்ணை பற்றி தவறாக பேச வேண்டிய எண்ணம் எனக்கு கண்டிப்பாக வராது.கொஞ்சம் நாளாகவேமளிகை கடைக்காரர் பற்றிபிறர் சொன்னபோது கூட நான் நம்பவில்லை. கடந்த சில நாட்களாக தினசரி நான் என் கண்ணால் பார்ப்பதை உன்னிடம் சொல்கிறேன்'' என்று கூறியவர் இரண்டு நாளாக கடைவீதியில் கணேசனுடன் அவளைப் அவர் பார்த்ததையும் அவள் அவனுடன் சிரித்து பேசிக் கொண்டிருந்ததையும் கூறினார்.

“ஓ இவ்வளவு தானா.ஏதாவது ஒரு மறைவிடத்திலோ இருட்டிலோநின்று பேச-வில்லையே. ஒரு பெண் கடைவீதியில் வைத்து ஒரு பையனுடன் பேசுவதை ஏன் சந்தேகப்படுகிறார்கள். நீங்கள் எந்த நூற்றாண்டில் இருக்கிறீர்கள்.இந்த ஒன்றரை ஆண்டுகளில் அவள் என்னோடு எத்தனையோ முறை தனியாக பேசியிருக்கிறாள். என் விரல் அவள் மேல் படாதது மட்டுமில்லை எந்த சூழ்நிலையிலும் என்னை அவள் தொட்டதுகூட இல்லை. அவளை போய் சந்தேகப்படுகிறார்களே”.

“நான் சொல்லவந்ததை முழுமையாக கேளு இன்று நடந்தது அதிலிருந்து ஒருபடி மேலே போய்விட்டது. உன்னோடு கோவிலிலிருந்து வந்தவள் அவள் அப்பா கண்காணிப்பதும் பொருட்படுத்தாமல் கடைத் தெருவில் நின்று அவனோடு அரைமணி நேரம் பேசிக் கொண்டிருந்தாள். பேச்சுக்கு நடுவே அவர்கள் செல்-லமாக கொஞ்சி கொள்வதையும் அவள் அவனை கிள்ளியதையும் தெருவில் இருந்த எல்லோருமே பார்த்தனர்.நீ என்னடாவென்றால் ஒன்றரை வருஷமாக கை படவில்லை விரல் படவில்லை என்று கதை விடுகிறாய். என் மேல் நம்பிக்கை இல்லை என்றால் நீ பொய் கடைவீதியில் யாரை வேண்டுமானாலும் கேட்டுக் கொள்” என்றவாறு நகர்ந்து சென்றுவிட்டார்.

சரவணன் இவர்களிடம் எப்படி பேசி புரிய வைப்பது என்பது தெரியாமல் நின்-றான். உடனே அம்மா “டேய் சரவணா போயும் போயும் இப்படி ஒரு பெண்ணை போய் பிடித்தாயே. உனக்கு நாங்கள் எவ்வளவு சுதந்திரம் கொடுத்திருக்கிறோம். நீ படிச்சவன் தானே. உன் வாழ்க்கைக்கு சரியான தகுதியான ஜோடியை உன்னால் தேர்ந்து எடுக்க முடியாதா. அந்தளவிற்கு உனக்கு புத்தி இல்லை என்றால் அந்த வேலையை எங்களிடம் ஒப்படைத்து விடு.உனக்கு தகுதியானளை எங்கே இருந்-தாலும் நாங்கள் தேடிப் பிடித்துக் கொண்டு வருகிறோம். இதற்கு மேலும் உன் விருப்பம்” என்று சொல்லிவிட்டு உள்ளே போனாள்.

சரவணனுக்கு குழப்பமாக இருந்தது. இன்றுநான் வந்ததிலிருந்து எல்லாவற்-றையும் கோவிலுக்கு அருகில் இருந்து அப்பா பார்த்திருக்கிறார். அவர் பொய் சொல்ல மாட்டார். ஆனால் நித்யாவும் அப்படிப்பட்டவள் அல்ல யாரிடமும் தொட்டு பழக அனுமதிக்க மாட்டாள். சரி இதைப்பற்றி நாளை நித்யாவிடம் விசா-ரிக்கலாம் என்றால் எப்படி அவளிடம் இதைப்பற்றி கேட்பது அவள் எதாவது தவறாக புரிந்து கொண்டால்என்ன செய்வதுகேள்வி கேட்டஎன்னைப் பற்றி என்ன நினைப்பாள். கல்யாணத்துக்கு முன்பே அவளை சந்தேகப்படுகிறேன் என்று நினைத்து விடுவாளோ. குழப்பத்துடனே உறங்கிப் போனான்.

நித்யாவின் தந்தைக்கு வீட்டில் இருக்க பிடிக்கவில்லை. அப்படியே சற்று தூரம் நடந்துபோய் வரலாம் என்று நினைத்தவர் கதவைத் திறந்தார்.கடை வீதியில் கடைகள் எல்லாம் மூடியதால் தெருவில் தெரு விளக்கை தவிர வேறு வெளிச்சம் இல்லாமல்சற்று இருட்டாக இருந்தது.தெருவில் இறங்கி கோவில் வரை மெது-

வாக நடந்துவந்தார்.அப்போது கோவில் நடை சாத்தியிருந்தது. சாத்தி இருந்த கோவிலின் முன் நின்று மனதுக்குள் வேண்டினார். சிவனே எனக்கு வந்திருக்கும் இந்த பிரச்சனையை எப்படி தீர்ப்பது.என்னுடைய ஒரே மகளின் வாழ்க்கை இப்படி கேள்விக்குறியாகிறது பிரச்சனை என் கைமீறிப் போய்விட்டது. என் குடும்ப மானம் போகாமல் கடவுளே உதவி செய் என்று மனமுருகி வேண்டினார்.

கொஞ்சம் நேரம் அப்படியே கோவில் முன் நின்றவர் சுற்றிலும் பார்த்தார். ஒரே அமைதியாக இருந்தது. தெருக்களில் ஆள் நடமாட்டம் இல்லை.தூரத்தில் இருந்த ஒரு மரத்தடியில் கணேசனும் வேறு சிலருடன் பேசிக்கொண்டிருப்பதை பார்த்தார்.“நாளை எனக்கு முக்கிய வேலை இருக்கிறது. நான் ஊர் கூட்டத்திற்கு வரமாட்டேன். நீங்களும் நம் காலனி ஆட்களும் போய் கலந்து கொள்ளுங்கள்” என்று அவன் குரல் கேட்டது. இந்த நேரத்தில் இங்கு இவர்கள் என்ன செய்கிறார்கள் என்று யோசித்தார். அவன் ஒரு வெட்டிப் பயல் ஊர்வம்புகாக அலைபவன்அந்த காலனி ஆட்கள் வேண்டுமானால் அவனை தலையில் தூக்கி வைத்து கொண்டாடலாம். அவன் யாராய் இருந்தால் நமக்கு என்ன.இவனிடம் இருந்துநித்யாவை காப்பாற்றினால் போதும். மனதிற்குள் கடவுளை வேண்டிக்கொண்டுதிரும்பி நடந்தார்.

இதை இப்படியே வளர விடக்கூடாது. உடனடியாக ஏதாவது செய்ய வேண்டும் என்ன செய்யலாம் என்று யோசித்தார். அப்போது அவருக்கு ஒரு யோசனை தோன்றியது. திருநெல்வேலியிலிருந்து மாப்பிள்ளைவீட்டாரை நாளைக்கு வரச் சொல்லலாம் நாளை ஊர்க்கூட்டம் தொடங்குவோம்முன் எளிமையாக ஒரு நிச்சயதார்த்தம் நடத்தி விடலாம். திருமணத்தை திருவிழா,தேரோட்டம் முடிந்தபின் வைத்துக்கொள்ளலாம். கல்யாணத்தை அதிக நாள் தள்ளிப்போடாமல் சற்றென்று முடித்துவிடலாம் எனத் தீர்மானித்தார்.அதை எப்படி நிறைவேற்றுவது என்ற கவலை மனதில் எழுந்தது.

மாப்பிள்ளை வீட்டாரை திடீரென நாளைக்கே நிச்சயதார்த்தம் செய்யலாம் வாருங்கள் என்று சொன்னால் சம்மதிப்பார்களா வருவார்களா என்ற சந்தேகம் தோன்றியது. ஏன் இத்தனை அவசரம் என்று கேட்டால் என்ன பதில் சொல்வது. எதற்கும் பேசிக்கலாம் முயற்சி செய்வோம் கடவுள் நல்ல வழி காட்டுவார்என்று நினைத்து வீடு திரும்பினார்.

வீட்டுக்குள் இவர் நுழையவும்டெலிஃபோன் மணி அடிக்கவும் சரியாக இருந்தது. போன் கடைக்குள் இருந்தது. வீட்டுக்குள்ளிருந்து கடைக்கு போகும் கதவைத்திறந்து வேகமாக போய் போனை எடுத்தார். எதிர்முனையில் மாப்பிள்ளை “மாமா நான் மூர்த்தி பேசுகிறேன். எப்படி இருக்கிறீர்கள் அத்தை, நித்தியா எல்லோரும் நலமா.”

அவனேஅழைத்ததை எண்ணி மனதிற்குள் மகிழ்ந்தவர் "இங்கே எல்லோரும் நலம். அங்கே எப்படி இருக்கிறீர்கள் வீட்டில் எல்லோரும் நலமா ?"

தொழில் எப்படி இருக்கிறது மழை உண்டா போன்ற சம்பிரதாய விஷயங்களை கேட்டறிந்த பின் "என்ன மாப்பிள்ளை இந்த நேரத்தில் கூப்பிட்டு இருக்கிறீர்கள்' என்று கேட்டார். "நாளை ஒரு விசேஷத்திற்காக குடும்பத்துடன் அருப்புக்கோட்டை வரவேண்டியுள்ளது. வேலை முடிந்தவுடன் உங்கள் வீட்டிற்கு வரலாம் என்று யோசிக்கிறோம். வரலாமா?" என்று கேட்டான். " என்ன மாப்பிள்ளை இப்படி கேட்டு விட்டீர்கள். நீங்கள் எப்போது வேண்டுமானாலும் வரலாம். நானே உங்களை கூப்பிடலாம் என்று நினைத்தேன். உங்களைப் பார்த்து ரொம்ப நாள ஆயிருச்சு இல்லையா".

" காலையில் விசேஷம் முடிந்தவுடன் கிளம்பி மதிய சாப்பாட்டிற்கு முன அங்கே வந்து விடுவோம்".

"நாங்கள் காத்திருக்கிறோம். யார் யாரெல்லாம் வருகிறீர்கள்".

" நானும் அம்மா அப்பா மட்டும்தான் வருகிறோம். நாளை சந்திக்கலாம்' என்று போனை வைத்தான்.

முருகனுடைய மனதில் புதிய திட்டம் உண்டானது அவர்கள் வருவதை பற்றி நித்யாவிடம் கூற வேண்டாம். கமலாவிடம் மட்டும் சொல்லி மதிய உணவை தயார் செய்ய சொல்லலாம். மாப்பிள்ளை மனப்போக்கை அறிந்து அதற்கு தகுந்தார்போல நிச்சயதார்த்தம் வைத்துக்கொள்ளலாம் என்றெல்லாம் திட்டம் போட தொடங்கினார். தன்னுடைய எண்ணத்தை வெற்றிகரமாக முடிக்க கடவுளை வேண்டிக்கொண்டார். நிம்மதியாக உறங்க போனார்.

அந்த ஞாயிற்றுக்கிழமை வழக்கம்போல் விடிந்தது. கண்விழித்த நித்தியா அவள் அறையை விட்டு வெளியே வந்தாள். சூரியன் தலைதூக்க தொடங்கியிருந்தது. அந்த நேரத்திலேயே வழக்கத்திற்கு மாறாகபரபரப்பாக அம்மா சமையலறையில் வேலை செய்து கொண்டிருந்தார். அப்பா கடையை திறக்காமல் திண்ணையில் அமர்ந்து பேப்பர் படித்துக் கொண்டிருந்தார்.யாரிடமும் ஒன்றும் பேசாமல நித்யா உள்ளே போய் காலைக்கடன்களை முடித்து குளித்துவிட்டு தன் அறைக்கு வந்தாள். வேறு உடை மாற்றிக் கொண்டாள். சமையலறைக்கு போனாள். ' அம்மா என்ன விசேஷம் காலையிலேயே சமையலறையில் பரபரப்பாய் வேலை செய்துவிட்டு இருக்க" என்றாள்.

முருகன் கூறியதை மறந்திருந்த கமலா "அதுவா இன்றைக்கு மாப்பிள்ளை வீட்டுக்காரங்க வர்றாங்க. மத்தியானம் அவர்களுக்கான விருந்துக்கு இப்பவே ரெடி பண்ணிக்கிட்டு இருக்கிறேன். நீ காலைல தோசைசாப்பிட்டுவிட்டு வேற எங்கேயும் போகாமல் இன்று எனக்கு சமையலறையில் உதவி செய்" என்றாள்.

நித்யாவுக்கு அப்பா ஏதோ மறைமுகமாக சில காரியங்களை செய்வது தெரிந்-தது. நேற்று இரவு தான் நம் காதல் விஷயத்தை பேசினோம்.அதற்குள் இவ்வளவு ரகசியமாக மாப்பிள்ளை வீட்டாரை அவசரமாக வரவழைக்கிறார் என்றால் இது ஏதோ பெரிய திட்டமாகத் தான் இருக்கும் என்று தோன்றியது.மேலும் விவரங்-களை தெரிந்துகொள்ள அப்படியே அம்மாவிடம் நைசாக பேச்சு கொடுத்தாள். “ அவர்கள் அன்றைக்கு மாதிரி சும்மா கோவிலுக்கு வருகிறவர்கள் தானே. அவர்-களுக்கு போய் ஏன்விருந்து ஏற்பாடு செய்கிறீர்கள். கல்யாணத்துக்கு முன் பெண் வீட்டில் அவர்கள் சாப்பிட மாட்டார்கள் என்பது தெரியாதா”.

“அந்த பழக்க வழக்கம் எல்லாம் வெளி இடத்தில் சம்பந்தம் செய்யும்போது சொல்றது. இவங்க நம்ம சொந்தகாரங்க . அதுவும் இல்லாமல் இன்றைக்கு தான் நிச்சயதார்த்தம் செய்யப்போகிறோமே”என்றாள்.

அப்பாவின் சதித்திட்டம் அப்பட்டமாய் தெரிந்து போனது. நேற்று இரவு என் மனதில் இருப்பதை அப்பாவிடம் சொன்ன பிறகு அப்பா அமைதியாக போனதை பார்த்தபோது நித்யாவிற்கு சற்று நம்பிக்கை இருந்தது.இன்று பகலில் தன்னிடம் பொறுமையாக பேசுவார்.அப்போது அவரிடம் சரவணனை பற்றியும் அவன் குடும்-பத்தை பற்றியும் சொல்லலாம். முடிந்தால் சரவணனை நேரில் அழைத்து வந்து சந்திக்க சொல்லலாம்.சரவணனோடுபேசினால் கண்டிப்பாக அவருக்கு பிடிக்கும். ஒத்துக் கொள்வார் என்று நினைத்தாள்.

ஆனால் முருகன் வேறு மாதிரி முடிவு எடுத்துவிட்டார். இனி அவர் முடிவு மாறாது. நாம்தான் வேறு வழிகளை யோசிக்க வேண்டும். எப்போதும் நேர்மறை-யாக சிந்திக்கும் எண்ணம் கொண்ட நித்யாவின் மனது அன்றுமுற்றிலும் மாறிப்-போயிருந்தது. தன்னை ஏமாற்ற பார்க்கும் தந்தையை பதிலுக்கு ஏமாற்ற வேண்டும் என்ற எண்ணம் தோன்றியது. அவருடைய ஒவ்வொரு செயலையும் யோசிக்கும்-போது இவள் மனமும் எதிர் முனையை நோக்கி போனது. மான அவமானங்களை பற்றி சிந்திக்காமல் முடிவெடுக்கும் தன்மைக்கு வந்தாள். அவர் போக்கிலேயே போய் ஏமாற்ற முடிவு செய்தாள்.

“நிச்சயதார்த்ததுக்கான துணி, மோதிரம் இதெல்லாம் வாங்கியாச்சா”.

“நல்லவேளை ஞாபகப்படுத்தின உன் அப்பாவிடம் அதை கேட்காமல் விட்டு-விட்டேன் “.

“முக்கியமானவிஷயத்தை மறந்துட்டு இந்த சமையல் வேலையை மட்டும் செய்கிறாயா” பொய்க் கோபம் காட்டினாள் மகள்.

“நித்யாகோவிச்சுக்காதடி கொஞ்ச நேரம் இங்கே நின்று தோசை சுடு. நான் அப்பாவிடம் பேசிவிட்டு வருகிறேன்” என்று அவள் கையில் கரண்டியை கொடுத்-துவிட்டு வெளியே திண்ணைக்கு போனாள். “ ஏங்க நிச்சயதார்த்தத்துக்கு துணி

நகை எல்லாம் வாங்கணும்''.

சத்தமாக கேட்டுக்கொண்டு வந்த மனைவியை முறைத்துப் பார்த்த முருகன் மெல்லிய குரலில் "ஏண்டி கத்துற நீ பேசறது அவளுக்கு கேட்க போகுது. ஏர்கனவே கோயில் திருவிழாவுக்காகபத்து நாளைக்கு முன்னாடியே வாங்கின துணி அப்படியே தான் இருக்கு. மோதிரம் மட்டும் வாங்கணும்.அது காலையில கடை திறக்கட்டும். கொஞ்ச நேரம் கழித்து நான் போய் வாங்கி வருகிறேன். அவளிடம் இதைப்பற்றி நீ ஒன்றும் சொல்லாதே''.

"அதெல்லாம் நான் சொல்ல மாட்டேன்.தோசை ரெடியா இருக்கு வந்து சாப்பிட்டு சீக்கிரம் போய் மோதிரம் வாங்கிட்டு வாருங்கள்''.

முருகன் உள்ளே வந்து சாப்பிட்டு உடைமாற்றிக்கொண்டு நகை கடைக்கு கிளம்பினார். அவர் போன சற்று நேரம் கழித்து சாப்பிட்டு புத்தகத்தை எடுத்துக்கொண்டு நூலகத்திற்கு கிளம்பினாள்நித்யா. " அம்மா நூலகத்திற்கு போய்விட்டு வருகிறேன்''.

" இன்றைக்கு நூலகத்திற்கு போகவேண்டாம் ". "அம்மா எப்போதும்போல் லேட் ஆகாமல் இந்த புத்தகத்தை கொடுத்து விட்டு ஒரு புத்தகம் வாங்கிக் கொண்டு பத்து நிமிடத்தில் வந்து விடுவேன்''. " உங்கப்பாவுக்கு தெரிஞ்சா என்னை சத்தம் போடுவார் ". "அப்பாவுக்கு தெரியாது. அப்பா வர்றதுக்குள்ள நான் வந்துடுவேன்'' என்று சொன்னவள் அம்மாவின் பதிலை எதிர்பார்க்காமல் தெருவில் இறங்கி நடந்தாள்.

நூலகத்தில் சரவணன் தவிப்புடன் காத்திருந்தான். தன்னுடைய வீட்டில் நித்யாவை பற்றிய தவறான கண்ணோட்டத்தை எப்படி போக்குவது, இது சம்பந்தமாக அவளிடம் எப்படி பேசுவது என்பதை நினைத்து நினைத்து குழம்பி போய் இருந்தான்.ஜன்னல் வழியே பார்த்தபோது நித்யா வருவது தெரிந்தது. நூலகத்தில் இருந்த நூலகர் வெளியே கிளம்பினார்.'' சரவணன் கொஞ்சம் பார்த்துக்கொள்ளுங்கள் வீட்டிற்கு போய்விட்டு சீக்கிரமாக வந்து விடுகிறேன்''. நித்யா உள்ளே நுழைந்தாள். நூலகத்தில் அப்போது சரவணன் தவிர யாருமே இல்லை. சரவணனை பார்த்ததும் ஓவென்று அழுதபடி ஓடி வந்து அவனை கட்டிப்பிடித்தாள். அவளை மெதுவாக அணைத்தபடி உள்ளறைக்கு புத்தக அலமாரிக்கு அருகில் கொண்டுபோய் நிறுத்தியவன் " நித்யா ஏன் அழுகிற என்ன ஆச்சு'' என்று கேட்டான். முதல் நாள் இரவு அவளுடைய வீட்டில் நடந்தவைகளையும் இன்று நடக்கும் ஏற்பாடுகளையும் அவனிடம் விவரித்தாள். அவள் கதையை கேட்டபின் இவன் தன் வீட்டில் நடந்ததை கூறாமல் நிறுத்திவிட்டான்நிறுத்திவிட்டார். " இப்ப என்ன செய்வது "என்று நித்யா அழுதவாறு கேட்டாள்.

சரவணன் மௌனமாக இருந்தான். அவனுடைய மௌனம் அவளுக்கு சற்று அதிர்ச்சியளித்தது. “ என்ன சரவணன் அமைதியாக இருக்கிறீர்கள் அன்று பேசும்போது தைரியமாக இரு. நான் பார்த்துக்கொள்கிறேன் என்று சொன்னீர்களே. இப்போது அந்த தைரியம் எங்கே போனது” என்று கேட்டாள்.

அவள் அவனுடைய தைரியம் போய்விட்டது என்று குத்திக் காட்டுவதை சகிக்க முடியாமல் “என் தைரியம் எங்கும் போகவில்லை. அன்றைக்கு சொன்னதுதான் இன்றைக்கும் எப்போது நீ பிரச்சனை என்று சொன்னாலும் அப்போது உன்னை என்னுடன் அழைத்துச்செல்ல தயாராக இருக்கிறேன். என்னுடன் வர நீ தயாரா” என்று கேட்டான்.

“நம்முடைய இந்த பிரச்சனையை பிறகு பார்க்கலாம் என்று தள்ளி வைக்கவோ அல்லது வேறு ஏதாவது செய்யலாமாஎன்று யோசிக்கக்கூட நேரமில்லை.இந்த பிரச்சனைக்கு என்ன தீர்வு என்பதை உடனேபார்க்கவேண்டும். வழி இல்லாவிட்டால் உங்களுடன் வருவதைத் தவிர வேறு மார்க்கம் இல்லை”.

நித்யா இவ்வாறு ஒரு இக்கட்டான நிலையில் வந்து நிற்பாள் என்பதை சரவணன் எதிர்பார்க்க வில்லை. இன்னும் சில மணி நேரத்திற்குள் இவர்களுடைய வாழ்க்கையே மாறிப்போகும் என்கிற நெருக்கடியான சூழ்நிலையில் இருந்தார்கள். யார் மூலமாவது நித்யாவின் அப்பாவிடம் பேசிப் பார்க்கலாம் என்ற நம்பிக்கையும் தகர்ந்து போயிருந்தது. சரவணன் வீட்டிலும் நிலைமை மோசமாக இருந்தது. இனி வேறு வழியில்லை ஊரை விட்டு ஓடிப் போக வேண்டியதுதான்என்று முடிவிற்கு வந்தார்கள்.

“நானும் பல்வேறு விஷயங்களை யோசித்து விட்டேன். இங்கிருந்து போவதை தவிர வேறு வழியில்லை. இந்த ஊரில் இல்லாமல் கொஞ்சநாள் வேறெங்காவது இருப்போம்.இரண்டு குடும்பத்திலும் கோபம் தணிந்த பின் திரும்பி வருவோம்” என்றான் சரவணன்.அதை அமைதியாக இருந்து ஆமோதித்தாள் நித்யா.

“இன்று மாலை ஏழு மணிக்கு மேல் ஊர்க்கூட்டம் நடைபெறும். அப்போது ஊரிலுள்ள பெரியவர்கள் அனைவரும் இந்த நூலகத்திற்கு அருகிலுள்ள ஆலமரத்தடியில் கூடியிருப்பார்கள்.கடைவீதியில்லோ பேருந்து நிற்கும் இடத்திலோ மக்கள் நடமாட்டம் இருக்காது. நம்மை யாரும் கண்டுகொள்ள மாட்டார்கள். அந்த சந்தர்ப்பத்தை பயன்படுத்தி வீட்டைவிட்டு போய் விடலாம். இரவு ஒன்பது மணிக்கு பஸ் ஸ்டாண்டுக்கு அருகிலுள்ள புளிய மரத்து அடியில் மறைவாக நில். நானும் வந்துவிடுகிறேன். கடைசி பஸ்ஸில் போய்விடலாம்” என்று தன்னுடைய திட்டத்தை கூறினான்.

சரவணன் கூறியதை கவனமாக கேட்டுக் கொண்டாள்நித்யா.அவளுக்கு அதை மறுப்பதற்க்கோ அல்லது வேறு வழியை பற்றி சிந்திக்கவோ முடியவில்லை.அவள் மனம் முழுவதும் அப்பாவை பழி வாங்க வேண்டி துடித்தது.காரணம் இல்லாம-

லேயே அவளுடைய அப்பா பார்த்த மாப்பிள்ளையின் மீது கோபம் வந்தது. நூலகர் வந்தாள் ஏதாவது பேசிக்கொண்டிருப்பார் நேரம் ஆகிவிடும் என நினைத்தவள் அவர்வருவதற்கு முன் கிளம்பினாள்.

அவள் சென்ற சில நிமிடங்களிலேயே நூலகர் வந்துவிட்டார். அவரிடம் சொல்லிவிட்டுசரவணனும் கிளம்பினான்.“வீட்டில் எந்த ஒரு பிரச்சனையும் செய்யாமல் அவர்களுடைய போக்கிலேயே அமைதியாக இருந்து நம் திட்டத்தை செயல்படுத்து அன்றாட தேவைக்கான சில உடைகளை மட்டும் எடுத்து வந்தால் போதும்” என்று சொல்லாமல் விட்டுவிட்டோமே என்று நினைத்தவன்சற்றுமுன் கிளம்பிய நித்தியா கண்ணில் படுகிறார்களா என்று தேடினான்.

அவள் தொலைவில் கோவிலுக்கு அருகில் போய்க் கொண்டிருப்பதை பார்த்தவுடன் வேகமாக அவள் பின்னாலேயே சென்றான். கோவிலுக்கு அருகில் போய் இடதுபுறமாக வீட்டிற்கு திரும்ப வேண்டியவள் அப்படி இல்லாமல் வலது பக்கம் உள்ள பாதையில் நடந்து கொண்டிருப்பதை பார்த்தான். ஏன் இவள் இந்தப் பாதையில் செல்கிறாள் என்பதை அறிய அவனுக்கு ஆவல் ஏற்பட்டது. அதனால் சத்தம் போட்டு அவளை கூப்பிடாமல் சற்று இடைவெளி விட்டு பின் தொடர்ந்து வந்தான். நித்யா நடந்து கொண்டிருந்த பாதை காலனி வீடுகள் இருக்கும் இடத்தை நோக்கி சென்றது. காலனி வீடுகளில் அவளுடைய தோட்டத்தை ஒட்டி இருந்த ஒரு வீட்டருகே போய் கதவை தட்டினாள்.சற்று நேரத்தில்உள்ளிருந்து வந்து கதவை திறந்தான் கணேசன்.

இதையெல்லாம் தொலைவிலிருந்து பார்த்தசரவணன்கடும் கோபத்தில் இருந்தாலும் அதை அடக்கி கொண்டு இன்னும் என்ன செய்கிறார்கள் என்பதை பார்ப்போம்என முடிவு செய்தான். நேற்று அப்பா சொன்னது உண்மைதானோ என்று நினைத்து கொண்டான். அவர்களை கையும் களவுமாக பிடிக்க வேண்டும் என்ற ஆத்திரம் பொங்கியது.

வெளியே வந்த கணேசன் “என்னநித்யா திடீர்னு இந்தப் பக்கம்”.

“உன்னிடம் ஒரு முக்கியமான விசயம் தனியாகபேச வேண்டும். ரொம்ப அவசரம் இப்போது இங்கே வைத்துபேச முடியுமா?”.

“உள்ளே அம்மா இருக்கிறார்கள். அதனால் இங்கு வைத்து பேச முடியாது. அதோ அங்கே உங்கள் தோட்டத்துக்கு அருகில் ஒரு சிமெண்ட் கல் இருக்கிறது. அங்கே போய் அமர்ந்து பேசலாம்” என்று கை நீட்டி காட்டினான். அவன முன்னே செல்ல அவள் பின் தொடர்ந்தாள்.அவர்கள் தோட்டத்திற்கு நுழையும் இடத்தில் ஒரு நீளமான சிமெண்ட் கல் போடப்பட்டிருந்தது. அதற்கு அருகில் வந்து பார்க்கும்போது ஒரு வயதான மூதாட்டி படுத்திருந்தார்.இனி எங்கேபோவது என்று பார்க்கையில்தோட்டத்தில் பம்புசெட்அறை திறந்திருந்தது.

“வா அங்கே போய் பேசலாம்” என்று தோட்டத்திற்குள் அழைத்தாள். “வேண்டாம் நான் அங்கு இருக்கும் போது உன் தந்தை வந்தால் பெரிய பிரச்சி-னையாகி விடும்”என்று மறுத்தான் கணேசன்.

“ அவர் ஒரு வேலையாக வெளியே போயிருக்கிறார். இன்று முழுவதும் இங்கே வர அவருக்கு நேரமில்லை. தைரியமாக வரலாம்” என்று அழைத்துச் சென்று அங்கிருந்த கயிற்றுக் கட்டிலில் அமரச் சொன்னாள்.இவர்கள் பேசுவது கேட்கவில்லை என்றாலும்இதையெல்லாம்தூரத்திலிருந்துபார்த்துக்கொண்டிருந்த சரவணன் “அடிப்பாவிநல்லவள் போல் நடித்து நம்மை ஏமாற்றிவிட்டாளே. இன்-னும்அவனுடன் அந்தப் பம்புசெட் அறையில் என்ன செய்கிறாள் என்பதை பார்ப்-போம்என்று தோட்டத்துக்கு வரும் காலனி பாதையில் நடந்து வந்தான். புதிதாக வரும் நபரை பார்த்தவுடன் அங்கிருந்த நாய்கள் குறைக்க துவங்கியது. இரண்டு மூன்று நாய்கள் குரைத்த படியே விரட்டியது.நாய்களிடம் இருந்து தப்பிக்கசரவ-ணன் திரும்பி ஓடினான். மெயின் ரோட்டில் போய் நின்றான். வேறு பாதை வழி-யாக போகலாமா என்று பார்த்தான். எப்படி போக வேண்டுமென்றாலும் காலனி வழியாகத்தான் பாதை இருக்கிறது வேறு பாதை இல்லை என்று அறிந்ததும்சரவ-ணன் பின்வாங்கினான்.

தான் பிறந்தஊரில்பட்டப்பகலில் இப்படி ஒருவனுடன் தைரியமாக பம்புசெட் தோட்டத்தில் தனித்து இருப்பவள் மதுரை போன்ற யாரும் அறியாத நகரத்தில் படிக்கும் போது என்னென்ன செய்திருப்பாள். இத்தனை நாளாக நம்மிடம் எவ்-வளவு நல்லவளாக நடித்து ஏமாற்றி விட்டாள். இதையெல்லாம் நினைக்கும் போது நேற்றைய சம்பவத்தை அப்பா பார்த்துவிட்டு வந்து சொன்னது நம்முடைய வாழ்க்கை திசைமாறி போவதில் இருந்து தடுத்து விட்டது என்று எண்ணி நிம்மதி பெருமூச்சு விட்டவாறே வீடு நோக்கி நடந்தான்.

“எங்கள் காதலில் பிரச்சனை இதுதான்” மொத்தத்தையும் சொல்லி முடித்-தாள்நித்யா.

அவர்களுடைய கதையை கேட்ட கணேசன் “ உங்களுடைய காதல் உண்மை-யானது எனில் ஒருவரை ஒருவர் பிரியாமல் இருக்க நீங்கள் எடுத்த இந்த முடிவு சரியானதுதான். இதில் நான் எந்த வகையில் உனக்கு உதவி செய்ய வேண்டும் “.

“நானும் சரவணனும் போகும்போது யாராவது தடுத்தால்நீ உதவிக்கு வரவேண்-டும். நாங்கள் இங்கிருந்து கிளம்புவதற்கு உதவி செய்தால் போதும்”.

“இவ்வளவு தானா. நீ தேடி வந்து சொன்னதை பார்க்கும்போது ஏதோ பெரிய அடிதடி வரும் என்று நினைத்தேன். இதெல்லாம் சாதாரண மேட்டர். இதை நான் பார்த்துக்கொள்கிறேன். பெரிய அளவில் அடிதடி பிரச்சனை வரும் என்று அறிந்-தால் முன்கூட்டியே சொல்.நம்முடைய தோழர்களையும் வரச் சொல்கிறேன். என்ன

ஆனாலும் நாம் பார்த்து கொள்ளலாம்''.

"அந்த அளவிற்கு அப்பா போக மாட்டார் என்று நினைக்கிறேன். மேலும்பி-ரச்சனைகள் பெரிதாக வரக்கூடாது நாங்கள் யார் கண்ணிலும் படக்கூடாது என்-பதற்காகத்தான் ஊர் கூட்டம் நடக்கும்போது கிளம்புகிறோம். நீ மட்டும் வந்து எங்களுக்கு பாதுகாப்பு கொடுத்தால் போதும். இரவு பேருந்து நிலையத்திற்கு வரு-வாயா''.

"கண்டிப்பாக நான் வருகிறேன். நீ இருக்கும் திசைக்கு எதிர்புறம் பஸ்ஸுக்கு காத்திருக்கும் பயணி போல நின்று உங்களை பார்த்துகொள்கிறேன்''.

அவனிடம் விடைபெற்றுக் கொண்டு வீட்டிற்கு வந்தாள். இன்னும் சமையல-றையில் அம்மா வேலை செய்துகொண்டிருந்தாள்.நித்யா வந்த சிறிது நேரத்தில் அப்பாவும் வந்தார். வாங்கி வந்திருந்த மோதிரத்தை நைசாக அம்மாவிடம் காட்-டினார் தன்னுடைய அறையில் இருந்தவாரே இதையெல்லாம் நித்யா கவனித்து கொண்டிருந்தாள். மதிய நேரத்தில் மாப்பிள்ளை வீட்டார் வந்து சேர்ந்தனர்.வந்த-வர்களை முருகன் விழுந்து விழுந்து கவனித்தார்.

மதியம் அனைவரும் ஒன்றாக அமர்ந்து சாப்பிட்டனர். சாப்பாட்டிற்கு பின் பெண்கள் அம்மாவோடு அமர்ந்து பேசிக்கொண்டிருந்தனர். ஆண்கள் வெளித் திண்ணையில் அமர்ந்துபேசிக்கொண்டு இருந்தனர்.இங்கே இருந்தால் எல்லோரும் மாறி மாறி ஏதாவது கேட்டுக் கொண்டே இருப்பார்கள் என்று நினைத்தநித்யா அவள் அறைக்கு போனாள் அப்போது அந்த சிறு பெண்ணும் அறைக்குள் வந்து "எனக்கு உறக்கம் வருகிறது. உங்களுடன் நானும் இந்த கட்டிலில் படுத்துக் கொள்ளட்டுமா?'' என்று கேட்டவாறு அவளுடன் வந்து படுத்து கொண்டாள். சற்று நேரத்தில் இருவரும் அப்படியே உறங்கி போனார்கள். எவ்வளவு நேரம் அப்படி உறங்கினாள் என்று அவளுக்கு தெரியவில்லை. கண்விழிக்கும் போது வெளியே ஹாலில் பெரியவர்கள் அனைவரும் உட்கார்ந்து பேசிக்கொண்டிருப்பது கேட்டது.

"நீங்கள் விரும்பினால்இன்று சாயங்காலம் வேண்டுமானால் மோதிரம் மாற்றி நிச்சயதார்த்தம் வைத்துக்கொள்ளலாம்'' என்றார் அப்பா.

" என்ன இப்படி திடீர்னு சொல்றீங்க. அதற்கு நல்ல நாள் பார்க்க வேண்டுமே நாங்க அதற்கு தயாராக வரலையே " மாப்பிள்ளை விட்டு பெரியவரின் குரல் கேட்டது.

"ஊர் திருவிழா பற்றி முடிவு செய்ய இன்று இரவு ஊர்க்கூட்டம் நடக்குது அது முடிவு பண்ணி நாளை கொடியேற்றம் ஆனால் அதன்பின் 21 நாள் கழித்து திருவிழா, தேரோட்டம் அப்படி இப்படின்னு ஒரு மாசம் போய்விடும். அதன்பின் ஒருநாள் நிச்சயதார்த்தம் வைத்து அதற்கு அடுத்து ஒரு மாதம் கழித்து திருமணம் என்றால் அதற்குள் லீவு முடிந்து கல்லூரி திறந்து விடும். அதனாலதான் சீக்கிரமா

நிச்சயதார்த்தம் நடத்திவிட்டு திருவிழா முடிந்தவுடன் திருமணம் செய்யலாம் என்று பிளான் பண்ணினோம். லீவு முடியும் முன் திருமணம் முடிந்தால் எல்லோருக்கும் சந்தோசம் தானே''.

''கல்லூரி படிப்பு விஷயத்தை நான் பார்த்து கொள்கிறேன் நித்தியா என்ன கோர்ஸ் படிக்க ஆசைப்பட்டாலும் சொல்லுங்கள். நாளைக்கே விண்ணப்பம் வாங்கி கொடுத்து விடுகிறேன். நீங்க அதை பூர்த்தி செய்து திரும்பவும் கொடுத்துவிட்டால் போதும். எங்களுக்கு சொந்த பந்தம் அதிகம். எங்களுக்கு இருப்பதும் ஒரே மகன் தான்.அவன் திருமணத்தை எந்த குறையும் இல்லாமல் நடத்த விரும்புகிறோம். எனவே திருவிழா முடிந்த பின் ஒரு நல்ல நாள் பார்த்து சொல்லுங்கள். அன்றைக்கு நிச்சயதார்த்தம் வைத்துக்கொள்ளலாம். ஒரு குறுகிய இடைவெளியில் நல்ல முகூர்த்த நாள் பார்த்து கல்யாணம் வெச்சுக்கலாம்''.மாப்பிள்ளையின் அம்மா கூறியதற்கு மறு அப்பீல் இல்லை என்பதுபோல் மாப்பிள்ளை வீட்டார் அமைதியாக இருந்தனர். அப்பாவின் முகத்தில் ஏமாற்றம் தோன்றியது.

''கமலா எல்லோருக்கும் காப்பி கொடு'' என்று முருகன் கூற அம்மா சமையலறைக்குள் போனாள். வெளியே இன்னும் அவர்களுடைய பேச்சு சத்தம் கேட்டது நித்யா குளியலறை சென்று முகம் கழுவி தலை வாரிக்கொண்டு ஹாலுக்கு வந்தாள்.மாப்பிள்ளை வீட்டாரை பார்த்தவுடன் புன்னகைத்தவாறு சமையலறைக்குள் போனாள். அதற்குள் அம்மா காப்பியும் பஜ்ஜி ரெடி பண்ணி இருந்தாள்.'' இந்த அதைக் கொண்டு போய் கொடு '' என்று ஒரு ட்ரேயில் பஜ்ஜி கொடுத்துவிட்டாள். காபி கப்புகளை ஒரு ட்ரேயில் வைத்து அம்மா கொண்டு வந்தாள். காபி குடிக்கும்போது மாப்பிள்ளையின் அம்மா ''எல்லோரும் சாயங்காலம் கோவிலுக்கு போய் வரலாமா'' என்று கேட்டாள். அதற்கு கமலா ''ஓ தாராளமாக போகலாம்'' என்றாள். உடனே மாப்பிள்ளையின் அப்பா '' கோயில்ல அர்ச்சகரிடம் சொல்லிபூ கட்டி போட்டு சாமிகிட்டஉத்தரவு கேட்கலாம்என்று நினைக்கிறேன். நீங்க என்ன சொல்கிறீர்கள்''.

''ஓ அதனால் என்ன தாராளமாக பார்க்கலாம்''.

''இதன் முடிவு எப்படி இருக்குன்னு பார்த்துவிட்டால்மேற்கொண்டு ஜாதகப் பொருத்தம் பார்க்கலாம்'' என்றார். மாப்பிள்ளை வீட்டார் திருமணத்தைப் பற்றி பேசியதால் மீண்டும் ஆர்வம் வந்த முருகன் ''எல்லோரும் போகலாம்'' என்று கிளம்ப தயாரானார்கள்.

மாப்பிள்ளையின் தங்கை உறங்கி கொண்டிருந்ததால் நித்யாவை அவளுக்கு காவல் வைத்துவிட்டு அனைவரும் கோவிலுக்கு போனார்கள். அவர்கள் போன சற்றுநேரம் கழுத்து வெளி கதவை தாழிட்டு வந்த நித்யா அவள் அறையில் இருந்த பீரோவை திறந்து சில நல்ல சுடிதார்களையும் சேலைகளையும் ஒரு

சிறிய பேக்கில் வைத்தாள். மறக்காமல் ஏடிஎம் கார்டையும் அவளுடைய சிறிய பரிசையும் எடுத்து வைத்துக்கொண்டாள். வீட்டின் பின் கதவை திறந்து குளி-யலறைக்கு அப்பால் சற்று தள்ளியிருந்த குடோன் போன்ற பெரிய அறைக்கு போனாள்.அவளுடைய தந்தை மளிகை கடைக்கு தேவையான பொருள்களை மொத்தமாக வாங்கி பத்திரப்படுத்த இந்த குடோனை பயன்படுத்தினார். தான கொண்டுவந்தபேக்கை அறையில் கொண்டுபோய் வைத்தாள்.

அந்த ஊரில் கடை வீதி அகலம் குறைவானதாக இருந்தது. அதனால கடைக்கு சரக்கு வாங்கும் போது பெரிய வாகனங்களில் கொண்டு வந்தால் இறக்-குவதற்கு வசதியாக வீட்டின் பின்புறம் அகலமான ரோடு இருந்தது. லாரியிலிருந்-துநேரடியாக குடவுனுக்குள் சரக்கு கொண்டு வருவதற்காக ஒரு கதவு இருந்தது. நித்யாகுடோனின் வெளிக்கதவை திறந்தாள். பாதை தெரிந்தது. அந்தப் பாதையில் நடந்தால் எளிதாக மெயின் ரோட்டிற்கு போக முடியும்.திரும்பவும் கதவை பூட்டி சாவியை எடுத்து பத்திரப்படுத்தி வைத்துக்கொண்டாள். எல்லாம் சரியாக இருக்கி-றதா என்று ஒரு முறைபார்த்தவள் எல்லாம் சரியாக இருப்பது அறிந்தபின்உறங்கிக கொண்டிருந்த அந்த சிறு பெண்ணை எழுப்பினாள்.

அவள் முகம் கழுவி வந்தவுடன் அவளுக்கு காபி போட்டு கொடுத்தாள் அந்தப் பெண் காப்பியும் பலகாரமும் கிடைத்தவுடன் ஹாலில் இருந்த டிவியைப் போட்டுக்கொண்டு அதன்முன் போய் அமர்ந்தாள். கோவிலுக்கு போனவர்கள் இருட்டும் போது திரும்பி வந்தனர்.வந்தவர்களின் முகம் மலர்ந்திருந்தது. உள்ளே நுழையும்போதே “ நித்யா“ என்றுஅழைத்துக்கொண்டு அந்த கமலா“ பூ கட்டி போட்டு பார்த்தோம். நல்ல பலன் கிடைத்தது. இனி ஒரு முறை ஜாதகம் பார்த்-தால் போதும். நாள் குறித்து விடலாம்” என்று சந்தோஷமாக கூறினாள்.

வீட்டினுள் இருந்த ஆண்கள் சற்று நேரம் பேசிக்கொண்டிருந்துவிட்டு “ஊர்க்-கூட்டம் என்று சொன்னீர்களே போகவில்லையா” என்று முருகனிடம் கேட்டார்-கள். “ஊர்க்கூட்டம் எட்டு மணிக்கு தான். மெதுவாக போகலாம்” என்று முருகன் சொல்ல “ வாங்க மாமாவீட்டில் சும்மா தானே இருக்கிறோம். ஒரு சுற்று அப்-படியே போய் வரலாம். கூட்டம் முடிந்தபின் நாங்களும் ஊருக்கு கிளம்புகிறோம்“ என்றுமாப்பிள்ளை அழைத்தான்.

அவர்களுக்குஅவர்களுக்கு ஊரை சுற்றிக்காட்ட முருகன் அழைத்துச் சென்-றார். மணி எட்டரை தாண்டியிருந்தது. டிவியில் ஓடிய திரைப்படத்தை அனை-வருடன் சேர்ந்து நித்யாவும் பார்த்துக்கொண்டிருந்தாள். மணி ஒன்பதை நெருங்-கும்போது மெதுவாக எழுந்து பின்பக்கம் போவதுபோல் போனாள். யாரும் பார்க்க-வில்லை என்பதை அறிந்தவுடன் வேகமாக சென்று குடோனில் மறைத்து வைத்-திருந்த பேக்கை எடுத்துக் கொண்டு கதவை திறந்து வெளியேவந்தாள். வெளியே வந்த உடன்அந்த பாதையில் யாராவது வருகிறார்களா என்பதை கவனித்-

தாள்.ஆள் நடமாட்டமே இல்லை என்பதை உறுதி செய்துகொண்டு கேட்டை திரும்பவும் இழுத்து அடைத்துவிட்டு இருட்டில் நடந்தாள். சற்று தூரத்தில் மெயின்ரோடு கண்ணில் பட்டது.

மதியத்திலிருந்து கட்டிலில் முடங்கி கிடந்தான் சரவணன். இருட்டத் தொடங்கும் போது எழுந்து வீட்டிற்கு வெளியே வந்தான். அவன் மனம் நிலைகொள்ளாமல் தடுமாறியது.ஒருபுறம் நித்யா அப்படிப்பட்டவள் இல்லை நல்லவள். நாம் தான் சரியாக புரிந்து கொள்ளவில்லை என்றது. இன்னொருபுறம் நாம்தான் நேரடியாக பார்த்தோமே அவளுடைய லீலைகளை என்றது. இன்றைய சம்பவத்தை நினைக்க நினைக்கஇப்படி நம்மை ஏமாற்றி விட்டாளே என்கிற ஆத்திரம் அவனுக்கு மேலோங்கி இருந்தது. நேரம் ஆக ஆக நித்யாவுடன் போகலாமா வேண்டாமா-என்ன செய்வது என்று முடிவெடுக்க முடியாமல் தடுமாறினான். கடைசியில் போக வேண்டாம் என தீர்மானித்தான்.

அவள் போய் அங்கு நின்று நம்மை காணாமல் ஏமாறட்டும். நம்மை ஏமாற்றியவளுக்குநாம் இப்படி ஏமாற்றுவது தான் சரியான பாடமாக இருக்கும் என்று தீர்மானித்தான். மணி எட்டுக்கு மேல் ஆனது. ஊரில் உள்ளவர்கள் எல்லாம் ஆலமரத்தடியில் குழுமியிருந்தனர். அவன் வீட்டில் இருந்தவாறே கடை வீதியை பார்த்தால் ஆள் நடமாட்டமே இல்லாமலிருந்தது.

நான் போகவில்லை என்றால் எனக்காக பேருந்து நிலையத்தில் காத்திருந்தவள் ஏமாந்து போய் வீட்டிற்கு திரும்ப வருவாள்.வீட்டைவிட்டு போகும்போது யார் கண்ணிலும் படாமல் தப்பித்தவறி திரும்ப வரும்போது கண்டிப்பாக மாட்டி கொள்வாள். அவளுடைய குடும்பத்தாரிடமும்இன்று வந்த மாப்பிள்ளை வீட்டாரிடமும் வசமாக மாட்டிக் கொள்வாள். அவள் செய்த காரியத்திற்கு வீட்டில் அடி பின்னி விடுவார்கள். என்னை ஏமாற்றிய அவளுக்கு நான் தரும் தண்டனை இதுதான். அவளுக்கு இது தேவைதான்.அவனுடைய மானம் கொடூரமாக சிந்தனை செய்தது.

சற்றுநேரம் காத்திருந்தவன் எட்டரை மணிக்கெல்லாம் மெதுவாக மெயின் ரோட்டை நோக்கி நடக்க துவங்கினான்.ஊர் கூட்டம் நடக்கும் இடத்தில் முருகனையும் மாப்பிள்ளை வீட்டாரையும் பார்த்தான். நித்யாவின் வீட்டை கடக்கும்போது உள்ளே பெண்கள் சத்தம் கேட்டது. அப்படியானால் நித்யா இன்னும் கிளம்பவில்லையோ என்று நினைத்தான். எதுவாயினும் சரிசிறிது நேரம் பேருந்து நிலையத்தில் மறைந்திருந்து பார்ப்போம்என்று மனதில் நினைத்துக்கொண்டான். அவள் என்ன செய்ய போகிறாள்எவ்வாறு அவமான பட போகிறாள் என்பதையும் பார்க்க ஆவல் எழுந்தது.

சரவணன் யாருக்கும் தெரியாமல் கோவிலுக்கு அருகே பூட்டியிருந்த இரண்டு கடைகளுக்கு இடையே இருந்த இடைவெளியில் இருந்த மறைவில் போய் நின்-

றான். இருட்டில் சுற்றிலும் யாராவது இருக்கிறார்களா என்று தேடிப் பார்த்-தான்.பக்கத்தில் யாரும் இல்லை. நித்யாவையும் இன்னும் காணவில்லை. தூரத்தில் எதிர்திசையில் பஸ் ஏற ஒருவன் காத்திருப்பதை பார்த்தான். அது கணேசன் என்-பதை அறிந்தவுடன் அதிர்ந்து போனான்.கணேசன் கையில் ஒரு பெரிய வைத்தி-ருந்தான். அவன் எப்போதும் வசூலுக்கு செல்லும்போது உண்டியல்கள் வைத்துக் கொண்டு போவதற்கு ஒரு பேக் வைத்திருப்பான். இன்றைக்கும் அதை கையில் வைத்திருந்தான். வந்த பேருந்தில் கணேசன் ஏறாமல் நின்று கொண்டிருப்பதைக் பார்த்தவுடன் சரவணனுக்கு சந்தேகம் வந்தது.

இருட்டில் மெதுவாக வந்து மெயின் ரோட்டில் சரவணன் சொன்ன மரத்தடியில் மறைவாக நின்றாள்நித்யா. சுற்றிலும் பார்த்தாள். யாரையும் காணவில்லை. எதிர்-திசையில் சற்றுத்தள்ளி பஸ்சுக்கு காத்திருப்பது போல் கணேசன் காத்திருந்தான். கடைசிபஸ் ஒன்பதே காலுக்கு வரும். மணி 9.10 ஆகிவிட்டது. என்ன செய்வது என்று தவித்துக் கொண்டிருந்தாள். சுற்றிலும் ஒரு ஆளும் இல்லை என்பதை உறுதி செய்த பின் மெதுவாகசாலையை கடந்து கணேசனிடம் போனாள்.

“ என்ன நித்யா இன்னும் சரவணனை காணோம்” என்று கேட்டான். “ அது-தான் எனக்கும் தெரியவில்லை. ஒன்பது மணிக்கே இங்கே வந்து நிற்கச் சொன்-னார்.கடைசி பேருந்துவருவதற்கான நேரம் ஆகிவிட்டது. ஆனால் இன்னும் சரவ-ணன்வராமல் இருக்கிறார்”.

“கொஞ்சம் பொறு. வீட்டில் ஏதும் பிரச்சனையோ என்னவோ. எப்படியும் சீக்-கிரம் வந்து விடுவார்”என்று அவளுக்கு ஆறுதல் கூறினான் கணேசன்.

இவர்கள் பேசிக்கொண்டிருக்கும்போதே கடைசி பஸ் வந்தது. இறங்கவோ ஏறவோ ஆள் இல்லாததால் பேருந்து நிற்காமல் சென்றது. நித்யாவிற்கு அழு-கையே வந்தது. சரவணனுக்கு வீட்டில் ஏதும் பிரச்சனை உண்டாகி இருக்குமோ நாம் ஓடிப்போவது தெரிந்து அவரை வீட்டில் அடைத்து வைத்து இருப்பார்களோ. அப்படி அவருக்கு பிரச்சனை ஏற்பட்டு அவரால் வர முடியாமல் போனால் நம்-முடைய நிலை என்ன.இனி நான் எங்கு செல்வது.சரவணனை நம்பி இப்படி நடு ரோட்டில் நிற்பதை கண்டு அவளுக்கு அழுகை பொத்துக்கொண்டு வந்தது. அவள் அழுகையை கவனித்த கணேசன் “ நித்யா கவலைப்படாதே. இன்னும் சற்று நேரம் பார்க்கலாம். சரவணன் வரவில்லை என்றால்நான் வீட்டுக்குப்போய் பைக்கை எடுத்து வருகிறேன். சரவணன் வீட்டிற்கு போய் அங்கு என்ன நிலவரம் என்பதை அறிந்துகொண்டு அவரையும் அழைத்து வருகிறேன். உன்னையும்அவ-ரையும் தேசிய நெடுஞ்சாலையில் கொண்டு போய் ஏதாவது ஒரு பஸ்ஸில் தூத்-துக்குடிக்குஏற்றி விடுகிறேன். கவலைப்படாதே”என்றான். அழுதுகொண்டிருந்தவ-ளின் கண்ணீரைத் துடைத்தான்.

இதையெல்லாம் தூரத்திலிருந்து பார்த்த சரவணனுக்கு அவர்கள் பேசியது காதில் விழவில்லை. இருட்டிலிருந்து பார்த்தவனுக்கு அவர்கள் கொஞ்சிக்கொண்டு இருப்பதை போல் தெரிந்தது. இருவர் கையிலும் பேக் இருப்பதை பார்த்தவுடன் அவன் மனதில் தவறான சிந்தனை உதித்தது. தான் இல்லாவிட்டாலும் நித்யா அவனுடன் ஓடிப்போக தயாராகிவிட்டாள் என்று தோன்றியது. அவனோடு ஓடிப்போகும் நாடகத்தில் தன்னை ஒரு பகடைக்காயாக நித்யா உபயோகித்து இருக்கிறாள் என்று நினைத்துக்கொண்டான். காலனி பையனோடு ஓடிப் போனால் ஏதேனும் பிரச்சனை ஏற்படுமோ என்று பயந்து போய் தன்னை இதில் இழுத்து விட்டு இருக்கிறாள் என நினைத்தான்.

அடப்பாவிகளா விளையாட்டு போட்டிகளில் தான் ஒரு வீரர் காயம் பட்டாலோ விளையாட முடியாத சூழ்நிலை ஏற்பட்டாலோஅவருக்கு பதில் மற்றொரு வீரரை பயன்படுத்துவார்கள்.ஆனால் இவள் மட்டும்தான் வாழ்க்கையிலும் ஒருவருக்கு பதில் இன்னொருவர் என்று இருவரை வளைத்து போட்டிருக்கிறாள்.அவனும் வந்திருக்கிறான் நான் இல்லாவிட்டாலும் அவர்கள் போக தீர்மானித்திருக்கிறார்கள்.

இப்போது இவர்கள் இருவரும்ஓடி போய்விட்டாள் நாம் நினைத்தபடி நித்யாவை மாட்டிவிட முடியாது. அவள் அவமானப்பட வேண்டும் என நான் நினைத்தது நடக்காமல் போய்விடும். என்னை வரச்சொல்லி ஏமாற்ற பார்த்தவளை சும்மா விடக்கூடாது என்று நினைத்தவன் ஊருக்குள் ஓடினான். ஊர்க்கூட்டம் நடந்து கொண்டிருந்த இடத்தில் நின்றுகொண்டிருந்த முருகனை பார்த்து போனான். அவரை தனியே அழைத்து வந்தவன் “சார் என் பெயர் சரவணன். இந்த தெருவுல தான் குடியிருக்கிறேன். உங்களிடம் உங்கள் மகளைப் பற்றி கொஞ்சம் தனியாகபேசவேண்டும்” என்று சொன்னான். மகளைப் பற்றி என்று சொன்னவுடன் அவனை சற்று தூரம் தனியாக அழைத்து வந்து முருகன் “என்ன தம்பி என்ன விஷயம்” என்றார். “ உங்கள் மகள் ஒரு பையனுடன் ஓடிப் போக பஸ் நிலையத்தில் காத்திருக்கிறாள். இப்போதுதான் பார்த்தேன். அவர்கள் போகும் முன் சீக்கிரம் போய் பிடியுங்கள்” என்று கூறினான். அதை கேட்டவுடன் ஆத்திரமடைந்த முருகன் விறுவிறுவென்று பஸ் நிலையம் நோக்கி நடக்கத் தொடங்கினார். அவர் வேகமாக போவதை பார்த்த மாப்பிள்ளை வீட்டார் அவரை பின் தொடர்ந்தனர். என்ன நடக்கிறது என்பதை பார்க்க சரவணனும் பின்தொடர்ந்தான்.

மணி ஒன்பதரை ஆகியிருந்தது. “ நித்யா நீ போய் சரவணன் கூறிய இடத்தில் பத்திரமாகநில். நான் வீட்டுக்குப் போய் பைக்கை எடுத்து வருகிறேன். அதுவரையிலும் சரவணன் வரவில்லை என்றால் அவர் வீட்டுக்கு போய் அழைத்து வருகிறேன். கவலைப்படாமல் அந்த இருட்டில் போய் யாருக்கும் தெரியாமல் நின்று கொள்” என்று அவளுக்கு ஆறுதல் கூறினான். நித்தியா அங்கிருந்து போய்

இருட்டில் மறைந்து கொள்ளும் வரை காத்திருந்தான். அவள் நிற்கும் இடத்தை தெரிந்து கொண்டு பின் மெதுவாக வீடு நோக்கி நடக்க தொடங்கினான்.

தூரத்தில் கணேசன் நடந்து போவது முருகனுக்கு தெரிந்தது. அவன் வீட்டுச்-குத்தான் போகிறான் என்பது தெரிந்தவுடன் கீழே கிடந்த ஒரு கம்பை எடுத்துக்-கொண்டு அவனை அடிக்க ஓடி வந்தார். இருட்டில் நடந்து வந்து கொண்டிருந்த கணேசன் புதர் மறைவில்குட்டி முயல்கள் பதுங்கி இருப்பதை பார்த்தான். சத்தம் செய்யாமல் மெதுவாக பிடிக்கப் போனான். இவனை பார்த்ததும் முயல் குட்டிகள துள்ளிக் குதித்து ஓடின. சற்று தள்ளி போய் நின்றது. அதை பிடிக்க மீண்டும அருகில்போனதும்ஐந்தாறு அடி தூரம் ஓடி நின்றன. கணேசன் அருகில் போனதும ஓடின. இவ்வாறு போய் போய் கிணற்றுக்கு பக்கத்தில் போய் நின்றது. கணேசனின் மனதில் மற்ற எல்லா சிந்தனைகளும் மறந்து போயின முயல்களை பிடிப்பதே முக்-கியமாக தோன்றியது. கையில் இருந்த பேக்கை சப்தம் எழுப்பாமல் கீழே வைத்-தவன் டார்ச்சை எடுத்து முயல்களின் முகத்தில் அடித்தான். அவை அசையா-மல் வெளிச்சம் வந்த இடத்தையேஅசையாமல் பார்த்துக்கொண்டிருக்க அவற்றை பிடிக்கமெதுவாக கிணற்றின் ஓரத்திற்கு வந்தான்.

அது ஏற்கனவே பராமரிக்கப்படாத ஒரு கிணறு. அதன் ஓரங்களில் எல்லாம் கொஞ்சம் அழுத்தம் ஏற்பட்டாலும் மண்சரிய காத்திருந்த பலவீனமான பகுதிகளாக இருந்தன. முயலை வேட்டையாடும் நோக்கில் இருந்தவன்கிணற்றின் ஓரம்தான் நிற்பதை பற்றி கவனிக்கவில்லை.

இருட்டில் கணேசன் தோட்டத்துப் பக்கம் போவதை பார்த்த முருகன் அவரை-யும் அறியாமல் “டேய்நில்லுடாஅங்கே” என்று பெருங்குரலெடுத்து கத்தி-னார்.அவருடைய சத்தத்திற்குதெருவில்படுத்து கிடந்த நாய்கள் எழுந்து குரைக்க துவங்கின. காலனி வீட்டில் இருந்த ஆட்கள் வெளிவந்து பார்த்தனர்.முருகன் கத்-திக்கொண்டு வருவதை பார்த்தஅவர்கள்“என்ன யாரது” என்று பதில் குரல் எழுப்-பினர்.

முயலை பிடிக்க குனிந்த கணேசன் பின்னால் திடீரென ஏதோ சத்தம் எழு-வதை கண்டு திடுக்கிட்டு திரும்பினான். அவன் கையிலிருந்த தான் வெளிச்சம் வேறு திசைக்கு திரும்பியவுடன் முயல்கள் அவன் கால்களுக்கு இடையே ஓடி தப்பித்தன. கால்களுக்கிடையே முயல் வரும்போது அவைகள் போகாமல் தடுக்-ககாலை நகர்த்தி வைத்தவனின் ஒரு கால் கிணற்றின் ஓரத்தில் இருந்தகுழி-யில்போய் செருகியது.நிலை தடுமாறி சாய்ந்தஅவன்கையால் பற்றிபிடிப்பதற்குஏ-தும்அகப்படாததால் நீரில்லாத அந்தக் கிணற்றுக்குள் விழுந்தான். உடல் சிதறி இறந்தான்.

வேகமாக கத்திக்கொண்டு போன முருகனை காரணம் தெரியாமலேயே மாப்-பிள்ளையும் அவருடைய அப்பாவும் பின்தொடர்ந்தனர். அவர்களை பின்

தொடர்ந்துவந்த சரவணன்மெயின் ரோடு வந்தவுடன் நின்றுவிட்டான். காலையில் நித்யாவை பின் தொடர்ந்து போனவனை காலனியைச் சேர்ந்த நாய்கள் விரட்டியது நினைவுக்கு வர பயந்து போனான்.மெயின் ரோட்டிலேயே நின்று அங்குஎன்ன நடக்கிறது என்று பார்ப்போம் என காத்திருந்தான்.

திடீரென அப்பாவின் குரலும் அவரைத் தொடர்ந்து சிலர் ஓடி வருவதையும் மறைவிலிருந்து பார்த்த நித்யா பயந்து போய் இன்னும் மறைவாக நின்றுகொண்டாள்.அவர்கள் அவளை கடந்து போகும்போது ஓடி வந்தவர்கள் யார் என்று அடையாளம் தெரிந்தது. மாப்பிள்ளையும் அவருடைய தந்தையும் அதைத்தொடர்ந்துவந்தது சரவணன்.“அது சரவணன் தானே. ஏன் இங்கு வராமல் எங்கோ ஓடிக் கொண்டிருக்கிறான். என்ன பிரச்சனை என்று அவனிடமே கேட்கலாம்” என்ற எண்ணம் வந்தது. வேறு யாரும் வருகிறார்களா என பார்த்து விட்டு வரவில்லை என்பதை உறுதி செய்துகொண்டு சரவணனுக்கு அருகில் சென்றாள்.

“ சரவணன்” என்று மெலிதாக குரல் எழுப்பினாள். இவளுடைய குரல் கேட்டு திரும்பியவன் “அடிப்பாவி இப்படி எத்தனை பேரை ஏமாற்ற கிளம்பி இருக்கிறாய். என் கூட பழகி கொண்டிருக்கும்போதே அந்த கணேசனையும் வர சொல்லி இருக்கிறாய் கேவலமாக இல்லையா உனக்கு “என்று கேட்டான் சரவணன். “இங்கு என்ன நடக்கிறது. ஏன் நீங்கள் சீக்கிரம் வராமல் என்னை தவிக்க விட்டீர்கள்.கொஞ்சம் புரியும் படி சொல்லுங்க”.

“ஆஹா உனக்கு ஒண்ணுமே தெரியாது பாரு. செய்வதெல்லாம் செய்துட்டு எப்படி இவ்வளவு தைரியமா என் முன்னாடி நின்று பேசுகிறாய்”

“நான் என்ன தவறு செய்தேன்.ஏன் இப்படி கோபமாய் பேசுகிறீர்கள்”.

“நீ செய்த தவறு என்னவென்று உனக்கு தெரியாதா. அந்த அசிங்கத்தை என்வாயால் சொல்லி கேட்கணுமா”

“பரவாயில்லை சொல்லுங்கள். நான் என்ன தவறு செய்தேன்”.

“உனக்கும் கணேசனுக்கும் ஏற்கனவே ரொம்ப நாளா பழக்கம் இருந்துச்சுன்னு எல்லோரும் சொன்னப்ப நான் நம்பல.எங்க அப்பா சொன்னதை கூட நம்பாதவன் நான். ஆனா இன்னைக்கு கண்கூடாக பார்த்தேன். நீயும் அவனும் தனியா தோட்டத்தில் பம்புசெட் ரூமில் என்ன செஞ்சீங்க என்று எனக்கு தெரியும். இல்லைன்னு சொல்லி என்னை ஏமாற்றாதே”

“தயவு செய்து நான் சொல்வதை கேளுங்கள். கணேசன் என் கூட பள்ளிக்கூடத்திலிருந்து ஒன்றாய் படித்தவன். அவனைப்பார்த்து மூன்று வருடம் ஆகிவிட்டது. இப்போ மூன்று நாட்களாய் தான் திரும்ப பார்த்தேன். அதுவும் பொதுவெளியில் கோவிலுக்கு போகும்போது பார்த்ததுதான். எங்க வீட்டுல நிறைய பிரச்சனை இருந்ததுனால நைட் நாம ஓடிப் போகும் போது ஏதேனும் பிரச்சனை வந்-

தால் சமாளிக்க கணேசன் மாதிரியான ஆட்கள் தேவைப்படுவார்கள் என்பதற்காக இன்று அவனிடம் உதவி கேட்க போனேன். நம்முடைய காதல் விஷயம் ரகசியமாக இருக்கட்டும் என்பதற்காக எங்களுடைய பம்புசெட் தோட்டத்தில் உட்கார்ந்து பேசினோம். இது தப்பா''.

''அப்படி உதவி கேட்க போறதை நீ என்னிடம் சொன்னியா. நீகாலையில் என்னிடம் சொல்லாமல் மறைந்து மறைந்து போனதை பார்க்கும்போதே நீ ஏதோ தப்பு பண்ண போற என்பதை உணர்ந்துகொண்டேன். உன்னை பின் தொடர்ந்து வந்து பார்த்தேன்.அப்போதுதான் உன்னுடைய உண்மையான குணம்எனக்குதெரிந்தது.இதற்குமேல் என் முன்னாடி நின்னு பேசி கோபத்தை கிள்ப்பாதே.ரோடு என்று பார்க்க மாட்டேன் அசிங்கமா திட்டி விடுவேன். இங்கிருந்து போயிரு ''என்றான்.

இனி இவனுடன் பேசி பயனில்லை என்பதை உணர்ந்த நித்யா பின்வாங்கினாள். சற்று தொலைவு நடந்து இருட்டில் ஒரு கடை வாசலில் அமர்ந்தாள்.தன்னை சுற்றிலும் என்ன நடந்து கொண்டிருக்கிறது என்பதை அவளால் உணர முடிந்தது. இதுநாள் வரை தன்னை காதலித்த சரவணனே தன்னைப்பற்றி அவதூராக பேசுவதை அவளால் பொறுத்துக் கொள்ள முடியவில்லை. யாராவது என்மேல் தவறாக சொல்லியிருந்தால் அதனால் அவனுக்கு என்மேல் ஏதாவது சந்தேகம் இருந்தால் என்னிடமே கேட்டிருக்கலாமே. தன்னை பின் தொடர்ந்து வந்து அவன் வேவு பார்த்திருக்கிறான் சரி அதையாவது முழுவதுமாக செய்திருக்கலாமே. பம்புசெட்டு தோட்டம் வரை வந்து அங்கு என்ன நடக்கிறது என்று பார்த்து இருக்கலாமே. எதையும் ஒழுங்காக முழுமையாக செய்ய தெரியாத முட்டாள் இப்போது என் வாழ்க்கையை மட்டும் முழுமையாக கெடுத்து விட்டான் என்று அவர்கள் பயங்கரமான கோபம் வந்தது.

கணேசனை விரட்டி போன முருகனும் மற்றவர்களும் வருகிறார்களா என காத்திருந்தவன் நெடுநேரமாக அவர்கள் வராததால் பொறுமையிழந்து வீட்டிற்கு திரும்பி போக முடிவு செய்தான். திரும்பி வீட்டிற்கு போகும் வழியில் இருட்டில் நித்தியா அமர்ந்திருப்பதை பார்த்தான். ஆத்திரம்குறையாதவனாய் சரவணன் அவளைக் கடந்து போகும்போது ''நீயெல்லாம் ஒரு பெண்ணாதூ'' என்று முகத்தில் துப்பினான். திரும்பிக்கூட பார்க்காமல் வீட்டுக்கு போனான். முகத்தில் பட்ட அவனுடைய எச்சிலை தன் சேலையால் துடைத்த நித்யா அவமானத்தில் கூனிக் குறுகி போயிருந்தாள். சற்றுநேரம் கடைவாசலில் அமர்ந்திருந்த நித்யா மெதுவாக என்ன செய்யலாம் என்று யோசித்தாள். இனி என்ன செய்வது வீட்டில் அப்பாவுக்கும் அம்மாவுக்கும் என்ன பதில் சொல்வது, வீட்டில் விருந்தினர் வந்திருக்கும்போது சரவணனை போன்ற ஒரு சந்தேக பிராணியை நம்பி வீட்டை விட்டுவெளிவந்தது எவ்வளவு பெரிய தவறு, இந்த விஷயம் வெளியே தெரிந்தால் எவ்வளவு பெரிய தலைகுனிவு இனி எப்படி வெளியே நடமாடுவது என்றெல்லாம் சிந்தித்-

தாள். எதற்கும் விடை கிடைக்கவில்லை.இனி இந்த நேரத்திற்கு மேல் எங்கும் செல்ல முடியாது என்று நினைத்தவள்இறுதியாக வருவது வரட்டும் என்று வீட்டிற்கு திரும்பினாள்.

வீட்டில் பெண்கள் மட்டுமே இருந்தனர். டிவியில் படம் ஓடிக்கொண்டிருந்தது. மகள் உள்ளே வருவதை பார்த்தவுடன் கமலா "நித்யா இவ்வளவு நேரம் எங்கே போயிருந்தாய். சாப்பாடு தயார் செய்து வைத்துவிட்டு எல்லோரும் உனக்காக காத்திருக்கிறோம்" நித்யா பதிலேதும் பேசாமல் அவள் அறைக்குள் சென்று கதவை அடைத்து தாழிட்டாள்.

கம்பை ஓங்கி கொண்டு ஓடி வந்த முருகன் கணேசனை நெருங்கிய போது கணேசன்தடுமாறி கிணற்றினுள் விழுந்து விட்டான்.அதை பார்த்த அதிர்ச்சியில் முருகன் அப்படியே நிற்க உடன் ஓடி வந்த மாப்பிள்ளையும் அவன் தந்தையும் இங்கே என்ன நடக்கிறது என்பது தெரியாமல் இருட்டில் அவருடன் நின்றனர். அதற்குள் காலனியில் இருந்தவர்கள் அவர்களை சுற்றி வளைத்தனர்." என்ன விஷயம் இங்கு என்ன நடக்கிறது" என்று அங்கிருந்தவர்கள் வந்து கேட்க ஆரம்பித்தனர்.

அவர்களுக்கு வாயைத் திறந்து பதில் சொல்ல முடியாத அளவிற்கு அதிர்ச்சியில் உறைந்து போய் நின்ற முருகன் கிணற்றை நோக்கி கையை காட்டினார்.கிணற்றில் எட்டி பார்த்தவர்கள் உள்ளே கணேசன் விழுந்து கிடப்பதை பார்த்தவுடன் ஆவேசம் ஆனார்கள். முருகன்தான் தள்ளிவிட்டார் என்று சில பேர் சொல்ல அருகிலிருந்து பார்த்த சிலபேர் இல்லை இருட்டில் அவனாகத்தான் விழுந்தான் என்று சொல்ல குழப்பத்தில் அந்த இடம் இரண்டு பட்டு போனது. கையிலிருந்த கம்பைகீழே போட்டுவிட்டு வீட்டுக்குப் போகலாம் என கணேசன் திரும்ப அங்கிருந்த சில இளைஞர்கள் ஆவேசமாகி "அப்படியெல்லாம் போக முடியாது. முதலில் கணேசனை காப்பாற்றுவோம். அதற்கு அப்புறம் இவர் வீட்டுக்கு போகட்டும்" என்று அவர்களை போக விடாமல் தடுத்தனர். மூவரையும் பிடித்து அந்த சிமெண்ட் பெஞ்சில் உட்கார வைத்தனர். அதற்குள் வீட்டிலிருந்து பெரிய பெரிய டார்ச் லைட்டுகள் எடுத்துவந்து கிணற்றில் அடித்து பார்த்தனர். உள்ளே அசைவற்று கணேசன் கிடந்தான்.மண் சரியும் அபாயம் இருப்பதால் இளைஞர்கள் கிணற்றினுள் இறங்கும் திட்டத்தை கைவிட்டனர். போலீசுக்கு தகவல் போனது. ஆலமரத்தடியில் கூடியிருந்தஊர் கூட்டத்தில் கலந்துகொண்டு இருந்தவர்களுக்கும் தகவல் தெரிய வர அனைவரும் சம்பவ இடத்திற்கு ஓடினர்.

முருகனும் மற்ற இருவரும் கைதிகளைப் போல் அங்கே உட்கார்ந்து வைக்கப்பட்டு இருப்பதை பார்த்த மேல தெருவை சேர்ந்த ஆண்கள் அவரை விடுவிக்க முயற்சித்தனர். காலனி இளைஞர்கள் அவர்களை உள்ளே நுழைய விடாதவாறு சுற்றி நின்றனர்.மேலத்தெருவில் இருந்து வந்தவர்கள் காலனி இளைஞர்களை

விலக்கிக் கொண்டு போய் முருகனை நெருங்க முயற்சித்தனர். அந்த இளைஞர்கள் தடுக்கமேலத்தெருவினர் அதிக ஆட்கள் இருந்ததால் காலனி இளைஞர்களை தள்ளிக்கொண்டு முருகனை நெருங்கினர்.

இன்னும் கொஞ்சம் நேரம் இப்படியே விட்டாள் முருகனை விடுவித்து விடுவார்கள் என்று நினைத்த காலனி இளைஞன் ஒருவன் ஓடிப்போய் வீட்டிலிருந்து ஒரு கத்தியை எடுத்து வந்தான். மற்றொரு கையிலிருந்த டார்ச்சை முருகன் முகத்தில் அடித்தவன் '' இங்கே யாராவது பிரச்சனை பண்ணினால் இவனை ஒரே குத்து தான்'' என்று கத்தியை ஓங்கினான். அதை பார்த்தபின் அங்கே பெரியதாய் தள்ளு முள்ளு உண்டானது.

பிரச்சனை பெரிதாவது பார்த்த காலனி பெரியவர்கள் சண்டை போட்ட இரு தரப்பையும்சமாதானப்படுத்தி"போலீஸ் வரட்டும்.விசாரணை செய்யட்டும். அதனபின்பார்த்துக் கொள்ளலாம். அதற்குள் முருகன் எங்கே போய்விட போகிறார். இப்போதைக்கு வீட்டிற்கு போகட்டும்'' என்று சொல்லி முருகனையும் மற்றவர்களையும்அனுப்பி வைத்தனர்

இருட்டில் திரும்பி வந்த கூட்டம் பிரச்சினைக்கு ஆளாளுக்கு ஒரு காரணம் கூறியது. யார் கேட்டாலும் முருகன் வாயைத் திறந்து பேசவில்லை.வீட்டிற்கு போகும் வழியில் என்ன பிரச்சனையாக இருக்கும் என்று ஓரளவு யூகித்த மாப்பிள்ளை வீட்டார் வீட்டுக்கு போனவுடன் "இந்த உறவே வேண்டாம்'' என்று கிளம்பினர்.

சற்று நேரம் திண்ணையில் அமர்ந்திருந்த முருகன் வீட்டினுள் வந்தார். " என்ன நடந்தது. ஏன் மாப்பிள்ளை வீட்டுகாரர்கள் கல்யாணம் வேண்டாம் என்று சொல்லிஉடனடியாக கிளம்பி செல்கிறார்கள்''என்று கமலா அவரிடம் கேட்டாள. அவர் எதற்கும் பதில் சொல்லவில்லை. சற்றுநேரம் அமைதியாக இருந்தவர் "நித்யா எங்கே'' என்றார். " அவள் அந்த ரூமில் இருக்கிறாள். இப்பவாவது என்ன விஷயம் சொல்லுங்கள். ஏதாவது பிரச்சனையா?'' என்று திரும்பவும் கேட்டாள்.

"நித்யா கதவைத் திற'' என்று கமலா கதவை தட்டினாள். வெகுநேரம் அமைதி மட்டுமே பதிலாய் கிடைத்தது. உள்ளே கட்டிலில் அமர்ந்து யோசித்துக்கொண்டிருந்த நித்யா கதவை திறப்போம் அம்மாவிடம் உண்மையை சொல்வோம் ஏற்றுக்கொண்டால் ஏற்றுக் கொள்ளட்டும் ஏற்றுக் கொள்ளவில்லை எனில் அம்மா வெளியே போய் படுத்து உறங்கும்போது இந்த அறையிலேயே தூக்கு மாட்டிக்கொண்டு தற்கொலை செய்துகொள்ளலாம். ஆனால் சாவதற்கு முன் யாரிடமாவது தன் பக்கம் நியாயம் உள்ளதுஎன்பதை சொல்ல வேண்டும் போல் தோன்றியது. மெதுவாக கதவைத் திறந்தாள். அப்பா ஒரு சேரில் அசந்து போய் உட்கார்ந்திருந்தார். கதவு திறக்கும் சத்தம் கேட்டவுடன் கமலா அந்த அறைக்குள் வந்தாள்.

கமலா உள்ளே வந்தவுடன் கதவை பூட்டிய நித்யா அம்மாவின் காலில் விழுந்-தாள். நடந்தவைகளை ஒரு வரி பிசகாமல் அப்படியே சொன்னாள்.சரவணனு-டன் இன்றைக்கு ஓடிப்போக திட்டமிட்டிருந்தது. கடைசியில் சரவணன் அப்பாவை அழைத்து வந்து விட்டு ஏதேதோ பேசியதையும் சொன்னாள்.

தான் இங்கு இருக்கும்போதேதனக்கு தெரியாமல் இப்படி ஒரு சம்பவம் நடந்ததையும்எதற்காக கணேசனை முருகன் விரட்டி போனார்என்பதுவும்புரியாமல் கமலாகுழம்பி போனார். தன் மகளின் முட்டாள்தனத்தால் ஒரே நாளில் இவ்வளவு நடந்து விட்டதா என்பதை அவளால் ஜீரணிக்க முடியவில்லை. சற்று நேரம் மகளை ஆதரவாக தோளைத் தட்டி முதுகை வருடி கொடுத்தவள் ‘‘இவ்வளவு நடந்திருக்கு இதை ஒரு நாளாவது என்னிடம் சொல்லணும் என்று உனக்கு தோன்றவில்லையா? நான் உன்னிடம் அவ்வளவு கண்டிப்புடனா நடந்து கொண்டி-ருக்கிறேன். என்னிடம் சொல்லியிருந்தால் இந்த மாப்பிள்ளை பார்க்கிற வேலையே வேண்டாம் என்று எப்பாடுபட்டாவது தடுத்து இருப்பேனே’’ என்று கூறி-னாள்.மகளுடைய அழுகை சற்று குறைந்த உடன் அடுப்படிக்கு சென்று ஒரு தட்டில் கொஞ்சம் சோறு கொண்டு வந்து ஊட்டி விட்டார்.’’ ரொம்ப களைப்பா இருந்தால்படுத்து உறங்கு. காலையில் பேசிக்கொள்ளலாம்’’ என்று படுக்கச் சொல்-லிவிட்டு திரும்பி போனாள்.

அம்மா அன்புடன் பேசியது அவளுக்கு ஆறுதலாக இருந்தது. இதேபோல் நாளைக்கு அப்பாவையும் பேசி சமாதானப்படுத்த வேண்டும்.கோபப்பட்டு அடித்தா-லும் வாங்கிக் கொள்ள வேண்டும்என நினைத்துக்கொண்டாள். ஆனால் அவளு-டைய காதல் விஷயம் ஊர் முழுவதும் பரவியதையோ கணேசன் கிணற்றில் விழுந்து இறந்ததையோ அவள் அறிந்திருக்கவில்லை.

‘‘கமலா நீஏன் அவளைதனியேவிட்டு விட்டு இங்கே வந்தாய். உடனே போய் நித்யாவுடன் படுத்துக்கொள். அவள் ஏதும் தவறான முடிவு எடுத்து விடாமல் பார்த்துக்கொள்’’ என்று முருகன் சொல்லியவுடன் தான் கமலாவுக்கு புத்தியில் உறைத்தது. இப்படி பெரும் சோதனைகளுக்கு உள்ளானவளை தனியாகவா விடு-வது என்று நினைத்தவள் உடனே போய் நித்யாவின் அறையில் அவளுடன் படுத்-துக்கொண்டாள்.

காலனி மக்கள் நின்றுகொண்டிருந்த இடத்திற்கு போலீஸ்ஜீப் வந்தது. ஜீப்பில் இருந்து இறங்கிய இன்ஸ்பெக்டரை எதிர்கொண்ட ஒருவர்‘‘வாங்க சார். நான்தான் போன் செய்தேன்.அதோ அந்த கிணற்றில் தான் விழுந்து கிடக்கிறான்’’ என்று கை காட்டினார்.

அவனை பின்தொடர்ந்த இன்ஸ்பெக்டர் கிணற்றின் அருகில் பத்திரமாக நின்-றுகொண்டு ‘‘உள்ளே லைட் அடிங்க’’ என்று கூறினார்.கையில் டார்ச் லைட் வைத்திருந்த அனைவரும் கிணற்றை சுற்றி நின்றுகிணற்றினுள் வெளிச்சம் காட்-

டினர். உள்ளேகணேசன்சிதறிகிடந்தான். அவன் உடலில் இருந்து ஏராளமான ரத்தம் வெளியேறி இருந்தது. பாதுகாப்பு உபகரணங்கள் இல்லாமல் யாரும் உள்ளே இறங்க வேண்டாம் என்று கூறிய இன்ஸ்பெக்டர் தீயணைப்புத் துறைக்கு தகவல் கொடுத்தார்.

சற்று நேரத்தில் வந்த தீயணைப்பு வீரர்கள் கிணற்றுள் இறங்கி கணேசனின் உடலை மேலே கொண்டு வந்தனர். கணேசன் உடல் பிரேத பரிசோதனைக்காக அரசு மருத்துவமனைக்குஅனுப்பி வைக்கப்பட்டது.

சம்பவம் நடந்ததை நேரில் பார்த்தவர்கள் விவரிக்க இன்ஸ்பெக்டர் உடன் வந்த கான்ஸ்டபிள் எழுதிக்கொண்டார். பெரும்பாலானவர்கள் அதை விபத்து என்றும் முருகன்அருகில் வருவதற்கு முன்பே கணேசன் உள்ளே விழுந்து விட்டான் என்று வாக்குமூலம் அளித்தனர். ஒன்றிரண்டு பேர் முருகன் அவனை நெருங்கி கட்டையால் அடிக்க முயற்சி செய்ததாகவும் அதற்கு பயந்துதான் உள்ளே விழுந்ததாகவும் புகார் செய்தனர். இந்தப் புகாரை விசாரிக்க வேண்டி முருகனை காவல் நிலையத்திற்கு அழைத்து வாருங்கள் என்று சொல்லி இரண்டு கான்ஸ்டபிள்களை அனுப்பினார் இன்ஸ்பெக்டர்.

அதிகாலையில் சூரியன் உதிக்கும் முன் சற்று இருளாக இருந்த போது-கான்ஸ்டபிள்கள் முருகன் வீட்டிற்கு சென்று கதவை தட்டினர். நீண்ட நேரமாகியும் யாரும் கதவைத் திறக்கவில்லை. பக்கத்து வீட்டில் இருந்தவர்கள் எல்லாம் வந்து எட்டிப் பார்த்தனர். பக்கவாட்டில் இருந்த நித்யாவின் அறை ஜன்னலை தட்டினர். நடு இரவு வரை உறங்காமல் அப்போதுதான் உறங்கிய நித்யாவும் கமலாவும் திடுக்கிட்டு எழுந்தனர். யார் இப்படி கதவை தட்டுவது என்று வெளியே வந்து பார்த்தனர். வேகமாக முன் வாசலுக்கு வந்து கதவைத் திறந்தனர்.

வெளியே இரண்டுகாவலர்கள் நிற்பதையும் அக்கம்பக்கத்தில் உள்ளவர்கள் சுற்றி நின்று வேடிக்கை பார்ப்பதையும் பார்த்து திடுக்கிட்டனர். “என்ன சார் ‘ என்று வெளியே நின்ற காவலரிடம் கேட்டனர். “முருகன் இருக்கிறாரா. இன்ஸ்பெக்டர் ஐயா அழைச்சிட்டு வரச் சொன்னாங்க” என்று பதில் வந்தது. “சார் எதற்காக கூப்பிடுகிறார்கள் என்று தெரிஞ்சுக்கலாமா”என்று கேட்டாள் நித்யா.

“வேறு ஒன்றுமில்லை நேற்றிரவு அந்த காலனியில் குடியிருக்கும் பையன்-கணேசன் கிணற்றில் விழுந்துவிட்டான். அது சம்பந்தமாக விசாரணை செய்ய வேண்டிகூப்பிட்டுவரச்சொன்னார். அவரை கொஞ்சம் சீக்கிரம் வரச் சொல்லுங்கள் அரை மணி நேரத்தில் திரும்பி வந்து விடலாம்” பக்குவமாக பேசினார் காவலர்.

“கொஞ்சம் இருங்க சார் கூப்பிட்டு வருகிறேன்” என்று முருகன் படுத்திருந்த அறைக்கு கமலா போனாள். லேசாக சாத்தியிருந்த கதவை தள்ளி திறந்தவள் “ஐயோ” என்று கத்தினாள்.

உள்ளேயிருந்து என்று அலறல் சத்தம் கேட்க நித்யாவும் கான்ஸ்டபிள்களும் உள்ளே ஓடினார்கள். உள்ளே அவர்கள் கண்ட காட்சி அனைவரையும் அதிர்ச்சி அடைய வைத்தது. முருகன் தூக்கில் பிணமாக தொங்கிக் கொண்டிருந்தார். கமலா தரையில் மயங்கி விழுந்திருந்தாள்.

இது எல்லாம் பார்த்த நித்யாவிற்கு பைத்தியம் பிடித்தது போல் ஆயிற்று .அந்த ஒரே நாளில்அனைத்தையும் இழந்து அனாதை போல் நிற்பதாய் உணர்ந்-தாள்.இதுவரை தன் விருப்பத்தை எல்லாம் பூர்த்தி செய்து செல்லமாய் வளர்த்-ததந்தைஇதோ தூக்கில் தொங்கி கொண்டு இருக்கிறார்.நான் இப்படியெல்லாம் ஏமாற்றியும் பெருத்த அவமானத்தை தேடித் தந்தும் நேற்றிரவு கூட குழந்தைக்கு சோறு ஊட்டுவது போல் என்னை ஊட்டி வளர்த்த அன்பு தாய் மயங்கி கிடக்-கிறாள்.உதவி என்று கேட்டு போனவுடன் எதுவும் செய்கிறேன் என்று அன்பு-டன் கூறிய நண்பனும் இறந்து போய்விட்டான். திருமணம் செய்து கொள்ள வந்த உறவினரும் விலகிபோய்விட்டார் .இதெல்லாம் என் ஒருத்தியால் தானே என்று நினைத்தவள் தலைசுற்றியது. மயங்கி கீழே விழுந்தாள்.

கதையை கூறி முடித்தாள் கல்யாணி. சரிதாவின் கண்களில் அவளை அறி-யாமலேயே கண்ணீர் வழிந்துகொண்டிருந்தது. கிட்டத்தட்ட கல்யாணியின் நிலை-யும் அதேதான். இருவரும் நீண்ட நேரம் அமைதியாக இருந்தனர்.

“வாழ்க்கை எவ்வளவு கொடுமையானது அக்கா. ஒரு பெண் ஒரே நாளில் எல்லா உறவுகளையும் இழப்பது என்பது எவ்வளவு கொடுமையானது. அதற்கு அவளும் சேர்ந்து இறந்து போய் இருந்தால் கூட பரவாயில்லை”.

“உண்மை தான். ஆனால் அந்த கொடுப்பினையும் அவளுக்கு கிடைக்-கவில்லை. அவள் அம்மா உயிரோடு இருந்தாள் அவளை பார்த்துக்கொள்ள வேண்டிய பொறுப்பு அவள் தலையில் விழுந்தது. சரி இந்த கதை முடிந்தவுடன் உன்னிடம் கேள்வி கேட்பேன் என்று சொல்லி இருந்தேனே கேட்கட்டுமா”.

“ஓ தாராளமாக கேளுங்கள்”.

“இதில் வரும் நித்யாவின் நிலையை விட உன் நிலைமை எந்த அளவுக்கு மோசமாக இருக்கிறது. உங்கள் இருவரில் யாருடைய வாழ்க்கை மோசமாக அமைந்திருக்கிறது. இருவரையும் ஒப்பிட்டு பார்த்து பதில் சொல்”.

சற்று நேரம் அமைதியாக இருந்த சரிதா “ சத்தியமாகசொல்கிறேன் நித்யா-வுடன் ஒப்பிட்டு பார்க்கும்போது நான் எவ்வளவோ பாக்கியசாலி. யார் செய்த புண்ணியமோ எங்கள் குடும்பத்தில் என்னுடைய தவறான நடத்தையினால் நான் யாரையும் இழக்கவில்லை. நான் உடலளவில் கெட்டுப் போய் இருந்தாலும் என்னை அவமானபடுத்துபவர்கள் இங்கு யாருமில்லை.என் கண்முன் எந்த கெட்ட சம்பவங்களும் நடைபெறவில்லை. அதனால் நித்யாவின் நிலை தான்பாவமாய் இருக்கிறது”.

“வெரி குட் மிகச்சரியாக சொன்னாய். இனி அடுத்த கேள்வி அப்படி உன்னைவிட பாவப்பட்ட நிலையில் இருக்கும் நித்யா உயிரோடு இருக்கும்போது தைரியமாக இந்த ஊரைச்சுற்றி நடக்கும்போது நீ ஏன் வெளிவர தயங்க வேண்டும்”.

“சாரி அக்கா நித்யாவின் கதையை கேட்கும் வரை இந்த ஊரிலேயே நான்தான் பாவப்பட்டவள். பல்வேறு அவமானங்களுக்கு ஆளானவர்கள் என்றெல்லாம் நினைத்துக் கொண்டிருந்தேன். ஆனால் இந்த கதையை கேட்ட பிறகுதான் என்னைவிட பாவப்பட்டவர்கள் நிறைந்ததுதான் இந்த உலகம் என்பதை தெரிந்து கொண்டேன். எனக்கும் ஒரு விண்ணப்ப படிவம் கொடுங்கள். நாளை பூர்த்தி செய்துகொண்டு வருகிறேன்” என்று மகிழ்ச்சியுடன் விண்ணப்பத்தை வாங்கிக்கொண்டாள். யாருடைய துணையுமின்றி வீட்டிற்கு திரும்பினாள்.

8

அலுவலகத்திற்கு வந்த கிருஷ்ணாவிற்கு அன்றைய நாளின் நிகழ்ச்சி குறிப்புகள் பட்டியலை உதவியாளர் கொண்டு வந்து கொடுத்தார். காலை நேரத்திலேமுடிக்கவேண்டிய கோப்புகளை கையெழுத்திட்டு முடித்துக் கொடுத்தார். அன்றைய வேலைகளை பரபரப்புடன் செய்து முடித்தார். முக்கிய அலுவல்கள் முடிந்தவுடன் உதவியாளரை அழைத்து " பிஆர்ஓ இருந்தால் அழைத்து வாருங்கள்" என்றார்.

சற்று நேரத்தில் பிஆர்ஓ வந்தவுடன் "முத்து சார் உங்களுக்கு சொந்த ஊர் திருச்சுழி பக்கம் தானே. தினசரி அங்கிருந்து தானே வேலைக்கு வருகிறார்கள்" என்று கேட்டான். " ஆமாம் சார் இங்க இருந்து பக்கத்தில்தான். அதனால் பைக்கில் தினமும் போய் வந்து விடுவேன்"."ஓ அப்படியா. அப்படியானால் உங்களிடம் சற்று நேரம் தனியாக பேச வேண்டும். இப்போது உங்களுக்கு வேறொன்றும் அவசரவேலை இல்லையே" என்று கேட்டார். " இல்லை சார். இன்று மாலை கோவில் விவகாரம் சம்பந்தமாக அனைத்துக்கட்சி கூட்டம் இருக்கிறது. அதுவரை எனக்கு முக்கிய வேலைகள் ஏதும் இல்லை".

"அந்த கோவில் விவகாரம் குறித்து பேசுவதற்காக தான் உங்களை அழைத்தேன்.எனக்கும் திருச்சுழி தான் சொந்த ஊர் என்றாலும் இருபது வருடங்களுக்கு முன்பாகவே அங்கிருந்து வெளியூர் சென்று விட்டோம். அதனால் கோவில் பிரச்சனை சம்பந்தமானஉண்மையான விபரங்கள் எனக்கு தெரியாது. அரசாங்க கோப்புகளில் இருக்கும் விவரங்களை மட்டும் நம்பி ஏதும் நடவடிக்கை எடுக்க முடியாது. அதனால்இந்த பிரச்சனை எவ்வாறு உண்டாகியது என்பதை சற்று விளக்கமாக சொல்ல முடியுமா".

"சார் அது ஒரு சாதாரண காதல் விஷயம்" என்றவர் நித்யாவின் காதல் கதையை எடுத்துக் கூறினார்.

"நீங்கள் சொல்வது உண்மையா. அல்லது பிறர் கூற கேட்டதா".

"கணேசன் மரணம் சம்பந்தமான பிரச்சனையை விசாரித்த போலீஸ் நித்யா, சரவணன், கணேசன் உடைய நண்பர்கள், நூலகர் என்று அனைவரையும் விசாரித்தபோது அவர்கள் ஒவ்வொருவரும் தனித்தனியாககொடுத்த வாக்குமூலத்தின்

அடிப்படையில் சொல்கிறேன்.இங்கு ஒவ்வொரு ஆண்டும் கோவில் திருவிழா சம்பந்தமாக அனைத்து கட்சி கூட்டம் நடத்தும் போதும் அப்போது இங்கு பதவியிலிருக்கும் மாவட்ட ஆட்சித் தலைவர்கள் இந்தப்பிரச்சினையை பற்றி என்னிடம் கேட்பார்கள். அதற்கு ஆதாரத்துடன் விளக்கம் கொடுக்க வேண்டியிருக்கும் என்பதால் இவர்களுடைய வாக்குமூலங்களை நான் பலமுறை படித்திருக்கிறேன். நித்யாவின் தந்தை முருகனின் ஒரு தவறான புரிதல் இவ்வளவு பிரச்சனைகளுக்கும் காரணமாக அமைந்துவிட்டது''.

"அப்படி அவர் எந்த விஷயத்தை தவறாக புரிந்து கொண்டார்''.

"கிணற்றில் நீர் எடுப்பது சம்பந்தமாக அவருக்கும் கணேசனுக்கும் ஏற்கனவே தகராறு இருந்தது. அதனாலேயே கணேசனை அவருக்கு பிடிக்காமல் போனது. நித்யா கணேசனை காதலிப்பதாக கடைசி நிமிடம் வரை நம்பினார். நித்யாவும் கடைசிவரை தான் காதலிப்பது சரவணனை என்று அவரிடம் விளக்கமாக கூறவில்லை. அப்படி கூறியிருந்தால் சரவணனை கண்டிப்பாக முருகன் ஏற்றுக் கொண்டிருப்பார் இந்த பிரச்சனை வந்திருக்காது''.

"சரி இந்த காதல் விவகாரத்திற்கும் கோவில் திருவிழாவிற்கு என்ன சம்பந்தம்''.

"ஒரு சம்பந்தமும் இல்லாத இந்த விஷயத்தில் தேவையில்லாமல் எல்லோரும் உள்ளே புகுந்து ஊர் பிரச்சனை ஆக்கினர். அது ஜாதிக்கலவரம் வரை நீண்டது''.

"எனக்கு புரியவில்லை. சற்று தெளிவாக சொல்லுங்கள். கணேசன் இறந்த பிறகு என்ன நடந்தது''.

கணேசன் பிணத்தை கிணற்றிலிருந்து மீட்கும் வரை முருகன் அங்கேயே இருக்க வேண்டும் என்று காலனி ஆட்கள் உட்கார வைத்தனர். அவர்களிடமிருந்து முருகனை மீட்டு அழைத்துச் செல்ல வேண்டும் என்று மேலத்தெரு வினர் களத்தில் இறங்கினர். தள்ளுமுள்ளு ஏற்பட்டது. அப்போது காலனி இளைஞனொருவன் கத்தியை காட்டி அவர்களை மிரட்டினான்.இது மேலத்தெரு காரர்களுக்கு ஆத்திரத்தை உண்டு பண்ணியது. மறுநாள்முருகனின் உடல் தகனம் செய்யும் போது மறுபடியும் கூட்டம் போட்டவர்கள் தாங்கள் யாரென காலனி ஆட்களுக்கு காட்ட வேண்டும் என தீர்மானம் போட்டனர்.

கணேசனின் உடல் பிரேத பரிசோதனை முடிந்து விருதுநகர் மாவட்ட மருத்துவமனையிலிருந்து கொண்டுவரப்பட்டபோது அதை ஒரு பெரிய ஊர்வலமாக நடத்த வேண்டும் என்று திடீரென்று முளைத்த சில ஜாதி கட்சி தலைவர்கள் விரும்பினர். அதற்கான ஏற்பாடுகளையும் செய்தனர். ஊர்வலத்தில் ஏராளமான வாகனங்களில் ஆட்கள் வந்தனர்.ஆம்புலன்ஸ்வண்டியில் வந்து கொண்டிருந்த கணேசனின் உடலை ஊருக்குள் வரும் வழியில் கோவிலுக்கு முன்பாக மெயின் ரோட்டில் ஆம்புலன்சை நிறுத்தி அங்கிருந்து கணேசனின் உடலை சுமந்து சென்றனர்.

இறுதி ஊர்வலத்தில் ஆயிரக்கணக்கானோர் கலந்து கொண்டனர். அவர்கள் கணேசனை வாழ்த்தி கோஷமிட்டனர். கூட்டத்தில் ஒரு பகுதியினர் மேலத்தெரு-வில் குடியிருந்தவர்களின் ஜாதி பெயரை குறிப்பிட்டு “ ஆதிக்க ஜாதி வெறி ஒழிக “ என்று கத்த துவங்கினர். இதை எதிர்க்க மேலத்தெரு வினர் ஒன்றுகூடினர். அங்கே மோதல் ஏற்படக்கூடிய சூழல் உருவானது. இதுபோல் ஏதாவது அசம்பா-விதங்கள் நடைபெறக்கூடும் என யூகித்து இருந்த மாவட்ட காவல்துறை கண்கா-ணிப்பாளர் அதிகப்படியான காவலர்களை அங்கு குவித்து இருந்ததால் அவர்கள் பெரிய அளவில் மோதல் நிகழாமல் தடுத்து விட்டனர்.போலீஸ் பாதுகாப்புடன்-அங்கிருந்து கணேசனின் உடலை தோளில் சுமந்தவாறு மயானத்திற்கு கொண்டு சென்றனர். இது மேலத்தெரு வாசிகளுக்கு மேலும் ஆத்திரத்தை உண்டு பண்ணி-யது.

இந்த பரபரப்பான சூழ்நிலை காரணமாக அந்த ஆண்டு கோவில் திருவிழா-வில் நடத்த வேண்டாம் என கோவில் நிர்வாகம் முடிவு செய்தது.

இப்படி புகைந்து கொண்டிருந்த பிரச்சனையை ஒரு ஜாதி தலைவரின் செயல் பெரிதாக பற்றி எரிய செய்தது. திடீரென்று ஒரு நாள் சில நூறு பெயர்களுடன் ஒன்றுகூடிய அந்த ஜாதி தலைவர் கோவிலுக்கு முன் பேருந்து நிலையத்திற்கு அருகில் கணேசனின் உருவப்படத்துடன் கூடிய ஒரு ஜாதி சங்கத்தின் பெயர் பலகையை திறந்து வைத்தார்.

அவை பொறுத்துக் கொள்ள முடியாத மேல தெருவை சேர்ந்த சிலர் இரவு நேரத்தில் அந்த பெயர் பலகையை பிடுங்கி எறிந்தனர். மறுநாள் காலை பேருந்து நிலையத்திற்கு வந்த காலனி இளைஞர்கள் பெயர் பலகை சிதைந்து கிடப்பதை பார்த்தவுடன் ஆவேசம் ஆனார்கள். அடாவடி செய்யும் சில மேலத்தெருஇளை-ஞர்கள்மீதுசந்தேகம்கொண்டனர். சந்தர்ப்பத்திற்கு காத்திருந்தனர். ஒருநாள் இரவு அந்த இளைஞர்கள் தனியாக சிக்க அவர்களை சராமரியாக தாக்கினார்கள்.இவ்-வாறு தொடங்கிய சிறுசிறு தாக்குதல் சம்பவங்கள்அதிகரிக்க தொடங்கியது.

இவ்வாறு தொடர்ந்து கொண்டிருந்த சின்ன சின்ன மோதல்கள் அடுத்த வருட கோவில் திருவிழாவின் போது பெரிதாக வெடித்தது. அந்த வருட திருவிழாவுக்காக போடப்பட்ட ஊர் கூட்டத்தில் உள்ளூர் காலனி ஆட்களுடன் நிறைய வெளியூர் ஆட்களும் சேர்ந்து வந்திருந்தனர். அவர்கள் அந்த ஜாதி சங்க தலைவரை போல் செயல்பட்ட நபருடன் நின்றுகொண்டிருந்தனர். கோவில் திருவிழாவை பற்றி பேச்சு ஆரம்பித்தவுடன் அந்த தலைவர் “இந்த முறை தேரோட்டத்தின்போது தேர் வரும் பாதை மாற்றியமைக்க வேண்டும். கோவிலின் முன்பகுதியில் துவங்கும் தேரோட்-டம் வடக்கு பகுதியில் இருக்கும் காலனி வழியாக வந்து பின் பழையது போல் தேரோடும் வீதியில் சுற்றிவர வேண்டும்” என்கிற புதிய கோரிக்கையை ஊர் மக்-களுக்கு முன் சொன்னார். அதற்கு மேலத்தெரு ஆட்கள் எதிர்ப்பு தெரிவித்தனர்

மேலும் வெளியூர் ஆட்கள் கூட்டத்தில் இருந்து வெளியேற வேண்டும் என்று எதிர் கூச்சலிட்டனர் அங்கே கூச்சலும் குழப்பமும் ஏற்பட்டது ஊர்க்கூட்டம் பாதி-யிலேயே நிறுத்தப்பட்டது.

எப்போதும் கோவிலில் திருவிழா தொடங்குவதை ஊருக்கு தெரிவிக்க முதல் நிகழ்ச்சியாககோவிலில் கொடியேற்றம் நடத்தப்படும். அன்றும் காலையில் நல்ல நேரம் பார்த்து கொடி ஏற்றும் நிகழ்ச்சி நடந்தது. மாலையில் உற்சவர் பவனி வரும் நேரத்திற்காக காத்திருந்த வெளியூர் நபர்கள் ஊர்வலத்தை கட்டாயப்படுத்தி திசை திருப்பினர். காலனி வழியாக போய் சுற்றிவர வைத்தனர். உற்சவர் ஊர்வலத்தில் பல்லாக்கை தூக்கியவர்களையும் அர்ச்சகரையும் தவிர ஐந்தாறு பேர் மட்டுமேஇ-ருந்ததால் ஊர்வலம் அவர்கள் சொல்லியபடி திசை மாறியது.எப்போதும் இல்லாமல் அன்று உற்சவர் ஊர்வலம் தங்கள் பகுதிக்குள் வந்ததால் காலனி மக்கள் செய்வ-தறியாது திகைத்தனர். சந்தோஷப்பட்டனர். ஊர்வலத்தின் முன்பாக பயபக்தியுடன் கடவுளை தரையில் விழுந்து வணங்கினர்.காலனி பகுதியை சுற்றிவிட்டு எப்போ-தும்போல் மேலத்தெருவை சுற்றி உற்சவர் ஊர்வலம் கோவிலை அடைந்தது.

இதை அறிந்த மேலத்தெருவினர் கோவிலில் கூடினர். உற்சவர் சிலையை ஒரு சாக்குப்பையில் போட்டு கட்டி கோவிலின் பண்டக அறைக்குள் வைத்துப் பூட்டி-னர்.காலனி பகுதிக்குள் கொண்டு போய்வந்தஇந்தஉற்சவர் சிலையைக் கொண்டு இனிமேல்ஊர்வலம் சுற்ற வேண்டாம்.புதியது செய்யலாம் அதுவரை உற்சவர் பவனியை நடத்த வேண்டாம் என முடிவு செய்தனர்.அந்த கோவில் நிர்வாகம் இந்து சமய அறநிலைத்துறை கீழ் இருந்தது என்றாலும் அவர்கள் எந்த முடிவும் எடுக்க முடியாமல் அமைதியாக இருந்தனர்.

மறுநாள் மாலை உற்சவர் பவனிஇன்றும்நம் வீட்டின் வழியாக வரும் என்று நினைத்து அதை வரவேற்கபூ, பழம், வெற்றிலை பாக்கு போன்றவற்றை வாங்கி வைத்துகாத்திருந்த காலனி மக்கள் வெகுநேரமாகியும் சாமி ஊர்வலம் வராததை கண்டு அதிர்ச்சி அடைந்தனர். கோவிலில் போய் காரணத்தை கேட்டபோது முதல்நாள் நடந்த சம்பவங்களை அறிந்து கொண்டனர். உடனே அங்கிருந்தவர்கள் ஆத்திரப்பட்டு போய் பண்டகசாலையின் கதவில் தொங்கிய பூட்டைஉடைத்துசாமி சிலையை வெளியே எடுத்தனர். அர்ச்சகரை வற்புறுத்தி உற்சவரை அலங்கரித்து பவனி வரச் செய்தனர். உற்சவர் பணி முடிந்து பல்லாக்கு கோவிலை அடைந்தது.

மறுநாள் காலை வந்து கோவில் கதவை திறந்து பார்த்தபோது உற்சவர் சிலை வைத்திருந்த பீடம் தகர்க்கப்பட்டு சிலை காணாமல் போயிருந்தது. கோவில் நிர்-வாகம் போலீசுக்கு தகவல் தெரிவித்தது. போலீஸ் விசாரித்த போது இரு தரப்-பினரும் ஒருவரை மாற்றி ஒருவர் குற்றம் சுமத்தினர். இது இரு பிரிவினரையும் ஆத்திரம் கொள்ளச் செய்தது. அங்கே மோதல் உருவெடுத்தது. அது வளர்ந்து மறு நாள் கலவரமாக வெடித்தது. அது போலீஸ் தடியடியில் போய் நின்றது.அதில்

ஏராளமானவர்கள் படுகாயமடைந்தனர்.அன்று தொடங்கிய பிரச்சனைகள் இப்-போது பதினாறு வருடங்களை தொட்டிருக்கிறது. கடந்த 15 வருடங்களாக கோவில் திருவிழாவும் தேரோட்டமும் நடைபெறாமல் தடைபட்டுள்ளது. ஒவ்வொரு முறை-யும் விழா நடத்த வேண்டி சர்வகட்சி கூட்டம் நடத்துவதும் அதில் யாராவது ஒரு ஆள் முட்டுக்கட்டை போடுவதும் தொடர்ந்து நடந்துகொண்டே இருக்கிறது. இந்த வருடம் கோவில் நிர்வாகம் சார்பில் முயற்சிகள் தொடங்கிய உடனே கணபதி ஐயர் என்பவர் நீதிமன்றத்தில் தடை உத்தரவு வாங்கி இருக்கிறார்'' என்று கோவில் திரு-விழா தடைபட காரணங்களை மாவட்ட ஆட்சித் தலைவருக்கு பிஆர்ஓ விளக்க-மாக எடுத்துரைத்தார்.

பிஆர்ஓ கூறிய விவரங்களை முழுவதும் கவனமுடன் கேட்ட கிருஷ்ணா சற்-றுநேரம் அமைதியாக இருந்தார்.அவர் அமைதியாக இருப்பதை பார்த்த முத்து ‘‘சார் ஒரு விஷயம் கூறினால் தப்பாக எடுத்துக்கொள்ளாதீர்கள். கோவில் திரு-விழா பிரச்சனை தீரவேண்டி சர்வகட்சி கூட்டம் நடத்துவது தேவையற்றது. ஏனென்றால் இங்கு இதுவரை மாவட்ட ஆட்சித் தலைவராக இருந்தவர்கள் திரு-விழாவை நடந்த முயற்சி மேற்கொள்ளும் போதெல்லாம் சர்வ கட்சி கூட்டம் நடத்-துவது உண்டு.கூட்டத்தில் கலந்து கொள்பவர்கள் தேவையில்லாததை பேசி புதிய புதிய பிரச்சனைகளை உருவாக்குவார்கள்.அந்தக் கூட்டத்திலேயே கலெக்டரின் முயற்சி வீணாகி விடும். கூட்டத்தில் கலந்து கொள்பவர்களில் பெரும்பான்மை-யானவர்கள் இந்த பிரச்சினையை பற்றியே தெரியாதவர்கள்.நிறைய பேர் கோவில் திருவிழா நடப்பதை விரும்பாதவர்கள். அவர்களைக் கொண்டு கூட்டம் நடத்துவது எதற்கும் பயனற்றது. நாம் வேறு வழியில் சிந்தித்தால் மட்டுமே நீதிமன்ற உத்த-ரவை செயல்படுத்த முடியும்''.

‘‘நீதிமன்ற ஆணைக்காக மட்டும் நான் இந்த முயற்சியை எடுக்கவில்லை. நாம் இருவருமே அந்த ஊரை சேர்ந்தவர்கள். நாம் பிறந்த ஊருக்கு ஏதாவது நல்-லது செய்ய வேண்டும். அரசின் உயர் பொறுப்பில் நாம் இருக்கும்போது நம்மால் இதை சாதிக்க முடியவில்லை என்றால்திருச்சுழி போன்ற சிறிய ஊரின் பெரு-மையை அறியாத வேறு யாராவது உயர் அதிகாரிகளாக வந்து என்ன செய்துவி-டப் போகிறார்கள்''.

‘‘ரொம்ப நன்றி சார். நீங்கள் உண்மையிலேயே மிக அக்கறையோடு கேட்டது எனக்கு மகிழ்ச்சி அளிக்கிறது. நம்மூரில் குடிகொண்டிருக்கும் அந்த திருமேனி-நாதர் உங்களுடைய நல்ல முயற்சிகளுக்கு துணை இருப்பார் என்ற நம்பிக்கை எனக்கு இருக்கிறது''.

‘‘அப்படி ஒரு மிகப்பெரிய நம்பிக்கை எனக்கு இருக்கிறது. இந்த பூமி நன்றாக இருக்க செய்யவேண்டியஒவ்வொரு செயலையும் செய்ய கடவுள் மனிதனை கரு-வியாய் பயன்படுத்துகிறார். இந்த கோவிலின் திருவிழாவை நல்லபடியாக நடத்த

அவர் யாரைகருவியாக பயன்படுத்துகிறார் என்று பார்ப்போம். சர்வ கட்சி கூட்டம் ஒரு சம்பிரதாய வழக்கமாக நடக்கட்டும்''.

அன்று மாலை நடந்த சர்வகட்சி கூட்டம் பிஆர்ஓ முத்து சொன்னது போலவே அமைந்தது. அந்த கோவிலை பற்றி அறியாத சம்பந்தமில்லாதவர்கள் கலந்து-கொண்ட கூட்டத்தில் எந்த முடிவும் எடுக்கவில்லை. வந்தவர்கள் புதிது புதிதாக பல நிபந்தனைகளை விதித்தனர். இறுதியாக பேசிய கிருஷ்ணா "உங்களுடைய ஆலோசனைகளை அரசின் கவனத்திற்கு கொண்டு செல்கிறேன். அங்கிருந்து என்ன உத்தரவு கிடைக்கிறதோ அதன்படி செயல்படலாம் " என்று நன்றி சொல்லி கூட்டத்தை முடித்தார்.

9

திருச்சுழி பேருந்து நிற்கும் இடம். வந்து நின்ற டவுன் பஸ்ஸில் இருந்து இறங்கினார் மூர்த்தி. சாலையை கடந்து கோவில் வாசலுக்கு வந்தவர் அங்கேயே நின்று மூலஸ்தானத்தை பார்த்து கையை உயர்த்தி வணங்கினார். அப்படியே மெதுவாக நடந்து கடை வீதியில் நின்ற ஒருவரிடம் ''இங்கே பஞ்சாயத்து ஆபீஸ் எங்கே உள்ளது'' என்று கேட்டார். அதற்கு அந்த நபர் ''கோவிலுக்கு பின்புறம் நூலகத்திற்கு அருகே உள்ளது. இப்படி நேராக போய் இடதுபுறம் திரும்புங்கள்'' என்று வழிகாட்டினார்.அவருக்கு நன்றி சொல்லிவிட்டு நடக்கத் தொடங்கினார் மூர்த்தி.

பஞ்சாயத்து அலுவலகத்தின் வாசலில் வந்து நின்று ''உள்ளே வரலாமா'' என்று குரல் கொடுத்தார். உள்ளே இருந்து வந்த நடுத்தர வயது பெண்மணி ''உள்ளே வாருங்கள்'' என்று அவரை அழைத்து உள்ளே சென்று இருக்கையில்-அமர்ந்தார். அந்த பெண்மணி அமர்ந்த இருக்கைக்கு முன்னிருந்த டேபிளில்கற்பகம், ஊராட்சி மன்ற தலைவர் என்று பெயர் பலகை இருந்தது.

''குட் மார்னிங் மேடம் என் பெயர் மூர்த்தி. விருதுநகர் ஊராட்சி அரசுப் பள்ளியில் நாட்டு நலப்பணி திட்ட ஆசிரியராக உள்ளேன்.ஒவ்வொரு ஆண்டும் ஒவ்வொரு ஊரில் எங்களுடைய இயக்கம் சார்பாக நலப்பணிகள் செய்வதற்கு முகாம் நடத்துவது உண்டு.இந்த ஆண்டு இந்த ஊரில் நாட்டு நலப்பணித் திட்ட முகாம்-நடத்தமாவட்ட கல்வி அலுவலகத்திலிருந்து உத்தரவு வந்துள்ளது. முகாம் நடத்துவதற்கு உங்களிடம் அனுமதி வாங்க வந்திருக்கிறேன்''.

''குட் மார்னிங் சார். நீங்கள் வருவீர்கள் என்று மாவட்ட பிஆர்ஓ தெரிவித்திருந்தார். உங்களுக்கு தேவையான வசதிகளையும் செய்து கொடுக்க சொல்லியிருக்கிறார். என்ன வகையான உதவிகள் தேவை என்பதையும் என்ன வகையான நலப்பணிகள் செய்யப்போகிறீர்கள் என்பதையும் எழுத்துப்பூர்வமாகஒரு கடிதமாக கொடுங்கள். நான் உடனே அனுமதி கடிதம் தருகிறேன்''.

''இங்கே எந்த வகையான சமூகப்பணிகள் இந்த ஊர் மக்களுக்கு தேவைப்படுகிறது என்பதை நீங்கள் சொல்லுங்கள். அதன்படி செயல்படுகிறோம்''.

“நான் இங்கு புதிதாக ஊராட்சி மன்ற தலைவராக பதவியேற்று இருக்கிறேன். இதற்கு முன் நாட்டு நலப்பணித் திட்டம் போன்ற முகாம் நடந்ததாக நான் கேள்விப்பட்டதில்லை. நீங்கள் வேறு ஊர்களில் முகாம் நடத்தியபோது எப்படி கடிதம் எழுதினீர்களா அது போல் எழுதி தாருங்கள். பின்னர் மாணவர்களுடன் இங்கே வந்த பிறகு என்ன வேலை செய்வது என்று முடிவு செய்யலாம்”.

“ஒரு பேப்பர் இருந்தால் தாருங்கள். விண்ணப்பம் எழுதி தருகிறேன்”.

ஊராட்சி மன்ற தலைவர் ஒரு பேப்பர் எடுத்து கொடுக்க அங்கிருந்த ஒரு நோட்டை எடுத்து அதன்மேல் பேப்பரை வைத்து மடமடவென்று எழுதிக் கொடுத்தார் மூர்த்தி.

அதை வாங்கிய ஊராட்சி மன்ற தலைவர் அவருடைய லெட்டர் பேடில் அனுமதி கடிதம் எழுதி அவருடைய முத்திரை பதித்து கையொப்பமிட்டு கொடுத்தார்.

“இந்த இரண்டு கடிதங்களையும் ஜெராக்ஸ் எடுக்க வேண்டும். நீங்கள் எழுதிக் கொடுத்த விண்ணப்பத்தின் ஜெராக்ஸ் உங்களுக்கும் நான் கொடுத்த அனுமதி கடிதத்தின் ஜெராக்ஸ் எனக்கும் வேண்டும். தயவுசெய்து ஜெராக்ஸ் எடுத்துக் கொண்டு வரமுடியுமா. இங்கே இது சிறிய ஊர் என்பதால் ஒரு அலுவலக உதவியாளர் மட்டுமே இருந்தார். அவரும் இரண்டு தினங்கள் விடுமுறை எடுத்துக்கொண்டு போய் விட்டார். அதனால் அலுவலகத்தில் வேறு ஆள் இல்லை. தவறாக எடுத்துக் கொள்ளாதீர்கள்”.

“பரவாயில்லை இதில் என்ன இருக்கிறது. இங்கே ஜெராக்ஸ் கடை எங்கே உள்ளது. நான் போய் ஜெராக்ஸ் எடுத்து வருகிறேன்”.

“கடைவீதியில் இருக்கிறது. நீங்கள் வந்த பாதையில் சற்று திரும்பி நடந்தால் இடதுபுறம் கண்ணில் தெரியும்”.

பேப்பர்களை கையில் எடுத்துக்கொண்டு வந்த வழியே திரும்பி நடந்தார்.கடைவீதியில் இரண்டு மூன்று படிக்கட்டுகளுடன் கூடியசற்று உயரமான கட்டடத்தில் அந்த ஜெராக்ஸ் கடை இருந்தது. கடையில் இரண்டு பெண்கள் அமர்ந்திருந்தனர்.

“ஒவ்வொன்றிலும் ஒவ்வொரு காபி ஜெராக்ஸ் எடுக்க வேண்டும்” கையிலிருந்த பேப்பர்களை கடையில் இருந்த கல்யாணியிடம் நீட்டினார் மூர்த்தி.

அவற்றை வாங்கி ஜெராக்ஸ் எடுத்து விட்டு அவரிடம் கொடுத்தாள் கல்யாணி அதை வாங்கிக் கொண்டு பத்து ரூபாயை அவரிடம் கொடுத்தார். “ நான்கு ரூபாய் சில்லறையாக இருந்தால் கொடுங்கள்.கடையை இப்போதுதான் திறந்தேன்”.

“என்னிடமும் சில்லறை இல்லை. எனக்கு இன்னும் ஜெராக்ஸ் எடுக்க வேண்டியிருக்கும். மறுபடியும் இங்கே வருவேன். அப்போது வாங்கிக் கொள்கிறேன்”

என்று கூறிவிட்டு பதிலுக்கு காத்திருக்காமல் இறங்கிப் போனார்.

“என்னக்கா காலையில் கடை திறந்தவுடன் இப்படி ஒரு வருமானம்”என்று கேட்டாள்சரிதா.

“எல்லாம் நீ வந்த நேரம் தான். கேட்காமலே பணம் வருகிறது” என்று சொல்லி சிரித்தாள் கல்யாணி.

சரிதா பழையபடி உற்சாகமாக இருந்தாள். அவளுக்கு பொழுதுபோகாத சமயங்களில் எல்லாம் கல்யாணியின் கடையில் வந்து அமர்ந்தாள். கல்யாணிக்கு கடையில் உதவியாளராய் வேலை செய்தாள்.

ஜெராக்ஸ் எடுத்த பேப்பர்களை கொண்டு போய்ஊராட்சி தலைவியிடம் கொடுத்தார் மூர்த்தி. “ சார் மொத்தம் எத்தனை பேர் வருகிறீர்கள்”.

“ 18 மாணவர்கள் 12 மாணவிகள் என்று மொத்தம் 30 மாணவர்கள். இங்கே தங்குவதற்கு இடம் தயார் செய்யப்பட்டுள்ளதா”.

“ மாணவர்கள் பள்ளி கட்டிடத்தில் தங்கிக் கொள்ளலாம். மாணவிகள் தங்குவதற்கு சமுதாயக் கூடத்தில் ஏற்பாடு செய்துள்ளோம் அங்கேயே ஆள் வைத்து சமைத்துக் கொள்ளலாம். வேறு ஏதேனும் உதவி வேண்டுமா “.

“நாங்கள் செய்கின்ற வேலைக்கான உதவி பொருள்கள். கருவிகள் வேண்டியிருக்கும்”.

“அதையும் ஏற்பாடு செய்கிறோம். நீங்கள் என்று வருவீர்கள்”.

“ நாங்கள் நாளை மறுநாள் வியாழக்கிழமை காலையில் வருவோம்.இன்னும் விஏஓ விடம் அனுமதி வாங்க வேண்டியுள்ளது. நான் சென்று வருகிறேன்” என்று என்று கூறி வெளியே கிளம்பிய மூர்த்தியின் பின்னால் வாசல் வரை வந்த ஊராட்சி தலைவி “அதோ அதுதான் விஏஓ அலுவலகம். இன்னும் பூட்டியிருக்கிறது. 10 மணிக்கு மேல்தான் வருவார். கொஞ்சம் காத்திருங்கள்” என்று கூறினார்.

விஏஓ வரும்வரை அங்கே வெட்டியாக காத்திருக்க மனமின்றி மாணவர்கள் தங்கும் இடங்களை போய் பார்த்து வரலாம் என முடிவு செய்தார். முதலில் மாணவர்கள் தங்கும் ஊராட்சி பள்ளி கூடத்துக்குபோனார். அது ஊரிலிருந்து சற்று ஒதுக்குப்புறமாக அமைந்திருந்தது. மிக பழமையான கட்டிடங்களை கொண்டிருந்தது. பள்ளியைச் சுற்றிலும் கோரைப்பற்கள் நிறைந்து புதர் மண்டி காணப்பட்டது. இரவு நேரங்களில் விஷ ஜந்துக்களின் நடமாட்டம் இருக்குமோ என பயந்தார்.பள்ளியில் கழிவறைகளில் தண்ணீர் வசதி இல்லாமல் இருந்தது அதனால் மாணவர்கள் இயற்கை உபாதைக்கு வெட்டவெளியை தான் பயன்படுத்த வேண்டி இருக்குமோ என்ற சந்தேகம் வந்தது.இதையெல்லாம் பார்த்தபின் இந்த இடம் மாணவர்கள் தங்க லாயக்கற்ற இடம் என நினைத்துக்கொண்டார். பின் மீண்டும் ஊருக்குள் வந்து காலனி பகுதிக்கு செல்லும் வழியில் இருந்த சமுதாய கூடத்தை

பார்த்தார். அது சற்று காற்றோட்டமாகவும் விசாலமாகவும் இருந்தது. ஆனால் கழிவறை சற்று தொலைவில் அமைந்திருந்தது. கண்டிப்பாக இரவு நேரத்தில் மாணவிகள் தனியாக கழிவறை செல்ல பயப்படுவார்கள் என்பதை புரிந்து கொண்டார்.ஊராட்சி தலைவி கூறிய இரண்டு இடங்களும்மாணவர்கள் தங்குவதற்கு ஏற்ற வசதியில்லாத நிலையில் இருப்பதால் மேற்கொண்டு என்ன செய்வது என்று யோசித்தார். சரி இனி விஏஓ வை சந்தித்து அவரிடம் ஆலோசனை கேட்கலாம் என முடிவு செய்து கடைவீதி வழியாகவிஏஓ அலுவலகம் நோக்கி நடந்தார்.

“ஹலோ சார் இங்கே வாங்க” என்று ஒரு பெண் குரல் கேட்க திரும்பிப் பார்த்தார். ஜெராக்ஸ் கடையில் அமர்ந்திருந்த அந்தப் பெண் அழைத்தாள். என்ன என்று கேட்டவாறு கடையில் படி ஏறினார். “வி ஏ ஓ வை பார்க்க வேண்டும் என்றுதானே வந்தீர்கள். இதோ அவர்தான் விஏஓ” என்று உள்ளே பெஞ்சில் அமர்ந்திருந்த நடுத்தர வயதைத் தாண்டிய ஒருவரை நோக்கி கையை காட்டினாள் கல்யாணி.

அவரை பார்த்த மூர்த்தி “குட் மார்னிங் சார். நான் மூர்த்தி. விருதுநகர் ஊராட்சி பள்ளியில் நாட்டு நலப்பணி திட்ட ஆசிரியராக இருந்து வருகிறேன் எங்கள் பள்ளி நாட்டு நலப்பணித் திட்ட முகாம் இந்த ஊரில் நடத்த மாவட்ட கல்வி அலுவலகத்திலிருந்து உத்தரவு கிடைத்தது. அதற்கான அனுமதி வேண்டி உங்களை பார்க்க வந்திருக்கிறேன்” என்று கூறினார்.

உடனே விஏஓ எழுந்து மூர்த்தியின் கையை பற்றி குலுக்கினார். “ குட் மார்னிங் சார். நான் ஜெயச்சந்திரன் விஏஓ . இரவு வேலை முடிந்து போக தினசரி தாமதமாவதால் காலையில் 10 மணிக்கு தான் வருவேன். உங்களை அதிக நேரம் காக்க வைத்ததற்கு மன்னியுங்கள். ப்ளீஸ் உட்காருங்கள் “ என்று அவர் அமர்ந்திருந்த பெஞ்சை காட்டினார்.

அவர் காட்டிய பென்சில் அமர்ந்த மூர்த்தி “பரவாயில்லை.இப்போது கொஞ்ச நேரத்துக்கு முன் தான் வந்தேன். ஊராட்சி மன்ற தலைவரை பார்த்துவிட்டு உங்களுக்கு காத்திருந்தேன். முகாம் நடத்துவதற்கான அனுமதி கடிதம் வேண்டும்”.

முகாம், நாட்டு நலப்பணி என்று இவர்கள் பேசுவதை கடையில் இன்று நின்றுகேட்டுக்கொண்டிருந்தகல்யாணியும் சரிதாவும் விஏஓ விற்கு அருகிலிருந்த வேறு ஒரு பெஞ்சில் வந்து அமர்ந்தனர்.“என்ன சார் நம்ம ஊர்ல புதிதாய் ஏதோ முகாம் நடத்த போவதாய் சொல்கிறார்”ஆர்வமாய் கேள்வி கேட்டாள் சரிதா.

“ ஆமாம் என்எஸ்எஸ் மாணவர்களின் முகாம் பத்து நாட்கள் நம்ம ஊரில் நடக்க இருக்கிறது” என்றார்விஏஓ

“ முகாமில் என்ன செய்வார்கள்”

‘‘ஒவ்வொரு ஊரிலும் முகாம் நடத்தும் போதும் அந்த ஊருக்கு தேவையான சேவைகளை செய்வோம். பள்ளி கட்டடங்களுக்கு வர்ணம் பூசுவது, பள்ளி வளாகத்தை சுத்தப்படுத்துவது, கோவில்கள் , அதன்சுற்றுபாதைகளை சுத்தம் செய்வது, பொதுமக்களிடையே தூய்மையைப் பற்றி விழிப்புணர்வு ஏற்படுத்தும்கலை நிகழ்ச்சிகளை நடத்துவது இன்னும் பல்வேறு வகையான சேவைகளை செய்வோம்’’ என்று தங்களுடைய பணிகளை கூறினார் மூர்த்தி.

‘‘எங்களுடைய ஊரில் என்னவிதமான வேலைகளை செய்வீர்கள்’’.

‘‘ உங்கள் ஊருக்கு என்னவிதமான வேலைகள் செய்ய வேண்டும் என்பதை விஏஓ சாரும் உங்களுடைய ஊராட்சிமன்ற தலைவியும் முடிவு செய்யவேண்டும்’’.

தன்னை பேசவிடாமல் அந்த இரண்டு பெண்களும் மூர்த்தியிடம் மாறி மாறி கேள்விகளை கேட்பதை பார்த்து சிரித்த விஏஓ ‘‘கொஞ்சம் பொறுங்கம்மா.முதல்ல இன்று அவர் என்ன வேலைக்காக வந்தாரோ அந்த வேலைகளைஇப்போது முடிப்போம். திரும்ப வியாழக்கிழமை வரும் அவர் பத்து நாள் இங்கேதான் இருப்பார். அப்போது என்ன வேலை செய்வது என்று முடிவு செய்யலாம்’’.

‘‘சார் இது தான் இந்தியாவில் இருக்கும் மிகப்பெரிய தவறு. ஒரு வேலை செய்யவேண்டுமானால் அதற்கு ஒரு திட்டம் இருக்க வேண்டும். எப்படி செய்வது, எத்தனை பேர் சேர்ந்து செய்வது, அதற்கு எவ்வளவு காலம் ஆகும், எவ்வளவு பணம் செலவாகும் என்ற சரியான திட்டமிடல் நம்மிடம் இல்லாதது தான் நம்மை இன்னும் வளரவிடாமல் வைத்திருக்கிறது.சீனாவை பாருங்கள் கடந்த இருபது ஆண்டுகளில் அவர்களுடைய வளர்ச்சி எப்படி இருக்கிறது. நம்மையும் பாருங்கள் ‘‘என்று படபடவென்று பொரிந்து தள்ளினாள் சரிதா.

‘‘வாங்க மூர்த்தி சார். நாம போகலாம். இங்கிருந்தால் இவர்கள் பேசிய உங்களுடைய மனதை மாற்றி விடுவார்கள். வாருங்கள் போகலாம்’’ என்றார்.

‘‘இருங்கள் சார். உங்களை அப்படி சீக்கிரம் போக விடுவோமா. உள்ளே அம்மா காபி போட்டுக் கொண்டு இருக்கிறார்கள். வந்தவுடன் நீங்கள் இருவரும் குடித்துவிட்டு போகலாம்’’ என்று அவர்களை அன்பால் கட்டிப்போட்டாள்கல்யாணி.

‘‘உன் காப்பி குடிப்பதற்கு காத்திருந்தால்அந்த நேரத்திற்குள் நீ இவரை ஆயிரம் கேள்வி கேட்டு விரட்டி அடுத்து விடுவாய். அதனால் கிளம்புகிறோம்’’ என்று கல்யாணியிடம் கூறியவர் மூர்த்தியின் பக்கம் திரும்பி ‘‘இவ்வளவு நேரம் பேசியாச்சு என்றாலும் இவர்களை உங்களுக்கு அறிமுகப்படுத்தாமல் விட்டுவிட்டேனே. இது கல்யாணி. இந்த கடைக்கு சொந்தக்காரி. எனக்கு ரொம்ப வேண்டப்பட்ட பொண்ணு. தினசரி ஒரு வேளை இவங்க வீட்டிலிருந்து எனக்கு காப்பி கிடைத்துவிடும். அதனால எனக்கு கடையில காபி குடிக்கிற செலவு மிச்சம். இது

சரிதா கல்யாணிக்கு தெரிஞ்ச பொண்ணு. பெரிய வாயாடி. இவளிடம் பேசணும்னா கொஞ்சம் கவனிச்சு பேசணும்''.

அவ்வளவு நேரம் மௌனமாய் அதை பார்த்து சிரித்துக் கொண்டிருந்த மூர்த்தி''சரிதாநீங்கள் வயதில் சிறியவராக இருந்தாலும் நீங்கள்சொல்வது உண்மை தான். எப்போதும் நம்மிடம் ஒரு திட்டம் இருக்க வேண்டும். அப்போதுதான் அதற்-கான ஒரு இலக்கை நிர்ணயித்து நாம் முன்னேற முடியும்.இப்போது நீங்களே கூற-லாம் இந்த ஊருக்கு நாங்கள் செய்ய வேண்டிய அத்தியாவசியமான சேவை எது என்று''.

மூர்த்தி அப்படி அவளிடம் கேள்வி எழுப்புவான் என்பதை அவர்கள் எதிர்-பார்க்கவில்லை இருவரும் மௌனம் ஆனார்கள். விஏஓ மூர்த்தியிடம்'' மாணவர்-கள் தங்குவதற்கான இடவசதி, உணவு போன்றவற்றை ஊராட்சி மன்ற தலைவரி-டம் பேசி விட்டீர்களா''.

“ஆம். அவரிடம் பேசி விட்டேன். மாணவர்களுக்கு ஊராட்சி மன்ற பள்ளி-யிலும் மாணவிகளுக்கு சமூக நல கூடத்திலும்தங்கஇடம் தயார் செய்திருப்பதாக கூறினார். ஆனால் ஊராட்சி மன்ற தலைவர் கூறிய இடங்களை போய் பார்த்-தேன். இரண்டு இடங்களும் சரி இல்லாமல் இருக்கிறது.அந்த இடங்களில் மாண-வர்களை தங்க வைக்க முடியாது. மாணவர்கள் பாதுகாப்பாக தங்க வேறு நல்ல இடம் பார்க்க வேண்டும்''.

“இது சிறிய ஊர் என்பதால் பெரிய அரசு கட்டிடங்கள் எதுவும் இல்லை. மேலும் இது வறட்சியான பகுதி. தண்ணீர் வசதி இல்லாதது பெரிய குறை பெண் பிள்ளைகளும் வருவதாய் சொல்கிறீர்கள் எப்படி சமாளிப்பது என்று தெரி-யவில்லை''. என்றவர்'' கல்யாணி இங்கு ஏதாவது பெரிய வீடு காலியாக இருக்கி-றதா. ஒரு பத்து நாட்கள் மாணவர்கள் தங்குவதற்கு இடவசதி செய்ய வேண்டும்''

சற்று நேரம் யோசனை செய்த கல்யாணி “எங்கள் வீட்டின் பின்பக்கம் பழைய குடோன் உள்ளது. தையல் பயிற்சி பள்ளி ஆரம்பிப்பதற்காக அதை இப்போது-தான் சுத்தம் செய்து வைத்திருக்கிறேன். நீங்கள் வந்து பாருங்கள். பெண் பிள்-ளைகள் தங்குவதற்கு வசதியாக இருக்கும்.உங்களுக்கு பிடித்திருந்தால் பிள்ளைகள் வந்து தங்கிக் கொள்ளட்டும்''.

வி ஏ ஓவும் மூர்த்தியும் அந்த இரு பெண்களைபின்தொடர்ந்து போய் வீட்டின் பின்புறம் இருந்த குடோனை பார்த்தனர். ஒரு நீளமானபெரியஅறையின் ஒரு மூலையில் கழிவறையும் குளியலறையும் இருந்தது. தண்ணீர் வசதி இருந்தது. கோடோனின் வெளிப்புறமும் ஒரு கழிவறையும் குளியலறையும் இருந்தது. “ பெண் பிள்ளைகள் இந்த அறையில் பாதுகாப்பாக தங்கி கொள்ளலாம்'' என்று கூறினாள்.

‘‘ரொம்ப தேங்க்ஸ்ங்க. இந்த இடம் ரொம்ப பாதுகாப்பா இருக்கு. அதனால் பெண் பிள்ளைகளை இங்கேயே தங்க வைக்கிறோம். இதற்கு எவ்வளவு பணம் கொடுக்க வேண்டும் என்று சொல்லுங்கள் தந்துவிடுகிறேன்’’ என்றார் மூர்த்தி. ‘‘ அதெல்லாம் ஒன்னும் தேவையில்லை. இது சும்மா பூட்டி வைத்திருந்த அறைதான் நீங்கள் உபயோகித்து கொள்ளுங்கள்.மேலும் எங்கள் ஊருக்கு நீங்கள் சேவை செய்ய வருகிறீர்கள் உங்களுக்கு உதவி செய்வது எங்களுடைய கடமை’’.

‘‘சரி எங்களுக்கு அலுவலகத்தில் வேலை இருக்கிறது.நாங்கள் கிளம்புகிறோம்’’ என்று கூறி இருவரும் விஏஓ அலுவலகம் நோக்கி நடந்தனர்.

விஏஓ அலுவலகம் சென்று எழுதிக்கொடுத்து அனுமதி கடிதம் பெற்ற மூர்த்தி வெளியே வரும்போது ஊராட்சி மன்ற தலைவி நிற்பதை பார்த்தார். அவரிடம் சென்று ‘‘நீங்கள் கூறிய இடங்களை போய் பார்த்தேன். அது மாணவர்கள் தங்க-உகந்ததாக இல்லை ‘‘ என்று அதற்கான காரணங்களை கூறினார்.

சற்று நேரம் யோசித்த தலைவி ‘‘நீங்கள் சொல்வது சரிதான்.இங்கே வேறு காலியான கட்டிடங்கள் இல்லையே என்ன செய்வது’’ என்றார்.

‘‘நானும் விஏஓ சாரும் பேசிக் கொண்டிருந்ததை கவனித்த ஜெராக்ஸ் கடை பெண் கல்யாணி அவர்களுடைய வீட்டிலிருக்கும் குடோனை மாணவிகள்தங்குவ-தற்கு பயன் படுத்தி கொள்ளுங்கள் என்று அனுமதி அளித்துள்ளார். எனவே இனி மாணவர்கள் தங்குவதற்கு உண்டான ஏற்பாடுகளை கவனித்தால் போதும்’’.

‘‘கல்யாணிவீட்டிலா. ரொம்ப நல்லது. அவள் என் உறவுக்கார பெண் தான். அவர்கள் வீட்டில் தைரியமாக பெண் பிள்ளைகளை தங்க வைக்கலாம். அவளும் அவள் தாயும் நன்றாக பார்த்துக் கொள்வார்கள். ஆண் பிள்ளைகளை வேண்டு-மானால் சமூக நலக் கூடத்தில் தங்க வைக்கலாம்.அதில் தங்கஅவர்களுக்கு ஒன்-றும் பிரச்சினை இல்லையே’’ என்று கேட்டார்.

‘‘மாணவர்கள் தங்குவதற்கு அது நல்ல இடம்தான். நீங்கள் அனுமதித்தால் மாணவர்கள் அங்கேயே தங்கிக் கொள்வார்கள்’’ என்றார். ‘‘அதனால் என்ன மாணவர்கள் அங்கேயே தங்கி கொள்ளட்டும். அதற்கான வசதிகளை செய்து தரு-கிறோம் ‘‘என்று தலைவிகூறினார்.

பின்னர் அங்கிருந்து நேராக காவல் நிலையம் வந்து ஆய்வாளரை சந்தித்தார். தன்னை அறிமுகப்படுத்திக் கொண்ட பின் முகாமை பற்றி எடுத்துக் கூறினார். அதற்கு ஆய்வாளர் ‘‘மூர்த்தி சார் உங்களுடைய நல்ல நோக்கம் எனக்கு புரிகிறது. ஆனால் மாவட்ட கல்வி அலுவலகத்திலிருந்து ஒரு தவறான ஊரை தேர்ந்தெடுத்து உங்களை சேவை செய்யஅனுப்பி இருக்கிறார்கள். இந்த ஊரில் பிரச்சனைகள் அதிகம். நான் வந்த பிறகு அவர்களை பேசி கட்டுப்படுத்தி வைத்திருக்கிறேன். அதனால் சில வருடங்களாக பெரிய அளவில் மோதல்கள்

நடைபெறவில்லை. என்றாலும் வாய்ப்பு கிடைத்தால் இருதரப்பினரும் எந்தநேரத்திலும் மோதலுக்கு தயாராக உள்ளனர். சிறு காரணம் கிடைத்தாலும் அதை பெரிதாக்கி விடுவார்கள். எனவே மாணவர்களை நீங்கள்தான் பத்திரமாக பார்த்துக் கொள்ள வேண்டும். முடிந்தவரை எந்த ஒரு சிறு பிரச்சனைக்கும் இடம் கொடுக்காமல் பத்து நாள்கள் அமைதியாக இருந்து விட்டு செல்லுங்கள். மைக் மற்றும் ஒலிபெருக்கி சாதனங்களை உபயோகப்படுத்தினால் முன்கூட்டியே அனுமதி வாங்குங்கள். ஏதேனும் பாதுகாப்பு தேவைப்பட்டால் காவல்நிலையத்திற்கு தகவல் தெரிவியுங்கள் ஆல் த பெஸ்ட்'' என்று கூறி அனுப்பி வைத்தார்.

“அக்கா பள்ளி மாணவர்கள் என்ன சேவை செய்து விட போகிறார்கள்.அவர்களை முகாம் என்ற பெயரில் பள்ளியிலிருந்து ஒரு டூர் அனுப்பியுள்ளனர் அவ்வளவுதானே''.

“சரிதா நீ நம்ம ஊர் பள்ளியில் படித்தாய். இங்கே சாரணர் இயக்கம், என்சிசி,என் எஸ் எஸ் எதுவுமே இல்லை. விளையாட்டு மைதானம் இருந்தாலும் அது புதர் மண்டிப் போய் கிடைக்கிறது. பள்ளி விளையாட்டுப் போட்டிகள் நடைபெறும் ஒரு வாரத்திற்கு மட்டுமே மாணவிகள் விளையாட்டை பற்றி யோசிப்பார்கள. அதேபோல் நீ படித்த கல்லூரியும் அப்படித்தான் என்று நினைக்கிறேன். அதனால்தான் உனக்கு என்எஸ்எஸ் பற்றி தெரியவில்லை. இது பல லட்சம் மாணவர்களை தன்னார்வலராக செயல்பட வைத்துள்ளது. இந்த மாதிரியான முகாம்களில் கலந்து கொண்ட பல மாணவர்கள் தங்களுடைய சேவைக்காக மத்திய, மாநில அரசுகளின் உயரிய விருதுகளை பெற்றிருக்கிறார்கள். அப்படிப்பட்ட ஒரு இயக்கத்தின் முகாமை டூர் என்கிற அளவிற்கு சிறுமை படுத்தாதே''.

“கோபப்படாதீர்கள்அக்கா. என் எஸ் எஸ் பற்றி உங்களுக்கு இவ்வளவு தெளிவாக தெரிவது எப்படி''.

“நானும் படிக்கும் காலத்தில் என் எஸ் எஸ் இல் இருந்து இருக்கிறேன்''.

“இவர்கள் இங்கு வந்து வேலை செய்யும்போது நாமும் பங்கேற்க முடியுமா''.

“இது போன்ற முகாம்களின் முக்கிய நோக்கமே சேவை செய்வது மட்டும அல்லாமல் சேவை செய்ய வேண்டும் என்ற விழிப்புணர்வை ஏற்படுத்துவது தான். அந்த விழிப்புணர்வு இப்போது உனக்கு தோன்றிவிட்டது என்றால் நீயும் அவர்களோடு சேர்ந்து வேலை செய்யலாம்''.

“என்னை என்றுதனிமைப்படுத்தி சொல்கிறீர்களே. அப்படியானால் நீங்கள் கலந்து கொள்ள மாட்டீர்களா''.

“எனக்கு கடையை பார்த்துக் கொள்ள வேண்டும்.மதியம் தையல் பழக பெண்கள் வருவார்கள்.மாலையில் டியூசனுக்கு குழந்தைகள் வருவார்கள். இதெல்லாம் விட்டுவிட்டு என்னால் வர முடியாது. தேவைப்படும் போது ஏதேனும் என்னிடம் உதவி கேட்டால் செய்வேன்''.

“இன்று நீங்கள் மாணவிகள் தங்க இடம் கொடுக்கிறேன் என்று சொன்னதே மிகப்பெரிய சேவை தான். எப்படி உடனடியாக அவர்கள் தங்க ஒத்துக் கொண்டீர்கள்”.

“நம்மிடம் இருப்பதை கேட்கிறார்கள் அதை கொடுக்க முடியும் என்ற நிலையில் நான் இருப்பதால் உடனே ஒத்துக் கொள்கிறேன். யோசிக்க வேண்டிய விஷயமாக இருந்தால் அம்மாவிடம் கேட்கலாம். இந்த குழந்தைகளுக்கு உதவி செய்ய நான் யாரிடம் கேட்க வேண்டும்”.

இரு பெண்களும் இவ்வாறு மாறி மாறி பேசி வரும் மாணவர்களுக்கு தங்களாலான உதவிகளை செய்ய வேண்டுமென்று உறுதி கொண்டார்கள்.

10

வியாழக்கிழமை காலை ஒன்பது மணிக்கு வந்து நின்ற அரசு பேருந்தில் இருந்து 30 மாணவர்களும் மூர்த்தியும் இறங்கினர். நேராக சமுதாய நலக்கூடம் சென்றனர்.அவர்களை ஊராட்சி மன்ற தலைவியும் விஏஓ வும் மற்ற பிரமுகர்களும்வரவேற்றனர்.ஒவ்வொருவரும் தங்களுக்கு தெரிந்த நாட்டு நலப்பணி சேவைகளைப் பற்றி பேசினார். பின்னர் மாணவர்களுக்கு செய்துள்ள ஏற்பாடுகளையும் வசதிகளையும் கூறினர்.

கூட்டம் முடிந்து முக்கிய பிரமுகர்கள் சென்றபின் ஊராட்சி மன்ற தலைவி "இன்றுஎன்ன செய்யப் போகிறீர்கள்" என்று கேட்டார்.

"இங்கு என்ன வேலைகள் உள்ளது என்பதை நீங்கள் இன்னும் கூறவில்லை கூறினால்இன்றேஇப்போதேவேலைகளை ஆரம்பிக்கலாம் என்று இருக்கிறோம்.அருவாள், மண்வெட்டி, கடப்பாரை, மண்ணை அல்ல பயன்படுத்தும் கூடைகள் தயாராக இருக்கின்றனவா".

"நீங்கள் கேட்ட பொருள்களெல்லாம் இன்று மாலை வந்து சேரும். இன்று ஒரு நாள் ஓய்வெடுத்துக் கொள்ளுங்கள். மாலையில் ஏதாவது விழிப்புணர்வு கலை நிகழ்ச்சிகள் நடத்துங்கள். நாளைமுதல் வேலையை ஆரம்பித்துக் கொள்ளலாம்"என்று கூறிய தலைவியும் வி ஏ ஓவும்சென்றனர்.

"என்ன பசங்களா நாம இன்னிக்கு ஒரு நாள் ஜாலியா ரெஸ்ட் எடுக்கலாமா".

"வேண்டாம் சார்.சேவை செய்ய வேண்டும் என்ற நம்ம நோக்கிலிருந்து முதல் நாளே பின்வாங்க வேண்டாம்" மாணவர்கள் ஒரே குரலில் கூறினர்.

"சரிதான். என்றாலும் எந்த கருவியையும் நாம் கொண்டு வரவில்லையே. இங்கே இவர்களும் இன்று மாலை தான் கிடைக்கும் என்று சொல்லிவிட்டார்கள். என்ன செய்வது".

"சார் ஆயுதங்கள் இல்லாமல் வெறும் கையால் செய்யக்கூடிய வேலைகளை இன்றே துவங்குவோம்".

"வெறும் கையால் என்றால்சுத்தப்படுத்தும் வேலை தான் செய்ய முடியும். பள்ளிக்கூடத்திலும் அதன் சுற்று வட்டாரத்திலும் முளைத்துள்ள செடி,கொடிகளை

கையால் பிடிங்கி அகற்றுவோம்'' என்று கூறினான் மாணவன் பிரேம்குமார்.

சற்று யோசித்த மூர்த்தி ''சரி அப்படி என்றால் சுத்தம் செய்யும் பணியை இன்று தொடங்குவோம். முதலில் இந்த ஊரிலுள்ள பள்ளிக்கூடத்திற்கு அருகே புதர் மண்டிப் போய் கிடக்கிறது. அதை இன்று சரி செய்வோம். மாணவிகள் அவர்கள் தங்குவதற்கு ஒதுக்கியுள்ள இடத்தை காட்டுகிறேன் உங்களுடைய பொருள்களை அங்கே கொண்டுபோய் வைத்துவிட்டு வந்தவுடன் வேலையைது-வங்கலாம்''.

மாணவிகளை அழைத்துக் கொண்டு கல்யாணியின் வீட்டிற்கு சென்றார். மாணவிகள் உள்ளே போய் பொருள்களை வைத்துவிட்டு வர காத்திருந்தார். அந்த நேரத்தில் கல்யாணி அவரிடம் ''என்ன சார் இன்று வேலையை தொடங்கப் போகிறீர்களா'' என்று கேட்க ''ஆமாம் முதல் நாள் தூய்மைப்படுத்தும் பணி. இந்த ஊர் பள்ளிக்கூடத்திற்கு பக்கத்தில் உள்ள இடங்களை சுத்தம் செய்யப் போகி-றோம்''.

''அது சுமார் மெயின் ரோட்டிலிருந்து சுமார் 50 அடி தூரம் உள்ளே தள்ளி உள்ளது. அந்த 50 அடி தூரம் முழுவதும் புல் முளைத்து செடி கொடிகள் நிறைந்து புதர் போல் கிடக்கிறது. அதை தொட்டால் உங்களுக்கு பத்து நாட்களும் அதிலே முடிந்துவிடும்''.

''வேறு என்ன செய்வது. இன்று வேறு வேலை செய்வதற்கு தேவையான கரு-விகள் எதுவும் இல்லை. வெறும் கைகளால் செய்யக்கூடிய வேலை இது மட்டும் தான்என்று தெரிகிறது''.

''அப்படியானால் அவர்கள் சொன்னதுபோல் இன்று ஒருநாள் ஓய்வெடுத்து-விட்டு நாளையிலிருந்து வேலையை தொடங்கலாமே. பிள்ளைகளை என் வீணாக கஷ்டப்படுத்த வேண்டும்''.

''மாணவர்கள் மிகுந்த ஆர்வத்துடன் இருக்கின்றனர். அவர்கள்இன்றைய தினத்தை வீணடிக்க விரும்பவில்லை. அதனால்இன்றே ஆரம்பிக்கிறோம். உங்கள் வீட்டில் மண்வெட்டி,அருவாள், குப்பை அள்ளும் கூடை இருந்தால் கொடுங்கள்''.

'' நாங்கள் கடை வைத்திருந்ததால் ஒன்றிரண்டு அரிவாள் உள்ளது. ஒரு மண்வெட்டி உள்ளது. அதை வேண்டுமானால் தருகிறேன்.குப்பை வாழ்வதற்கு கூடை ஏதும் இல்லை''.

மூர்த்தி சுற்றிலும் பார்த்தார். அங்கே கடையின் முன் பகுதியில் மழைபெய்தால் ஈரம் அடிக்காமல் இருக்க ஒரு பெரிய தார்ப்பாய் கட்டியிருந்தார்கள். தற்போது அதை மடக்கி உள்ளே வைத்திருந்தனர். '' இந்த தார்ப்பாய் இன்று ஒரு நாள் தாருங்களேன்'' என்றார்.

“இது எதற்காக”. “வெட்டப்படும் செடிகளையும் குப்பைகளையும் ஓர் இடத்தில் கொண்டு போய் சேர்க்க இந்த தார்ப்பாய் விரித்து அதில் செடிகளை போட்டு நான்கு பேர் நான்கு மூலையில் பிடித்துக் தூக்கிகொண்டு போனால் சுலபமாக வேலை முடிந்துவிடும் அல்லவா”.

“ நல்லா ஐடியா பண்ணுகிறீர்கள்”.

கல்யாணி கொடுத்ததை வாங்கிக்கொண்டு மாணவிகளுடன் திரும்ப வந்தார். அவருடன் தயாராக இருந்த மாணவர்களும் இணைந்து கொள்ள ஊர்வலம் போல் வரிசையாக பள்ளிக் கூடத்தை நோக்கி நடந்தனர்.

ஊராட்சி பள்ளி ஊரிலிருந்து சற்று ஒதுக்குப்புறமாக மெயின்ரோட்டில் இருந்து 50 அடி தள்ளி உள்ளே அமைந்திருந்தது. மெயின் ரோட்டில் இருந்து செல்லும் சாலை பராமரிப்பின்றி குண்டும் குழியுமாக தெரிந்தது. சாலையின் இருபுறத்திலும் கோரை புற்களும் பார்த்தீனிய செடிகளும் முளைத்துக் கிடந்தன.

“பசங்களா இப்ப நாம் வேலையை தொடங்கப் போகிறோம். சாலையின் இடது புறம் உள்ள பகுதிகளை இன்று சுத்தம் செய்வோம். இரண்டு பேர் இந்த அருவாள் கொண்டுமுள் உள்ள செடிகளையும் பார்த்தீனியச் செடிகளையும் வெட்டுங்கள். மற்ற அத்தனை பேரும் கையால் பிடுங்க கூடிய கோரை புற்களையும் சிறிப செடிகளையும்பிடுங்குங்கள். பிறகு ஒரு நாள் நேரம் கிடைக்கும்போது மற்றொரு பகுதியை சரி செய்வோம்”.

“இன்று நேரம் இருக்கிறது சார் முழு பாதையையும் நாம் சரி செய்துவிடலாம்”.

“முதலில் ஒருபகுதியை மட்டுமாவது நம்மால் இன்று சுத்தப்படுத்த முடிகிறதா என்று பார்ப்போம். மற்றதை அப்புறம் பார்க்கலாம்”.

மூர்த்தி இவ்வாறு கூறியவுடன் மாணவர்கள் முழு மைதானத்தையும் சரிசெய்து ஆசிரியரிடம் தங்கள் திறமையை நிரூபிக்க வேண்டும் என விரும்பினர். அவர்களை அவ்வாறு தூண்டிவிட வேண்டும் என்பதற்காகத்தான் மூர்த்தியும் முதலில் நம்பிக்கை இல்லாதவராய் பேசுவதைப் போன்று பேசினார். மாணவர் படை களத்தில் இறங்கியது. பெரிய செடிகளை இரு மாணவர்கள் வெட்டித் தள்ள சில மாணவிகள் வெட்டிய செடிகளை அள்ளிக்கொண்டு வந்து தார்ப்பாயில் போட்டனர். கோரைப் புற்கள் காய்ந்து போய் இருந்ததால் பற்றி இழுத்தவுடன் வேரோடு வந்தது. அடர்த்தியாய் காடுபோல் பரந்து விரிந்துவளர்ந்திருந்தபார்த்தீனிய செடிகளை வெட்டியதும் அந்த இடமே சுத்தமானது போல் தெரிந்தது.சுமார் நான்கு மணிக்கெல்லாம் இடது பகுதி முழுவதுமாக செடிகள் வெட்டப்பட்டிருந்தது. மாணவர்கள் பிடுங்கிய செடிகளையும் ஓரிடத்தில் குவித்து வைத்தனர்.மண்வெட்டி வைத்திருந்த மாணவர்கள் அதைக்கொண்டு நிலத்தை சமப்படுத்தினர்.

“சார் ஒரு பக்கம் முழுவதும் முடிந்துவிட்டது. அடுத்தபக்கம் தொடங்குவோமா” உற்சாகம் குறையாமல் கேட்டனர்.

“டியர் பாய்ஸ் நாம 30 பேர் சேர்ந்து ஒரு பகுதியை முடிக்க சுமார் மூன்று மணி நேரம் ஆகி இருக்கு. அப்ப இன்னொரு பகுதியை முடிக்க எவ்வளவு நேரம் ஆகும்”.

“இன்னும் ஒரு மூன்று மணி நேரம் ஆகும் சார்”.

“ஆனால் அரை மணி நேரத்திற்குள்ளாக குடிக்க வழி இருக்கிறது யோசித்து செயல்படுங்கள். பார்க்கலாம்”.

மாணவர்கள் ஒருவரை ஒருவர் பார்த்துக் கொண்டனர் பின்னர் ஓரிடத்தில் குழுமி அவர்கள் ஒரு திட்டத்தை தயாரித்தனர் மூர்த்தி ஓரமாக சென்று ஒரு கல்லில் அமர்ந்துகொண்டார்.

அந்த பள்ளியில் மாலை நான்கு முப்பதுக்கு வகுப்புகள் முடிந்து மாணவர்கள் வெளியே வந்தனர். அவர்களின் பாதையை மரித்த என் எஸ் எஸ் பயன்கள் “அன்பான தோழர்களே நாங்கள் நாட்டுநலப்பணி திட்ட முகாமிற்காக உங்களுடைய ஊருக்கு வந்திருக்கிறோம். எங்களுடைய முதல் பணியாக உங்களுடைய பள்ளிக்கு வரும் பாதையை சுத்தம் செய்யலாம் என்று முடிவுசெய்து வேலையை தொடங்கினோம்.ஒரு பக்கம் முழுவதையும் சுத்தம் செய்து விட்டோம். இதோ பாருங்கள். இது உங்கள் பள்ளி. நீங்கள் உபயோகப்படுத்தும் பாதை இது. இதை தூய்மை செய்ய வேண்டிய கடமையும் பொறுப்பும் உங்களுக்கும் இருக்கிறது அல்லவா. ஆம் என நீங்கள் நினைத்தால் எங்களோடு சேர்ந்து ஒரு பத்து நிமிடம் வேலை செய்தால் போதும். இந்தப் பாதை முழுவதும்இன்று சுத்தமாகிவிடும். வருகிறீர்களா ஆரம்பிப்போம்” என்று உற்சாகமான குரலில் அந்த மாணவர்களிடையே பேசினான்பிரேம்குமார்.

அனைவரும் சுற்றிலும் பார்த்தனர். தினசரி அவர்கள் வரும் பாதையின் ஒரு பகுதி செடிகள் அகற்றப்பட்டு நிலம் சமபடுத்தப்பட்டு சுத்தமாய் காட்சியளித்தது. மறுபுறம் இன்னும் பழைய நிலையில் இருந்தது. இது எப்படி சாத்தியம் எங்கிருந்தோ வெளியூரிலிருந்து வந்த 30 மாணவர்கள் மூன்று மணி நேரத்தில் அந்த இடத்தை சுத்தப்படுத்த முடியும் என்றால் 600 பேர் படிக்கும் பள்ளியை சேர்ந்த நாம் தினசரி கடந்து வரும் பாதை. இது எப்படி கவனிக்காமல் போனோம். ஏன் இதை யாரும் சொல்லாமல் நாம் செய்யவில்லை. அந்தப் பள்ளிக்கூடத்தில் படித்த மாணவர்களுக்கு உள்ளுக்குள் முள் தைத்தது.

இங்கே மாணவர்கள் என்பதுசொல்வதை செய்யும் கருவிகளை போல் மாற்றி விட்டனர்.அவர்களை சிறப்பாக கையாள நல்ல ஆசிரியர்கள் தேவை. நம் நாட்டில் நல்ல ஆசிரியர்களுக்கு தான் பஞ்சம். நல்ல கருவிகளுக்கு அல்ல.இப்போது அவர்களுக்குஅந்த நல்லவிஷயத்தை சொல்லிக்கொடுக்க ஆசிரியர் தேவை இல்-

லாமல் போனது. ஒரு மாணவன் பற்றவைத்த தீக்குச்சி அங்கே அக்னி பிளம்பானது.

சற்று நேரம் அமைதியாக இருந்த அந்த மாணவர்கள் ‘‘நாங்களும் வருகிறோம். பத்துநிமிடம் என்ன. இதை முழுவதும் சுத்தம் செய்து விட்டு செல்வோம்’’ என்ற மாணவ மாணவியர் தங்களுடைய பேக்குகளை பள்ளி வராண்டாவில் வைத்துவிட்டு இவர்களோடு செடிகளைஅகற்ற தொடங்கினர்.அத்தனை மாணவர்களும் ஆவேசத்துடன் களமிறங்கியதால் 15 நிமிடங்களில் அந்த இடமே சுத்தமானது. பிடுங்கப்பட்ட செடிகள் ஒரு ஓரத்தில் மலைபோல் குவிக்கப்பட்டது.

பொதுவாகமாணவர்களிடம் எப்போதும்உள்ளுக்குள்ளே ஒரு நெருப்பு பொறி இருந்துகொண்டே இருக்கும். அதை தேவையான இடத்தில் தேவையான சமயத்தில் ஊதி பற்ற வைக்க வேண்டும். பற்ற வைத்து விட்டார்களோ அதன் கடமையை முடித்துவிட்டுதான் அடங்கும். இங்கே பற்றவைக்க மூர்த்தி இருக்கிறார். மூர்த்தியின் பயிற்சியில் வளர்ந்து வந்திருந்த பிரேம்குமாரின் பேச்சு அதன் பலன்கள் ஆகியவற்றையும் பார்த்து வியந்தார்மூர்த்தி. பின்னர் அந்தப் பள்ளி மாணவர்களை அழைத்து ‘‘மாணவர்களே இது நீங்கள் உபயோகப்படுத்தும் பாதை. இதை என்றென்றும் சுத்தமாக வைத்துக்கொள்ள வேண்டியது உங்களுடைய கடமை. அடுத்தவர் வந்து சரி செய்வார்கள் என்று கருதாதீர்கள்.உங்கள் வீடுகளிலும் இதையே பின்பற்றுங்கள் இங்கே எங்களோடு வேலை செய்ததற்கு நன்றி’’ என்று கூறினான்.

பின்னர்‘‘மாணவர்களே இன்றைய வேலை மிக நன்றாகமுடிந்தது.இனி கலை நிகழ்ச்சிகள் நடத்துவதற்கு தயாராக வரவேண்டும். இன்று மக்களிடையே என்ன விழிப்புணர்வை ஏற்படுத்த போகிறீர்கள்’’.

‘‘இன்று வீடுகளை சுற்றி தூய்மையாக வைத்திருக்க வேண்டும் என்பதை வலியுறுத்தும் விழிப்புணர்வு நாடகம் நடத்தலாம் சார்’’.

‘‘சரி சென்று தயாராகுங்கள். மாலை ஐந்து மணி முதல் 7 மணி வரை விழிபபுணர்வு நாடகம்பல இடங்களில் நடத்த வேண்டும்’’.

மாணவர்கள் தங்கியிருந்த இடத்திற்கு சென்றனர். மாணவிகள் கல்யாணியின் வீட்டிற்கு சென்றபோதுகடையில் இருந்த கல்யாணியும் சரிதாவும்‘‘ என்ன இன்னிக்கி வேலை அவ்வளவுதானா’’ என்று கிண்டலாக சிரித்தார்கள். ‘‘ ஆமாம் அக்கா அங்கே வேலை முடிந்துவிட்டது. அந்த இடமே சுத்தமாகி விட்டது. இனி நாளை வேறு இடம் தான் பார்க்க வேண்டும்’’என்றாள் அங்கே மாணவிகளை வழிநடத்திய லட்சுமி.

மாணவிகூறியதை கேட்டதும் கல்யாணிக்கு ஆச்சரியமாக இருந்தது.‘‘எங்களிடம் பொய் சொல்லாதீர்கள். அவ்வளவு பெரிய இடத்தை எப்படி நீங்கள் 3 மணி

நேரத்தில் சுத்தம் செய்தீர்கள். இத்தனைக்கும் உங்களுடைய கையில் எந்த கருவியும் இல்லையே''.

''நாங்கள் எதற்காக உங்களிடம் பொய் சொல்ல வேண்டும். எங்களுடைய மூர்த்தி சார் இருக்கிறாரே அவரே போதும்.எந்த வேலையை எப்படி செய்வது என்று எங்களுக்கு எளிமையாக சொல்லிக் கொடுத்து விடுவார்.இன்றும் அப்படித்தான் அவர் காட்டிய ஐடியாவை பின்பற்றினோம் வேலை முடிந்துவிட்டது''மாணவிகள் மூர்த்தியின் புகழ் பாடினர்.கல்யாணிக்கும் சரிதாவுக்கும் ஆச்சரியமாக இருந்தது.

5 மணி முதல் மாணவர்களும் மாணவிகளும் ஆங்காங்கே விழிப்புணர்வு நாடகம் நடத்தினர். சில மாணவர்கள் சிறுவர்களைப் போல்வேடமணிந்து கடைவீதிகளில் விற்கும் சுகாதாரமற்றஉணவு பொருட்களை சாப்பிட்டு வியாதிகள் ஏற்பட்டு உடல்நலம் குன்றியவர்கள் போலவும் நடித்தனர். ஒரு மாணவன் மருத்துவரை போல் வேடமிட்டு இப்படி கடைகளில் தரமற்ற உணவுப் பொருட்களை வாங்கி சாப்பிடுவது தவறு என்றும் உடலை சுத்தமாக பராமரிக்கவில்லை என்றால் நோய் எதிர்ப்பு சக்தி குறைந்துநோய்வருவது சுலபமாகிவிடும் என்ற கருத்தை வலியுறுத்திப் பேசினார். பொதுமக்கள் கூடும் இடங்களில் போய் நின்று இந்த சில நிமிட நாடகத்தை ஆங்காங்கே நடத்திக் காட்டினார்கள்.

இரவு சமுதாயக் கூடத்தில் அனைவருக்கும் உணவு தயாராக இருந்தது. சாப்பிட்டு முடித்த பின் மாணவிகள் தங்களுடைய அறைக்கு திரும்பி சென்றனர். மாணவர்கள் தங்களுடன் கொண்டு வந்த செஸ் போர்டு எடுத்து சிலர் விளையாடினர். சிலர் ஆங்காங்கே நின்றுபேசி கொண்டிருந்தனர். மூர்த்தி கடைவீதிக்கு சென்றிருந்தார்.

இவர்களுடைய செயல்களை காலையிலிருந்து கவனித்துக்கொண்டிருந்த அந்த25 வயது வாலிபன்சமூக நல கூடத்திற்கு வெளியே நின்று கொண்டிருந்த மாணவர்களை அருகே அழைத்தான். ''தம்பி உன் பெயர் என்ன. நீதான்இந்த முகாமிற்கு தலைமை தாங்குகிறாயா''.

''என்னுடைய பெயர் பிரேம்குமார். எங்களுடைய ஆசிரியர் மூர்த்தி சார் தான் இந்த முகாமின் தலைவர்.அவர் இல்லாத நேரங்களில் மாணவர்களை பார்த்துக்கொள்கிறேன்''.

''உன்னுடைய பேச்சை சற்று தள்ளி இருந்து கவனித்துக்கொண்டிருந்தேன். எப்படி இவ்வளவு சிறப்பாக உணர்ச்சிகரமாக பேசினாய்''.

''மூர்த்தி சார் சொல்லி கொடுத்ததில் சிலவற்றை எடுத்து விட்டேன் அவ்வளவு தான். என்னுடைய பேச்சு சிறப்பாக இருந்தது என்றால் அதற்கு காரணம் எங்களுடைய சார் தான்''.

“என்றாலும் ஆசிரியர்களின் பேச்சையே மதிக்காத மாணவர்களை உன் வசப்படுத்தினாய்அதுவே பெரிய விஷயம். மேலும் அந்த மாணவர்களையே பயன்படுத்தி அந்த பாதையைநீங்கள் வந்த சிறிது நேரத்திலேயே சுத்தம் செய்து இருக்கிறீர்கள். உங்களுடைய சேவைக்கும் புத்திசாலித்தனத்திற்கும் என்னுடைய பாராட்டுக்கள்” என்று கூறினார்.

“ தேங்க்யூ அண்ணா”. “ நாளை எங்கே சேவை செய்ய போகிறீர்கள்”. “அது சார் வந்தவுடன் அவரிடம்தான் கேட்க வேண்டும்”. “ சரி அவரைப்பார்த்து கேட்டுக்கொள்கிறேன். அதோ பார் அந்த வீடுகளில் தோட்டத்தை ஒட்டி இருக்கிற முதல் வீடுதான் எங்களுடையது. என் பெயர் முரளி. உங்களுக்கு ஏதேனும் உதவி தேவையென்றால் தயங்காமல் வந்து என்னிடம் கேட்கலாம்”என்று கூறிய முரளி இருளில் வீட்டை நோக்கி நடந்தான். அவன் மனதில் பல திட்டங்கள் இருந்தன.

11

இரவு கடை அடைந்தவுடன் வீட்டிற்குள் வந்த கல்யாணி நேராக பின்பக்கம் இருந்த குடோனுக்கு சென்றாள். அங்கே மாணவிகள் அமர்ந்து பேசிக் கொண்டுஇருந்தனர்.சிலருக்கு செடிகளையும்புற்களையும் வேகமாக பிடித்து இழுத்ததால் லேசான காயங்கள் பட்டிருந்தது. அதற்கு துணியை ஈரமாக்கி கைகளில் கட்டியிருந்தனர்.அதை பார்த்த கல்யாணி “இதுஎப்படி வந்தது” என்று கேட்டாள். மாணவிகள் விளக்கி சொன்னதும் வீட்டிற்குப் போய் மருந்து பஞ்சும் அதைச்சுற்றி கட்டுவதற்கு பேண்டேஜ் துணியும் கொண்டு வந்தாள். காயம் பட்டவர்களுக்கு மருந்தை தடவி பேண்டேஜ் கட்டி விட்டாள். பின் வீட்டிற்கு சென்று அம்மாவிடம் கூறி அனைவருக்கும் குடிக்கபால்காச்சி எடுத்து வந்தாள். அதை அவர்கள் குடிக்க அவர்களுக்கு மத்தியில் அமர்ந்தவள் அன்றைய தினம் என்ன நடந்தது என்பதை விளக்கமாக அறிந்து கொள்ள விரும்பினாள்.

லட்சுமி அவளுக்கு அன்றையதினம் நடந்தவை எல்லாவற்றையும் விளக்கமாக சொன்னாள். “ அந்தப் பையன் பிரேம்அப்படி பேச யார் கற்று தந்தது “என்று கேட்டாள்.“அந்த பையன் மட்டுமல்ல. இங்கே எல்லோருக்கும் குரு மூர்த்தி சார் தான்” என்று மூர்த்தி பாடம் நடத்தும் முறை, மாணவர்களுடன் பழகும் முறை, பிரச்சனைகளை கையாள்வது எப்படி என்று கற்றுக் கொடுக்கும் விதம் ஆகியவற்றையெல்லாம் அவள் சொல்லச்சொல்ல கல்யாணிக்குமூர்த்தியை பற்றி தெரிந்து கொள்ள ஆர்வம் அதிகரித்தது.

“பிரச்சனையின் தன்மையை விரிவாக சொல்லி முடிவெடுக்கும் பொறுப்பை நம்மிடமே ஒப்படைத்து விடுவார்.இன்றும் அப்படித்தான் ஒருபுறம் சுத்தம் செய்வதற்கு மூன்று மணி நேரம் ஆகிவிட்டது. மறுபுறம்சுத்தம் செய்ய இன்னும் மூணு மணி நேரம் ஆகும்.ஆனால் அதற்கு நேரமில்லை. இன்னொரு நாள் வந்து முடிப்பதற்கு வழியில்லை என்ற பிரச்சினையை விரிவாகச் சொல்லி விட்டு இதை அரை மணி நேரத்தில் முடிக்க வழியிருக்கிறது. நீங்களே யோசித்து செய்யுங்கள் என்று முடிவெடுக்கும் பொறுப்பை எங்களிடம் ஒப்படைத்தார். அதன் வெளிப்பாடுதான் நாங்கள் கலந்து ஆலோசித்து பிரேமை பேச வைத்தோம். பிரேம் மட்-

டுமல்ல இந்த பொறுப்பு எங்கள் எல்லோருக்கும் உண்டு. யாரை பேசச் சொன்னாலும் பேசுவதற்கு தயாராய் இருந்தோம்'' என்று லட்சுமி கூறியது கல்யாணிக்கு ஆச்சரியத்தை ஏற்படுத்தியது.

''மூர்த்தி சார் குடும்பம் எங்கே இருக்கிறது. அவருக்கு எத்தனை குழந்தைகள்''ஆர்வ மிகுதியில் அவரைப் பற்றி விசாரித்தாள்.

''சாருக்கு இன்னும் திருமணம் ஆகவில்லை. எங்க வீட்டுக்கு பக்கத்தில் ஒரு வீட்டின் மாடியில் வாடகைக்கு குடியிருக்கிறார் அவருக்கு நெருங்கிய சொந்தக்காரர்கள் யாரும் இல்லை''.

''ஏன் அவர் இன்னும் திருமணம் செய்து கொள்ளாமல் இருக்கிறார் ஏதாவது பிரச்சனையா''.

''சாருக்கு யாருடனும் பிரச்சனையே வராது. அந்த அளவு அமைதியானவர். எல்லோரிடமும் நல்ல பெயர் எடுத்தவர். அவருக்கு அப்பா அம்மா யாரும் இல்லை.சார் படித்துக்கொண்டிருக்கும்போது அவர்கள் இருவரும் காலமாகி விட்டார்கள்.2 சகோதரிகள் மட்டும் இருந்தனர்.அவர்களை படிக்க வைத்து திருமணம் முடித்துக் கொடுக்க வேண்டிய பொறுப்பு சாருக்கு இருந்ததால் இவருடைய திருமணம் தள்ளி தள்ளி போனது. இப்போது வயதாகிவிட்டது என்று திருமணத்தை பற்றி யோசிப்பதே இல்லை. என்று எங்கள் தெருவில் பலரும் கூற கேள்விப்பட்டு இருக்கிறேன்''.

''சரி சொந்தக்காரர்கள் தான் இல்லை உங்களைப் போன்ற அக்கம்பக்கத்தினர் ஏதாவது முயற்சி செய்திருக்கலாமே'' கல்யாணியும் விடாமல் கேட்டுக்கொண்டிருந்தாள்.

''அவருடைய நண்பர்களும் பழைய மாணவர்களும் பலதடவை சாரிடம் பேசினார்களாம். அதற்கவர் நீங்கள்தான் இத்தனை பேர் எனக்கு குழந்தைகளாக உறவினர்களாக இருக்கிறீர்களே இன்னும் எதற்கு கல்யாணம் குடும்பம் இதெல்லாம் என்று சொல்லி தட்டிக் கழித்து விட்டாராம்''.

இதற்குமேல் மூர்த்தியை பற்றி அந்த மாணவியிடம் விசாரிப்பது கல்யாணிக்கு நாகரிகமாக தோன்றவில்லை சற்றுநேரம் அமைதியாக இருந்தவள் ''சரி நாளைக்கு உங்களுடைய திட்டம் என்ன? எங்கே வேலை செய்யப் போகிறீர்கள்''என்று கேட்டாள்.

''இன்னும் முடிவுசெய்து சார் சொல்லவில்லை. நாளைய திட்டம் காலையில் தான் தெரியும்''. ''சரி லைட்டை அனைத்து விட்டு இரவு விளக்கை போட்டு கொள்ளுங்கள். ஏதேனும் தேவை என்றால் என்னை கூப்பிடுங்கள். குட் நைட்'' என்று விடைபெற்றாள்.பதிலுக்கு ''குட் நைட் அக்கா'' என்று ஒரே குரலில் கோரஸாக கத்தினர் மாணவிகள்.

மாணவிகளிடம் விடைபெற்றுக்கொண்டு வீட்டிற்கு வந்து கைகழுவி சாப்பிடும் போதும் உறங்கும் போதும் கல்யாணிக்குஏனோ மூர்த்தியின் நினைவு வந்தது.

12

மறுநாள் வெள்ளிக்கிழமை. காலையில் மாணவிகள் தயாராகி வெளியேகிளம்பும்போது கோவிலுக்கு போய்விட்டு கல்யாணி வந்தாள். " என்ன அதற்குள் கிளம்பி விட்டீர்கள்.இன்றுஅனைவரும் எங்கள் வீட்டில் சாப்பிடலாம். சற்று பொறுங்கள்"என்றாள்.

"குட் மார்னிங் அக்கா.எங்களுக்கும் சேர்த்து அங்கே உணவு தயாரித்து இருப்பார்கள். நாங்கள் இங்கே சாப்பிட்டு போனால் அது வீணாகிவிடும். அதனால் உங்கள் வீட்டில் வேறொரு நாள் சாப்பிடுகிறோம்.நேரமாகிறதுநாங்கள் கிளம்படுமா" என்று கேட்ட லட்சுமி மற்ற மாணவிகளை அழைத்துக் கொண்டு வெளியேறினாள்.

இந்த சிறுவயதில் அந்தக் குழந்தைகள் பக்குவத்துடன் பேசுவதைகேட்கும்போது கல்யாணிக்கு வியப்பாக இருந்தது. ஒருநாள் இவர்கள் வேலை செய்யும் இடத்தை நேரில் போய் பார்த்து வர வேண்டும் என முடிவு செய்தாள்.

காலையில் சரிதா வந்தவுடன் நேற்றைய சம்பவங்களை கூறினாள்.சரிதாவுக்கும் அந்த மாணவர்கள் வேலை செய்வதை பார்க்க வேண்டும் போல் இருந்தது. " அக்கா காலையில் தான் பெரிதாக வேலை ஒன்றும் இல்லையே. இன்று நேரில் போய் பார்த்து வருவோமா" என்று கேட்டாள். " சரி வா போய் பார்க்கலாம்" என்று இருவரும் கிளம்பினர். அம்மாவிடம் சொல்லிவிட்டு தெருவில் இறங்கினர். அவளுடைய தாய் கமலாவிற்கு அது அதிசயமாக இருந்தது இந்த 16 வருடத்தில் எந்த ஒரு பொது நிகழ்ச்சியிலோ ஆட்கள் கூடியிருக்கிற இடங்களிலோ போய் நின்று யாரிடமும் பேசாதவள் கோயிலை தவிர வேறெங்கும் போகாதவள் இன்று தானாகவே வெளியே கிளம்புகிறாளே என்று அதிசயப் பட்டாள்.

சமூகநல கூடத்திற்கு இவர்கள் போகும் முன் மாணவர்கள் அங்கிருந்து சென்றிருந்தனர். அங்கு இரு பெண்கள்சமையல் வேலை செய்து கொண்டிருந்தார்கள்.கல்யாணிக்கு அவர்கள் ஏற்கனவே தெரிந்தவர்கள். அவர்களைப் பார்த்தவுடன "வாங்க வாங்க" என்று வரவேற்றவர் இன்று கோவிலை சுற்றிலும் தான் வேலை அங்கே அவர்களை பார்க்கலாம் என்றாள்.

இன்று காலையிலேயே கோவிலுக்கு சென்று வந்து விட்டேனே இன்னொரு முறை போக வேண்டுமா என யோசித்தவள் கோவிலில் வெளிப்பகுதியில் யாராவது வேலை செய்கிறார்களா என பார்த்தாள். சில மாணவர்களும் மாணவிகளும் நீளமான துடைப்பத்தை கையில் வைத்துக்கொண்டு கோவிலை சுற்றிலும் சுத்தம் செய்து கொண்டிருந்தனர். மூர்த்தி எங்கே என்று பார்த்து அவருடன் கொஞ்ச நேரம் பேச வேண்டும் என கல்யாணி நினைத்துக்கொண்டாள்.மூர்த்தி கோவிலின் மற்றொரு மூலையில் நூலகத்திற்கு அருகே நின்று மாணவர்களுடன் பேசிக்கொண்டிருந்தார். நூலகத்திற்கு அருகே நின்றதால் அவரை போய் பார்க்கலாம் என்ற முடிவை கல்யாணி மாற்றிக் கொண்டாள்.

“ சரி வா போகலாம். கடையை திறக்கவேண்டும்” என்று கல்யாணி கூறினாள். எப்போதும் விளையாட்டாக பேசுகிற சரிதா அன்று கல்யாணியின் கையை பிடித்துக்கொண்டு “அக்கா இன்று நான் இவர்களுடன் வேலை செய்ய போகிறேன். என்னுடைய ஆபத்துக்காலத்தில் நான் பிரளய விடங்கரை தான் வேண்டிக் கொண்டிருந்தேன்.அந்த வேண்டுதல்களை நிறைவேற்ற இதுவே சரியான சந்தர்ப்பம். மாணவர்களுடன் போய் நானும் வேலை செய்து என் கடனை தீர்ப்பேன்”என்று உறுதியுடன் கூறினாள்.

அவள் கூறுவது சரிதான் என்பதை உணர்ந்த கல்யாணி “அப்படியானால் நீ வேலை செய்துவிட்டு வா. நான் கடையில் இருக்கிறேன்” என்று கூறி கிளம்பினாள்.

கல்யாணியும் சரிதாவும் கோயில் அருகே வந்திருப்பதை தூரத்திலிருந்து பார்த்த மூர்த்தி அவர்களை நோக்கி வந்தார். அதற்குள் கல்யாணி சென்று விடவே சரிதாவிடம்“என்ன இரண்டு முதலாளிகளும் இந்தப்பக்கம் வந்திருக்கிறீர்கள். வேலைகள் எல்லாம் சரியாக நடக்கிறதா என்று கண்காணிப்பதற்காகவா” என்று கிண்டலாக கேட்டான்.

“முதலாளியம்மா அதோ திரும்ப போய்விட்டார்கள். எப்போதும் நானும் ஒரு தொழிலாளி தான். இங்கே உங்களோடு வேலை செய்வதற்காக வந்திருக்கிறேன். உங்களோடு சேர்ந்து வேலை செய்யட்டுமா”.

“வேலை என்று சொல்லாதீர்கள் சேவை என்று சொல்லுங்கள். உங்களுக்கு விருப்பம் இருந்தால் நீங்கள் இங்கே தாராளமாக சேவை செய்யலாம். கல்யாணி மேடம் வந்துவிட்டு ஏன் ஒன்றும் சொல்லாமல் கிளம்பி விட்டார்கள்”.

“அக்காவுக்கும் இங்கே உங்களோடு சேவை செய்ய ஆசைதான். அதனால்தான் காலையிலேயே வந்தார்கள். ஆனால்ஏனோ இங்கே வந்தபின் திடீரென்று இப்போது கடை திறக்க வேண்டும் என்று கிளம்பிவிட்டார்கள்”.

“அதனால்என்ன. அவர்கள் எங்களுக்கு செய்திருக்கும் சேவையே மிகப்பெரி-யது. அவர்கள் வீட்டில் மாணவிகளுக்கு இடம் கொடுக்கவில்லை என்றால் நான் திண்டாடி போயிருப்பேன். இதற்கு நான் எப்படி கைமாறு செய்யப் போகிறேனோ”.

“அப்படி எந்த கைமாறும் எதிர்பார்த்து அக்கா உதவி செய்வதில்லை. மேலும் இதை உதவி என்றும் கருதவில்லை தன்னுடைய கடமை என்று நினைக்கிறார். சரி நாம் வேலையை தொடங்கலாமா” என்றவள் அங்கு அடுக்கி வைத்திருந்த துடைப்பத்திலிருந்து ஒன்றை எடுத்துக்கொண்டு கோவில் வளாகத்தை நோக்கி போனாள்.

கல்யாணியை பற்றி சிந்திக்கும்போது மூர்த்திக்கு சற்று ஆச்சரியமாக இருந்தது. இதுவரை அவரிடம் உதவி கேட்டு வந்தவர்கள் அதிகம்.இந்த முறை முகாமுக்கு வந்தபோது முதல்முறையாக மூர்த்திக்கு பிரச்சனை மாணவிகளை தங்க வைக்கும் ரூபத்தில் வந்தது. பிரச்சனையைச் சொன்ன சில நிமிடங்களிலேயே அதற்கான தீர்வை சொல்லி உதவியவர் கல்யாணி.மிக அமைதியாக இருக்கிறார் அந்த அமைதியை அவளை நல்ல அழகாக காட்டியது. திருமணம் ஆனது போல் தெரி-யவில்லை வீட்டிலும் ஆண்கள் யாரும் இல்லை. தனி ஒரு பெண்ணாக தொழில் பயிற்சி நிலையம், டியூசன் சென்டர் நடத்தி வருவதை கண்டு வியந்தார்.

அன்றைய தினம் கோயிலின் வெளிப்பக்கம் உள்ள பாதைகள் அதன் சுற்று பகுதிகள் முழுவதும் முளைத்திருந்த செடிகளை வெட்டி பாதையை சுத்தம் செய்-தனர்.மாலை நேரத்தில் மாணவர்கள் ஒரு வில்லு பாட்டு கச்சேரி மூலம் விழிப்-புணர்வு நிகழ்ச்சி நடத்த ஏற்பாடு செய்திருந்தனர். கோவிலின் முன்பகுதியில் நான்கைந்து டேபிள்களை ஒன்றாக இணைத்து போட்டு அதன்மேல் 4 மாண-வர்கள் அமர்ந்து பக்கவாத்தியமாக குரல் கொடுக்க அவர்களுக்கு முன் நடுநா-யகமாக முக்கிய பாடகர் போல்அமர்ந்திருந்த அந்த பையன் உரத்த குரலில்பா-டினான்.பாடல்களுக்கு இடையிடையே கதைகளை சொன்னான்.பின்னால் அமர்ந்-திருந்த மாணவர்களின் கையில் ஒருவன் மண்பானையை தலைகுப்புற கவிழ்த்தி கடம் போல் வைத்து வைத்திருந்தான்.அடுத்தவனிடம் தபேலாவும்,அதற்கு அடுத்-தவனிடம் ஜால்ரா கட்டையும்,மற்றொருவரிடம்சலங்கையும் இருந்தது. பாடகர் பாடும்போது இவர்கள் இசைக்கருவியை இசைப்பதும்அவர் இடையிடையே கதை சொல்லும்போது கதை கேட்பவர்களை போல “ சொல்லுங்க ,அப்படியா, அடடா,” என்றெல்லாம் ஆச்சரியமாக கேட்பதுபோல் பின் பாட்டு பாடுவது மாய் இருந்தனர்.

முதலில் பாரத மாதாவின் பெருமைகளை அவன் பாட்டாக படிக்க அவன் நிறுத்தி கதை சொல்லும் நேரத்தில் பின்னால் இருந்த பக்க வாத்தியக்காரர்கள் ஆமாம் சொல்லுங்க போன்றவரே தாளத்தோடு பின் பாட்டு பாடினர். அப்போது பாரதமாதா போல் வெள்ளை உடை அணிந்த மாணவிகையில் தேசியக்கொடியை ஏந்தியவாறு அவர்களுக்கு முன் வந்து நின்றார். இந்த நிகழ்ச்சியை பார்க்க

குழுமியிருந்த மாணவர்களும் சிறுவர்களும்உணர்ச்சிப்பெருக்கில் எழுந்து நின்று பாரத தேவியை வணங்கினர். பின்னர் வரிசையாக காமராஜரை பற்றியும் அப்துல் கலாமை பற்றியும் பாடியது பார்ப்பவர்களை பரவசத்தில் ஆழ்த்தியது. அந்தந்த தலைவர்களைப் பற்றி சொல்லும்போது ஒவ்வொரு மாணவரும் அது போல் வேடம் தரித்து முன் வந்து நின்று பார்ப்பவர்களை நோக்கி கை அசைத்தனர்.நிகழ்ச்சியை பார்த்துக்கொண்டு இருந்தவர்களும் பதிலுக்கு கை அசைத்தனர்.இறுதியாக மைக்ரோசாப்ட் நிறுவனத்தின் நிறுவனர் பில்கேட்ஸ் பற்றியும் அங்கே பாடப்பட்டது. அப்போது ஒரு மாணவன் கோட் சூட் அணிந்து கையில் ஒரு லேப்டாப்புடன் நடக்கும்படி செய்தனர். கிராமத்தில் கம்ப்யூட்டரை பற்றியும் அறியாத முதியவர்கள் கூட அதை ரசித்து மகிழ்ந்தனர்.

இங்கே கலை நிகழ்ச்சியை முடித்தவர்கள் கோவிலின் பின்பக்கம் நூலகத்திற்கு அருகிலுள்ள ஆலமரத்தடியில் இந்த நிகழ்ச்சியை மீண்டும் நடத்தினர். இவர்களுடையபாட்டு சப்தமும் இவர்களைப் பின்தொடர்ந்து வந்த மாணவர்கள் எழுப்பிய கைதட்டல் மற்றும் விசில் சத்தம் எல்லாம் கேட்டு வீட்டில் இருந்த பெண்கள், வயதானவர்கள் எல்லோரும் திரண்டு வந்து நிகழ்ச்சியை கண்டுகளித்தனர்.பார்த்தவர்கள் எல்லாம் என் எஸ் எஸ் மாணவர்களின் மேல் அன்பு கொண்டனர்.பாரதமாதா நிகழ்ச்சியை ஒன்ஸ்மோர் கேட்டனர் மாணவர்கள் சளைக்காமல் நடத்திக்காட்ட பார்த்தவர்கள்பெரியவர் சிறியவர் வயதானவர்கள் என்றெல்லாம் வித்தியாசம் பாராமல் அனைவரும் எழுந்து நின்று பரவசத்துடன் சல்யூட் அடித்து மரியாதை செய்தனர். அரைமணி நேரம்நடந்தமாணவர்களின் கலை நிகழ்ச்சி அந்த பகுதி முழுவதும் மந்திர கயிறால் கட்டிப் போட்டிருந்தது.

மாணவர்களின் திறமையைக் கண்டு மூர்த்திக்கு வியப்பாக இருந்தது. பெரும்பாலும் நிகழ்ச்சிக்கான வழிகாட்டுதலை மட்டும் அவர்கள் மாணவர்களுக்கு அடிக்கோடிட்டு காட்டுவார். அதை மிகச் சரியாக புரிந்துகொண்டு மாணவர்கள் செயலாற்றுவது அவருக்கு வியப்பை தந்தது.

கலை நிகழ்ச்சி முடிந்தபின்னர் மாணவர்கள் இருப்பிடத்திற்கு திரும்பினர். இரவு உணவு முடிந்த பின் மாணவிகள் கல்யாணியின் வீட்டிற்கு சென்றனர். மாணவர்களுடன் மூர்த்தி அமர்ந்து பேசிக்கொண்டிருந்தார். நாளை காலையில் எங்கே வேலையை தொடங்குவது என்று சிந்தித்துக் கொண்டிருந்தனர்.அப்போது முரளி அவர்களை நோக்கி வந்தார்.அவரை கண்டவுடன் “வாங்க அண்ணா. இது தான் மூர்த்தி சார்”.”சார் இந்த அண்ணன் பெயர் முரளி நேற்று உங்களை பார்க்க வந்திருந்தார்”.

“ஹலோ முரளி சார் உள்ளே வாருங்கள் நேற்று உங்களை பார்த்து அறிமுகமாகவில்லை மன்னிக்கவும்”.

அதற்கு முரளி ‘‘தயவுசெய்து என்னை முரளி என்று பெயர் சொல்லியே அழையுங்கள்.நான் நேரடியாக உங்களை பார்த்து அறிமுகமாகவில்லை தவிர நீங்கள் செய்யும் வேலைகளை இரண்டு நாளாக பார்த்துக் கொண்டேதான் இருக்கிறேன். உங்களுக்கு எந்த வகையிலாவது உதவி செய்ய வேண்டும் என்று நான் நினைத்துக் கொண்டிருக்கிறேன்’’.

‘‘நீங்கள் சொல்வதை கேட்கும் போதே மகிழ்ச்சியாக உள்ளது. நீங்கள் சேவை செய்ய விரும்பினால் யாருடைய அனுமதியும் வேண்டியதில்லை. உங்களால் முடிந்த உதவிகளைதாராளமாக செய்யலாம்’’.

‘‘அப்படி இல்லை சார். இங்கே அனுமதி பெறாமல் எந்த காரியத்தையும் செய்து வீணாக பிரச்சினைகளை உருவாக்க நான் விரும்பவில்லை. ஏற்கனவே இங்கே பல பிரச்சினைகள் ஏற்பட்டு கொஞ்ச நாளாகத்தான் அமைதியாகி உள்ளது. அது மறுபடியும் கெட்டுவிடக் கூடாது என்பதற்காக தான் உங்களிடம் அனுமதி கேட்கிறேன்’’.

‘‘நான் இந்த ஊரில் முகாம் நடத்த அனுமதி வேண்டி அந்த நேரத்திலிருந்து சந்தித்த பலரும் பல்வேறு பிரச்சினைகள் நடந்த ஊர் இது என்று கூறினார்கள் ஆனால் என்னை பொறுத்தவரை இது அமைதியான ஊராக தான் தெரிகிறது. அது சரி நீங்கள் என்ன மாதிரியானஉதவி செய்யலாம் என்று நினைக்கிறீர்கள்’’.

‘‘நானும் என்னுடைய காலனியை சேர்ந்த மாணவர்களும் இளைஞர்களும் 40 பேர் நீங்கள் சொல்லும் வேலை எதுவாயினும் செய்ய தயாராக இருக்கிறோம். எப்போது வேண்டுமானாலும் என்னை அழைக்கலாம்’’.

‘‘சரி என்ன மாதிரியான உதவி தேவை என்பதை ஆலோசித்து நாளை கூறுகிறேன்’’ என்று மூர்த்தி கூற ‘‘எப்போது வேண்டுமானாலும் கூப்பிடுங்கள். வருகிறேன்’’ என்று கூறி விடைபெற்றுச் சென்றான். நாளை எந்த இடத்தில் வேலை செய்வது என்பதை மாணவர்களுடன் பேசிக்கொண்டிருந்துவிட்டு உறங்க தயாரானார் மூர்த்தி.

13

“அக்கா நான் இன்று முதல் இவர்கள் போகும்வரை இரவில் இவர்களோடு தங்கி கொள்ளட்டுமா” திடீரென கேட்டாள் சரிதா.

“இதை ஏன் என்னிடம் கேட்கிறாய். உன் வீட்டில் போய் அப்பாவிடமும் சங்கீதாவிடம்அனுமதி கேள். மேலும் மாணவிகளோடு தங்குவதற்கு மூர்த்தி சாரிடம் அனுமதி கேள். சரி என்று சொல்லிவிட்டால் தாராளமாக தங்கிக்கொள்”என்றாள் கல்யாணி.

சரிதா உடனே மூர்த்தியிடம்அனுமதி கேட்க அவர்கள் தங்கியிருந்த சமூகநல கூடத்திற்கு போனாள். உறங்குவதற்கு தயாரானவரிடம் “இன்று முதல்நான் மாணவிகளுடன் தங்கி கொள்ளலாமா” என்று கேட்டாள். அதற்கு மூர்த்தி “நானே உங்களிடம் அந்த உதவியை கேட்கலாம் என்று நினைத்திருந்தேன். பாவம் சின்ன பெண் குழந்தைகள் துணைக்கு யாராவது இருந்தால் நன்றாக இருக்குமே என்று நினைத்தேன். நீங்களே கேட்டு விட்டீர்கள். தாராளமாக தங்கிக் கொள்ளுங்கள்”.

கேட்டவுடனேயேமூர்த்தியிடம் அனுமதி கிடைத்ததும் சரிதா சந்தோசத்தில் நேராக அவருடைய வீட்டுக்கு திரும்பினாள். இரவு நேரத்தில் சரிதா தன்னந்தனியாக சுற்றித் திரிவதை பார்த்த தினேஷின் நண்பன் சற்றுநேரம் அவளுடைய நடவடிக்கைகள் நோட்டமிட்டான்.

சரிதா அவளுடைய தந்தையிடம் அனுமதி வாங்கிய பின்தன்னுடைய போர்வையையும் தலையணையையும் சுருட்டி எடுத்துகொண்டு கல்யாணியின் வீட்டிற்கு வந்துமாணவிகளுடன் தங்கினாள்.

கடையை அடைத்த உடன் கல்யாணியும் முதல் நாளைப் போல இன்றும் மாணவிகள் இருந்த அறைக்கே வந்துவிட்டாள். அவளுக்கு மூர்த்தியை பற்றி இன்னும் தெரிந்து கொள்ள ஆசை. ஆனால் சரிதா இருக்கிறாளே எப்படிப் பேச்சை ஆரம்பிப்பது என்பதில் தயக்கம். அதனால் சாதாரணமாக “ இன்று வேலை எப்படி நடந்தது “என்று கேட்டாள். மாணவிகள் பதில் சொல்வதற்குள் சரிதா முந்திக்கொண்டு “ இன்னைக்கி வேலை ரொம்ப ஜாலியா இருந்தது. கோவிலைச் சுற்றிலும்உள்ள பாதையை சுத்தம் செய்துபளபளனு ஆக்கிவிட்-

டோம்.ஓரளவு பிரகாரத்தை சுற்றிலும் சுத்தம் செய்து விட்டோம். இன்னும் நந்தவனம் இருக்கிற பகுதியில் பிரகாரத்தின் மேற்கூரையில் இருக்கும் ஒட்டடை அடிக்க வேண்டியது போன்ற கொஞ்சம்வேலைகள் மட்டுமே பாக்கி இருக்கிறது'' என்று அன்றைய சம்பவங்களை ஒப்புவித்தாள்.

''சபாஷ் சரியான வேலைக்கு தான் உனக்கு. போகிற போக்கை பார்த்தால் நீ என் எஸ் எஸ் தலைவியாக மாறி விடுவாய் போல தெரியுது''

''அக்கா இதையெல்லாம் வேலைனு நினைச்சு செய்யக்கூடாது. சேவை என்று நினைத்து செய்யணும்அப்படின்னு மூர்த்தி சார் சொல்லி இருக்கிறார்''

''சரி தலைவி உங்களுடைய சேவை இந்த ஊருக்கு தேவை. நல்ல செய்யுங்கள்.நான் போய் உங்களுக்கு பால் கொண்டு வருகிறேன்''என்றவளை பார்த்து ''சரிங்க முதலாளியம்மா சீக்கிரம் கொண்டு வாருங்கள்'' என்று கிண்டல் அடித்தாள் சரிதா.

அவள் திடீரென்று முதலாளியம்மா என்று அழைத்ததன் அர்த்தம் தெரியாமல் நின்றகல்யாணி அவளைப் பார்த்து''நான் உன் சேவையை பார்த்து தலைவி என்று அழைத்தேன். பதிலுக்கு நீ என்னை கிண்டல் அடிக்கிறாயா'' என்று பொய்க்கோபத்துடன்கேட்டாள். '' நான் ஒன்றும் கிண்டலடிக்கவில்லை. மூர்த்தி சார் உங்களுக்கு வைத்த பெயர் தான் அது''.

மூர்த்தியின் பெயரை கேட்டவுடன் அதுவும் நம்மை பற்றி இவர்கள் பேசி இருக்கிறார்கள் என்பதை அறிந்தவுடன் அது என்னவென்று அறிந்துகொள்ள அவளுக்கு ஆர்வம் ஏற்பட்டது. என்றாலும் உடனடியாக அவளிடம் கேட்காமல் மெதுவாக தன் வீட்டிற்கு போனாள்.வேகவேகமாக சாப்பிட்டு முடித்தவள் அம்மா தயாராய் வைத்திருந்த பால் பாத்திரத்தை எடுத்துக்கொண்டு திரும்பமாணவிகள தங்கியிருந்த கோடவுனுக்குவந்தாள். மாணவிகளுக்கு பால் ஊற்றி கொடுத்தபின் ''நாளைக்கு எங்கே வேலை'' என்று கேட்டாள்.''இன்னும் சொல்லவில்லை பெரும்பாலும் கோவிலில் தான் இருக்கும் என்று நினைக்கிறேன்''.

சற்றுநேரம் அமைதியாக இருந்த கல்யாணி அதற்கு மேலும் பொறுக்கமாட்டாமல்''உண்மையிலேயே மூர்த்தி சார் தான் என்னை முதலாளியம்மா என்று கிண்டல் அடித்தாரா இல்லை நீயாக அவர் மேல் பழி போடுகிறாயா''என்று கேட்டாள்

''உங்களிடம் பொய் சொல்வேனா அக்கா. அவர்தான் சொன்னார். ஆனால் உங்களை கிண்டல் அடிப்பதற்காகஅப்படிசொல்லவில்லை. உங்கள் மேல் நிறைய மதிப்பு வைத்திருக்கிறார். உங்களுடைய உதவிக்கு என்ன கைமாறு செய்வது என்று யோசித்துக் கொண்டிருக்கிறார்''.

மூர்த்தி தன் மேல் மதிப்பு வைத்திருப்பது கல்யாணிக்கு பெரும் மகிழ்ச்சியை கொடுத்தது. இருந்தாலும் அதை வெளிக்காட்டிக் கொள்ளாமல் ''அவர் கைமாறு

செய்ய வேண்டிய அளவிற்கு நாம் என்ன உதவி அவருக்கு செய்துவிட்டோம். அவர்தான் எங்கிருந்தோ வந்து இந்த ஊருக்கு சேவை செய்து கொண்டிருக்கிறார். இந்த ஊரே அவருடைய சேவைக்கு நன்றிக்கடன் பட்டுள்ளது" என்று ஆனந்தமாய் சொன்னாள்.மாணவிகள் உறங்க தயாரானார்கள். சரிதா அவர்களுக்கு மத்தியில் படுத்துக்கொண்டாள். கல்யாணி வீட்டிற்கு திரும்பினாள். அவளுடைய நெஞ்சமெல்லாம் மூர்த்தியின் பாராட்டு மழையில் நனைந்து இருந்தது.

14

சனிக்கிழமை காலை மாணவர்கள் தயாரானவுடன் கோவிலில் உள்பகுதி பிரகாரத்தில் மேல் படிந்திருந்த ஒட்டடைகள்,சுற்று சுவர்களில் ஆங்காங்கே முளைத்திருந்த சிறிய செடிகளை அகற்றி சுத்தம் செய்ய துவங்கினர்.அப்போது கல்யாணியும் சரிதாவும் கோவிலுக்கு வந்தனர்.மாணவிகள் வேலை செய்யும் பகுதிக்கு வந்து இன்று என்னென்ன வேலைகள் செய்யப்போகிறோம் என்பதை அறிந்து கொண்டனர்."அக்கா அதோ மூர்த்தி சார் நின்று கொண்டிருக்கிறார். அவரிடம் அனுமதி பெற்று நாமும் சேவையில் பங்கேற்போம். இன்று நீங்களும் சேவை செய்கிறீர்கள தானே".

"என்னால் எவ்வளவு நேரம் முடிகிறதோ அவ்வளவு நேரம் இருப்பேன். ஏதேனும் வேலை வந்துவிட்டால் நான் சென்றுவிடுவேன். இதை அவரிடம் நீயே சொல்லிவிடு".

இருவரும் மூர்த்தி நின்று கொண்டிருந்த இடத்திற்கு சென்றனர்." குட் மார்னிங் சார். இன்றைக்கு இந்த முதலாளியம்மாவும் சேவை செய்ய வந்திருக்கிறார்கள். உங்களுடைய அனுமதிக்காக காத்திருக்கிறார்கள். இவர்களையும் சேர்த்துக் கொள்வீர்களா?".

"வெல்கம் மிஸஸ்.கல்யாணி நீங்கள் சேவை செய்ய விரும்பினால்யார் தடுக்க முடியாது".

"சார் இவங்க மிஸ் கல்யாணி". "சாரிங்க தெரியாமல் சொல்லிவிட்டேன்".

சற்று நேரம் அங்கு நிலவிய அமைதியை கல்யாணியே உடைத்தாள்." என்ன சார் நான் சேவை செய்யலாமா கூடாதா? நீங்கள் அமைதியாக இருப்பதைப் பார்த்தால் நான் வந்தது உங்களுக்கு விருப்பம் இல்லாதது போல் தோன்றுகிறது".

உடனே சுதாரித்துக்கொண்ட மூர்த்தி"உங்களுடைய சேவை எங்களுக்கு தேவை.உங்களுடைய வரவு நல்வரவாகுக என வரவேற்கிறோம்" என்று இரு கரம் விரித்து வரவேற்றான். அவனுடையவரவேற்பறை கண்டு மகிழ்ந்த கல்யாணி "நான் என்ன வேலை செய்ய வேண்டும்"என்று கேட்டாள்.

“இங்கே இவர்கள் செய்வதில் செய்வதில் எந்த வேலை வேண்டுமானாலும் நீங்களும் செய்யலாம். இங்கே வேலை செய்ய ஆட்கள் அதிகமாக இருக்கிறார்கள்.ஆனால் என்ன வேலை செய்தால் உபயோகமாக இருக்கும் அதை எப்படி செய்ய வேண்டும் என்றெல்லாம் சிந்திப்பதற்கு தான் ஆளில்லை”.

மூர்த்தியின்கஷ்டம் கல்யாணிக்கு புரிந்தது. அந்த ஊரில் என்ன வேலை செய்வது என்பது அவருக்கு புரியவில்லை. ஊராட்சி மன்ற தலைவியோ, வி ஏ ஓ வோ, ஊர் மக்களோ யாரும் கூறாமல் விட்டு விட்டனர். அந்த வேலையை ஏற்றுக் கொண்டால் என்ன என்று அவளுக்கு தோன்றியது. சரிதாவும் கல்யாணியும் சற்றுநேரம் ஊரின் அருகில் அமைதியாக நின்று கொண்டிருந்தனர்.“சார் நீங்கள் செய்யும் இந்த சேவை நீண்ட காலத்திற்கு பயன் அளிக்கக் கூடியதாய் இருக்க வேண்டும். அதை பார்க்கும் போதெல்லாம் இந்த ஊர் மக்களுக்கு உங்களுடைய சேவை ஞாபகத்திற்கு வர வேண்டும். அப்படி ஏதாவது ஒரு செயலை இங்கு நாம் செய்யலாம்”.

“தூய்மைசெய்யும் இந்தப்பணி கூட நம்முடைய பேர் சொல்லும்” என்றாள் சரிதா.

“தூய்மை செய்வது ஒவ்வொருவரின் முக்கிய கடமை என்பதை பற்றிநாம் மக்களுக்கு விழிப்புணர்வு ஏற்படுத்தினால் போதும். தனி ஒரு மனிதர் கூட அதை செயல்படுத்தலாம். இப்போது நாம் செய்ய வேண்டியது ஒரு குழுவாக மட்டுமே சாதிக்கக்கூடிய செயல்களையோசித்து செய்து முடிக்க வேண்டும்”தீர்மானமாக கூறினாள் கல்யாணி.

அவள் கூறியதிலிருந்து உண்மையை புரிந்துகொண்ட மூர்த்தி“அப்படி ஏதாவது திட்டங்கள் உங்கள் மனதில்இருந்தால் சொல்லுங்களேன்” என்றான்.

“ஏன் இல்லாமல் இந்த ஊரின் முக்கிய பிரச்சனை குடிநீர் பஞ்சம். அதை தீர்க்க மழை நீர் சேகரிப்பு, கோவில் குளத்தை சீரமைப்பது போன்ற திட்டங்களை செயல்படுத்த முயற்சிக்கலாமே”.

“அருமையான திட்டம் அக்கா. ஆனால் பத்து நாட்களுக்குள்ளாக அவ்வளவு பெரியது வேலையை நம்மால் செய்ய முடியுமா?. முடியவில்லை என்றால் பாதியில் நின்றால் அது நமக்கு அசிங்கம் தானே” என்றாள் சரிதா.

மூர்த்திக்கும் அவளுடைய திட்டம் பிடித்திருந்தது. ஆனால் இதை எப்படி செயல்படுத்துவது, எங்கிருந்து துவங்குவது,எங்கள் எல்லாம் அனுமதி வாங்க வேண்டும், செலவுக்கு என்ன செய்வது, இந்த ஊராட்சி மன்றத்தில் செலவு செய்ய அத்தனை பணம் இருக்காது என்பது அவனுக்கு நன்றாக தெரிந்தது.

“என்ன சார் யோசிக்கிறீங்க நான் சொன்னது தவறா”மெதுவாக கேட்டாள் கல்யாணி.

“நோ நோ. நீங்கள் சொன்னது மிகவும் சரி. ஆனால் 10 நாட்களுக்குள் முடிக்க முடியுமா முடியாதா என்று சரிதா எழுப்பிய கேள்வி என்னை குடைந்து கொண்டிருக்கிறது”.

“முதலில் ஒரு திட்டத்தை தேர்ந்தெடுத்து தொடங்குவோம். நம்மால் இயன்ற அளவு அதைதிட்டமிட்டு சீக்கிரம் முடிப்போம். அதற்குமேல் மிச்சம் இருக்கிற வேலையை எப்படி செய்வது என்று ஊர் பொது மக்களுக்கும் தலைவிக்கும் சொல்லிக் கொடுங்கள். மீதமுள்ளதை அவர்கள் முடித்துக் கொள்ளட்டும். நீங்கள் சொல்வதை அவர்கள் கேட்க தயாராக இருக்கிறார்கள். உங்கள் திறமையின் மீது நீங்கள் நம்பிக்கை வையுங்கள். மற்றவையெல்லாம் பிரலய நாதரே கவனித்துக் கொள்வார்” என்று கோபுரத்தை அண்ணாந்து பார்த்து கைகூப்பினாள்.

கல்யாணியின் பேச்சு மூர்த்திக்கு ஒரு உத்வேகத்தை கொடுத்தது.அவரும் கோபுரத்தை பார்த்து கை உயர்த்தி வணங்கினார்.சற்றுநேரம் அப்படியே மூர்த்தி பேசாமல் நின்று கொண்டிருந்ததால் கல்யாணியும் சரிதாவும் மாணவிகளோடு வேலை செய்ய போய்விட்டனர்.நிதானமாக கோவிலை சுற்றி வந்த மூர்த்திக்கு ஒரு யோசனை தோன்றியது.

கோவில் பிரகாரத்திலும் கருவறையின் மாடியிலும் தேங்குகின்றமழைநீர் வீணாக தரையில் தான் விழும் என்பதை அறிந்தார். இதை சற்று மாற்றி அமைத்து மழைநீர் சேமிப்பு கட்டமைப்பை உருவாக்கினால் என்ன என்ற எண்ணம் தோன்றியது. இரண்டாவது முறை கோவிலை சுற்றி வர ஒரு சுவரில் இந்த கோவில் வளாகத்தில் மழைநீர் சேமிப்பு கட்டமைப்பு உருவாக்கப்பட்டுள்ளது என்று சுவரில்எழுதிய வாசகங்கள் கண்ணில் பட்டது.

நேராக கோவில் நிர்வாக அலுவலரை போய்ப் பார்த்தார்.இரண்டாவது நாளாக கோவிலில் மாணவர்களுடன் வேலை செய்து கொண்டிருந்ததால் நிர்வாக அலுவலர் உடன் சற்று பரிச்சயம் இருந்தது. இவரைப் பார்த்தவுடன் புன்னகை பூத்தவாறுவரவேற்றவரிடம்“இங்கே மழை நீர் சேமிப்பு அமைப்பு எங்கே இருக்கிறது. அது எப்படி செயல்படுகிறது என்று கொஞ்சம் சொல்ல முடியுமா” என்று கேட்டார். அந்த கோவிலில் நிர்வாகி ராமசுப்பிரமணியன் மிகவும் நல்லவர். கோவிலை நேசிப்பவர் தன்னுடைய பணிக்காலத்தில் கோவிலை மேம்படுத்த வேண்டும் என்பதற்கு முக்கியத்துவம் கொடுப்பவர். கோவிலின் வரைபடத்தை எடுத்து எந்த இடத்திலிருந்து எவ்வாறு மழைநீர் வடிந்து சென்றுஎங்கே தேக்கிவைக்க ஏற்பாடு செய்யப்பட்டுள்ளது என்பதை விளக்கினார்.

மேலும் அவர் மூர்த்தியுடன் பிரகாரத்தை சுற்றி வந்து மழைநீர் சேமிப்பு அமைப்புகள்ஏற்படுத்தப்பட்ட இடங்களை காட்டினார். அவர் காட்டியசில இடங்களில் பிவிசி பைப்புகள் உடைந்தும் ஒன்றோடு ஒன்று சரியாக பொருந்தாமல் தனித்தனியாக தொங்கிக் கொண்டிருந்தன.ராமசுப்பிரமணியன் ஒரு ஏணியை

கொண்டுவந்து வைத்து பிடித்துக்கொள்ள மூர்த்திஏறிபிரகாரத்தில் சுற்றி வந்து பார்த்தார். கருவறையின் தென்மேற்குபகுதியை உற்றுக் கவனித்தார். “ சார் கொஞ்சம் தண்ணீர் தருகிறீர்களா” என்று கேட்டார். அவர் ஒரு பாட்டில் தண்ணீர் கலந்து கொடுக்க அதை வாங்கி பிரகாரத்தில் தென்மேற்கு பகுதியில் ஊற்றினார். ஊற்றிய தண்ணீர் வடகிழக்குப் பகுதியில் இருந்த சிறியதுளை வழியாக வடிந்-தது. அதை மனதில் குறித்துக் கொண்டார்.எல்லாவற்றையும் ஒருமுறை சுற்றிவந்து பார்த்தபின் கீழ இறங்கி வந்தார். இருவரும் கோவில் அலுவலகத்தில் அமர்ந்து விவாதிக்கத் தொடங்கினர்.

“ சார் நீங்க காட்டின மழைநீர் சேகரிப்பு அமைப்பு முற்றிலும் பயனற்றது.கரு-வறையின் மேல்தளம் தென்மேற்கு பகுதி உயர்ந்தும் வடகிழக்கு பகுதி தாழ்ந்தது இருக்கிறது. உயரமான பகுதியில் இருந்து தாழ்ந்த பகுதிக்கு நீர் வருவது தானே இயற்கை.அப்படி வடகிழக்குப் பகுதியில் வந்து சேரும் நீரை குழாய்களின் மூலம் மழை நீர் சேமிப்பு தொட்டிக்கு கொண்டு வரவேண்டும். அதை விடுத்து தெற்குப் பகுதியில் குழாயை பதித்துள்ளனர் அப்படி என்றால் வடக்கே தேங்கும் நீர் எப்படி தெற்கே உள்ள குழாய்க்கு வந்து சேரும். மேற்கூரையில் நீர் தேங்குவது கருவறைப் பகுதியில் சொட்டு சொட்டாக விழும். பிரகாரம் முழுவதும் கிடைக்கும் மழைநீரை சேமிக்க இந்த கட்டுமானம் போதுமானதல்ல. இதை மாற்றி அமைக்க வேண்டும்”.

“நீங்கள் சொல்வது முற்றிலும் சரி. இந்த மழைநீர் சேமிப்பு கட்டமைப்பை ஐந்து ஆண்டுகளுக்கு முன் ஏற்படுத்தும்போதே நாங்கள் கூறினோம்.இந்த வடி-வமைப்பு முறை முற்றிலும் தவறாக இருக்கிறது, இதனால் ஒரு பயனும் இல்-லைஎன்று ஆதாரத்துடன் கூறினோம். ஆனால் அனுபவமில்லாதஒப்பந்ததாரர்கள் நாங்கள் சொல்வதை காதில் வாங்கிக் கொள்ளவே இல்லை. சில லட்சங்கள் செலவழித்து செய்த கட்டுமானம் பயனற்று கிடக்கிறது. இனி ஒருமுறை மழைநீர் சேகரிப்பு அமைப்புஏற்படுத்தஅரசாங்கம் பணம் ஒதுக்காது. எனவே இதைப் பற்றி பேசுவதை விட்டுவிட்டு செலவில்லாத வேறு ஏதாவது செய்யுங்கள்”என்று மிகுந்த வருத்தத்துடன் கூறினார் ராமசுப்பிரமணியன்.

“இதை செலவில்லாமல் சரி பண்ண முடியுமா என்று நாங்கள் முயற்சி செய்து பார்க்கட்டுமா. செலவில்லாமல் சரிபண்ண முடியுமென்றால் நீங்கள் எங்களுக்கு ஒப்புதல் தருவீர்களா”.

“செலவில்லாமல் எப்படி சரி செய்ய முடியும். அப்படி முடியும் என்றால் எங்க-ளுடைய அதிகாரத்திற்கு உட்பட்டு நாங்கள் என்ன அனுமதிக்க முடியுமோ அதை-யெல்லாம் நீங்கள் செய்யலாம். அதற்கான அனுமதி நான் தருகிறேன்”.

அவரிடம் விடைபெற்று வந்த மூர்த்தி மறுபடியும் பிரகாரத்தை ஒரு முறை சுற்றிவந்தார். பிரகாரத்தின் மூன்று திசையிலும் நீள நீளமான குழாய் பொருத்தப்-பட்டு இருந்தன. அவை ஒன்றோடொன்று இணைத்து பொருத்தியிருந்த இடத்தில்

சில விரிசல்களும் சுவரோடு பைப்புகளை தாங்கிக் கொண்டிருந்தகிளாம்புகள்விடு-பட்டு ஆங்காங்கே தொங்கிக்கொண்டிருந்ததே இருந்ததே தவிர குழாய்கள் பெரிய அளவில்சேதமடையாமல் இருந்தது. இதை சரிசெய்ய முடியுமா என்று யோசித்-தவர் எண்ணத்தில் முரளியின் ஞாபகம் வந்தது. உடனே அவரை அழைத்துவர பிரேமை அனுப்பினார்.

பத்து நிமிடத்தில் முரளி வந்து சேர்ந்தான். அவருடன் இரு இளைஞர்களும் உடன் வந்தனர்.புதிதாக மூவர் வந்து மூர்த்தியுடன் பேசிக்கொண்டிருப்பதை பார்த்த கல்யாணியும் சரிதாவும் அருகில் வந்தனர்.அவர்கள் அனைவரும் சுற்றி நிற்க தன்னுடைய திட்டத்தை மூர்த்தி விபரமாககூறத் தொடங்கினார்.

“நான் பிரகாரத்தின் மேலேறி சாதாரணமாக பார்த்து தெரிந்து கொண்டதை-தான் உங்களிடம் சொல்கிறேன். அது எந்த அளவிற்கு சரி என்பது எனக்குத் தெரியாது. இதை செயல்படுத்த முதலில் இதை துல்லியமாக திட்டமிட வேண்டும். அதற்கு அளந்து பார்ப்பதற்கு டேப்பும், கட்டடத் தொழிலாளிகள் மட்டம் பார்க்க-பயன்படுத்தும் ரசமட்டம் என்கிற கருவியும்வேண்டும். அப்போதுதான் கட்டடத்தின் எந்தப் பகுதி உயர்ந்தும் எந்தப்பகுதியில் தாழ்ந்தும்இருக்கிறது என்பதை அறிய முடியும்.கோவிலில் ஏற்கனவே செய்யப்பட்டுள்ள மழைநீர் சேகரிப்பு அமைப்பை பயனுள்ள முறையில்சற்று மாற்றி அமைக்கப் போகிறோம்அவ்வளவுதான்”.

முரளி அருகிலிருந்த இளைஞனை அனுப்பிடேப்பும்ரசமட்டமும் வாங்கி வர சொன்னான். சற்று நேரத்தில் திரும்பி வந்த பையனுடன் ஒரு கட்டட வேலை செய்யும் மேஸ்திரி போன்ற நபரும் உடன் வந்தார்.

“வணக்கம் ஐயா எனக்கு வேலையே பில்டிங் கான்ட்ராக்ட் தான்.சிறிய அளவில்கொஞ்சம்கட்டட வேலை செய்கிறேன். முரளி அழைப்பதாக சொன்ன-வுடன் கருவிகளோடு வந்திருக்கிறேன். உங்களுடன் இணைந்து வேலை செய்ய விரும்புகிறேன். நான் மேலேறி கட்டட அமைப்பை அளந்து சொல்கிறேன். அதை ஒரு படமாக வரைந்து கொள்கிறீர்களா. ஏனென்றால் கட்டிட வேலையில் அளவு-கள் தான் ரொம்ப முக்கியம்”.

மூர்த்தி கோவில் நிர்வாக அலுவலகத்திற்கு சென்று ராமசுப்பிரமணியத்தை சந்-தித்துசெய்ய வேண்டிய வேலைகளை பற்றி விளக்கமாக எடுத்துக் கூறினார்.அதை கேட்டராமசுப்பிரமணியதிற்கும் ஆர்வம் தீர்க்கும் தொற்றிகொண்டது. கொஞ்சம் பேப்பர்களை எடுத்துக் கொண்டு மூர்த்தியுடன் வந்தார்.

கையிலிருந்த பேப்பரை கல்யாணியிடம் கொடுத்து “நாங்கள் மேலே போகி-றோம். மேலிருந்து ஒவ்வொரு பகுதி வாரியாக அளவுகளை சொல்ல சரியாக குறித்துக்கொள்ளுங்கள்” என்று கூறிய அவர்கள் ஆறு பேரும் ஏணியின் மூலம் பிரகாரத்தின் மேற்கு பகுதிக்கு சென்றனர். கீழே நின்று கொண்டிருந்த கல்யாணி-யும் சரிதாவும் பேப்பரில் பிரகாரத்தில் வரைபடத்தை அப்படியே வரைந்து இருந்-

தனர். கிழக்கு முகம் பார்த்து இருந்த கோவிலின் தெற்குப் பகுதி பிரகாரத்தில் இருந்து ஆரம்பித்து மேற்குப்பகுதி வடக்கு பகுதி கிழக்கே பாதி பாதியாக இருக்கும் பகுதிகள் என்று அனைத்தையும் வரைந்து இருந்தனர். மேலிருந்து ஒவ்வொரு பகுதியும் நீளம் அகலம் அளந்து சொல்லப்பட அதை அப்படியே குறித்துக் கொண்டனர். பின்னர் கருவறை பகுதியில் அளந்து சொல்ல அதை ஒரு தனி-யான பேப்பரில் வரைந்து அளவுகளைகுறித்துக் கொண்டனர்.

காண்ட்ராக்ட்காரர் பிரகாரத்தில் சில பகுதிகளிலும் கருவறையின் சில பகு-திகளிலும் அரச மரத்தை வைத்து அளந்து பார்த்தார். மழைநீர் சேமிக்க ஏற்-கனவே அமைக்கப்பட்டிருந்தபைப்களின் நீளத்தை கணக்கிட்டனர். அனைவரும் கீழே இறங்கி வந்தனர்.

வந்திருந்த காண்ட்ராக்டர் வேலையில் கில்லாடியாக இருந்தார். பிரகாரத்தின் மேலே ஏறிய உடனேயே அவருக்கு எது உயர்ந்த பகுதி எது தாழ்ந்த பகுதி என்பதையெல்லாம் பார்த்த மாத்திரத்திலேயே கண்டுபிடிக்க முடிந்தது. என்றாலும் சந்தேகத்திற்கு இடமில்லாமல் பல இடங்களிலும் பிரசவத்தினால் ஆய்வுசெய்து அதை மனதில் குறித்துக் கொண்டிருந்தவர் கீழே வந்தவுடன் கல்யாணியிடமிருந்து பேப்பர்களை வாங்கி அவருடையஅளவீடுகளை எழுதினார். சற்றுநேரம் மௌன-மாக யோசித்துக் கொண்டிருந்தவர் தன் திட்டத்தை சொல்ல ஆரம்பித்தார்.

“சார் இந்த கோவில் மிகச் சிறந்த கட்டுமானத்தை கொண்டிருக்கிறது. இதை கட்டிய காலத்திலேயே மிகத் துல்லியமாக கணக்கிட்டு மேற்பகுதியை வடிவமைத்து இருக்கிறார்கள். வாஸ்து அடிப்படையில் பார்த்தாலும் தென்மேற்கு திசை ஆன குபேர மூலையை சற்று உயர்த்தியும் வடகிழக்கு பகுதியை சற்று தாழ்வாகவும் அமைத்துள்ளனர். இதனால் மேலே விழும் மழைத்துளி அனைத்தும் தானாக வடகிழக்கு பகுதியை நோக்கி வரும்படி அமைந்துள்ளது. இதை நாம் சரியாக புரிந்து கொள்ள வேண்டும். வடகிழக்கில் தேங்கும் நீர் அங்கிருக்கிற துளை வழி-யாக கீழே விழுந்து 50 அடி தொலைவில் உள்ள தெப்பத்தில் போய்ச் சேரும் படி ஏதேனும் ஒரு வழி இருந்திருக்கும். நாம் ஆழமாக தோண்டி தேடிப்பார்த்தால்ஒ-ருவேளை நம்மால் அந்த வழியை கண்டுபிடிக்க முடியும்”.

“ ஆனால் இப்போது அதை கண்டுபிடிப்பது பெரிய சிரமமான காரியம். ஏனென்றால் அதற்கு மேல் பல முறை சாலை போடப்பட்டுள்ளது” என்று குறுக்-கிட்டாள் கல்யாணி.

“சரியாக சொன்னீர்கள். சாலையை தோண்டுவது என்பது நீண்ட கால விர-யத்தை உண்டுபண்ணும். பல்வேறு துறைகளில் அனுமதி வாங்க வேண்டியிருக்கும். நாம் வேறு வழிகளில் தான் முயற்சி செய்ய வேண்டும்” என்றார் ராமசுப்பிரமணி-யன்.

“இதை வேற ஏதாவது வழியில் செயல்படுத்த முடியாதா” சரிதா கேட்டாள்.

“பயப்படாதீர்கள் இந்த முறையில் செய்தால் மிக எளிதாக நீரைதெப்பத்திற்கு கொண்டு செல்ல முடியும் என்று கூறினேனே தவிர வேற வழியே இல்லை என்று நான் சொல்லவில்லையே”.

“அப்படியானால் அந்தத் திட்டத்தைப் பற்றி கூறுங்கள். அந்த திட்டத்தின்படி இதை எத்தனை நாளில் செய்து முடிக்க முடியும்”.

“சார் இது நீங்கள் அனுமதி கொடுத்தால் ஒரே நாளில் செய்து முடித்துவிட-லாம். இப்போது அமைக்கப்பட்டிருக்கும் முறையை முற்றிலுமாக மாற்றி கோவி-லின் வடகிழக்கு பகுதியில் மழைநீர் எல்லாம் சேகரமாகும் படி செய்து அங்கிருந்து ஒரே பைப்பின் மூலமாக மழைநீரை நந்தவனப் பகுதிக்கு கொண்டுவந்து ஏற்கனவே உள்ள கட்டமைப்பில் இணைத்துவிடலாம். பிரகாரத்தின் மேல் விழும் மழைத்துளி ஒரு சொட்டு கூட வீணாகாமல் செய்யலாம்”.

“அதற்கு எவ்வளவு செலவாகும்” இராமசுப்பிரமணியதிற்கு உள்ளுக்குள் பதை-பதைத்தது.

“இதற்கு பெரிதாக ஒன்றும் செலவில்லை. குழாய்களைசுவருடன் இணைப்ப-தற்கு சில கிளாம்புகளும்,பைப்புகள் ஒன்றோடு ஒன்று பொருத்துவதற்கு பெவிக்கல், ஆணிகள்மற்றும் சில உபகரணங்கள் என மொத்த பட்ஜெட் ஆயிரம் ரூபாய்க்குள முடிந்துவிடும் என நினைக்கிறேன்”.

“சரி அப்படியானால் இரண்டு நாட்களில்மாவட்ட இந்து அறநிலைத்துறை அலுவலகத்தில் அனுமதி வாங்கி பணம் தருகிறேன்”.

“பணம் நான் கொடுக்கிறேன் சார். நீங்கள் வேலை செய்வதற்கான அனும-தியை மட்டும் உங்கள் தலைமை அலுவலகத்தில் இருந்து வாங்கி கொடுத்தால் போதும்” என்றாள் கல்யாணி.

“இந்த வேலையை செய்து முடிக்க நாளைக்கு எத்தனை பேர் தேவைப்படு-வார்கள்”.

“ பத்து பேர் இருந்தால் போதும் நான் வேலையை முடித்துவிடுவேன். அதுவும் என்னிடம் வேலை செய்கிற ஆட்கள் இருக்கிறார்கள்.அவர்களுக்கு உதவி செய்ய இரண்டு மூன்று பேர்உடன் இருந்தால் போதும்”.

நாளை செய்ய வேண்டிய வேலைகளை பற்றி விவாதித்து விட்டு முரளியும் உடன் வந்தவர்களும் காண்ட்ராக்டரை அழைத்துக்கொண்டு கிளம்பினார்கள். பின் கோயில் நிர்வாகத்திடம் அனுமதி கேட்க வேண்டி ராமசுப்பிரமணியன் சென்-றார்.கல்யாணியும் சரிதாவும் மூர்த்தியின் முன் ஓரமாக நின்றுகொண்டிருந்தனர். எப்படி இவ்வளவு பெரிய ஒரு திட்டம் செயல்படுத்த நமக்கு துணிவு வந்தது என்-பதை எண்ணும்போது மூர்த்திக்கு ஆச்சரியமாக இருந்தது.

“ ரொம்ப தேங்க்ஸ்ங்க. நீங்க மட்டும் இந்த ஐடியா கொடுக்கலைன்னா நாங்க இன்னும் சுத்தம் பண்ற வேலையிலோ அல்லது வேற ஏதாவது சின்ன சின்ன வேலைகளிலோ கவனம் செலுத்தி கொண்டு இருந்திருப்போம். சரியான சமயத்தில் எங்களின் கவனத்தை திசை திருப்பினீர்கள்”. மூர்த்தி தன்னை பாராட்டுவது கல்யாணிக்கு மிகவும் பெருமையாக இருந்தது.

“யோசனை யார் வேண்டுமானாலும் ஈசியாக சொல்லலாம். ஆனால் அதை திட்டமிட்டு செயல்படுத்துவது தான் கஷ்டம். நான் சொன்னதை செயல்படுத்த நீங்கள் ரொம்ப கஷ்டப் படுவீர்கள்”.

“எனக்கு என்ன கஷ்டம். வேலை செய்ய நல்ல ஆட்கள் இருக்கிறார்கள்.தேவையான பொருள்கள் வாங்க பணம் தேவை என்பது கொஞ்சம் கஷ்டம்தான்.அந்த கஷ்டத்தையும் பணம் கொடுத்து நீங்கள் சரி செய்கிறேன் என்று சொல்லி இருக்கிறீர்களே. உங்களுக்கு உண்மையிலேயே ரொம்ப பெரிய மனசு தான்”.

இவர்கள் இருவரும் பேசுவதை கேட்டுக்கொண்டிருந்த சரிதா“ நாளைக்குஉங்களுக்கு வேலை ரெடியாகிவிட்டது. எங்களுக்கெல்லாம் என்ன வேலை என்று சொன்னால் நாங்களும் தயாராவதற்கு நல்லா இருக்கும்”.

யோசித்துக்கொண்டே நின்ற மூர்த்தியிடம்“நாளை முதல் இந்த புதர் மண்டி போயிருக்கிற கோவில் தெப்பக்குளத்தை சரி செய்யலாமா” என்று கேட்டாள் கல்யாணி.

“ஓ செய்யலாமே. நாளை காலை இங்கே தெப்பக்குளத்தில் வேலையை தொடங்குவோம்”.

“சார்நேரமாகிவிட்டது. இப்போது நான் கிளம்பட்டுமா. மதியம் தையல் படிக்க சில பெண்கள் வருவார்கள். நாளை காலை தெப்பக்குளத்தில் சேவை செய்ய வந்துவிடுகிறேன்”.

“நீங்கள் வந்ததற்கு மிக்க நன்றி நேரம் கிடைக்கும்போதெல்லாம் நீங்கள் வரலாம். இப்போது கிளம்புங்கள்”. “சரிதா மதிய உணவிற்கு நேரமாகிவிட்டது. நீங்கள் மாணவிகளை அழைத்துக் கொண்டு சாப்பிடும் இடத்திற்கு வருகிறீர்களா” என்று இருவரையும் அனுப்பி வைத்தான். கல்யாணி அங்கிருந்து போவது அவன் மனதில் ஏதோ சிறிய ஒரு வேதனையை உண்டாக்கியது.

வீட்டிற்குள் நுழைந்த உடனே கல்யாணி தாயிடம் நடந்த விஷயங்களையெல்லாம் ஒன்றுவிடாமல் கூறினாள்.அவள் கூறுவதையும் மூர்த்தியை பற்றி பேசும்போது அவள்முகம் சந்தோஷத்தில்மலர்வதையும் ஆச்சரியத்துடன் கவனித்தார் கமலா.“இப்படியெல்லாம் ஒரே நாளில் செய்ய முடியுமா. இதற்கு பெரிய செலவு ஆகுமே” என்று கேட்டாள்.

" அதுதான் கடவுளுடையஅருள் என்றுசொல்வது. நாங்கள் வேலைைய ஆரம்பித்த உடன் ஒருவர் தன்னால் வந்து உதவி செய்கிறேன் என்று சொன்னார். அதன்படி பிரகாரத்தின் மேலேறி அளந்து பார்த்தவர் அதிகபட்சம் ஆயிரம் ரூபாய் செலவாகும் என்று சொன்னார். கோவில் நிர்வாகத்தின் மூலம் செலவு செய்ய காலதாமதம் ஆகும் என்பதால் அந்த பணத்தை நான் தருகிறேன் என்று ஒப்புக் கொண்டிருக்கிறேன். இதில் உனக்கு எதும் வருத்தம் இல்லையே. உன்னை கேட்-காமலேயே ஒப்புக்கொண்டு விட்டேன்".

"அடியே கல்யாணி நல்ல காரியம் செய்யணும்னு நீ முடிவெடுக்கும்போது அதை நான் தடுக்கவா போகிறேன். இன்னும் கூடுதலாக செலவானாலும் கூட நாம் செய்யலாம். கவலைப்படாதே".

"நான்ரொம்ப சந்தோஷமாய் இருக்கிறேன். நாளை கடை லீவு தானே நாம் இருவரும் காலையிலேயே போய் எப்படி வேலை நடக்கிறது என்பதை பார்ப்-போமா".

"அங்கே போய் நாம் என்ன செய்வது. ஆண்கள் வேலை செய்து கொண்டி-ருக்கப் போகிறார்கள். நம்முடைய உதவி அங்கே தேவைப்படாது. இந்த பிள்ளை-களுடன் சேர்ந்து நாம் தெப்பக்குளத்தை தூர் வாரும் வேலையை வேண்டுமானால் செய்வோம். குழந்தைகளுக்கும் அது உதவியாக இருக்கும்.

அம்மா இப்படி ஆக்கப்பூர்வமாக பேசுவது கல்யாணிக்கு ஆச்சரியமாயிருந்தது எதற்கும் ஒரு பைசா செலவு செய்யாத கமலாஇப்படி உடனடியாக ஒப்புக்கொள்-வார் என்று கல்யாணி எதிர்பார்க்கவில்லை. அதையும் விட தெப்பக்குளத்திற்கு போகலாம், வேலை செய்யலாம் என்று அவள் சொன்ன வார்த்தைகள் கல்யா-ணிக்கு ஆச்சரியத்தை கொடுத்தது.

இத்தனை வருடத்தில் கடந்தஇரண்டு நாட்களாக மகள்வீட்டை விட்டு வெளியே போவதும், குழந்தைகள் வேலை செய்யும் இடத்திற்கு நாம் இருவரும் போகலாமா என்று கேட்டதும் கமலாவிற்கு ஆச்சரியத்தை கொடுத்தது. எந்த பொது நிகழ்ச்சிக்கும் முருகன் இறந்தபிறகு போகாமல் வீட்டிற்குள்ளேயே அடைந்து கிடந்த கமலா முதல்முதலாக நாளை வெளி உலகத்தை பார்க்க போகும் சந்தோ-ஷத்தில் இருந்தார்.

மதியம் தையல் படிக்க வந்த பெண்களிடமும் மாலை டியூஷன் படிக்க வந்த மாணவர்களிடமும் நாளை கோவில் தெப்பக்குளத்தை தூர்வாரும் நிகழ்ச்சிநடப்-பதையும் அதில் அனைவரும் பங்கேற்க வேண்டும் என்றும் கல்யாணி கேட்டுக் கொண்டாள். அவர்கள் அனைவரும் வர ஒப்புக்கொண்டனர்.

மாணவர்களுடன் மாலைவரை சேவை செய்த சரிதா மாணவிகளுடன் சேர்ந்து வீடு திரும்பினாள். அன்று மாலை நேரத்தில் என் எஸ் எஸ்மாணவர்களின் சார்-பில் விளையாட்டின் முக்கியத்துவத்தை அனைவருக்கும் புரிய வைக்க வேண்டி

சிறிய அளவில்விளையாட்டு போட்டிகள் நடத்தினர். ஆண்களுக்கு ஓட்டப்பந்தயம், கபடி போட்டி பெண்களுக்கு மியூசிகல் சேர் போன்றவற்றை நடத்தினர். கோவில் முன் இருந்த மைதானத்தில் நடைபெற்ற போட்டிகளில் ஏராளமான மாணவர்கள் கலந்து கொண்டனர். சில இளைஞர்கள் குழுவாக இணைந்து கபடி போட்டியில் பங்கேற்றனர். அதை பார்க்க ஊர் மக்கள் திரண்டனர்.

இரவு உணவு முடிந்து மாணவிகளை கல்யாணியின் வீட்டில் விடுவதற்கு மூர்த்தி வந்த வந்தார். அவரை பார்த்தவுடன் கடையில் இருந்த கல்யாணி அவசரமாக எழுந்து வந்தாள்."உள்ளே வாங்க சார்" என்று வீட்டினுள் அழைத்துச் சென்று இருக்கையில் அமரச் சொன்னாள். மூர்த்தியிடம் ஏதேதோ பேச வேண்டும் என்ற ஆவல் தோன்றினாலும் என்ன பேசுவது எப்படி ஆரம்பிப்பது என்பதை அறியாமல் கல்யாணி தடுமாறிக் கொண்டிருந்தாள்.அதே தடுமாற்றத்துடன் மூர்த்தியும் இருந்தார்.சற்று நேரம் அங்கே மௌனம் நிலவியது.நாளைய வேலைத் திட்டங்களை பற்றி பொதுவாக பேசிக்கொண்டிருந்த மூர்த்தி" இந்தஊர் எனக்கு ரொம்ப பிடித்திருக்கிறது. அமைதியான மக்கள், சக்திவாய்ந்த கடவுள், பெருமை வாய்ந்த கோவில் உள்ள இடம் என்று இந்த ஊர் மிகச் சிறப்பாக இருக்கிறது. ஆனால் ஊரில் யாரிடம் பேசினாலும் பிரச்சினைகள் நிறைந்த ஊர் இது என்று சொல்லிக் கொண்டிருக்கிறார்கள். இங்கே அப்படி என்ன பெரிய பிரச்சனை" என்று கேட்டார். திடுக்கிட்டுப் போன கல்யாணி சற்று நேரம் யோசித்து 16 வருடங்களுக்கு முன்பு நடந்த விஷயங்களை சொல்ல துவங்கினாள். இவள் வாழ்வில் ஆரம்பித்த காதல் எப்படி ஊர் பிரச்சினையாக மாறியது என்பதுவரை எல்லவற்றையும் தெளிவாக கூறினாள்.அன்றிலிருந்து இன்றுவரை இந்த ஊர் எப்படி இரண்டு பட்டு கிடைக்கிறது என்பதை அவள் சொல்லும்போது மூர்த்தி புரிந்துகொண்டார்.

அவளுடைய கதையை சொல்லி முடிக்கும்போது அவளுக்கு அழுகை பொத்துக்கொண்டு வந்தது. இதை சற்றும் எதிர்பாராத மூர்த்திஎன்ன செய்வதென்று அறியாமல் திகைத்துப் போனார். மெதுவாக எழுந்து அவள் அருகே சென்று தலையில் கைவைத்து ஆதரவாகதடவி"கவலைப்படாதீர்கள். எல்லாம் நன்மைக்கே என்று நினைத்து கொள்ளுங்கள். உங்களை போன்ற நல்லவர்களுக்கு கடவுள் கடுமையான சோதனைகளை தருகிறார் என்றால்உங்களை கொண்டு ஏதோ பெரிய செயல்களை செய்யப்போகிறார் என்பது அர்த்தம்.அதற்கு நீங்கள் எப்போதும் தயாராக இருக்க வேண்டும் இப்படி அழுதுகொண்டு அல்ல"என்று அருகில் நின்றவாறுஆறுதல் கூறினார்.சமையலறையிலிருந்து இவர்களுக்கு டீ கொண்டுவந்த கமலா இதைப் பார்த்து சில நிமிடம் திகைத்து மறுபடியும் போனாள்.

நாளை அணிவதற்கான துணிகளை எடுத்துவர சரிதா அவளுடைய வீட்டிற்கு போனாள்.எப்போது வீட்டிற்கு போனாலும்வீட்டில்இருக்கும்சங்கீதாவிடமும் தந்தை-

யிடமும் தினமும் நடக்கும் வேலைகளைப் பற்றி கூறுபவள்இன்று கோவிலில் நடந்த சம்பவங்களையும் கூறினாள். அவள் கூறுவதை இருவரும் ஆச்சரியத்துடன் கேட்டுக் கொண்டிருந்தனர்.ஒரு வாரத்திற்கு முன்பு எப்படி இருந்தவள் இப்போது எவ்வளவு கலகலப்பாக துள்ளிக் குதித்து ஓடி வேலைகளை செய்கிறாள்என்பதை நினைக்கும் போதும் இருவருக்கும் சந்தோசமாக இருந்தது. இதற்கெல்லாம் காரணமாக இருந்த கல்யாணிக்கு மனதிற்குள் நன்றி தெரிவித்துக் கொண்டனர்.

“நாளை கோவில் தெப்பக்குளத்தை தூர்வாரி சுத்தம் செய்யும் பணியை மேற்கொள்ள போகிறோம். நீங்கள் இருவரும் கட்டாயம் அதில் கலந்து கொள்ள வேண்டும்” என்று அவர்களைக் கேட்டுக்கொண்டாள். இருவரும் காலையிலேயே வந்து விடுவோம் என்று அவளிடம் உறுதி கூறினார்கள்.

துணிகளை ஒரு பையில் எடுத்துக்கொண்டுநடந்தவளுக்கு அவளுடைய பள்ளிக்கூடத்து தோழிகளின் நினைவு வந்தது.அவர்களையும் நாளை தூர்வாரும் பணிக்கு அழைத்தால் என்ன என்ற எண்ணம் தோன்றியவுடன்நேரடியாக கல்யாணியின் வீட்டிற்கு வராமல் கோவிலின் பின்பக்கம் அவர்களின் வீடு இருக்கும் பகுதியை நோக்கி நடந்தாள். அவர்களை சந்தித்து விவரம்கூறிவிட்டு திரும்பி வரும் வழியில் தினேசை பார்த்தாள். நண்பர்களுடன் நூலகக் கட்டடத்தை மறைவில் அமர்ந்திருந்தவன் அவள் வருவதைப் பார்த்ததும் எதிரே வந்து நின்றான்.“ஏய்சரிதா குட்டி எப்படி இருக்க. ஏதேனும் விசேஷமான தகவல் இருக்கா” என்று இரு பொருள்படும்படி கிண்டலடித்தான்.கடும் கோபம் கொண்டவள் அவனை விட்டு விலகி நடக்க முயற்சி செய்தபோது வழிமறித்துகுறுக்கே வந்து “அன்றையசம்பவங்களை மறந்திருக்க மாட்டாய். அன்றைக்குச் சொன்ன டீல்ஞாபகம் இருக்கிறதா. அதற்கு ஒரு நாள் கொஞ்சம்நேரம் ஒதுக்கி சொல்லிவிடு” என்றான். நடந்துகொண்டிருந்த சரிதாநின்றாள்.அவனை நெருங்கி வந்து காலில் இருந்த செருப்பை கழட்டி அவன் முகத்தில் இரு முறை மாறி மாறி அடித்தாள். ஏற்கனவே முகத்தில் காயம் பட்டு சற்றுஆறி இருந்த புண்ணிலிருந்து மீண்டும் ரத்தம் வழிய துவங்கியது. “ இனி என் வழியில் குறுக்கிட்டால்உயிரோடு வீடு போய் சேரமாட்டாய்“ என்று அவனிடம் உறுதியாக கூறியவள்திரும்பிப் பாராமல் நடந்தாள். இருட்டில் அமர்ந்து அவனுடைய நண்பர்கள் நடுங்கிப் போய் பார்த்துக்கொண்டிருந்தனர்.

சற்று நேரமாக ஹாலில் பேச்சுச் சப்தம் கேட்காததால் சமையலறையிலிருந்து வெளியே வந்த கமலா மகள் தனியே அமர்ந்து இருப்பதை பார்த்ததும் ஓடோடிச் சென்று அருகில் அமர்ந்து கன்னத்தில் வழிந்த நீரை துடைத்துவிட்டாள். “நீ ஏன் அவரிடம் பழைய கதைகளை எல்லாம் சொல்லிக் கொண்டிருந்தாய். இந்த நேரத்தில் இது தேவையா”.

“எனக்கு ஏனோ அவரிடம் எல்லாவற்றையும் சொல்லவேண்டும் போல் தோன்றியது. வேறு யாரோ ஒருவரிடம் என் கதையை அவர்கேட்டு தெரிந்து கொள்வதற்கு பதில் நானே சொல்வது நேர்மையாக இருக்கும் அல்லவா”.

“அவர் எப்போது போனார். என்ன சொல்லிவிட்டு போனார்”.

“சற்றுநேரம் எனக்கு ஆறுதல் கூறியவர் பிறகு என்ன நினைத்தாரோ நாளை சந்திக்கலாம் என்று கூறிவிட்டு போய்விட்டார்”.

“அப்ப நாளைக்கு நாம வெளியே போகிறோமா இல்லையா?”ஏக்கத்துடன் அம்மா கேட்டாள். “இது என்ன கேள்வி நாளைக்கு கண்டிப்பாக வேலை செய்ய போகிறோம்”.

“மொத்தம் எத்தனை பிள்ளைகள் வந்திருக்கிறார்கள்” “முப்பதுபேர்”

“நான் ஒன்று செய்யட்டுமா அவர்களுக்கு வேலை செய்யும்போது சாப்பிடுவதற்கு ஏதேனும் பலகாரம் செய்யலாமா”

“ஓ தாராளமாக. உனக்கு என்னென்ன செய்ய முடியுமோ செய்து கொடு. ஆனால் கொஞ்சம் கூடுதலாக செய். நானும் சரிதாவும் மூர்த்தி சாரும் காலனி பையன்கள் சிலரும் உடன் இருக்கிறோம். அதையும் கணக்கில் எடுத்துக் கொள்”.

“அடச்சீநான் என்ன அவ்வளவுக்கு கணக்குப் பார்த்தா செய்வேன்” என்ற அம்மா மகிழ்ச்சியுடன் சமையலறை புகுந்தாள்.

அந்த நேரம் சரிதா உள்ளே வந்தாள் சில நாட்களாக மகிழ்ச்சியுடன் துள்ளி திரிந்த அவள் இன்று அமைதியாக வந்தாள். அவளை பார்த்தவுடனே அவள் ஏதோ பிரச்சினையில் இருக்கிறாள் என்பதை கல்யாணி புரிந்துகொண்டாள்.” சரிதா இங்கே வா என்ன பிரச்சனைஏன் இப்படி அமைதியாக இருக்கிறாய்” என்று கேட்டாள்.

“ திரும்பவும் அந்த தினேசை நம்ம ஊரில் பார்த்தேன். என்னை பார்த்து கேவலமாக பேசினான்”. “ நீ அவனை சும்மாவா விட்டாய்”. “அதெப்படி சும்மா விடுவேன். என்னை அவ்வளவு கேவலமாக பேசியவனை செருப்பால் அடித்தேன்”.

“அடி கொஞ்சம் பலமோ”ஆத்திரத்தோடு பேசும் சரிதாவை சாந்தப்படுத்த வேண்டி கேலி பண்ணும் தோரணையில் பேசினாள் கல்யாணி. “பின்ன சும்மா விடமுடியுமா. இரண்டு முறை அடித்ததில் முகத்திலிருந்து திரும்ப ரத்தம் வர ஆரம்பித்துவிட்டது. இனி என் வழிக்கு வந்தால் அவ்வளவுதான்”இப்போது சரிதாவிற்கும் சிரிப்பு வந்திருந்தது.

15

காலனி வீடுகளுக்கு மத்தியில் சற்று காலியாக இருந்த இடத்தில் அந்த இளைஞர்களும் மாணவர்களும் குழுமியிருந்தனர். அவர்களுக்கு மத்தியில் நின்றுகொண்டிருந்த முரளி சற்று உரத்த குரலில் பேசத் துவங்கினான்.'' தோழர்களே இன்று நம் ஊரில் குடிகொண்டிருக்கும்பிரளய நாதர் ஆலயத்தில் மழைநீர் சேமிப்பு அமைப்பு சரி செய்யும் பணிக்காக என்னை அழைத்தார்கள்.பல நூற்றாண்டுகளாககோவிலினுள் நுழையவே அனுமதிக்கப்படாத நாம் இன்று கோவில் பணிக்காக அழைக்கப்பட்டிருக்கிறோம் என்பது ஒரு நல்ல துவக்கம். இது நமக்கு ஒரு நல்ல சந்தர்ப்பம். நம் ஊரில் நடைபெறும் பிரச்சனைகளை தீர்க்க இந்த பணியை நாம் சிறப்பாகசெய்தாக வேண்டும். நம்மேல் மேலத்தெரு காரர்கள் கொண்டிருக்கும் பகையை நம்முடைய அன்பினாலும் நம்முடைய தன்னலமற்ற சேவையினாலும் போக்க வேண்டும். இதுவே நம்முடைய தோழர் கணேசனின் விருப்பமாக கூட இருக்கலாம். அவர் இருந்தால் இப்படித்தான் முடிவெடுத்து இருப்பார்.இந்த சேவையில் நீங்கள் அனைவரும் என்னோடு இணைந்து செயல்பட வேண்டுமென கேட்டுக்கொள்கிறேன். உங்களுக்கு ஏதேனும் சந்தேகம் இருந்தால் இப்போது என்னிடம் கேட்கலாம்''.

“இத்தனை வருடமும் அவர்கள் நமக்கு செய்த கொடுமைகளை எல்லாம்மறந்து விட்டாயா'' என்றான் ஒருவன்.

“தோழர் கணேசன் சாவுக்கு காரணமான அந்த கடைக்காரர் மகளும் இதில் கலந்து கொள்கிறாள். நாம் எப்படி அதில் கலந்து கொள்வது. அவங்க குடும்பத்தால் தான்கலவரம் உருவானது. இதையெல்லாம் மறந்து விட்டாயா''.

“இத்தனை வருடமாக நம்மை கண்டும் காணாமல் இருந்த அவர்களுடன் நாம் எப்படி இணைந்து வேலை செய்வது. நாமாக போனால் அவர்கள் நம்மை ஏற்றுக்கொள்வார்களா''.

“நமக்கு தீமை செய்தவர்களுக்கும் நல்லது செய்வதன்மூலம் அவர்களை திருத்தலாம் என்பது வள்ளுவன் வாக்கு. அதற்கேற்ப நாமும் அவர்களுக்கு நல்லதை செய்து நம் வழிக்கு கொண்டுவர வேண்டும்.அதுபோல தோழர் கணேசனின்

மறைவுக்கு காரணம் என்ன என்பது விசாரணையின் முடிவில் ஏற்கனவே நமக்கு தெரிந்துவிட்டது. மீண்டும் பழைய பிரச்சனைகளை கிளறி இளம் தலைமுறையி-னரையும் வன்முறைக்கு உள்ளாக்கவேண்டாம். போனது போகட்டும். இனி வருங்-கால வாழ்வு வளமாய் இருப்பதற்கான வழிகளை தேடுவோம். இன்னும் எத்தனை நாட்களுக்குத்தான் இந்த வன்முறையோடு வாழ்க்கையை நடத்துவது. அனைவரி-டத்திலும் நல்லதும் கெட்டதும் உள்ளது இப்போது நமக்குத் தேவை அமைதி.நாம் இப்போது வேலையை தொடங்க போவது என் எஸ் எஸ் மாணவர்களோடு சேர்ந்து தான்.அதுபோல மறுபுறம் மேலத்தெரு நண்பர்களும் கூட கலந்துகொள்ளலாம். அதைப்பற்றி நாம் கவலை இல்லாமல் நமக்கு ஒதுக்கப்பட்ட வேலைகளை சிறப்-பாக செய்வோம்'' கேள்வி எழுப்பி அவர்களுக்கு முரளி சரியானபடி விடை அளித்தான்.

அனைவரும் அமைதியாய் இருந்தனர். " என்னோடு நாளை சேவை செய்ய வருபவர்கள் எத்தனைபேர். விருப்பமிருப்பவர்கள் கை உயர்த்தலாம்''என்றான்.

அங்கிருந்த அனைத்து இளைஞர்களும் கையை உயர்த்தினர். வீட்டிலிருந்த சில வயதான ஆண்களும் பெண்களும் கூட "நாங்களும் சும்மாதான் வீட்டில் இருக்கிறோம்.எங்களுக்கும் ஏதாவது வேலை இருக்குமா'' என்று குரல் கொடுத்-தனர்.

"எல்லோருக்கும் வேலை இருக்கிறது. உங்களால் ஆன உதவிகளை செய்ய-லாம். வேலை செய்ய முடியாதவர்களும் அங்கே அமர்ந்து மாணவர்களுக்கு உற்-சாகம் கொடுக்கும் வகையில் கதைகளைச் சொல்லலாம். தெம்மாங்கு பாட்டு பாட-லாம்''என்று முரளி கூறவும் அங்கிருந்தவர்கள் "ஓய் " என்று உற்சாக குரல் எழுப்பினர். சிலர் கைதட்டி விசில் அடித்தனர்.

அவர்களை நோக்கி கை உயர்த்தி அமைதிப்படுத்திய முரளி "நீங்கள் அனை-வரும் ஒரு உறுதிமொழி ஏற்க வேண்டும். இத்தனை வருடமாக பிரச்சினைக்கு உள்ளாகி இருந்த இந்த ஊர் நாம் செய்யவேண்டிய செயலால் ஒன்றுபட வேண்-டும். அதற்கு இங்கு சேவை செய்யவந்திருக்கிற மூர்த்தி சார் நமக்கு உதவுவார் என்று நினைக்கிறேன். அதனால் நாமாக எந்த ஒரு பிரச்சனையையும் ஏற்படுத்த கூடாது. ஏதேனும் பிரச்சினை தோன்றினாலும் அதை மிக கவனமாக அமைதி-யான முறையில் தீர்க்க முயற்சிக்க வேண்டும். நீங்கள் அனைவரும் இதற்கு ஒப்-புக் கொள்வீர்கள் என நினைக்கிறேன்''

"உங்களுடைய நல்ல எண்ணம் ஈடேற இந்த ஊர் ஒன்றுபட நீங்கள் சொல்வ-தையும் மூர்த்தி சார் சொல்வதையும் எங்களுடைய தலையாய பணி என்று ஏற்று செயல்படுவோம் என்று உறுதி அளிக்கிறோம்'' என்று ஒரே குரலில் அனைவரும் உறுதியளித்தனர்.

அந்த இரவில்அந்த உழைக்கும் வர்க்கத்து ஆட்கள் நாளை எப்படி செயல்படுவது, யார் யார் என்ன வேலை செய்வது என்பதை எல்லாம் உறங்காமல் கூடி கூடி பேசி களித்தனர். அவர்களுடைய வீடுகளில் உற்சாகம் பொங்கியது. பிள்ளைகளுக்கு ஏதேனும் தின்பண்டங்கள் செய்து கொண்டு போகலாமா என யோசித்தனர்.தங்களிடம் இருப்பதை கொண்டு இயன்றதை செய்யத் துவங்கினர்.

16

சூரியன் உதித்தது. ஒவ்வொரு ஞாயிற்றுக்கிழமையும் சோம்பலாய் துவங்கும். ஆனால் இந்த ஞாயிற்றுக்கிழமை சூரியன் உதிப்பதற்கு முன்னால் எழுந்து பரபரப்பாக தயாராகியது கல்யாணியின் வீடு. மாணவிகள் கிளம்பி தயாராகும்முன் கல்யாணி தயாராகிஇருந்தாள்.அதிகாலையே எழுந்துகமலாமுறுக்கு, அதிரசம் செய்து மூடி போட்ட பாத்திரத்தில் அடுக்கி வைத்திருந்தாள். மாணவிகளுடன் கிளம்பிய சரிதாவிடம் “நீங்கள் போய் காலை உணவை முடித்து விட்டு தெப்பக்குளத்திற்கு வாருங்கள். நாங்களும் அங்கே வந்து விடுகிறோம்” என்று கூறி அனுப்பி வைத்தாள்.

அவர்கள் கிளம்பிய சற்று நேரத்தில் கமலாவும் கல்யாணியும் கிளம்பினார்கள். மண்வெட்டியையும் பலகாரங்கள்அடுக்கிய பாத்திரத்தையும் ஆளுக்கொன்றாய் தூக்கிக்கொண்டு கடை வீதி வழியே நடந்தனர். தாயும் மகளும் அவ்வாறு போவதை அந்த கடைவீதி ஆச்சரியத்துடன் பார்த்தது. தெப்பக்குளத்தின் அருகில் இருந்த மரத்தடியில் அம்மாவை அமர்த்திவிட்டு“அம்மா நீ இங்கேயே இரு. நான் கோவிலுக்கு சென்று சாரிடம் இன்றைய வேலையை பற்றி கேட்டு வருகிறேன்” என்று கிளம்பினாள்.“சரி நான் இங்கே இருக்கிறேன். எல்லோரும் வருவதற்குள் சீக்கிரமாக வா” என்று அம்மா கூறினாள்.

கோவிலின் வாசலிலேயே மூர்த்தி நிற்பதை பார்த்தாள். தூரத்தில் அவனை பார்த்தவுடனேயே கல்யாணிக்கு மனதினுள் ஏதோ செய்தது.நேற்று தன்னைப்பற்றிய உண்மைகளை கூறியதால் மூர்த்தி சார் தன்னை கேவலமாக நினைப்பாரோ, தன்னிடம் எப்படி நடந்து கொள்வாரோ என்றெல்லாம் நினைத்து தயங்கிமெதுவாக அவர் நிற்கும் இடத்தை நோக்கி நடந்தாள். “ ஹலோ குட்மார்னிங் கல்யாணி மேடம்” என்று உரக்க சொன்ன மூர்த்தி இவள் அருகில் சென்றவுடன் “இன்று உண்மையிலேயே நீங்கள் ரொம்ப அழகாக இருக்கிறீர்கள்” என்று கூறினான்.

அதற்கு அவள் நாணத்துடன் “காலையிலேயே பொய் சொல்லாதீர்கள். நான் என்றும் எப்படி இருப்பினும் அது போலத்தான் இன்றும் இருக்கிறேன்”என்றாள். அவளை சற்று சீண்டிப்பார்க்க நினைத்த மூர்த்தி “நானா பொய் சொல்கிறேன்.

நீங்கள் நேற்று இரவு இத்தனைஅழகுடனா இருந்தீர்கள்.பயங்கரமாக அழுது கொண்டல்லவா இருந்தீர்கள். எனக்கு அதை பார்க்க பிடிக்காததால் தான் உடனே திரும்பி வந்து விட்டேன்.இன்று நீங்கள் ஜொலிப்பதை பார்க்கும் போது நீண்ட நேரம் பேசிக்கொண்டு இருக்கலாம் போல் தோன்றுகிறது'' என தன்னை மறநது கூறினான். அவன் கூறுவதை ரசித்துக் கேட்ட கல்யாணி மௌனமாக நின்றாள். தற்போது முரளியும் அவன் தோழர்களும் காண்ட்ராக்ட் காரரும் வந்தனர்.

''சாரி சார். நாங்கள் வருவதற்கு தாமதமாகிவிட்டது மன்னித்துக்கொள்ளுங்-கள்''என்றார் முரளி. '' அப்படியெல்லாம் சொல்லாதீர்கள். நாம் வேலையை துவங்க இன்னும் நேரம் இருக்கிறது''.

''காலையில் சீக்கிரமே ஆரம்பித்துவிடலாம் சார். நேரம் ஆக ஆக பிரகாரத்-தின் மேல் பகுதி வெயில்பட்டு பயங்கர சூடாகி விடும். வெறுங்காலுடன் நின்று பணிபுரிவது கஷ்டம்''என்றாள் கல்யாணி.

''சரி தொடங்குவோம்.மேடம் நீங்கள் தூர்வாரும் தன்னார்வலர்களையும் மாண-வர்களையும் அங்கே கவனித்துக் கொள்ளுங்கள். நான் பிரகாரத்தின் மேலேறி இவர்கள் வேலை ஆரம்பிப்பதை கவனித்து விட்டு பிறகுவருகிறேன்''.

கல்யாணி திரும்பி தப்பு குளத்தை நோக்கி நடந்தாள். மூர்த்தி கோவிலுக்குச் சென்று முரளியுடன் பிரகாரத்தின் மேல் மாடிக்கு சென்று வேலையை துவக்கினார். அவருடன் 10 பேர் வந்திருந்தனர். முதலில் மேல் தளத்தில் மழையினால் பாசி படர்ந்து போயிருந்த பகுதிகளை சுத்தம் செய்ய சொன்னார் காண்ட்ராக்டர்.

அவருடன் வந்திருந்தவர்கள் கையில் வைத்திருந்த சிறு உளியையும் சுத்தி-யலையும் கொண்டு பாசி படர்ந்து இருந்த இடங்களை தட்டி அகற்றினர். பின் அவற்றையெல்லாம் துடைப்பத்தை கொண்டு வாரி அகற்றிய பிறகு ஒவ்வொரு இடத்திலும் ரசமட்டம் கொண்டு மட்டம் பார்த்தார். சரி இல்லாத இடங்களை சுத்தியலை கொண்டு தட்டி சரி செய்தார். திரும்பவும் அந்த இடத்தை மட்டும் பார்த்தார்.திருப்தி அடைந்தவர் பின்னர் இரண்டு பேரை அழைத்துக்கொண்டு கீழே இறங்கினார். போய் இன்னுமொரு ஏணி வாங்கிக்கொண்டு வர சொல்லி அனுப்-பினார்.ஏணி வந்தவுடன் ஏற்கனவே பொருந்தி இருந்த மழைநீர் சேமிப்பு குழாய்-களை கவனமுடன் அகற்ற தொடங்கினார். கீழே நின்ற இருவர் அதை தாங்கிப் பிடித்து பத்திர படுத்தினர்.

தெப்பக்குளத்திற்கு அருகே குழுமியிருந்தவர்களை இரண்டு பிரிவுகளாக பிரித்-தாள் கல்யாணி. ஒரு குழு கிழக்கிலிருந்து மேற்காகவும் மற்றொரு குழு மேற்கி-லிருந்து கிழக்காக தூர்வாரி கொண்டு வரவேண்டும். இரு பக்கங்களில் இருந்தும் தலா5 பேர் வீதம் மண்வெட்டி வைத்து மண்ணைவெட்டி கூடைகளில் நிரப்பித் தர இரண்டடி தூரத்திற்கு ஒருவர் வீதம் சற்று தள்ளி தள்ளி நிற்பவர்கள் ஒருவர் மாற்றி ஒருவர் மண் கூடையை கை மாற்றிக் கொண்டே சென்று சாலையில் மறு-

பக்கத்தில் இருந்த காலி இடத்தில் குவித்து வைக்க வேண்டும் என்பது அவளுடைய திட்டமாக இருந்தது.அதன்படி அவர்கள் செயல்படகுளத்தை தூர்வாரி மண் கைமாற்றி கொண்டு போனதுஅவர்களுக்கு எளிதாக இருந்தது.

இரண்டு மணி நேரம் சலிக்காமல் அனைவரும் வேலை செய்தனர். பத்தரை மணி ஆனபோது அனைவரையும் சற்று ஓய்வெடுக்க அழைத்தாள் கல்யாணி. அனைவரும் வந்து ஒரு மரத்தின் அடியில் வட்டமாக அமர்ந்தனர். கமலா கொண்டுவந்திருந்த பலகாரத்தை எடுத்து எல்லோருக்கும் கொடுக்க ஆரம்பித்தாள். அதை எல்லோரும் மறுக்காமல் வாங்கிக் சாப்பிட தொடங்கினார். அப்போது காலனி பெரியவர் ஒருவர் “எங்களிடமும் கொஞ்சம் தின்பண்டங்கள் உள்ளது. கொடுத்தால் வாங்கி கொள்வீர்களா” என்று தயக்கத்துடன் கேட்க “நீங்கள் எது கொடுத்தாலும் சாப்பிட நாங்கள் தயாராக இருக்கிறோம். வெளியே எடுங்கள்”.

பெரியவர் சந்தோஷத்துடன் ஒரு பானையை தூக்கி கொடுக்க அதை வாங்கிய கல்யாணி மேலேகட்டி இருந்த துணியை அவிழ்த்து உள்ளே பார்த்தாள். நிலக்கடலை கருப்பட்டி கொண்டு செய்த கடலை உருண்டைகள் அந்தப் பானை நிறைய இருந்தது. அதுபோல் வேறு சிலரும் கொண்டுவந்திருந்த தின்பண்டங்கள் அனைவருக்கும் வினியோகிக்கபட்டது. எல்லோருக்கும் கொடுத்தது போக சற்று எஞ்சியிருந்தது. “இதை கொண்டு போய் கோவிலில் வேலை செய்பவர்களிடம் கொடுத்துவிட்டு வருகிறேன்” என்று அந்த பானையுடன் கோவிலை நோக்கி நடந்தாள்.

சும்மா ஏதாவது காரணத்தை உண்டாக்கி வேண்டுமென்றே மூர்த்தி சாரை பார்க்கப் போகிறோமோ என்று அவர் மனம் கேள்வி எழுப்பியது ஆனால் கல்யாணியின் மனமோஎந்த வழியிலாவது போய் மூர்த்தியை காண விரும்பியது. கோவிலில் வேலையை நிறுத்தாமல் அனைவரும் மும்முரமாக செய்து கொண்டிருந்தனர்.கொண்டுபோன பானையை தரையில் வைத்து விட்டு பிரகாரத்தை நோக்கி “சார் சார்” என்று உரக்க கத்தினாள். அப்போது மேலிருந்து முரளி எட்டிப்பார்க்க “எல்லோரும் கீழே வாருங்கள். சற்று ஓய்வெடுக்கலாம்” என கையசைத்தாள். கீழே வந்தவர்களிடம் அவள் வைத்திருந்த பலகாரங்களை கொடுத்து “இதை சாப்பிட்டு சற்று ஓய்வெடுத்து விட்டு வேலையைத் தொடரலாம்” என்று கூறியவள் “மூர்த்தி சார் எங்கே” என்று கேட்டாள்.

மூர்த்தி நந்தவனத்தில் நின்று கொண்டிருக்கிறார் என்று கூற பானையை எடுத்துக் கொண்டு நந்தவனத்திற்கு சென்றாள். நந்தவனத்தில் மழை நீர் சேமிப்பு தொட்டி போல் கட்டி இருந்த இடத்தை பார்த்துக்கொண்டு மூர்த்தி நின்றார். “சார்” என்று அவள்கூப்பிட திரும்பி பார்த்த மூர்த்தியிடம் கடலை உருண்டை ஒன்றை கொடுத்தாள்.அதை ஒரு கடி கடித்தவன்“நீங்கள் சாப்பிட்டீர்களா” என கேட்டான். அப்போது தான் கல்யாணிக்கு பானையில் வேறு ஒன்றும் இல்லை என்பது தெரிந்தது. அவள் அமைதியாக நிற்க அவன் கடித்தகடலை உருண்டையின் ஒரு

பாதியை உடைத்து அவளிடம் நீட்டினான்.'' உங்களிடம் சாப்பிட்டீர்களா எனக் கேட்காமல் ஆர்வத்தில் நான் சற்று கடித்துவிட்டேன்.இது என் எச்சில் படாத பகுதிதான். இதை வாங்கிக் கொள்வீர்களா'' தயங்கியவாறே மூர்த்தி கேட்க தயங்காமல் கல்யாணி மௌனமாக கை நீட்டினாள். அவன் கொடுத்ததை வாங்கி வைத்துக்கொண்டு ''இங்கே என்ன செய்கிறீர்கள்''என்றாள். '' பழைய மழை நீர் சேமிப்பு தொட்டி யை எவ்வாறு பயன்படுத்துவது என்று யோசித்துக் கொண்டிருக்கிறேன்'' என்றார் மூர்த்தி.

'' பழைய தொட்டியை பயன்படுத்துவதற்கு பதில் அந்த மழைநீர் குழாயை நேரடியாக நந்தவனத்தில் உள்ள சிறிய கிணற்றில் விட்டால் என்ன'' என்று கேட்டாள் கல்யாணி. அப்போதுதான் அங்கு ஒரு கிணறுஇருப்பதை பார்த்தார். அடர்ந்த பூச்செடிகள் சுற்றி இருந்ததால் சற்று தூரம் தள்ளி நின்று பார்ப்பவர்களுக்கு கிணறு இருப்பது தெரியாது.''இங்கே கிணறு இருப்பது உங்களுக்கு எப்படி தெரியும்''. '' சார் இது நான் பிறந்து வளர்ந்த ஊர். பள்ளிப்பருவத்தில் கோவிலில் சாமிக்கு பூ கட்டுவதற்காக இங்கே தினசரி பூப்பறிக்க வந்திருக்கிறேன்.இந்த கோவிலின் எல்லா பகுதிகளும் எனக்கு தெரியும். இருங்கள் நான் போய் அவர்களையும் அழைத்து வருகிறேன்'' என்றவள்மூர்த்தி கொடுத்த கடலை உருண்டை வாயில் போட்டுக்கொண்டு ஓடி போய் முரளியையும் காண்ட்ராக்டரையும் அழைத்து வந்தாள்.

'' சார் நமது திட்டத்தில் ஒரு சிறிய மாறுதல். இந்த பழையமழை நீர் தொட்டியை நாம் பயன்படுத்தாமல் இதோ பாருங்கள். இந்த கிணற்றில் நேரடியாக தண்ணீர் விழுவதுபோல் செய்தால் எப்படி இருக்கும்''.

''பிரமாதமான ஐடியா சார். நானே உங்களிடம் சொல்லலாம் என்று இருந்தேன். இந்த மழைநீர் தொட்டி சீரமைக்க நமக்கு நிறைய நேரம் ஆகும் என்று நினைத்துக் கொண்டிருந்தேன். இந்த கிணறு இருப்பதையே நான் கூடமறந்துவிட்டேன். உங்களுக்கு எப்படி தெரிந்தது''.

''என்னை பார்க்க இங்கே வந்த கல்யாணி மேடம் தான் இந்த ஐடியா சொன்னார்கள்''.

''எனக்கு இன்னும்ஒருவால்வு வாங்கி தர வேண்டியிருக்கும். இதை குழாயில் பொருத்தி அடைத்து விட்டாள் மழை பெய்ய துவங்கி முதலில் வரும் அழுக்கான நீரை கிணற்றுக்கு வெளியே விடும். பின் சற்று நேரம் கழித்து வால்வுவை திறந்து விடும் போது சுத்தமான நீர் மட்டும் கிணற்றுக்குள் விழும்''.

''நல்ல யோசனை. அப்படியே செய்யுங்கள். பணத்தை பற்றி கவலைப்படாமல் வேண்டியதை வாங்கிக் கொள்ளுங்கள். நாம் செய்யும் பணி நீண்டகாலம் நிலைத்து பயன் தர வேண்டும் ''என்று கூறிய கல்யாணி திரும்ப வந்தாள்.

தெப்பக்குளத்தின் படியை சுற்றிலும் மேடாக இருந்த மண் பகுதிகள் எல்லாம் கொஞ்சம் கொஞ்சமாக வெட்டி எடுத்து சீரமைக்கும் பணி மும்முரமாக நடந்து கொண்டிருந்தது.தெப்பக்குளத்தில் படியை ஒட்டியுள்ள பகுதிகளில் சுமார் 2 அடி ஆழத்திற்கு தோண்டிமண் எடுக்கப்பட்டிருந்தது.சாலையை கடந்து கொட்டப்பட்ட மண் சிறு மலைபோல் குவிந்து இருந்தது. இன்னும் இதேபோல் நான்கு நாட்கள் வேலை செய்தால் முழுவதுமாக சீரமைத்து விடலாம் என்ற நம்பிக்கை தோன்றி-யது.தெப்பக்குளத்தின் மேல்பக்கம் அமர்ந்திருந்த சிலவயதானவர்கள் உரக்க கதை சொல்லிக்கொண்டும் சிலர் பழைய சினிமா பாடல்களை பாடியும் மாணவர்களை உற்சாகப்படுத்தினர். மதிய உணவு இடைவேளை வந்தது. அனைவரும் கலைந்து சென்றனர்.கல்யாணியும் கமலாவும் உற்சாகமாக வீடு திரும்பினார்.

17

மதியம் சீக்கிரமாக சாப்பிட்டு வந்த ஊர் மக்களும் மாணவர்களும் தெப்பக்குளத்தின் மரத்தடியில் அமர்ந்து இருந்தனர்.இரண்டுபிரிவாக தோண்டியதில் அதிகம் தோண்டியது யார் என்று வாக்குவாதத்தில் ஈடுபட்டனர்.அதன் தீர்ப்புக்காக சரிதாவிடும் போக சரிதா மேற்கு பக்கம் இருந்து தோண்டியது தான் அதிகம் என்று கை காட்டினாள். இதனால் மேற்கு பக்கத்தை மிஞ்ச வேண்டும் என்று ஆவேசம கொண்ட கிழக்கு பக்கத்து மாணவர்கள் ஓய்வெடுக்காமல் உடனடியாக வேலையில் இறங்கினர். பிரேம்குமார் மற்றும் சிலர் கொண்ட அந்த குழு வேகவேகமாக மண்ணை வெட்டி குவிக்க துவங்கியது. கடினமான பகுதியில் கடப்பாறையை கொண்டு தோண்டியது.இருகுழுவினரின் போட்டியை கண்டு மரத்தடியில் அமர்ந்திருந்தவர்கள்சிரித்துக் கொண்டிருந்தனர்.

வேகவேகமாக தோண்டி கொண்டிருந்தபிரேம்குமாரின்கடப்பாரை எதிலோ இடித்து " டங்" என்று வினோதமான ஒலி எழும்பியது. என்னவென்று பார்க்க அவன் மீண்டும் கடப்பாறையை வைத்து இடிக்கும் போது அது பாறை மேல்பட்டதை போன்று கடினமாய் இருந்தது. அருகில் நின்ற மாணவனிடம் இருந்து மண்வெட்டியை வாங்கி அந்த பகுதியில் இருந்த மண்ணை அகற்றினான். மண் கொஞ்சம் கொஞ்சமாக விலக உள்ளே ஏதோ ஒரு உலோகப் பொருள் கிடப்பது போல் தோன்றியது. மண்வெட்டியை வைத்துவிட்டு கையால் கொஞ்சம் கொஞ்சமாக மண்ணை விலக்கி பார்த்தபோது உள்ளே ஒரு சிலை இருந்தது. கையால் அதை பற்றி இழுத்து வெளியே எடுக்கும்போது நல்ல கனமான சிலை அவன் பிடிக்குள் வந்தது. கையில் வைத்திருக்க முடியாதவன் அதை தூக்கி தோளில் வைத்தான். மெதுவாக கரையை நோக்கி நடந்தான். அருகில் நின்ற மாணவர்கள் "சிலை கிடைச்சிருக்கு. இங்கிருந்து சிலை கிடைத்திருக்கு" என்று கத்த அங்கே அமர்ந்திருந்தவர்கள் எழுந்து ஓடி வந்தனர்.

இந்த செய்தி பரவிய உடன் ஒரு மக்களெல்லாம் தெப்பக்குளத்தை நோக்கி படையெடுத்தனர். அப்போதுதான் சாப்பிட்டுவிட்டு வந்த முரளியும் நண்பர்களும் தெப்பக்குளத்திற்கு ஓடிவந்தனர். அதற்குள் பிரேம் மெதுவாக குளத்திலிருந்து படி-

யேறி கோவிலுக்கு முன் உள்ள மைதானத்திற்கு வந்தான். மூர்த்தியும் வந்துவிட்டார். கூட்டம் அதிகரிப்பதை பார்த்த கோவில் அலுவலர் உடனடியாக காவல்துறைக்கும், கலெக்டர் அலுவலகத்திற்கும், தன்னுடைய உயர் அதிகாரிகளுக்கும் தகவல் தெரிவிக்க உள்ளே ஓடினார்.

கோவில் மைதானம் ஊர் மக்களால் நிறைந்திருந்தது. மேலத்தெருவில் இருந்து வந்த நாட்டாமைகாரர் போன்ற பெரியவர்"தம்பிஇது எங்கள் ஊர் கோவிலில் இருந்து காணாமல் போன சிலை. அதை எங்களிடம் கொடுத்து விடுங்கள்" என்று கேட்டார். அதுவரை அமைதியாக இருந்த காலனியை சேர்ந்த சிலர் "இல்லை இதை உங்களிடம் கொடுக்க கூடாது.சிலையை திருடி குளத்தில் போட்டவனை கண்டுபிடிக்கும் வரை உங்களிடம் ஒப்படைக்க முடியாது" என்று பதில் பேசினார்.

அதற்குள் தகவலறிந்து பக்கத்து ஊர்களில் இருந்துசிலஅரசியல்வாதிகளும்,ஜாதி சங்க ஆட்களும் வர அந்த இடமே பரபரப்பானது. ஆளாளுக்குஉரத்த குரலில் பேசிக்கொண்டு இருந்தனர்.ஒரு செய்தியாளரை போல இருந்த ஆள் ஓடிப்போய் கேமராவை எடுத்து வந்து வீடியோ எடுக்க தொடங்கினான்.

நிலைமை கொஞ்சம் கொஞ்சமாக கைமீறி போகிறது என்பதை உணர்ந்த மூர்த்திதன்னுடைய என் எஸ் எஸ் மாணவர்களையும் முரளியையும்நோக்கி சைகை காட்டமுரளியும் அவருடைய தோழர்களும் முன்னே வந்து காலனி ஆட்களை அமைதிப்படுத்தி ஒரு ஓரமாக நிற்க வைத்தனர்.அவர்கள் மேலும் முன்னேறி வராமல்அரண் அமைத்து தடுத்தனர். கல்யாணியும் சரிதாவும் என்எஸ்எஸ் மாணவர்களும் அன்றைக்கு தன்னார்வலர்களாக வேலை பார்த்த பிறரும் சேர்ந்து மேலத்தெரு ஆட்கள் மேலும் முன்னேறி வராமல் தடுக்க வட்டவடிவில் வளையம் போல் வியூகம் அமைத்து நின்றனர். இன்னும் பிரேம் சிலையைதோளில் சுமந்து கொண்டே நின்றான். அதுவரை அமைதியாக நின்ற மூர்த்தி அப்போது பிரேமின் அருகில் வந்து அவனை கூட்டத்தின் நடுவே கொண்டு வந்து நிறுத்தினார்.

"நண்பர்களே சற்று அமைதியாக இருக்கிறீர்களா. உங்களிடம் ஒரு இரண்டு நிமிடம் நான் பேச வேண்டியிருக்கிறது. பல ஆண்டுகளுக்கு முன் காணாமல் போன சிலை கிடைத்திருக்கிறது. அப்படி ஒரு சிலை திரும்ப கிடைத்தது உங்களுக்கு மகிழ்ச்சியாக இல்லையா. எதற்காக மோதலுக்கு தயாராகிறீர்கள்.கடவுள் எப்பொழுதும் அமைதியை விரும்புகிறவர் என்பது உங்களுக்கு தெரியுமா.உங்களுடையமோதல் பிடிக்காமல் போனதால் தான் இங்கிருந்து கடவுள் வெளியேறிப் போனார் என்று நான் நினைக்கிறேன். கொஞ்சம் காலமாக உங்களிடம் அமைதி திரும்பியிருக்கிறது என்று நினைத்து அவர் திரும்பி வரும் வேளையில் நீங்கள் மீண்டும் சண்டையிட்டுக் கொள்வது சரியா?. உண்மையிலேயே உங்களுக்கு கடவுள் மேல் அன்பிருந்தால் உங்கள் ஊருக்கு திரும்ப வரும்அவரை இப்படியா வரவேற்பது. நீங்கள் கடவுளை வரவேற்கும் படி வரவேற்கவில்லை என்றாலும்

பரவாயில்லைஉங்கள் வீட்டிற்கு வரும் விருந்தினரை போன்றாவது அவரை வரவேற்கலாமே''.

அங்கு நிலவிய அமைதி மக்கள் சிந்திக்க துவங்குகிறார்கள் என்பதை உணர்த்தியது. சிந்திக்கும் மக்களிடத்தில் கேள்விகளை கேட்டு அவர்களை தன் வழிகது கொண்டு வரலாம் என்பதை உணர்ந்த மூர்த்தி மெதுவாக தூண்டில் போட்டான். "இப்போது இந்த சிலையை உங்களிடம் ஒப்படைத்தால் என்ன செய்யப் போகிரீர்கள்'' என்று மேலத்தெரு பஞ்சாயத்தார்பக்கம் கேள்வி எழுப்பினார்.

"அவரை சுத்தப்படுத்தி வழிவிட போகிறோம்''.

"அதை எல்லோரும் சேர்ந்து தாராளமாக செய்யலாமே. அதை விடுத்து எங்களிடம் ஒப்படையுங்கள் என்று கேட்பது என்ன நியாயம். இது அரசாங்க கோவில் அல்லவா. எப்படி நீங்களாக உரிமை எடுத்துக் கொள்கிறீர்கள்''.

அவன் கேட்டதில் இருந்த உண்மை மேலத்தெரு காரர்களை வாயடைக்க வைத்தது.அவர்களுடைய அமைதி இனி அவர்களிடமிருந்து பிரச்சனை கிளம்பாது என்பதை உறுதி செய்தது.மறுபுறம் என்றகாலனிகாரர்களை பார்த்து "இப்போது பழைய கதையை பேசிஎன்ன பயன்?. இந்த தவறை செய்தவரை கண்டுபிடித்து நீங்கள் என்ன செய்யப்போகிறீர்கள்?. அவரை கண்டுபிடிப்பதுஎப்போது?. அதுவரை மேலும் மேலும் பிரச்சனையை வளர்த்துகொண்டே இருந்தால் இப்போது நிலவும் அமைதி கூட கெட்டுப் போய்விடும். கடவுள் சிலையை அவமரியாதை செய்தவனை கடவுள் கவனித்துக் கொள்ளட்டும். இப்போது நாம் அமைதியை நோக்கி போக வேண்டாமா?. மேலும் மேலும் மோதல்களை உண்டாக்குவதாநம்முடைய நோக்கம்''.

அந்தப் பக்கத்திலிருந்து மௌனமே பதிலாக வந்தது. பின் அனைவரையும் நோக்கி "நீண்ட நாள்களுக்கு பிறகுஉங்களை தேடி திரும்பவும் கடவுள் வந்து இருக்கிறார். அவருடைய பாதம் தொட்டு வணங்கி நடந்ததை மறந்து அருள் புரிய வேண்டும் என வேண்டுவீரர்களா அல்லது அவரை எப்படி நடு வீதியில் வைத்து பேசி சண்டையிட்டு திரும்ப அனுப்புவீர்களா'' என்று கேள்வி கேட்டு அமைதியானான்.

மக்கள் தங்களுக்குள் பேசிக் கொண்டார்கள்.அவர்களுக்கு என்ன செய்வதென்று தெரியவில்லை.அங்கே நடந்ததை எல்லாம் பிரசாத கடையிலிருந்து பார்த்துக்கொண்டிருந்த கணபதி ஐயர் இறங்கி வந்தார். பக்கத்து கடையில் இருந்து பால ஒரு கவரை வாங்கிக்கொண்டு வந்தார். " தம்பி சாமிக்குஎன்னாலமுடிந்தமரியாதையை செய்ய வந்திருக்கிறேன். அனுமதிப்பீர்களா'' என்று மூர்த்தியிடம் கேட்டார். அவர் கையில் இருந்த பாலை பார்த்ததும் அவர் என்ன செய்யப் போகிறார் என்பதை யூகித்த மூர்த்தி அவரை உள்ளே நுழைய அனுமதித்தார்.சிலையைதோளில் சுமந்து கொண்டிருந்த பிரேம் குமாருக்கு அருகே வந்த கணபதி ஐயர் சாமி

சிலையை சற்று இறக்கி பிடிக்கும்படி கேட்டுக்கொண்டார்.சற்று இறக்கி மார்போடு சிலையை அணைத்துக்கொண்டான் பிரேம். கவரில் இருந்த பாலை சிலையின் மீது ஊற்றிகழுவினார். ஓம் நமச்சிவாய என்று உரக்கக் கத்தினார்.சுற்றி நின்ற கூட்டமும் ஓம் நமச்சிவாய என்று கத்தியது.

உற்சவர் பாதம் தொட்டு வணங்கியவர் பிரேமின் வலதுகையை பிடித்து தன்னுடைய கண்களில் ஒற்றிக் கொண்டார். மூர்த்தி பக்கம் திரும்பி "ஒரு மேஜை கொண்டுவந்து வைத்து அதன் மேல் சிலையை வையுங்கள். அனைவரும் கடவுளை வணங்கட்டும்" என்று கூறி வணங்கி விட்டு திரும்பினார். இதை பார்த்துக்கொண்டிருந்த ஊரார் நாலாபக்கமும் ஓடினர். சிலர் மலர் மாலைகளை வாங்கி வந்தனர். சிலர் சந்தனம், வாசனை திரவியங்கள், பால், தயிர் போன்றவற்றை எல்லாம் கொண்டு வந்தனர்.அதற்குள் ஒரு மேஜை தயாராகி அதன்மேல் சிலை வைக்கப்பட்டிருந்தது.

"ஐயா சிலையை சுத்தம் செய்து கோவிலுக்குள் கொண்டு போவதற்கு முன்மக்கள் அனைவரும் பார்க்க உற்சவருக்கு அலங்கார பூஜைகள் எல்லாம் செய்ய வேண்டும். அதை நீங்களே செய்து தருகிறீர்களா" என்று மூர்த்தி கேட்க கணபதி ஐயர் சந்தோஷத்துடன் ஏற்றுக் கொண்டார். மக்கள் கொண்டு வந்த பூஜைப் பொருள்களை எல்லாம் வாங்கி ஒவ்வொன்றையும் தனித்தனியாக வைத்தவர் பிரதோஷ காலத்தில் பக்தர்களுக்கு முன்நந்திதேவருக்கு நடைபெறும் அபிஷேகத்தை போல் ஒவ்வொரு பொருளாக அபிஷேகம் செய்தார். அவ்வளவு நேரம் ஆவேசத்தோடு நின்றவர்கள் அபிஷேகத்தை பார்க்க வேண்டி அங்கே தரையில் அமர்ந்தனர்.உற்சவருக்கு அபிஷேகங்கள் முடிந்து பட்டாடை உடுத்தி தீபாராதனை காட்டி பூஜை நடைபெற்றது. தீப ஒளியில் உற்சவர் மிக சந்தோசமாய் இருப்பதாக மூர்த்திக்கு தோன்றியது.

அனைவரும் தரிசனம் செய்து முடித்த பின்னரும் கலைந்து போகாமல் அங்கேயே குழுமியிருந்தனர். அதற்கான காரணம் புரியாமல் மூர்த்தி குழம்பி போய் நின்றபோது "ஐயா ஒரு வேண்டுகோள். நீங்கள் தவறாக நினைத்துக் கொள்ளவில்லை என்றால் இன்று ஒருநாள் உற்சவர் சிலை ஊர்வலமாக கொண்டு வரலாமா" என்று காலனியைச் சேர்ந்த ஒருவர் கேட்டார்.

"அதை கோவில் நிர்வாக அலுவலர் அவர்களிடம் கேட்டுவிட்டு சொல்கிறேன். சற்று நேரம் காத்திருங்கள்" என்று கூறி கோயில் அலுவலர் அறைக்கு சென்றார்.

ராமசுப்ரமணியன் அவருடைய அறையில் பரபரப்பாக இருந்தார். யார் யாருக்கோ போன் செய்து பேசிக்கொண்டிருந்தார். மூர்த்தி உள்ளே போனவுடன் போனை வைத்துவிட்டு வேகமாக ஓடிவந்து அவரை கட்டி அணைத்துக்கொண்டார். " நீங்கள் என்னை விட வயதில் சிறியவராக இருக்கிறீர்கள் இல்லை என்றால் உங்களுடைய காலில் விழுந்து வணங்கி இருப்பேன். அப்படி ஒரு மகத்தான

காரியத்தை செய்து விட்டீர்கள்'' என்று நாதழுதழுக்க பேசினார்.

''சார் நீங்கள் நினைக்கும் படி நான் ஒன்றும் செய்யவில்லை. எங்களுடைய வேலையின் நடுவே இந்த சிலை கிடைத்தது தற்செயலானது. இதற்காக போய் நீங்கள் இப்படி பேசுவது வேடிக்கையாக உள்ளது''.

''சிலை கிடைத்ததற்காக உங்களை வணங்குகிறேன் என்று நினைத்தீர்களா. அது அல்ல. குளத்திற்குள் தான் சிலை இருந்ததென்றால் எப்போதாவது தூர்வாரும் போது கிடைத்திருக்கும்.எப்போது சமயம் கிடைக்கும் என்று மோத தயாராக இருந்த இருதரப்பையும் மோத விடாமல் சாதுர்யமாக பேசி ஒரே இடத்தில் அனைவரையும் ஒன்றாக்கி கட்டிப் போட்டீர்களே அதுதான் என்னை வணங்க வைத்தது. நீங்கள் இல்லாமல் யாராவது இருந்திருந்தால் இந்நேரம் இங்கே ஒரு பெரிய கலவரம் உண்டாயிருக்கும் நானும் அதை எதிர்பார்த்து தான் மாவட்ட காவல் கண்காணிப்பாளருக்கும்,கலெக்டருக்கும், எங்களுடைய கோயில் உயர் அதிகாரிகளுக்கும் தகவல் தெரிவித்தேன். ஆனால் இப்போது அதற்கெல்லாம் அவசியமே இல்லாததுபோல் செய்துவிட்டீர்கள். ரொம்ப நன்றி'' என்று மீண்டும் கை கூப்பினார்.

''சார் அதெல்லாம் இருக்கட்டும். இனி அடுத்த கோரிக்கை ஒன்று அவர்களிடமிருந்து வந்திருக்கிறது. இப்போது காலனி ஆட்கள் இன்று ஒரு முறை சாமி ஊர்வலம் நடத்த முடியுமா என்று கேட்கிறார்கள். நான் உங்களிடம் கேட்டு பதில் சொல்கிறேன் என்று சொல்லி விட்டு வந்திருக்கிறேன் என்ன செய்வது'' என்று கேட்டான்.

''இப்போது அனுமதி கொடுத்தால் திரும்பவும் ஏதாவது பிரச்சனை வருமா என்று தெரியவில்லை. இன்னும் சற்று நேரத்தில் கலெக்டரும் உயர் அதிகாரிகளும இங்கு வந்துவிடுவார்கள். அவர்களிடம் கேட்டுவிட்டு முடிவு செய்யலாம்'' என்று ராமசுப்பிரமணியன் சொல்லிக்கொண்டிருக்கும்போதே கலெக்டர் வரும் வாகனத்தின் சைரன் ஒலி கேட்டது. கலெக்டருடன் வரும் வாகனங்கள் ஊருக்குள் நுழைந்து கோவில் அருகே நின்றன.அதை பின்தொடர்ந்து வந்த வாகனங்களிலிருந்து ஆயுதப்படை போலீசார் திபுதிபுவென இறங்கி அந்த இடத்தை சுற்றி வளைத்து நின்றனர்

போனில் கோவில் அலுவலர் பதைபதைப்புடன் கூறியதை கேட்ட கலெக்டருக்கு இது மீண்டும் ஒரு மிகப்பெரிய மோதலை உண்டுபண்ண கூடும் என தோன்றியதால் அவர் வரும்போது ஆயுதப்படை காவலர்களையும் 2 வாகனங்களில் வரவழைத்து இருந்தார். ஆனால் அவர் சென்று இறங்கியபோது ஊர் மக்கள் அமைதியாக இரண்டு பிரிவாக அமர்ந்து உற்சவரின் அபிஷேகத்தையும் அலங்காரத்தையும் கண்டுகளித்து கொண்டிருப்பதைபார்த்தார். இங்கே என்ன நடக்கிறது என்பதை அறிந்துகொள்ள ஆவல் கொண்டார். தன்னுடைய காலனியை காரி-

லேயே கழற்றி விட்டு விட்டு வெறுங்காலுடன் நடந்து சென்று மேஜை மேல் வைத்திருந்த உற்சவரை வணங்கினார். கோவிலுக்குள் சென்று நிர்வாக அலுவலரை சந்தித்தார்.

‘‘என்ன நடக்கிறது இங்கே. நீங்கள் போனில் சொன்னது ஒன்று. இங்கு நேரில் நடப்பது வேறொன்றாக இருக்கிறது. என்ன அதிசயம் நடந்தது இங்கே. கொஞ்சம் விளக்கமாக சொல்லுங்கள்’’ என்றார். அங்கே நின்று கொண்டிருந்த மூர்த்தியை காட்டி ‘‘சார் இவர்தான் மூர்த்தி. இவரால்தான் இவ்வளவும் அமைதியாக நடந்தது’’ என்று மூர்த்தி அங்கு முகாமிட்ட நாளிலிருந்து நடந்தவைகளை விலாவாரியாக கலெக்டரிடம் கூறினார் ராமசுப்பிரமணியன். சற்று நேரம் உட்கார்ந்து கேட்டுக்கொண்டிருந்த கிருஷ்ணா ஒருகட்டத்தில் பிரமிப்பில் எழுந்து மூர்த்தியை கையைப் பற்றி குலுக்கினார். கட்டி அணைத்தார்.

அதற்குள் காவல் கண்காணிப்பாளரும்,பிஆர்ஓ முத்துவும், ஊராட்சி மன்ற தலைவி கற்பகமும்உள்ளே வந்தனர்.’’ எஸ்பி சார் இனி உங்களுக்கு இங்கே வேலை இல்லை எல்லாம் சுமூகமாக முடிந்துவிட்டது.மேற்படி பிரச்சனைகளை கவனிக்கலோக்கல் போலீஸ் இன்ஸ்பெக்டரே போதும்’’ என்று சிரித்தார். கலெக்டர் பிஆர்ஓ முத்துவை பார்த்து ‘‘என்ன சார் சில நாட்களுக்கு முன் நான் சொன்னது ஞாபகம் இருக்கா? கடவுள் எல்லோரையும் ஒரு காரணமாய் தான் படைத்திருக்கிறார். நம்மளை எல்லாம் ஒரு கருவி போல் பயன்படுத்துவார் என்று சொன்னேனே. இதோ இந்த ஊரின் பிரச்சினைகளை தீர்க்க மூர்த்தி அவர்களை கடவுள் படைத்திருக்கிறார். அதை இங்கே சரியான சமயத்தில் உபயோகித்திருக்கிறார்’’ என்று முத்துவிடம் மூர்த்தியை அறிமுகப்படுத்தினார்.

‘‘சார் இவருடைய நடவடிக்கைகளை மூன்று நாட்களாக நான் பார்த்துக் கொண்டுதான் இருக்கிறேன். நாளை அல்லது மறுநாள் இவரை பற்றி உங்களிடம் பேசலாம் என்று நினைத்திருந்தேன். அதற்குள் கடவுளே முந்திக்கொண்டு இவரை உங்கள் முன் கொண்டு வந்து நிறுத்தி விட்டார்’’ என்று கூறி சிரித்தார்.

ஆளாளுக்கு புகழ்வதை பொறுக்க மாட்டாத மூர்த்தி ‘‘சார் பிரச்சனை இன்னும் முடியவில்லை. வேறு ஒரு ரூபத்தில் வந்திருக்கிறது. மறுபடியும் சாமி ஊர்வலம் நடத்த வேண்டுமென்று கேட்டு காலனி ஆட்கள் கோரிக்கை வைத்திருக்கிறார்கள். அது சம்பந்தமாக பேசிவிட்டு வருகிறேன் என்று தான் நான் உள்ளே வந்திருக்கிறேன் என்ன சொல்லலாம்’’.

‘‘இப்போதுதான் பிரச்சனை குறைந்திருக்கிறது. திரும்பவும் முதலில் இருந்து ஆரம்பிக்க வேண்டாம்’’ என்று காவல்துறை கண்காணிப்பாளர் சொல்ல ‘‘சார் நான் குறிப்பிடுவதற்கு மன்னிக்க வேண்டும். இந்த ஊர் மக்கள் மிகவும் நல்லவர்கள். அவர்களிடம் பக்குவமாக எடுத்துச் சொன்னால் கேட்டுக் கொள்வார்கள். நீங்கள் ஊர்வலத்திற்கு அனுமதி கொடுத்தால் போதும். இன்றைய ஊர்வலத்தை

அமைதியான முறையில் நடத்துவது என்னுடைய பொறுப்பு. வெளியூரிலிருந்து சில சாதி சங்கத் தலைவர்களும் அரசியல்வாதிகளும் வராமல் பார்த்துக் கொண்டால் போதும். இன்றைய சாமி ஊர்வலம் மிகச் சிறப்பாக நடக்கும். மக்களை ஒற்றுமைப்படுத்துவதற்கு இதுவும் ஒரு வகையில் நமக்கு உதவிசெய்யும்''.

சற்றுநேரம் யோசனையில் ஆழ்ந்த கிருஷ்ணா ''சரி அப்படியானால் சாமி ஊர்வலம் இன்று நடக்கட்டும். ஊர்வலம் முடியும் வரை நாங்களும் இங்கே இருக்கிறோம். எஸ்பி சார் ஊருக்குள் அயலார்கள் நுழையாமல் தடுப்புகளை ஏற்படுத்தி பாதுகாப்பு கொடுங்கள். ஊருக்குள் நடப்பதை நாங்கள் பார்த்துக் கொள்கிறோம்'' என்று எஸ் பி க்கு கட்டளையிட்டு அனுப்பினார்.

''மூர்த்தி சார் நீங்கள் போய் மக்களிடம் சாமி ஊர்வலம் நடக்கும் என்பதை பக்குவமாக எடுத்துச் சொல்லுங்கள். அதில் ஏதேனும் மாற்றுக்கருத்து வந்தால் மேற்கொண்டு என்ன செய்வது என்பதை பற்றி யோசிப்போம்'' என்று மூர்த்தியை அனுப்பி வைத்தார்.

வெளியே வந்த மூர்த்தி அங்கிருந்தவர்களை பார்த்து ''இங்கே எத்தனை பேர் சாமி ஊர்வலம் நடைபெற வேண்டும் என விரும்புகிறீர்கள் என்று மாவட்ட ஆட்சித் தலைவர் கணக்கு கேட்கிறார். சாமி ஊர்வலம் வேண்டுபவர்கள் கை உயர்த்தலாம்'' என்றுசொல்ல அனைவரும் கையை உயர்த்தினர். '' சாமி ஊர்வலம் நடத்துவதற்கு எதிர்ப்பு தெரிவிப்பவர்கள் யாரேனும் இருந்தால் கையை உயர்த்தலாம்' என்று சொல்ல அங்கே யாரும் கையை உயர்த்தவில்லை.'' இப்போது நீங்களே சாமி சுற்றி வரும் பாதையை தீர்மானித்து சொல்லுங்கள்'' எனக் கேட்க அனைவரும் அமைதியாக இருந்தனர். கூட்டத்தில் அமர்ந்திருந்த முரளி எழுந்து ''சார் நீங்களே பாதையை தீர்மானிக்கலாம். இதில் எங்களுக்கு எந்த ஒரு ஆட்சேபனையும் இல்லை. எங்களுக்கு சாமியை வீட்டருகே வைத்து பார்த்தால் போதும்''.

''சரி அப்படியானால் எப்போதும் போல் கோவிலில் வலமிருந்து இடமாக சாமி சுற்றி வரும். இந்த முறை காலனி பகுதிக்குள்ளும் சென்று விட்டு வரும். கடவுளை வரவேற்க தயாராக இருங்கள்'' என்று கூறினார். அவன் பேச்சுக்கு கட்டுப்பட்டவர்களை போல் அனைவரும் எழுந்து சென்றனர். கோவில் அலுவலகத்திலிருந்து ஜன்னல்வழியாக இதை கலெக்டர் கிருஷ்ணா கவனித்துக் கொண்டிருந்தார்.

கலைந்து சென்ற மக்கள் வீட்டிற்கு போனவுடன் வீட்டு வாசலில் மாவிலை தோரணங்கள் கட்டி தொங்க விட்டனர். வாசலை சுத்தம் செய்து கோலமிட்டு இருந்தனர்.ஊர்வலத்தில் வருபவர்களுக்கு குடிக்க குளிர்பானம் தயார் செய்து வைத்தனர்.சாமிக்கு அணிவிக்க பூமாலைகளை தயார் செய்தனர். குளித்து சுத்தமான ஆடைகளை அணிந்துகொண்டு கடவுளை வரவேற்க தயாராகினர்.

மாலை 5 30 க்கு சாமி ஊர்வலம் ஆரம்பமானது. சிறிய பல்லாக்கில் உற்சவர் அமர்ந்திருக்க நான்கு பேர் அவரை தோளில் சுமந்தனர். அதற்கு முன் கலெக்டரும் உயரதிகாரிகளும் நடக்க அவர்களுக்கு முன் மூர்த்தியும்,என் எஸ் எஸ் மாணவ-மாணவிகள் மூன்று மூன்று பேராக வரிசையாக அணிவகுத்து சென்றது கண்கொள்ளா காட்சியாக இருந்தது. கோவிலிலிருந்து துவங்கிய ஊர்வலம் கோவிலின் வடபுறம் இருந்த காலனி பகுதிக்கு முதலில் நுழைந்தது. இத்தனை கூட்டத்தையும் சாமி ஊர்வலத்தையும் தங்கள் பகுதிக்குள் அதுவரை கண்டிராத காலனி மக்கள் என்ன செய்வதென்று அறியாமல் ஓம் நமச்சிவாய என்று பெருங்குரலில் கூறினர். காலனி பகுதியில் இருந்த 4 தெருவிலும் ஊர்வலம் சுற்றிவர ஒவ்வொரு பகுதியை கடந்தவுடன் அந்த வீட்டில் இருந்தவர்கள் பல்லக்கின் பின்புறம் ஊர்வலம் போல் அணிவகுத்து வந்தனர். கொஞ்சம் கொஞ்சமாக கூட்டம் சேர ஓம் நமச்சிவாய என்ற சிவ மந்திரத்தின் ஓசை கொஞ்சம் கொஞ்சமாக உயர்ந்து கொண்டே போனது. பெரும்பாலானவர்கள் வீட்டின் அருகில் ஊர்வலம் நிறுத்தப்பட்டு தேங்காய் உடைத்து அர்ச்சனை செய்யப்பட்டது. சாமிக்கு சாத்திய மாலைகளை அர்ச்சகர் எடுத்து பல்லாக்கில் ஓரத்தில் வைக்க அர்ச்சனை தட்டு கொடுத்த மக்களின் குடும்ப தலைவர்களுக்கு அந்த மாலையை எடுத்து கணபதி ஐயர் அணிவித்தார். அந்த காலனி பகுதியை முடித்து திரும்பிமெயின் ரோட்டிற்கு வருவதற்கு ஒரு மணி நேரம் ஆயிற்று. வடபகுதியில் இருந்த வீடுகளின் வழியே சென்ற ஊர்வலம் சென்றது.நூலகத்தின் வாசலில் தயாராக இருந்தஇளைஞர்கள் அனைவருக்கும் குளிர்ந்தமோர், குளிர்பானம் வழங்கி வரவேற்றனர்.உற்சவரின் பல்லாக்கின் பின் நூற்றுக்கணக்கானவர்கள் நடந்து வந்தனர்.ஒவ்வொரு இடத்திலும் பல்லாக்கு நிற்கும்போதும் சிவ கோஷம் விண்ணை பிளந்தது. ஊர்வலம் கோவிலின் பின்பக்கத்தை கடந்து மேலத்தெருவில் பிரவேசித்தது. அங்கு ஊராட்சி மன்ற தலைவி கற்பகமும்,ஊர்பிரமுகர்களும் கூடிநின்று உற்சவரை வரவேற்றனர். அர்ச்சனை முடிந்து பல்லாக்கு நகரும்போது அவர்களும் கூட்டத்தை பின்தொடர்ந்தனர்.ஊர்வலம் கடைவீதியில் நுழைந்தது.கடைகளில் இருந்தும் வீடுகளில் இருந்தும் அதிகம் பேர் வந்து சாமி தரிசனம் செய்தனர். அர்ச்சனைக்கு பொருள்களை கொடுத்தனர். தங்கள்கடைக்கு அருகிலேயே கல்யாணியும், கமலாவும், சரிதாவும், சங்கீதாவும், அவளுடைய தகப்பனாரும், தையல் படிக்கும் சில மாணவிகளும், டியூஷன் படிக்கும் மாணவர்களும் கூட்டமாக கூடி நின்று வரவேற்றனர். கடவுளின் பெயரில் அர்ச்சனை செய்தனர்.ஊர்வலத்தில் இணைந்து கொண்டனர்.ஒவ்வொரு இடத்தையும் கடந்து திரும்ப சாமி சன்னதிக்கு வர எட்டரை மணிக்கு மேல் ஆகிவிட்டது.

ஊர்வலம் சன்னதிக்குள் நுழைந்தது. பல்லாக்கு ஓரமாக வைக்கப்பட்டு அதிலிருந்த உற்சவர் சிலை பாதுகாப்புடன் கோவில் நிர்வாக அலுவலர் அறைக்குள்-

வைக்கப்பட்டது. ஊர்வலத்தில் வந்தவர்கள் கலையாமல் நின்றுகொண்டிருந்தனர். அதைப்பார்த்த கலெக்டருக்கு ஒரு யோசனை தோன்றியது.

"கோவிலுக்கு வந்த கையோடு திரும்பி போக கூடாதுஎன்று சொல்வார்கள்.நாமும் மூன்று மணி நேரத்திற்கு மேலாக நடந்து வந்திருக்கிறோம்.எல்லோரும் உள்ளே வாருங்கள் பிரகாரத்தில் சற்றுநேரம் அமர்ந்து விட்டு செல்லலாம்" என்று அனைவரையும் உள்ளே வந்து அமர வைத்தார். பின்னர் மெதுவாக பேச ஆரம்பித்தார்." நண்பர்களே நீண்ட நாளாக காணாமல் போயிருந்த நம்முடைய உற்சவர் சிலை இன்று திரும்ப கிடைத்துவிட்டது.இந்த ஊரில் பிறந்த எனக்கும் உங்களைப் போன்றே பெரும் மகிழ்ச்சியாக உள்ளது. உங்களுடைய பூரண ஒத்துழைப்பால் உற்சவருக்கு நல்லபடியாக அலங்காரம் செய்து ஊர்வலமும் வந்தாகிவிட்டது. இனி நமக்குள் எந்தவித மோதலும் மனஸ்தாபங்களும் வேண்டியதில்லை.பழைய விஷயங்களை யாரும் திரும்ப பேச வேண்டிய அவசியமில்லை. இந்த சிலை காணாமல் போனது மற்றும் கலவரம் சம்பந்தமாக இருக்கின்ற வழக்குகளை கைவிட வேண்டுமென அரசுக்கு நான் பரிந்துரை கடிதம் எழுதப் போகிறேன்" என்று பேச்சை நிறுத்தினார். உடனே அங்கே அமர்ந்திருந்த மக்கள் கைதட்டி மகிழ்ச்சியை வெளிப்படுத்தினர்.

"இந்த மகிழ்ச்சியான தருணத்திற்கு முழு காரணம் நம்முடைய மூர்த்தி சார் தான். சிலையை கண்டெடுத்தது மட்டுமல்லாது அதன்பின் நிலவிய அபாயகரமான சூழ்நிலையையும் மூர்த்தி சார் மிக சாதுரியமாக செயல்பட்டு உங்களிடம் பேசி அனைவரையும் ஒன்றிணைத்து இருக்கிறார்.இவருக்கும் இவருடைய குழுவிற்கும் எப்படி நன்றி சொல்வது என்று தெரியவில்லை. இவர்களை நல்ல முறையில் கௌரவப்படுத்த விரும்புகிறேன் அதற்கு என்ன செய்யலாம் என்று யாராவது யோசனை சொல்லுங்கள்".

சற்று நேரம் அமைதியாக இருந்த கூட்டத்திலிருந்து"சார் அரசாங்கத்திலிருந்து நல்ல ஆசிரியருக்கான விருது அல்லது நல்ல சேவை செய்ததற்கான விருது எதற்காவது நீங்கள் பரிந்துரைக்கலாம்" என்று ஒருவர் கூறினார்.

"நீங்கள் நினைப்பதற்கு முன்பே அதற்கான ஏற்பாடுகளை செய்ய பிஆர்ஓ விடம் சொல்லிவிட்டேன். நான் கேட்டது இங்கு வைத்து அவர்களை கௌரவபடுத்துவதைப்பற்றி.சரி நானே சொல்கிறேன் இவருக்கும், இவருடைய மாணவர்களுக்கும் நம்முடைய நன்றியை தெரிவிக்க நாளை மறுநாள் என்னுடைய தனிப்பட்ட முறையில் விருந்து அளிக்க விரும்புகிறேன். என்ன சொல்றீங்க மூர்த்தி சார்" என்று கேட்டார்.

கூட்டத்தில் அமர்ந்து இருந்த மூர்த்தி எழுந்து "அனைவருக்கும் வணக்கம்.உங்கள் அனைவரின் அன்பிற்கு தலை வணங்குகிறேன்.நாங்கள் இங்கே சேவை செய்வதற்காகவே வந்தோம். விருதினை எதிர்பார்த்து எந்த காரியமும்

செய்யவில்லை.இன்றைய சம்பவங்களைஎங்களுடையதனிப்பட்டசாதனையாக நினைக்கவில்லை. உங்கள் அனைவரின் மனதிற்குள்ளும் அமைதியான வாழ்வு தேவை என்ற எண்ணம் ஓடிக் கொண்டுதான் இருக்கிறது. ஆனால் சந்தர்ப்ப சூழ்நிலையால் அல்லது வெளி நபர்கள் தூண்டுதலால் நீங்கள் வன்முறை உணர்ச்சிக்கு ஆளாகி விடுகிறீர்கள்.உங்களை நீங்கள் அறிந்துகொள்ள ஏற்றவாறு பேசினேன். உங்களை சாந்தப்படுத்தும் வேலையை மட்டும்தான் நான் செய்தேன். மற்றபடி இன்று நடந்த அத்தனை நல்ல விஷயங்களுக்கும் உங்களுடைய ஒத்துழைப்பு தான் காரணம். அதற்காக மீண்டும் ஒருமுறை நன்றியை தெரிவித்துக்கொள்கிறேன்'' என்றவன்அனைவரையும் பார்த்து கை உயர்த்தி வணங்கினான்.

பின்னர் கலெக்டரை பார்த்து ''சார் உங்களுடைய விருந்தை வேண்டாம் என சொல்ல மாட்டேன். ஆனால் விருந்தில் பங்கேற்பவர்கள் எண்ணிக்கைஎங்கள்30 பேரோடு நிறுத்த முடியாது.சற்று அதிகமாகும் உதாரணமாக சொல்லவேண்டுமானால் இங்கு நாங்கள் வந்ததிலிருந்து பல்வேறு வகைகளில்உதவிய கல்யாணி மேடம், மாணவிகளை நன்றாக கவனித்துக் கொண்டிருக்கும் மிஸ் சரிதா, உதவி என்று நாங்கள் கேட்பதற்கு முன்பே தானாக வலிய வந்து உதவி செய்கிறேன் என்று சொன்ன திரு முரளி மற்றும் அவருடைய நண்பர்கள்,கான்டக்ட்காரர், அவருடைய தொழிலாளர்கள், தன்னார்வலர்கள் என்று மொத்தம் 200 பேர் வரை வரக்கூடும்'' என்றான்.

சற்று யோசித்த கிருஷ்ணா ''அதற்கென்ன செவ்வாய்க்கிழமை மதிய உணவு இந்த கிராமத்தில் இருக்கும் அனைவருக்கும் செய்யலாம். நாம் அனைவரும் சேர்ந்து உண்ணலாம். சரிதானே'' என்று கேட்க அனைவரும் ''ஹாய்'' என்று மகிழ்ச்சிக் குரல் எழுப்பினர்.''சரி கிளம்புவோம்'' என்று கலெக்டர் கிளம்ப அனைவரும் அவருக்கு வழி விட்டனர்.ராமசுப்பிரமணியமும் மூர்த்தியும் கலெக்டருக்கு பின்னால் சென்று அவர் காரில் ஏறும் வரை அருகில் நின்று கொண்டிருந்தனர்.கலெக்டரும் உடன் வந்தவர்களும் கிளம்பியவுடன் அங்கே கூட்டம் கலைந்தது.

அனைவரும் கலைந்து போன பின்மூர்த்தி ஓடி வந்து பிரேம்குமாரை கட்டி அணைத்தான். மற்ற மாணவர்களும் மாணவிகளும் அவர்களைஒருசேரகட்டி அணைத்தனர். ''ஓ ''என்று கத்தி ஆர்ப்பரித்தனர்.அவர்கள் தங்களை விடுவித்துக்கொண்டு வரும்வரை மற்றவர்கள் காத்திருந்தனர். மூர்த்தி வந்தவுடன்கல்யாணி, சரிதா, முரளி, காண்ட்ராக்ட் காரர் மற்றும் சிலர் மாணவர்கள் சுற்றி நின்றனர். '' சார் நாங்கள் என்ன பெரிய விஷயம் உங்களுக்கு உதவியாய் செய்துவிட்டோம். எங்களுடைய பெயர்களை எல்லாம் சொல்லி கௌரவப்படுத் தினீர்களே''என்றாள்-சரிதா.

“நீங்கள் பேசிய பேச்சுதான் எல்லாரையும் கட்டிப்போட்டது. நாங்கள் செய-ததெல்லாம் ஒன்றுமே இல்லை.உங்களால் எங்களுடைய மக்களுக்கு நம்பிக்கை கூடியிருக்கிறது” என்றான்முரளி.“சார் நானும் என்னுடைய ஆட்களும் செய்தது-எப்போதும் நாங்கள் செய்யும் ஒரு சாதாரண வேலை.அதையும் முழுதுமாக கூட முடிக்கவில்லை. ஆனால் நாங்கள் எதோ பெரிய செயலை செய்ததை போல் ஊர-மக்களுக்கு முன் சொல்லிஎங்களை பெருமைப்படுத்தி விட்டீர்களே. இதை என் வாழ்நாளில் மறக்கவே முடியாது” என்றார் காண்ட்ராக்ட் காரர். அமைதியாக நின்ற கல்யாணியின் பார்வை மூர்த்தியின் மேல் அழுத்தமாக பதிந்திருந்தது.

“நான் என்ன வேலை செய்தேன் என்று எனக்கே தெரியவில்லை. தேவை-யில்லாமல் என்னுடைய பெயரையும் சொல்லி விட்டீர்கள்”என்றாள் கல்யாணி.

அவர்கள்அனைவரும் பேசி முடிக்கும் வரை அமைதியாக இருந்த மூர்த்தி “உங்கள் அனைவருக்கும் நீங்கள் செய்த செயலின் மகத்துவத்தை அறியாமல் இருக்கிறீர்கள். உங்களுக்கு வேண்டுமானால் அது சாதாரணமான விஷயமாக இருக்கலாம். அப்படி பல்வேறு சாதாரண விஷயங்கள் ஒன்றிணையும் போதுதான ஒரு மகத்தான சாதனை நிகழ்கிறது. அப்படித்தான் நீங்கள் அனைவரும் செய்த சிறு சிறு உதவிகளை கொண்டு இன்றைக்கு ஒரு சிறப்பான நிகழ்வு நடந்திருக்கி-றது. அதற்காகத்தான் அனைவருக்கும் முன்பாக உங்களுடைய உழைப்பை பற்றி வெளியே சொன்னேன்.இந்த ஊர்காரர்களாகிய நீங்கள் எதிர்காலத்தில் அமை-தியை நிலைநாட்டபாடுபடும் போதுஇது நீங்கள் இன்னும் ஊக்கமாக செயல்பட ஒரு அங்கீகாரத்தை கொடுக்கும்” என்று கூறி மாணவர்களை பார்த்து கை தட்ட அவர்களும் என் எஸ் எஸ் வகுப்பு முடியும்போது கை தட்டுவதை போல் கைதட்டி அந்த நான்கு பேருக்கும் மரியாதை செய்தனர்.

“அம்மா ஒரு வாரம் கடைக்கு விடுமுறை விட்டுவிட்டு நாம் தினசரி குளத்தை தூர்வார செல்லலாமா” என்று இரவு உணவு சாப்பிடும் போது அம்மாவிடம் கேட்-டாள். மகளை புரிந்து கொண்ட தாய் “இன்னும் ரெண்டு நாளுக்குள்ள தெப்பக்-குளத்தை சுத்தப்படுத்தி விடலாம். இதற்கு எதற்கு ஒரு வார விடுமுறை. நீதான் கடைக்கு விடுமுறையை விடக்கூடாது என்ற கொள்கையை கடைப்பிடிப்பவள்ஆ-யிற்றே”.

“குளம் சுத்தமான பிறகு வேற ஏதாவது வேலை செய்வார்கள் இல்லையா அதை செய்வோம். அவருடைய முகாம் முடியும் வரை சேவை செய்தால் என்ன. கடையில் கிடைக்கும் வருமானம் வைத்துதான் நாம் சாப்பிட வேண்டுமா”.

“இத்தனை நாள் இந்த புத்தி எங்கே போச்சு. எத்தனை முறை உன்னிடம் கெஞ்சி கேட்டிருக்கிறேன். இத்தனை வருடத்தில் ஒரு நாளாவது கடைக்கு ஒரு நாள் கடை விடுமுறை விட்டு இருக்கிறாயா” அம்மா தன்னை சீண்டிப் பார்ப்-பது அறிந்து அமைதியானாள் கல்யாணி. அவள் முகம் வாடிப்போனது கண்ட

கமலா''சும்மா சொன்னேன் கல்யாணி. ஒரு வாரம் என்ன எத்தனை நாள் வேண்டுமானாலும் கடைக்கு விடுமுறை விடு.நம் ஆத்ம திருப்திக்காக கோவிலையும் குளங்களையும் சுத்தம் செய்யும் பணியை செய்வோம்.தினமும் போய் வேலை செய்யலாம்.சரி தானே இப்ப முதலில் சாப்பிடு''.

18

மாணவிகள் தயாராகி சரிதாவுடன் கிளம்பிக் கொண்டிருந்தனர். அப்போது அங்கே வந்த கல்யாணி“சரிதா இன்று முதல் ஒரு வாரம் கடைக்கு விடுமுறை விட்டு போகிறேன். இவர்கள் முகாம் முடியும் வரை நானும், அம்மாவும் தினமும் வந்து சேவை செய்யலாம் என்று முடிவு எடுத்திருக்கிறோம்”.

“நல்ல முடிவு அக்கா. நானே உங்களிடம்சொல்லலாம் என நினைத்தேன். தெப்பக் குளத்தை தூர்வார தன்னார்வலர்கள் அதிகம் பேர் வந்தால் என்னால் சமாளிக்க முடியாது. உங்களைப் போன்ற ஒருவர் இருந்தால் தான் சரியாக இருக்கும். நீங்கள் வருவதை சாரிடம் சொல்லி விட்டீர்களா”.

“இன்னும் சொல்லவில்லை நேரில் போய் சொல்லிக் கொள்ளலாம் என்று இருக்கிறேன்”.

“சரி சீக்கிரம் வாருங்கள் நாங்கள் முன்னால் சென்று சாப்பிட்டு விட்டு வருகிறோம்” என்று கூறி மாணவிகளுடன் கிளம்பிப் போனாள்.

கல்யாணி 2000 ரூபாயை கையில் எடுத்துக்கொண்டுகதவை மூடி கமலாவுடன் கிளம்பினாள். கமலாவை தெப்பக்குளத்தில் இருக்க சொல்லிவிட்டு கோவிலை நோக்கி நடந்தாள். அன்று சீக்கிரமாகவே கோவிலில் வேலையை ஆரம்பித்து இருந்தனர். மூர்த்தி, முரளி மற்றும் சிலர் கோவிலில் மேல் பகுதியில் நின்று கொண்டிருந்தனர். இவளை பார்த்ததும் மூர்த்தி கீழே இறங்கி வந்தார். “ குட் மார்னிங் கல்யாணி மேடம்” என்றான். “குட்மார்னிங் சார் பைப்புகள் வாங்குவதற்கு பணம் கொண்டு வந்தேன். நேற்று நடந்த கலவரத்தில் கொடுக்காமல் போய்விட்டேன். இந்தாருங்கள்” என்று ரூபாயை கொடுத்தாள்.

“மொத்தமே ஆயிரம் ரூபாய்க்கும் குறைவாகத்தான் வரும் என்றுகாண்ட்ராக்ட்காரர்சொன்னார். நீங்கள் 2000 ரூபாய்கொடுக்கிறீர்களே உங்களிடம் பணம் நிறைய இருக்கிறதா” என்று கிண்டலாக கேட்டான்.

“இங்கிருந்து பொருள்கள் வாங்க அவர் விருதுநகருக்கு சென்றுவர வேண்டி இருக்கும். பொருளின் விலை கூடுதலாய் இருந்தாள் அதை வாங்காமல் அவர்

திரும்பி வந்து விடக்கூடாது இல்லையா. அதனால் சற்று கூடுதலாகவே கொடுத்-திருக்கிறேன். வாங்கி விட்டு மிச்சம் கொண்டு வரட்டும்''.

''எல்லா விஷயத்திலும் ஒரு தொலை நோக்கு பார்வையுடன் இருக்கிறீர்களே'' என்று மூர்த்திசிரித்துக்கொண்டே சொல்ல''சும்மா சும்மா என்னை கிண்டல் அடிக்-காதீர்கள் சார்'' என்று செல்லமாக சினிங்கினாள் கல்யாணி.அப்போது காண்ட்-ராக்டர் மேலிருந்து இறங்கி வர ''சார் மேடம் பணம் கொடுத்து இருக்கிறார்கள். இன்று தேவையான சாமான்களை வாங்கி வேலையை முடித்து விடலாமா'' என்று மூர்த்தி கேட்டார்.

''அதற்காகத்தான் கீழே இறங்கி வந்தேன். வீட்டிற்கு போய் என்னுடைய பைக்கை எடுத்து வருகிறேன். எல்லா சாமான்களையும் வாங்கி வந்துவிடலாம். நீங்கள் வருகிறீர்களா அல்லது வேறு யாரையும் கூப்பிட்டு போகட்டுமா''.

''வேண்டாம் நானே வருகிறேன். இங்கே வேலை செய்யாமல் இருப்பது நான் ஒருத்தன் மட்டும் தான். எனவே உங்களுக்கு உதவியாக நான் வருகிறேன்'' என்று கூறி அவரோடு கிளம்பினான். அப்படி மூர்த்தி கிளம்பிப் போவது கல்யாணிக்கு வெறுப்பாக இருந்தது. இந்த சிறு வேலைக்கு இவர் ஏன் போகவேண்டும் என நினைத்துக்கொண்டாள்.

தெப்பக்குளத்தை சுத்தப்படுத்தும் பணிக்கு இன்று கூடுதலாக ஆட்கள் வந்தி-ருந்தனர். கொஞ்சம் நேரத்தில் அங்கு வந்த ஊராட்சி மன்ற தலைவி ''கல்யாணி சார் இல்லையா இங்கு வேலைகளை யார் கவனித்துக் கொள்கிறார்கள்?'' என்று கேட்டார். ''அக்கா சார் ஒரு வேலையாக விருதுநகர் சென்றிருக்கிறார். மதியம் தான் வருவார். தெப்பக்குளத்தில் வேலைகளை நாங்கள் தான் கவனித்துக் கொள்-கிறோம். என்ன விஷயம்'' என்று கேட்டாள்.

''உங்களுக்கு உதவியாகதெப்பக் குளத்தை சுத்தம் செய்யும் பணிக்கு 100 நாள் வேலைத்திட்டத்தில் வேலை செய்கின்ற பெண்களையும் வர சொல்லி இருக்கி-றேன். அவர்கள் 25 பேர் இன்று முதல் இங்கே வேலை செய்வார்கள். அவர்-களையும் நீங்கள் பயன்படுத்திக் கொள்ள வேண்டும் என்பதை சொல்வதற்காக வந்தேன்'' என்று கூறியவர் சற்றுநேரம் காத்திருந்து அந்தப் பெண்கள் வந்தவுடன் அவர்களை கல்யாணியிடம் ஒப்படைத்துவிட்டு போனார்.

100 நாள் வேலை திட்டத்தில் வேலை செய்கின்றவர்கள் கையோடு மண்-வெட்டியும் கடப்பாரையும் மண் அள்ளும் கூடைகளையும் கொண்டு வந்து இருந்-தனர். அதனால் அவர்களையும் இரண்டு பிரிவாக பிரித்து வடக்கிலும் தெற்கிலும் வேலையை துவங்கும் படி கூறினாள். தூர்வாரும் பணி வேகமெடுத்தது.கூடைக-ளில்அள்ளுகின்ற மண் உடனடியாக கைமாற்றி சாலையை கடந்து ரோட்டின் மறு-பக்கம் குவிக்கப்பட்டது. அது ஒரு சிறு குன்று போல் குவிந்திருந்தது.

அனைவரும் மதிய உணவு சாப்பிட போயிருந்தநேரத்தில் விருதுநகருக்கு போயிருந்த மூர்த்தி திரும்பிவந்தார். பைக்கில் பின்பக்கம் அமர்ந்திருந்தவர் இரண்டு அட்டைப் பெட்டிகளை தாங்கிப் பிடித்து கொண்டிருந்தார். மேலும் ஒரு அட்டை பெட்டி வண்டியோட்டி கொண்டிருந்தவரின் முன்பக்கம் இருந்தது. கோவிலுக்கு அருகே சென்று இறங்கியவர்கள்கொண்டுவந்த அட்டைப் பெட்டிகளை உள்ளே கொண்டுபோய் வைத்தனர்.

உணவு இடைவேளை முடிந்து வந்தவர்கள்தேவையானபொருள்களை எடுத்துக்கொண்டு பிரகாரத்தின் மேல் ஏறினர்.குழாய்களை சரியான இடத்தில் பொருத்துவதற்காக முரளியும் மற்றவர்களும் பரபரப்புடன் வேலை செய்தனர்.மாலை4 மணிக்கு அவர்கள் வேலை பூர்த்தி அடைந்ததை மூர்த்தியிடம் தெரிவித்தனர். உடனே மூர்த்தி கோவில் நிர்வாக அதிகாரியிடம் ஒரு லாரி தண்ணீர் கொண்டு வரவேண்டும் என கேட்டுக்கொண்டார்.

அரை மணி நேரத்தில் வந்து விடும் என இராமசுப்பிரமணியன் தெரிவித்ததால் அனைவரும் காத்திருந்தனர். அதற்குள் தெப்பக்குளத்தில் வேலை செய்தவர்கள் வேலை முடிந்து திரும்பி போய்விட்டார்கள். மாணவர்களும் சரிதாவும் கல்யாணியுடன் கோவிலுக்குள் வந்தனர்.

அரைமணிநேரத்தில் தண்ணீர் லாரி வந்து சேர்ந்தது. உடனே பிரகாரத்தின் மேல் பகுதிக்கு ராமசுப்பிரமணியமும்,மூர்த்தியும், முரளியும் இரண்டு மூன்று தொழிலாளிகளும் ஏறி சென்றனர்.லாரியிலிருந்து வந்த குழாயை பிடித்து பிரகாரத்தின் எல்லா பகுதியிலும் தண்ணீர் பாய்ச்சினார்கள். தெற்கு பகுதியிலும் மேற்கு பகுதியிலும் கிழக்குப் பகுதியிலும்பாய்ச்சிய நீர் பிரகாரத்தில் மேலிருந்த அழுக்கையெல்லாம் அகற்றிக் கொண்டுஉடனடியாக வடிந்து வடக்கு பகுதியை நோக்கி வந்தது.

வடகிழக்கு மூலை பக்கம் இருந்த துளையில் பொருத்தியிருந்த குழாய் வழியாக கருப்பான அழுக்கு நீர்கீழே சென்றது. பிரகாரத்தின் மேல் நின்றிருந்த மூர்த்தி கல்யாணியை நோக்கி ‘‘மேடம் சீக்கிரம் வால்வுலீவரை அடையுங்கள்’’என்றார்.

கல்யாணி நந்தவனத்திற்குஓடிப்போய் கிணற்றின் அருகே குழாய் முடிகின்ற இடத்திலிருந்த வால்வுலீவரைஅடைத்தாள். குழாயின் மூலம் கீழே வந்தகருப்பான அழுக்கு தண்ணீர் கிணற்றின் வெளிப்பக்கம் பீச்சியடித்தது. சற்று நேரம் கழித்து நீரின் நிறம் மாறி சாதாரணமாய் நிறம் வந்தபோது வால்வுலீவரைதிறந்துவிட்டாள் இப்போது பிரகாரத்தின் மேல் ஊற்றப்படும் நீர் கிணற்றினுள் பாய்ந்தது. நந்தவனத்தில் இருந்து வெளியே வந்த கல்யாணி ‘‘தண்ணீர் வருகிறது. எல்லாம்மிகச் சரியாக இருக்கிறது’’ என்று கத்தினாள். மேலே தண்ணீர் பாய்ச்சியவர்கள் வேறு எங்கேனும் தண்ணீர் தேங்கி நிற்கிறதா என்று சோதனை செய்து பார்த்து விட்டு கீழே இறங்கினார்.

ஒரு முறை முழுவதுமாக பிரகாரத்தை சுற்றி வந்தனர். குழாய்கள் சரியாக பொருத்தப்பட்டு இருக்கிறதா என்பதை உறுதி செய்தனர். எல்லாம் மிகச் சரியாக இருந்தது. கருவறை பகுதியில் துளியளவு கூட நீர் கசிவு இல்லாதிருந்தது. கரு-வரைக்கு உள்ளே நின்றுகொண்டிருந்த அர்ச்சகர் எல்லாவற்றையும் சரி பார்த்து விட்டு வெளியே வந்து இவர்களை நோக்கி சரியாக இருக்கிறது என்று கை காட்-டினார்.

இராமசுப்பிரமணியன் அவர்கள் எல்லோரையும் மகிழ்ச்சியுடன் கட்டியணைத்-தார். கைகுலுக்கினார்.முரளியை எம் காண்ட்ராக்ட் பலரையும் தொழிலாளர்களை-யும் பார்த்து கைகூப்பி ‘‘கோவில் காரியத்தை மிக சிறப்பாக செய்து இருக்கிறீர்கள். உங்கள் பரம்பரையே இதை நினைத்து என்றும் சந்தோசப்படும்’’ என வாழ்த்தி-னார். ‘‘ நல்ல காரியம் செய்து இருக்கிறீர்கள் கொஞ்சம் பொறுங்கள். ஏற்கனவே பாயாசம் தயார் செய்ய சொல்லியிருந்தேன். இப்போது ரெடியாகி இருக்கும் எடுத்து வர சொல்கிறேன்’’என்று உள்ளே போனவர் சற்று நேரத்தில் பாயசத்துடன் திரும்பி வந்தார்.

அவர் கொண்டுவந்த பாயசத்தை எல்லோருக்கும் மாணவர்கள் பரிமாறினார்-கள்.பாயாசம் குடித்துக் கொண்டிருக்கும் போதேஅன்று மாலை மாணவர்களுக்கு இடையே பட்டிமன்றம் நடத்தலாம் என கல்யாணியும் சரிதாவும் திட்டமிட்டனர். என்ன தலைப்பு வைப்பது என்று ஆலோசித்துக் கொண்டிருந்தனர். திடீரென்று யோசனை வந்தவளாக சரிதா‘‘அக்கா வீட்டின் முன்னேற்றத்திற்கு பெரிதும் பாடு-படுவதுஆண்களா பெண்களாஎன்று தலைப்பு வைக்கலாமா’’ என்று கேட்டாள்.

கல்யாணியும் ஒப்புக்கொண்டு விருப்பப்பட்ட என் எஸ் எஸ்மாணவர்களில் இருந்துஆண்கள்அணிக்கு 5 மாணவர்களையும்பெண்கள் அணிக்கு 5 மாணவி-களையும்தேர்வு செய்தார்கள். நடுவராக யாரை போடுவது என்று யோசித்தபோது பிரசாத கடையில் நின்று கொண்டிருந்த கணபதி ஐயர் கண்ணில் பட்டார். அவரி-டம் கேட்டபோது ‘‘தாராளமாக செய்கிறேன்’’ என்று அவரும் தயாரானார்.

இரவு கோவிலுக்கு முன்னர் இருந்த மைதானத்தில் பட்டிமன்றம் நடைபெற்றது. இரண்டுபக்கமும் போடப்பட்டு இருந்த சேர்களில் பேச்சாளர்கள் அமர்ந்திருக்க நடுவில் இருந்த சேரில் நடுவராக கணபதி ஐயர் அமர்ந்தார். தினசரி மாணவர்கள் நடத்தும் நிகழ்ச்சிகளை பார்க்க வந்தவர்கள்கொஞ்சம் கொஞ்சமாக அதிகமாகி இன்று அதிக அளவிலான ஆட்கள் வந்து அமர்ந்து இருந்தனர். அதனால் காவல்துறையில் அனுமதி பெற்று மைக்செட்கட்டியிருந்தனர்.

முதலில் தலைமை தாங்கிய கணபதியை இயர் பேசி பட்டிமன்றத்தை துவங்கி வைத்தார் பின்னர் இரு அணிகளைச் சேர்ந்த மாணவர்கள் மாறி மாறி மாணவர்-களின் பேச்சை அங்கே கூடியிருந்தவர்கள் கைதட்டி ஆரவாரித்து வரவேற்றனர் இளைஞர்களே என்று ஒரு மாணவன் பேசும்போது அவனுக்கு ஆதரவாக இளை-

ஞர்களும் முதியவர்கள் என்று பேசும்போது முதியவர்கள் இருந்த பகுதி பகுதி-யும் அதை ஆமோதித்து வரவேற்றது இறுதியில் கணபதி ஐயர் நடுவராக தீர்ப்புச் சொல்லி விழாவை முடித்து வைத்தார் மூன்று மணி நேரம் கூட்டம் குறையாமல் அப்படியே அமர்ந்திருந்தது நிகழ்ச்சியில் தங்களை மெய்மறந்து ரசித்துக் கொண்-டிருந்தனர்

கல்யாணி வீடு வந்து சேரும்போது ஒன்பது மணி ஆகியிருந்தது. அவள் வந்து இரவு சாப்பாட்டை முடித்த சற்று நேரத்திற்கெல்லாம் மாணவிகளும் சரிதாவும் இரவு உணவை முடித்துவிட்டு அறைக்கு திரும்பி வந்தனர். அவர்களுக்கு கல்-யாணி பால்எடுத்துக்கொண்டு வந்தாள்.மாணவிகளின் அறையில்அன்றைய பட்-டிமன்ற கலைநிகழ்ச்சியின்மகிழ்ச்சி அங்கே எதிரொலித்தது. பட்டிமன்றத்தை பற்றி மாணவிகளும் சரிதாவும் கிண்டலடித்து விளையாடினர். இரவு அவர்கள் உறங்க நேரமாயிற்று

19

செவ்வாய்க்கிழமை காலை பொழுதுபுலர்ந்த போதுஊரே பரபரப்பாக இருந்தது.அன்று கலெக்டர் வருவதாலும் ஊர் மக்கள் அனைவருக்கும் மதியம் விருந்து தயாராவதாலும் எல்லோரும் அன்று வேலைக்கு செல்லாமல் தெப்பக்குளத்தை சுத்தப்படுத்துவது என்று முடிவு செய்தனர்.

காலை உணவை முடித்தவுடன் மக்கள் அனைவரும் தெப்பக்குளத்தில் ஒன்றுகூடினர். என் எஸ் எஸ் மாணவர்கள் வருவதற்கு முன்பாகவே மக்கள் தெப்பக் குளத்தை தூர்வார துவங்கினர். மாணவர்களும் அவர்களோடு இணைந்து வேலையை ஆரம்பித்தனர். கல்யாணியும் கமலாவும் சற்று தாமதமாக வந்து வரிசையில் நின்று மண் கூடையைசுமக்க தொடங்கினர்.

சற்றுநேரத்தில் கலெக்டரின் வாகனம் வருவதற்கான சைரன் ஒலி கேட்டது. வந்து நின்ற காரிலிருந்து கலெக்டரும் அவருடைய பெற்றோர்களும் மனைவியும் கீழே இறங்கினர். பின்னால் வந்த சில கார்களில் உயர் அதிகாரிகள் இருந்தனர். கலெக்டரை வரவேற்க ஊரின் முக்கிய பிரமுகர்களும் ஊராட்சி மன்ற தலைவி சில உள்ளூர் அதிகாரிகளும் குளக்கரையில் நின்றனர்.அவர்களுக்கு வணக்கம் செலுத்தியபடி நடந்துவந்த கிருஷ்ணா மூர்த்தியின் அருகில் வந்து நின்றார். அவருடைய தாய் தந்தை மனைவிக்கு மூர்த்தியைஅறிமுகம் செய்து வைத்தார்.

அவர்கள் மகிழ்ச்சியுடன் மூர்த்தியின் அருகே வந்தனர். கலெக்டரின் தந்தைமூர்த்தியை கட்டியணைத்துபாராட்டினர். “ இந்த வயதில் எவ்வளவு அற்புதமான காரியத்தை செய்து இருக்கிறீர்கள். உங்களுக்கு எங்களுடைய குடும்பமும் நிறைய நன்றிக்கடன் பட்டிருக்கிறது”.

அவர்கூறுவது புரியாமல் மூர்த்தி திகைத்து நிற்க “என்ன எப்படி பார்க்கிறீர்கள். நானும் இந்த ஊர்க்காரன்தான்.அதோ பாருங்கள் கோவிலின் பின்புறம் உள்ள தெருவில் தான் நாங்கள் குடியிருந்தோம். 20 வருடங்களுக்கு முன் கிருஷ்ணாவுக்கு டெல்லியில்வேலை கிடைத்ததால்நாங்கள் குடும்பத்துடன் டெல்லிக்கு சென்று விட்டோம்.அப்போதெல்லாம் இந்த ஊர் எப்படி இருந்தது தெரியுமா. அமைதியான இந்த ஊரைவிட்டு போவதற்கு மனமில்லாமல் பல நாட்கள் தவித்து

போனோம்.நாங்கள் போன பிறகு எல்லாமே தலைகீழாகி விட்டது என்பதை அறிந்த போது நிறைய வருத்தப்பட்டேன்.அதெல்லாம் முடிந்து போன விஷயம். இப்போது எல்லாவற்றையும் நீங்கள் சரி செய்து விட்டீர்கள். மிக்க மகிழ்ச்சி'' என்று மூர்த்தியின் முதுகில் தட்டிக் கொடுத்தார்.

''சற்று பொறுங்கள் கோவிலுக்கு சென்றுவிட்டு நாங்களும் வேலை செய்ய வருகிறோம்'' என்று கூறி கலெக்டர் குடும்பத்துடன் கோவிலுக்கு சென்றார்.பின்னர் பின்னர் மதிய உணவு தயாராகும் சமுதாய நலக் கூடத்தில் எப்படி வேலைகள் நடக்கிறது என்பதை பார்த்துவிட்டு தெப்பக்குளத்திற்கு வந்தார். குடும்பத்துடன் வரிசையில் நின்று மண் கூடைகளை மாற்றி கொடுத்தார்.

கலெக்டரின் அம்மா கமலாவின் அருகில்நின்றார்.''நீ கமலா தானே. என்னை உனக்கு அடையாளம் தெரியவில்லையா''. ''மீனாட்சி அக்கா உங்களை மறக்க முடியுமா''. ''பின்ன ஏண்டி இவ்வளவு நேரம் என்னை கண்டுக்காத மாதிரி நின்-றாய்''. ''நீங்க இப்ப கலெக்டரோட அம்மா. அதனால எப்படி பேசுறது என்று தயக்கமாக இருந்தது''. ''கலெக்டர் என்பது அவன் பார்க்கிற வேலை அதற்கும் நாம பேசுவதற்கும் என்னடி சம்பந்தம்''. ''எப்பவும் போலீஸ் கூடவே வருது இல்ல அதை பார்த்தவுடன் எனக்கு பயமா போச்சு''. ''அடி அசடே இன்னும் மாறாமல அப்படியே பயந்தாங்கொள்ளியாகவே இருக்கிறியே''சிரித்தாள் மீனாட்சி.

ஊரே வேலை செய்ய குளத்தில் இறங்கியதால் அன்று மதியமே கோவில் தெப்பக்குளம்முழுவதும் தூர்வாரி முடிக்கப்பட்டது. சுமார் 5 அடி ஆழத்திற்கு எல்லா இடத்திலும் சமமாக தோண்டி சமப்படுத்த பட்டிருந்தது.கோவில் தெப்பக்கு-ளம் நீண்ட வருடங்களுக்குப் பிறகு மிக சுத்தமாய் காட்சியளித்தது.

வேலை முடிந்ததால் குளத்திலிருந்துமேலே ஏறி வந்த கலெக்டரிடம் ''இங்கே தோண்டி எடுத்த மண் சாலைக்கு அப்பால் குவித்து வைக்கப்பட்டுள்ளது. இதை என்ன செய்வது'' என்று மூர்த்தி கேட்டார். உடனே கலெக்டர் ''இந்த மண் நல்ல இயற்கை உரமாகும்.இந்த ஊரில் விவசாயம் செய்பவர்கள் இந்த மண்ணை உபயோகித்துக் கொள்ள அனுமதி கொடுங்கள். அவரவர் வந்து தேவையான அளவுஎடுத்து அவர்களுடைய தோட்டங்களில் பயன்படுத்தப்படும்'' என்று ஊராட்சி மன்ற தலைவரிடம் கூறினர்.

''மூர்த்தி சார் கோவில் தெப்பக்குளத்தில் வேலை இன்றோடு முடிந்துவிட்டது அல்லவா. நாளை என்ன வேலை செய்யப் போகிறீர்கள்''.

''இன்னும் சற்று வேலை இருக்கிறது சார்.இதற்குமேல் ஆற்றுமணல் கொட்டி அதை தெப்பக்குளம் முழுவதும்அரை அடி உயரத்திற்குசமப்படுத்தி விட்டால்மழை-நீர்தேங்கும் போது கீழே உள்ள களிமண்தண்ணீரை உறிஞ்சுவது சற்று குறையும். மேலும் சீக்கிரமாக களைகள் முளைக்காது''.

“இதற்கு எத்தனை லோடு மணல் வேண்டியிருக்கும்”.

“எனக்கு துல்லியமான கணக்கு தெரியவில்லை.பொதுப்பணித்துறைஅதிகாரிகளிடம் கேட்டால் தெரிந்துகொள்ளலாம்”.

உடனே கலெக்டர் தன்னுடன் வந்திருந்த பொதுப்பணித் துறை அதிகாரியை அழைத்து விவரங்களைச் சொல்லி நாளை காலைக்குள் மணல் கொண்டு வந்து குளத்தில் கொட்ட வேண்டும் என்று உத்தரவிட்டார்.

“தெப்பக் குளத்தின் கரைகளில் பதிக்கப்பட்டுள்ள படித்துறையும் நீளமான கற்களும் சில இடங்களில் சேதமடைந்துள்ளது. அதை சற்று சரி செய்ய வேண்டும்”.

கலெக்டர் தெப்பக்குளத்தை முழுவதுமாக ஒரு முறை சுற்றி வந்து பார்த்தார். சில இடங்களில் கற்கள் பெயர்ந்தும் சில இடங்களில் கற்கள் சரிந்து கொள்ள கூடிய நிலையில் அபாயகரமாகவும் நின்றன. “இதை மாணவர்களைக் கொண்டு சரி செய்ய இயலாது அதற்கான ஆட்களையும்,தேவையான கருங்கற்களை கொண்டு சரி செய்ய சொல்கிறேன்”என்றவர் பக்கத்தில் நின்றுகொண்டிருந்த அதிகாரிகளிடம் அதையும் குறித்துக் கொள்ள சொன்னார்.

வேலை முடித்த மக்கள் தங்களுடைய வீடுகளுக்கு சென்று குளித்து நல்ல ஆடை அணிந்து கொண்டு திரும்பவும் கோவிலுக்கு அருகே வந்து குவிந்தனர். “அக்கா நீங்களும் குடும்பத்துடன் எங்கள் வீட்டிற்கு வந்து உடம்பில் படிந்துள்ள மண்ணையும் அழுக்கையும் சுத்தப்படுத்திக் கொண்டு பின் விருந்துக்கு போகலாம். வருகிறீர்களா”என்று மீனாட்சியிடம் கேட்டாள் கமலா.

“உன் வீட்டிற்கு வராமல் நாங்கள் வேற எங்கே போவது. வா போகலாம்” என்று அனைவரையும் அழைத்துக்கொண்டு கமலாவின் வீட்டை நோக்கி நடந்தாள் மீனாட்சி.அனைவரும் கைகால்களை கழுவி சுத்தப்படுத்திக் கொண்டு வருவதற்குள் ஒரு பாத்திரத்தில் குளிர்ந்த மோர் தயார் செய்து கொண்டுவந்தாள் கமலா. எல்லோரும் மகிழ்ச்சியாக பழைய கதைகளைபேசிக்கொண்டு மோர் அருந்தினர்.

அனைவரும் கோவிலுக்கு அருகில் வந்தபோது மதிய விருந்து தயாராக இருந்தது. கோவிலில் வெளிப்பக்கம் நீண்டிருந்த பாதையில்அனைவரும் அமர்ந்து உண்ணும் வகையில் போடப்பட்டிருந்த பந்தலில் விருந்து நடைபெற்றது. முதல் பந்தியில் அமர்ந்த குழந்தைகளோடு கலெக்டரின் குடும்பமும், சில முக்கிய பிரமுகர்களும் அமர்ந்து உணவருந்தினர். மூர்த்தியும் என்எஸ்எஸ் மாணவர்களும் உணவு பரிமாறினார்கள்.” மூர்த்தி சார் நீங்கள் சாப்பிடவில்லையா” என்று கிருஷ்ணா கேட்டார். “ முதலில் நீங்கள் சாப்பிடுங்கள். நானும் மாணவர்களும் பிறகு சாப்பிட்டு கொள்கிறோம்” என்று கூறிய மூர்த்தி பரபரப்பாக உணவு பரிமாறினார்.

இரண்டு மணி நேரம் நடைபெற்ற விருந்து முடியும்போது கடைசி பந்தியில் மாணவர்களும் மூர்த்தியும் முரளியும் கல்யாணியும் சரிதாவும் மற்றும் காண்ட்-ராக்ட்காரரும் அவருடைய தொழிலாளர்களும் மொத்தமாகஅமர்ந்தனர். ஊர்மக்கள் அவர்களுக்கு பரிமாற நான் நீ என போட்டியிட்டனர். அதை பார்த்த கலெக்டரும் அவருடைய மனைவியும் எழுந்து வந்தனர்.''நீங்கள் எல்லோரும் போய் ஓய்வெ-டுங்கள். நாங்கள் இருவரும் பரிமாறிக் கொள்கிறோம்'' என்று அனைவரையும் அனுப்பிவிட்டு தம்பதியர் இருவர் மட்டும் அவர்களுக்கு பரிமாறினர். ஒவ்வொரு-வருக்கும் தேவையானதை பார்த்து பார்த்து பரிமாறினார்கள். அவர்கள் இருவரின் உபசரிப்பில் உணவு உண்டவர்கள் திக்குமுக்காடிப் போனார்கள். ''கார்த்திகா இவர்-களை இப்படி கவனித்தால் போதாது. ஒரு நாள் விருதுநகரில் நம்முடைய வீட்டில் வைத்து விருந்து கொடுத்தால் என்ன?''.

''இவர்கள் என்று வருகிறார்கள் என்பதை மட்டும் கேட்டுச் சொல்லுங்கள் அமர்க்களமான ஒரு விருந்தை நான் தயார் செய்து விடுகிறேன்''என்று கூறிய கலெக்டரின் மனைவி மூர்த்தியிடம் திரும்பி ''அண்ணா நீங்கள் எப்போது வருகி-றீர்கள்'' என்று கேட்டாள். அவள் அப்படி உரிமையுடன் கேட்டதும் என்ன சொல்-வது என்பதை அறியாமல் திகைத்த மூர்த்தி ''உங்களுடைய அன்பிற்கு மிக்க மகிழ்ச்சி. இங்கே முகாம் முடியட்டும். ஒருநாள் நாங்கள் அனைவரும் கண்டிப்பாக வருகிறோம்''என்றார்.

மதிய விருந்து சாப்பிட்டு முடித்துவிட்டு அனைவரும் கோவில் முன் அமர்ந்து இருந்தனர்.வெயில் நேரத்தில் அந்த ஆலமரத்தின் நிழல் சொர்க்கத்தை போல் இருந்தது. மக்கள் ஆங்காங்கே கூட்டம் கூட்டமாக அமர்ந்து கதை பேசி மகிழ்ச்-சியுடன் இருந்தனர். அதை சற்று தள்ளி மூர்த்தியுடன் அமர்ந்திருந்த கலெக்டரின் குடும்பம் பார்த்தது. அவர்களைச் சுற்றிலும் மாணவர்களும் கல்யாணியும் சரிதாவும் முரளியும் மற்ற தொழிலாளர்களும் அமர்ந்திருந்தனர். '' பார்த்தீர்களா எத்தனை சந்தோஷமான ஊர் தான் 16 வருடமாக சண்டையிட்டுக் கொண்டிருந்தது. இந்த மகிழ்ச்சி திரும்ப கிடைத்ததற்கு காரணம் நீங்கள் தான். இதுஎப்போதும் நிலைத்தி-ருக்க கடவுளை வேண்டிக் கொள்கிறேன்''.

''மணி நான்கு தான் ஆகிறது. தினசரி கலை நிகழ்ச்சிகள் நடத்துவீர்ககளாமே. இன்று என்ன கலை நிகழ்ச்சிகள் நடத்தப் போகிறீர்கள்''என்று கேட்டார் கிருஷ்ணா. '' கலை நிகழ்ச்சிகளை மாணவர்களும் சரிதாவும் கல்யாணியும் தான் பொறுப்பேற்று நடத்துகிறார்கள். இன்று என்ன நடத்துவது என்று அவர்களிடமே கேட்கலாம்'' என்ற மூர்த்தி அவர்களை பார்க்க ''சார் நேற்று குடும்ப முன்னேற-றத்திற்கு பெரிதும் பாடுபடுவது ஆண்களா பெண்களா என்ற தலைப்பில் பட்டிமன்-றம் நடத்தினோம்.மக்கள் அதை ரசித்து பார்த்தனர்.சிரித்து மகிழ்ந்தனர். அதுபோல்

இன்றும் வேறொரு தலைப்பில் பட்டி மன்றம் நடத்தலாமா'' என்று கேட்டாள்கல்-யாணி.

''பட்டிமன்றமா ரொம்ப நல்லா இருக்கும். நடத்தலாம்''என்று கிருஷ்ணாவின் தந்தை மகிழ்ச்சியுடன் கூற ''அப்படியானால் நீங்கள் நடுவராகவோ அல்லது பேச்-சாளராகவோ கலந்து கொள்ள வேண்டியிருக்கும்'' என்றாள் சரிதா.

அவர் சற்று நேரம் மறுக்க அனைவரும் கட்டாயப்படுத்திசம்மதிக்க வைத்தனர். மாணவனின் வாழ்க்கையில் முக்கிய பங்காற்றுவது பெற்றோர்களாஆசிரியர்களா-என்று தலைப்பு வைக்கப்பட்டது.கலெக்டரும் அவருடைய தாயும் மேலும் 3 முக்கிய பிரமுகர்களும் ஆசிரியர்களே என்ற அணியில் இருந்தனர்.கலெக்ட-ரின்தந்தையும் மனைவியும் மேலும் மூன்று முக்கியஸ்தர்களும் பெற்றோர்களே என்றஅணியில் இருந்தனர்.ஒவ்வொரு அணியிலும் ஐந்து பேச்சாளர்கள் இருந்-தனர். முதல்நாளை போல அன்றும் கணபதி ஐயர் நடுவராக இருந்தார்.

பட்டிமன்றம் துவங்கியது.ஒரு பேச்சாளராக பேசத் தொடங்கினார்கள்.மக்களின் பலத்த ஆரவாரத்துடன் நடைபெற்ற பட்டிமன்றம் நேரம் போவது தெரியாமல் நீடித்-தது. பின் நடுவர் பேசி பட்டிமன்றம் முடியும் போது மணி 8 ஆகியிருந்தது.

நிகழ்ச்சிகள் முடிந்தபின் அனைவரும் வீட்டிற்கு கிளம்ப தயாரானார்கள். கலெக்டரின் குடும்பமும் அனைவரிடமும் விடைபெற்றுக் கொண்டு காரில் ஏறியது. மீனாட்சியை வழியனுப்ப காருக்குப் பக்கத்தில் கமலா நின்றிருந்தார். '' கமலா இனி இவங்க முகாம் முடியும் வரை தினமும் நாங்கள் இருவரும் காலையிலேயே இங்குவந்து விடுவோம். எங்களுக்கும் சேர்த்து மதிய உணவு தயார் செய்து விடு''என்று கூறிவிட்டு கிளம்பினார்கள். அந்த ஊரே சேர்ந்து கையசைத்து கலெக்டரின் குடும்பத்திற்கு விடை கொடுத்தது.

கல்யாணி வீட்டில் மாணவிகள் தங்கியிருந்த பகுதி அன்றும் குதூகலமாய் இருந்தது. மாணவிகளுக்கு பால் கொண்டு போன கல்யாணி அவர்கள் குடித்து முடிக்கும் வரைஅங்கிருந்து சரிதாவிடமும் மாணவிகளிடமும்பேசிக்கொண்டிருந்து-விட்டுபாத்திரங்களை எடுத்துக்கொண்டு திரும்பினாள். அவள் பின்னால் எழுந்து வந்த சரிதா அறைக்கு வெளியே வந்துசற்று தயக்கத்துடன்''அக்கா சற்று நில்லுங்-கள். உங்களிடம் முக்கியமான விஷயம் பேச வேண்டும்''என்றாள்.

''என்ன விஷயம் சொல்''. ''வரவர மூர்த்தி சாரின் நடவடிக்கையே சரி இல்லை. இரண்டு மூன்று நாட்களாக நானும் கவனித்துக் கொண்டிருக்கிறேன். அவர் உங்களை பார்க்கும் பார்வை சரி இல்லை. நீங்கள் சற்று கவனமாக இருக்க வேண்டும்''.

'' உன்னை அப்படி பார்க்கிறாரா''. '' இல்லை'' '' இங்கு வேறு யாரையாவது அப்படி உற்று உற்று பார்க்கிறாரா''. '' இல்லை''. '' சரி அப்படியானால் பிரச்-

சனைஏதும் இல்லை" என்று சொல்லி சரிதாவின் கன்னத்தை கிள்ளிவிட்டு ஓடி-னாள் கல்யாணி.அது சரிதாவுக்கு விசித்திரமாக தெரிந்தாலும் சில விஷயங்களை புரிய வைத்தது.

20

புதன்கிழமை காலை விடிந்தது.கல்யாணி வீட்டின் சமையலறையில் காலையிலேயே மணம் கமகமத்தது. கல்யாணி சற்று தன்னை அலங்கரித்துக் கொண்டு "அம்மா இன்னும் கிளம்பவில்லையா. நேரமாகிவிட்டது" என்றாள். " இன்று மதிய உணவுக்கு கலெக்டருடைய அம்மாவும் அப்பாவும் இங்கே வருகிறார்கள். அவர்களுக்கும் சேர்த்து உணவு தயார் செய்து கொண்டிருக்கிறேன். நீ முன்னால் போ. நான் பிறகு வருகிறேன்"என்றாள் கமலா.கல்யாணி தெப்பக்குளத்திற்கு வரும்போது மாணவர்களும் மூர்த்தியும்ஏற்கனவே வந்திருந்தனர்.

தெப்பக்குளத்தின் நான்கு மூலைகளிலும் மணல் கொட்டப்பட்டு இருந்தது.மாணவர்கள் மண்வெட்டியால் மண்ணை அள்ளி கூடைகளில் நிரப்ப அதை சுமந்து சென்றவர்கள் குளத்தின் கரிசல் மண் தரை வெளியே தெரியாதவாறு மணலைக் கொண்டு மூடினர்.

முரளிக்கும் அவர்களுடைய தோழர்களுக்கும் என்ன வேலை கொடுப்பது என்று மூர்த்தி யோசித்துக் கொண்டிருந்தபோது கடை வீதியை சற்று நேரம் உற்றுப் பார்த்த முரளி "சார் கோவிலில் நாம் செய்த வேலையைபோல் இங்கு கடை வீதியிலும்மழைநீர் சேமிப்பு திட்டத்தை செய்யலாமா" என்று கேட்டார்.

அவன் கூறியதை கேட்டவுடன் மூர்த்தி கடைவீதி பார்த்தார். கடைவீதியில் இரண்டு புறமும் தலாஇருபது கடைகள் இருந்தன. எல்லாமேசீராக ஒரே நேர்கோட்டில் இருந்தது. சில கடைகள் காங்கிரீட் கட்டிடங்கள் ஆகவும் சில கடைகள் ஓடு போட்டதாகவும் இருந்தது. "இது சாத்தியப்படுமா முரளி".

"என்ன சார் இப்படி கேட்கிறீர்கள். கோவிலில் நாம் செய்த அதே முறையில் செய்து மொத்த மழை நீரையும் தெப்பக்குளத்திற்கு கொண்டுவந்துவிடலாம்". "நான் அதைக் கேட்கவில்லை. இதற்கு பணம் செலவு செய்ய இவர்கள் ஒத்துக் கொள்வார்களா? என்று கேட்டேன்".

"எங்களுக்கு தேவையான பொருள்களை மட்டும் வாங்கி கொடுத்தால் போதும். தொழிலாளர்களுக்கு கூலி வேண்டாம். நாங்கள் உங்களுக்காக சேவை செய்யத்தான் வந்திருக்கிறோம்".

“ஒவ்வொரு கடைக்கும் சுமாராக எவ்வளவு செலவாகும்”. “பி வி சி பைப்புக-ளும் அதற்கான ஜாயிண்ட் மற்றும் குழாயை சுவரில் பதிக்க கிளாம்புகள் இவையே போதும். கடைக்காரர்கள் அனைவரும் ஒத்துக் கொண்டால் செலவு மிகக் குறை-வாகத்தான் இருக்கும்”

“சரி ஒவ்வொருவரிடமும் பேசிப் பார்ப்போம் என்ன சொல்லுகிறார்கள் என்று. இதே கடைவீதியில் தானே கல்யாணி மேடத்தின் கடையும் இருக்கிறது. முதலில் அவர்களிடம் இருந்து ஆரம்பிப்போம்” என்று கூறிய மூர்த்தி மண் கூடையை சுமந்துகொண்டிருந்த கல்யாணியை அழைத்தார்.

கல்யாணியிடம் விவரம் கூறியவுடன் “ஆஹா அற்புதம் முரளி சார். எங்கள் கடைக்கு செய்து கொடுங்கள். எங்கள் கடையில் இருந்து வலது புறம் ஆறு கடைகளும் அதே வரிசையில் இடது புறம்13 கடைகள் மொத்தம் ஒரே வரிசையில் இருபது கடைகள் உள்ளன. வாருங்கள் பேசிப் பார்க்கலாம்”.

அவர்கள் ஒவ்வொரு கடையாக பேசிப் பார்க்க பெரும்பாலானகடைக்காரர்கள் ஒப்புக்கொண்டார்கள். ஒப்புக்கொள்ளாத சிலரையும் மழைநீர் சேகரிப்பு அமைப்பு கண்டிப்பாக கட்டடங்களில் ஏற்படுத்த வேண்டும் என்று சட்டம் இருப்பதை சுட்-டிக்காட்டி “என்றாவது ஒருநாள் அதிகாரிகள் ஆய்வுக்கு வரும்போது மாட்டிக் கொள்ளாதீர்கள். உங்கள் கட்டிடத்திற்கு மட்டும்தனியாக மழைநீர் சேகரிப்பு அமைப்பை ஏற்படுத்த வேண்டும் என்றால் ஆயிரக்கணக்கில் பணம் செலவாகும்” என்று எடுத்துக் கூறினார்கள். இதையெல்லாம் கேட்டவர்கள் ஒட்டுமொத்தமாக மழைநீர் சேகரிப்பு அமைப்பைசெய்தால் செலவு குறையும் என்ற காரணத்திற்காக ஒப்புக்கொண்டார்கள்.

இவர்கள் பேசுவதை கவனித்துக்கொண்டிருந்த எதிர்பக்கத்து 20 கடைக்காரர்க-ளும் மூர்த்தியிடம் வந்தனர். விபரம் அறிந்து கொண்டனர்.“அப்படியானால் இந்தப் பக்கத்து கடைகளுக்கும் இதேபோல் செய்து கொடுங்கள்” என கேட்டுக்கொண்-டனர்.

கடைக்காரர்கள் கேட்டு கொண்டவுடன் முரளியும் காண்ட்ராக்ட்காரரும் அவருடைய தோழர்களும் களத்தில் இறங்கினர். முதல் கடையிலிருந்து கடைசி கடைவரையும் பின் அதிலிருந்து தெப்பக்குளம் வரையிலும் உள்ளபகுதியின் நீளத்தை கணக்கிட்டனர். ஒவ்வொரு கடையின் நீள அகலங்களை தனித்தனியாக குறித்து கொண்டனர். அதற்கு வாங்க வேண்டிய பொருள்களை கணக்கிட்டனர். 40 கடைக்காரர்களும் அழைத்து ஒவ்வொரு கடைக்கும் மழைநீர் சேகரிப்பு அமைப்பினை உருவாக்க வாங்கவேண்டிய பொருள்களைபட்டியலிட்டு கொடுத்-தனர்.

ஒவ்வொருவருக்குமானசெலவு அவர்களுடைய கடையின் நீள, அகலத்தை பொருத்து சற்று கூடுதல் குறைவாக வந்தது. அனைவரும் கலந்து பேசி “நாங்கள்

மொத்தமாக வசூலித்து பணத்தை தருகிறோம்.தேவையான பொருள்களை நீங்களே போய்வாங்கி வாருங்கள்'' என்றனர். உடனே காண்ட்ராக்ட்காரர்''தயவு செய்து மன்னித்து விடுங்கள். இப்படி எங்கள் கையில் பணம் கொடுத்தால் ஒருவேளை உங்களுக்கு சந்தேகம் தோன்ற கூடும். பணவிஷயத்தில் நாங்கள் கெட்ட பெயர் எடுக்க விரும்பவில்லை.எனவே உங்களில் ஒருவர் பணத்துடன் என்னுடன் வாருங்கள். தேவையான பொருளை வாங்கி கொண்டு வருவோம்'' என்று அழைத்தார். அங்கிருந்த ஒரு கடைக்காரர் காண்ட்ராக்ட்காரருடன் செல்வதற்கு தயாரானார். அங்கிருந்த ஒருசரக்கு வேனை எடுத்துக்கொண்டு கிளம்பி போனார்கள்.

கலெக்டருடைய அம்மாவும், அப்பாவும் பஸ்ஸில் வந்து இறங்கி நேராக தெப்பக்குளத்திற்கு வந்தனர். அங்கே ஏற்கனவே வேலை செய்து கொண்டிருந்தவர்களுடன் சேர்ந்து வேலை செய்ய தொடங்கினார். மதியத்திற்குள் குளத்தில் மணலை நிரப்பும் பணி முடிந்தது. அனைவரும் உணவு இடைவேளைக்கு சென்றனர். கமலாவின் வீட்டில் தயாராக இருந்த மதிய உணவு உண்டுவிட்டு கலெக்டரின் தாயும் தந்தையும் கமலாவும் சற்று ஓய்வு எடுத்தனர்.

''மதியத்திற்கு மேல் வேலை இல்லையே. நாம் என்ன செய்வது'' என்று கேட்டாள் மீனாட்சி.''சற்று நேரம் ஓய்வெடுங்கள். மாணவர்கள் என்ன வேலை செய்கிறார்களோ அதைப் போய் நாமும் செய்யலாம்'' என்றாள் கமலா. '' ஏண்டி கமலா கல்யாணிக்கு ஏன் இன்னும் திருமணம் நடத்தாமல் வைத்திருக்கிறாய்''.

''இங்கே நடந்த பிரச்சனைகள் உங்களுக்கு தெரிந்திருக்காது. அந்த அளவு ஒரு பெரிய சூறாவளியை ஒரே நாளில் சந்தித்தது எங்கள் குடும்பம். அதன்பின் எங்களுடைய வாழ்க்கையே மாறிப் போய்விட்டது.அவளுக்காக நானும் எனக்காக அவளும் என்று வாழத் தொடங்கி 16 வருடங்கள் கழிந்து விட்டது. நானும் பலமுறை அவளை திருமணம் செய்து கொள் என்று கட்டாயப்படுத்தி பார்த்துவிட்டேன். எதற்கும் சம்மதிக்க மாட்டேன் என்கிறாள். அன்று திருமணம் ஆகியிருந்தால் இன்று இங்கே வந்திருக்கும் குழந்தைகளுக்கு ஒத்த வயதில் இவளுக்கும் பிள்ளைகள் இருந்திருக்கும். சொன்னால் நம்பமாட்டீர்கள் 16 வருடங்கள் கழித்து இப்போது சில நாட்களாக தான் நாங்கள் வீட்டை விட்டு வெளியே இறங்கி நடக்கிறோம்''.சற்றுநேரம் கண்ணீர் விட்டு அழுத கமலா நடந்த விஷயங்கள் அனைத்தையும் மீனாட்சியிடம் கூறினார்.

கல்யாணி கதையை கேட்ட மீனாட்சிக்கும் அவள் கணவருக்கும் மிகுந்த அதிர்ச்சியாக இருந்தது.சற்றுநேரம் அமைதியாக இருந்தவர்கள் அப்படியே உறங்கி போனார்கள்.உறங்கி எழுந்தவர்களை பார்த்து கமலா ''மெதுவாக நடந்து மாணவர்கள் இருக்கும் இடத்திற்கு போவோமா '' என்றுஅழைத்தாள். மீனாட்சியும் கமலாவும் கிருஷ்ணாவின் தந்தையும் கோவிலை நோக்கி நடந்தனர்.

வேனில் குழாய்களை ஏற்றிக்கொண்டு காண்ட்ராக்ட்காரர் திரும்பிவந்தார். ஒரு பெரிய கடையினுள் கொண்டு வந்த பொருட்களை இறக்கி வைத்தனர். ஒரு வெள்ளைத்தாளில் காண்ட்ராக்டர் குறித்து வைத்திருந்த அளவுகளை சொன்னவுடன் ஒரு தொழிலாளி குழாய்களை அதற்கேற்ப அறுத்து தந்தார்.3 தொழிலாளர்கள் அதை எடுத்துக்கொண்டு போய் ஒவ்வொரு கடையாக பொருத்த தொடங்கினர்.அன்றுமாலை நேரத்திற்குள் இரண்டு கடைகளில் வேலையை முடித்திருந்தனர்.நேரமானதால் மிச்ச வேலைகளை நாளை கவனித்துக் கொள்ளலாம் என்றுமூர்த்தியிடம் கூறிவிட்டு மிச்சமிருந்த பொருள்களை பெரிய கடையினுள் பத்திரமாக எடுத்து வைத்தனர்.

சரிதாவும் மாணவர்களும் கோவில்பிரகாரத்தில் சுத்தம் செய்து கொண்டிருந்தனர். சுவர்களில் ஆங்காங்கே கரி, சாக்பீஸ் கொண்டு எழுதியிருந்ததை தண்ணீர்விட்டு அழித்தனர்.‘‘சரிதா கல்யாணியை எங்கே’’ என்று கமலா கேட்டார். ‘‘அக்காவும் சில மாணவர்களும் நந்தவனத்தை சுத்தம் செய்து கொண்டிருக்கிறார்கள்’’ என்று சரிதா பதிலளித்தாள்.

கல்யாணிநந்தவனத்தில் முளைத்திருந்த களைகளை அகற்றி ஒவ்வொரு செடிக்கும் தனித்தனியாக பாத்தி தட்டினாள். உடன் வந்திருந்த மாணவர்கள் அந்த இடத்தை சுத்தம் செய்து பிடுங்கிய களைகளை கோவிலுக்கு வெளியே குப்பைத் தொட்டியில் கொண்டு போய் போட்டனர். இரு மாணவர்கள் வாளியில் தண்ணீர் கொண்டு வந்து செடிகளுக்கு ஊற்றினர். அப்போது அங்கே வந்த கமலாவையும் மீனாட்சியையும் பார்த்த கல்யாணி ‘‘நான் வீட்டிற்கு வந்து பார்த்தபோது மூன்று பேரும் உறங்கிக் கொண்டிருந்தீர்கள். அதனால்தான் உங்களை எழுப்பாமல் வந்து விட்டேன்’’என்றாள்.

கமலாவும் மீனாட்சியும் அங்கிருந்த மலர்களை பறித்து மாலையாக கட்டத் தொடங்கினார்கள். தயாரான மாலைகளை எடுத்துக்கொண்டு கோவிலுக்குள் சென்று கணபதிக்கும் கால பைரவருக்கும் மூலவர் சன்னிதானத்திற்கு கொடுத்தனர். சாமி தரிசனம் முடிந்து வெளியே வந்தனர்.

‘‘இன்று என்ன கலை நிகழ்ச்சிகள் நடத்தப் போகிறீர்கள்’’ என்று கோவிலை விட்டு வெளியே வந்தவுடன் கலெக்டரின் தந்தை ஆர்வமுடன் கேட்டார். இன்னும் அதைப்பற்றி சிந்திக்க வில்லையே என்ற எண்ணம் அப்போதுதான் தோன்றியது

அப்போது வேலையை முடித்துவிட்டு முரளியும் அவன் தோழர்களும் அங்கே வர ‘‘முரளி சார் இன்று உங்களுடைய குழுவின் சார்பில் கலை நிகழ்ச்சி நடதத முடியுமா’’ என்று கேட்டாள் கல்யாணி.

‘‘எங்களுடைய தோழர்களுக்கு பறை இசை தவிர வேறொன்றும் தெரியாது’’

‘‘அது போதுமே. இன்று மாலை பறை இசை நிகழ்ச்சி நடத்த முடியுமா’’.

“திடீரென்று சொன்னால் மற்ற நிகழ்ச்சிகளைப் போல் இதை நடத்த முடியாது. இதற்கான இசைக்கருவிகளை தயார் செய்ய வேண்டும்.அதற்கு சற்று அவகாசம் தேவை.நாளை நாங்கள் கலை நிகழ்ச்சி நடத்துகிறோம். இன்று வேறு ஏதாவது ஏற்பாடுசெய்து கொள்கிறீர்களா’’.

“சரி அப்படியானால் மாணவிகளின் பரதநாட்டியம்,மாணவர்களின் ஆடல் பாடல் என்று ஏதாவது ஏற்பாடு செய்ய முடிகிறதா என்று பார்ப்போம்’’ என்று சொன்னவள் என் எஸ் எஸ் மாணவர்களை அழைத்தாள். அனைவரும் அருகில் வந்தவுடன் “உங்களில் யாருக்கெல்லாம் கலை நிகழ்ச்சிகளில் பங்கேற்க ஆர்வம் உள்ளது’’ என்று கேட்டாள். சில மாணவர்கள் பாடலுக்கு ஆட ஆர்வம் காட்டினர். 2 மாணவிகள் தங்களுக்கு பரதநாட்டியம் தெரியும் என்று கூறினர். ஒரு மாணவன் தனக்கு மிமிக்கிரி சற்று தெரியும் என்று கூறினான்.“இன்று இவர்களை வைத்து இன்று ஆடல் பாடல் நிகழ்ச்சிகளை நடத்துவோம். இந்த மாணவர் நிகழ்ச்சியின் ஆரம்பத்தில்மிமிக்கிரி செய்யட்டும்.அதற்குள் மற்றவர்கள் தயாராகலாம்’’ என்று கூறி மாணவர்களை தயார்படுத்த துவங்கினர்

அன்று மாலை மாணவ மாணவிகளின் ஆடல் பாடல் நிகழ்ச்சிகளுடன் கலை நிகழ்ச்சி நடைபெற்றது. முதலில் மேடையேறிய மாணவன் பல நடிகர்களின் குரலில் மிமிகிரி செய்து காட்டினான். கீழே அமர்ந்திருந்த மக்கள் தங்களுடைய விருப்பப்பட்ட நடிகரின் பெயரை சொல்லி அவரைப்போல் பேசி காட்டுமாறு குரல் எழுப்பினர். அவர்கள் கேட்டுக் கொண்டதை மாணவன் செய்து காட்டினான். அங்கு பலத்த கரவொலி எழும்பியது.

மாணவிகளில் பரதநாட்டிய நிகழ்ச்சி நடைபெற்றது. அதன்பின் மேடையேறிய மாணவர்கள் சில திரைப்பட பாடல்களுக்கு நடனமாடினர்.மக்கள் ஆர்வத்துடன் கண்டுகளித்தனர். நிகழ்ச்சி முடியும் தருவாயில் பார்வையாளர்கள் மீண்டும் மிமிக்கிரி நிகழ்ச்சி நடத்த வேண்டும் என கோரினர்.அந்தமாணவன்மீண்டும் மேடையில் ஏறி சில தலைவர்களைப் போன்று மிமிக்கிரி செய்து காட்டினான். அங்கு குழுமியிருந்த மக்களுக்கு அது மிகவும் பிடித்துப் போனது. மகிழ்ச்சியோடு கலைந்து சென்றனர்.

நிகழ்ச்சி முடிந்தபின் அங்கு நின்று கொண்டிருந்தமுரளிக்கு கர்ணனின் கதை என்ற பாலகுமாரன் எழுதிய புத்தகத்தை பரிசளித்தார் மூர்த்தி.“முரளி இந்த புத்தகத்தை சற்று கவனமாக படியுங்கள். உங்களுக்கு மிகவும் பயனுள்ளதாக இருக்கும்’’.

காண்ட்ராக்ட்காரருக்கு வாஸ்து சாஸ்திரத்தைஅடிப்படையாக கொண்ட ஒரு புத்தகத்தை பரிசளித்தார்.சரிதாவுக்கு ஒரு டிஸ்னரி கொடுத்தார்.கல்யாணியிடம் பாலகுமாரனின் தாயுமானவன் புத்தகத்தை கொடுத்தார்.

“நான் அன்று சாமான்கள் வாங்க விருதுநகர் போயிருந்தபோதே வாங்கி வந்துவிட்டேன். இரண்டு நாளாக இதை உங்களிடம் கொடுப்பதற்கு சரியான சந்தர்ப்பம் அமையவில்லை. உங்களுக்கு நேரம் கிடைக்கும்போது இந்த புத்தகங்களை படித்துப் பாருங்கள். கண்டிப்பாக பயனுள்ளதாக இருக்கும்” என்று கூறினார். அன்று இரவே முரளி மூர்த்தி கொடுத்தகர்ணனின் கதையை படித்து முடித்தான்.

இரவு மூர்த்தி கொடுத்த புத்தகத்தை படிக்கத் துவங்கினாள் கல்யாணி. பாலகுமாரனின் எழுத்துநடை முதலில் அவளுக்கு புரியவில்லை. மீண்டும் ஒருமுறை படிக்கும்போது அதன் அர்த்தம் புரிந்தது.அவளுடைய கனவில் தாயுமானவன் கதையில் கதாபாத்திரங்களானபரமுவும் சரசுவும் குழந்தைகளும் தோன்றினார்கள. பரமுவின் முகத்தை உற்றுப் பார்க்கும்போது மூர்த்தியைப் போல் தோன்றியது. அவனோடு கொஞ்சிக் கொண்டிருந்த சரசுவைஉற்று பார்த்தாள் கல்யாணியின் உருவம் தெரிந்தது. காலைவரை அந்த கனவிலேயே சஞ்சரித்தாள்

21

இன்று வேலை ஒன்றும்இல்லையே நம் கடையில் மழைநீர்சேகரிப்பு அமைப்பினை ஏற்படுத்தும்போது இங்கேயே மூர்த்தியுடன் இருக்கலாமா என்று யோசித்தாள் கல்யாணி. மனம் மூர்த்தியின் அருகாமையை விரும்பியது. என்றாலும் மாணவிகளும் சரிதாவும் கிளம்பும்போதே அவளும் தயாராகி நின்றாள்.

இன்று மாணவர்களுக்கு என்ன வேலை கொடுப்பது என்று மூர்த்தி யோசித்துக் கொண்டிருந்தார். முரளியும் காண்ட்ராக்ட்காரரின்தொழிலாளர்களும் வந்து வேலையை துவக்கி இருந்தனர்.கல்யாணியையும் சரிதாவையும் பார்த்த மூர்த்தி ''இன்று மாணவர்களுக்கு என்ன வேலை கொடுப்பது என்றே புரியவில்லை. உங்களுக்கு ஏதேனும் ஐடியா இருந்தால் சொல்லுங்கள்'' என்று கேட்டார்.

சற்று நேரம் மூவரும் யோசித்துக்கொண்டே நின்றனர். திடீரென்று கல்யாணி "சார் குளத்திலிருந்து நாம் மண்ணை வெட்டி எடுத்து ஓரிடத்தில் குவித்து வைத்தேமே அதை ஊர் பொதுமக்கள் தங்களுடைய தோட்டங்களில் கொண்டு போய் போட்டுக் கொண்டிருக்கிறார்கள்.நாமும் சில பிளாஸ்டிக் பைகளை தயார்செய்து அதில் மண்ணை அள்ளிவந்து விதை போட்டுஒவ்வொரு வீட்டிலும் சிறிய தோட்டம் போல் அமைக்கலாமே''

"அதுவும் நல்ல யோசனை தான். இந்த ஊரில் மொத்தம் எத்தனை வீடுகள் இருக்கின்றன''. "இங்கு சுமார் 700 வீடுகள் இருக்கின்றன. நமக்கு ஒரு வீட்டிற்கு ஒரு பை வீதம் கொடுப்பது என்றாலும் 700 கவர்கள் வேண்டும்''.

பாலிதின் கவருக்கு என்ன செய்வது என்று யோசித்துக் கொண்டிருந்தபோது-அந்த வழியாக விஏஓ வந்தார். மூர்த்தி அவரிடம் தங்களுடைய யோசனையை சொல்லி பாலிதீன் கவர் கிடைக்கஏதாவது வாய்ப்பு இருக்கிறதா என்று கேட்டான்."ரொம்ப நல்ல யோசனை. கொஞ்சம் பொறுங்கள். இங்கிருந்து சற்று தொலைவில்தான் மாவட்ட தோட்டக்கலை அலுவலகம் இருக்கிறது. நான்போய் அவர்களிடம் பேசி தடிமனான பாலிதின் கவர்களையும்ஏதேனும் விதைகளையும் வாங்கி வருகிறேன்'' என்று கூறிவிட்டு சென்றார்.

அரை மணி நேரத்தில் திரும்பி வந்த வி ஏ ஓ கையில் ஒரு பெரிய பார்சல் இருந்தது.“மூர்த்தி சார் இந்தாருங்கள். இதில் சுமார் 1000 அவர்கள் இருக்கின்றன.இந்த கவரில் கீரை விதை இருக்கிறது. இதில் மண்ணை நிரப்பி கீரை விதைகளை போட்டுக் கொடுங்கள்.உடனடியாக முளைக்கும். எல்லோருக்கும் உபயோகமாக இருக்கும்” என்று கவரையும், கீரை விதை இருந்த பாக்கெட்டையும் கொடுத்தார்.

கலெக்டரின் பெற்றோர்களும் வந்து சேர்ந்தனர்.அந்த கருப்பு நிற கவரில் பாதி அளவு மண்ணை நிரப்பி அதில் கீரை விதையை தூவி அதன் மேல் மறுபடியும் கொஞ்சம் மண்ணைப் போட்டு சிறிது தண்ணீர் ஊற்றினர். பின்மாணவர்களிடம் கொடுத்து ஒவ்வொரு வீட்டுக்கும் ஒரு கவர் வீதம் வினியோகம் செய்தனர்.வீடு-களின் முன் காலியாக இருக்கும் இடத்தில் தோட்டம் வளர்ப்பதின் பயன் பற்றி மாணவர்கள் எடுத்துக் கூறினர்.

மாணவர்கள் கூறியதை கேட்டவுடன் மக்களுக்கு வீட்டின் வாசலில் பூச்செடி-கள், காய்கறிச் செடிகளை நட வேண்டுமென்று விருப்பம் தோன்றியது. சிலர் மண் சட்டிகளை கொண்டுபோய் குளத்து மண்ணை கொண்டு வந்து பூச்செடிகளை நட்-டினர். சிலர் காய்கறிச் செடிகளை நாட்டினர். அன்று ஒரே நாளில்திடீரெனநிறைய வீடுகளின்முன் மண் சட்டிகளில் தாவரம் நடும் வேலை நடந்தது.

அன்று மாலை வேலை முடியும்போது முரளியும் அந்த தொழிலாளர்களும் சேர்ந்துகடைவீதியில் ஒருபக்க கட்டடங்களில் குழாய்களை பதித்து மழை நீர் சேமிப்பு அமைப்பை ஏற்படுத்தியிருந்தனர். அதனுடைய முடிவு தெப்பக்குளத்தில் மழைநீரை கொண்டுபோய் சேர்ப்பதாக அமைந்து இருந்தது. அதை முடித்தவுடன் மாலை நேரத்தில் கலை நிகழ்ச்சி நடத்த வேண்டிமுரளி சீக்கிரமே தன் தோழர்க-ளுடன் வீட்டிற்கு சென்று விட்டான்.

மாலையில் கோவில் மைதானத்தில் கலை நிகழ்ச்சிகள் தொடங்கியது.அதை காண கிராம மக்கள் கோவில் மைதானத்தில்குவிந்திருந்தனர்.வழக்கமான பறை-யிசை நிகழ்ச்சியாக மட்டும் இல்லாமல்ஒரு கதையுடன் சேர்த்து நிகழ்ச்சியை நடத்த முடிவு செய்தார் முரளி. என் எஸ் எஸ் மாணவ,மாணவிகள்சிலரை அழைத்து சற்று நேரம் பயிற்சி கொடுத்து எந்த சமயங்களில் என்ன வகையான முகபாவனைகளை காட்ட வேண்டும் என்று கற்றுக் கொடுத்தார்.

நிகழ்ச்சி தொடங்கியது பறை இசை கலைஞர்கள் தங்களுடைய பறையையும், தப்பையும், கால் சலங்கைகளையும் ஒருசேர ஒலிக்கச் செய்துகூட்டத்திற்கு வணக்-கம் தெரிவித்தனர். பறை இசை ஒலி நின்றவுடன் முரளி பேசத் துவங்கினார்.” அன்பான மக்களே மாபெரும் வீரன்,உலகின் சக்திவாய்ந்த வில்லாளன், கேட்ட-வர்களுக்கு எல்லாம் வாரி வழங்கிய கொடை வள்ளல், சூரிய புத்திரன், மாவீரன கர்ணனின் கதையை பறை இசையுடன் சேர்த்து இன்று கலைநிகழ்ச்சியாகநடத்-

திக்காட்ட இருக்கிறோம்''.

பண்டைய காலத்தில் பூலோகத்தில் அதர்மம் தலைவிரித்தாடியது.மக்களை நான்குகுலமாகபிரித்து அவர்களில் நான்காவது குலத்தினர்என்ற ஒரு பகுதி மக்களை மற்றவர்கள் துன்புறுத்தினர்.அவர்களின் துன்புறுத்தலை பொறுக்கமாட்டாமல் மக்கள் கடவுளிடம் வேண்டினர். அவர்களின் வேண்டுதலை கண்டு மனமிரங்கிய தேவர்கள் கைலாயத்தில் கடவுளை சந்தித்து முறையிட்டனர்.

முரளி கதையை தொடங்கிசொல்லிக் கொண்டே வர அதனுடன்ஒருபறையும் கால் சலங்கைகளும் மட்டும்பின் தொடர்ந்து மெலிதாக ஒலித்தது. அவர் கூறும் கதைக்கேற்ப மாணவர்களும் மாணவிகளும் மக்கள் துன்பப்படுவதை போலவும் பின்னர் அனைவரும் சேர்ந்து கடவுளை சந்திக்க செல்வது போலவும் நடித்தனர்.

''சர்வேஸ்வரா இறைவா பூலோகத்தில் மக்கள் பிரிவுகளாகப் பிரிக்கப்பட்டு ஒரு பிரிவினர் மிகுந்த துன்பத்திற்கு ஆளாக்கப்படுகின்றனர்.அவர்களை நீங்கள் தான் காத்தருள வேண்டும்''.

சிவன் போல் ஒரு பையன் அபிநயம் செய்ய முரளி தொடர்ந்து ''அதற்கான ஏற்பாடுகள் தொடங்கிவிட்டன.கர்ணன் என்ற ஒரு மாவீரன் தோன்றுவான். மக்களின் இன்னல்களை போக்குவான்.சூரியதேவனின் மகனாக குந்திதேவி என்ற அரசியின் வயிற்றில் பிறப்பான்''.

''இறைவா நாங்கள் சொல்வது உங்களுக்கு புரியவில்லை என்று நினைக்கிறேன்.மக்களை கொடுமைப்படுத்துவதே அந்த சத்திரியர்கள் தானே. சத்திரிய குல அரசியின் வயிற்றிலிருந்து தோன்றுபவர் எப்படி அடித்தட்டு மக்களின் நிலையை அறிவான். அவர்களை எப்படி பாதுகாப்பான்'' தேவர்கள் கேள்வி எழுப்பினர்.

இறைவன் புன்னகைத்தார் ''கவலைப்படாதீர்கள் அவன் பிறந்த இடம். ஒன்று ஆனால் வளர போவது மக்களோடு மக்களாக நான்காம் வர்க்கத்தினரின் குடும்பத்தில். அவர்கள் படும் வேதனையை அறிந்து அவர்களை காப்பான். போய் வாருங்கள்''.

அப்படி இறைவன் கூறுவதைப் போல் அந்த பையன் நடித்துக் காட்ட தேவர்கள் திரும்பும் போது அங்கே சந்தோஷமான ஒரு பறை ஒலி எழுப்பப்பட்டது. அந்த கலைஞர்கள் கால்களில் அணிந்த சலங்கை ஓசை எழுப்பி சந்தோஷம் நடனம் ஆடிக் காட்டினார்.

திருமணம் ஆகாமலேயே சூரியதேவனின் மூலம் குழந்தை பெற்ற குந்திதேவி அதை வெளி உலகத்திற்கு காட்ட பயந்தாள். தோழியரின் யோசனைப்படி ஒரு பெட்டியில் வைத்து நதியில் கொண்டுவிட்டாள். நதியில் மிதந்த குழந்தை அதிரதன் என்ற தேரோட்டியின் கையில் கிடைத்தது. குழந்தை இல்லாதவர் அந்த குழந்தையை எடுத்து பார்த்தார். மார்பில் இயற்கையாகவே கவசத்தையும் காதில் குண்டலம்களையும் கொண்டிருந்ததால் அந்த குழந்தைக்கு கர்ணன் என்று பெயர்

சூட்டி வளர்த்தார்.

இப்படி முரளி அமைதியாக கதை சொல்லிக் கொண்டிருக்கும்போது பறை-யிசை மெலிதாகவும் முரளி பேசும் வார்த்தைகளுக்கு ஏற்றபடியும் சலங்கை ஒலி எழும்பியது. மாணவர்களும் முரளி கூறுவதற்கு ஏற்ப அபிநயித்து காட்டிக் கொண்-டிருந்தனர் பார்த்துக் கொண்டிருந்த மக்கள்பல நூறு முறை கேட்ட கர்ணனின் கதையை அப்போதுதான் முதல் முறையாகக்கேள்வி படுவது போல் அமைதியாக கவனித்துக் கொண்டிருந்தனர்.

சிறுவனான கர்ணன் தேர் ஓட்டுவதில் இருந்து எல்லா பயிற்சிகளையும் பெற்றான். போர் பயிற்சி பெறுவது அவனுக்கு விருப்பமாக இருந்தது. எனவே போர் பயிற்சியை கற்றுக்கொள்ள துரோணரிடம்சென்று வேண்டினான். “ குருவே என்னை உங்களுடைய சிஷ்யனாக ஏற்றுக் கொண்டு போர்க்கலைகள் எனக்கு கற்று கொடுக்க வேண்டும்” என்று அவருடைய பாதம் பணிந்தார். “ மகனே நீ யார்”. “ குருவே என் பெயர் கர்ணன். அதிரதன் என்ற தேரோட்டியின் மகன்’.

“மகனே உன் ஆர்வத்தை பாராட்டுகிறேன். ஆனால் போர்ப்பயிற்சி எல்லாம் சத்திரியர்கள் கற்றுக்கொள்ள வேண்டியது. உன்னை போன்ற சூத்திரன் அதற்கு தகுதியானவன் அல்ல. நீ போய் உன் தந்தையின் பணியான தேரோட்டும் வேலையை கவனி” என்று மறுதலித்தார்.

இதை கேட்ட கர்ணன் ஆவேசம் அடைந்தான். “நீங்கள் கற்றுக்கொடுக்கும் மாணவர்களைவிட நான் திறமையான வீரனாக பயிற்சி பெற்று அதை உன் முன் நிரூபிப்பேன்” கர்ணன் சபதம் செய்யும் காட்சியை முரளி விவரிக்கும்போது பறை-யிசை ஓங்கி ஒலித்தது. சலங்கைகள் ஆவேசமாக ஓசை எழுப்பியது. கர்ணனாக ஒரு மாணவன் முன் நின்று துரோணரிடம் சபதம் செய்வதை போல் நடித்துக் காட்டினான்.

மாணவன் கர்ணன்சென்று பரசுராமரிடம் பயிற்சி பெறுவது போல் நடித்து காட்-டினான். சற்றுநேரம் இசை முழங்கிக் கொண்டிருந்தது. பயிற்சி முடிந்த இளை-ஞன் கர்ணன் ஊருக்கு திரும்பி வந்தான். அப்போது துரோணரிடம் பயிற்சி பெற்ற இளவரசர்கள்அரண்மனைமைதானத்தில் அவர்களுடைய வீரத்தை நிரூபித்-துக் காட்டும் நிகழ்ச்சி நடந்தது. ஊர் மக்கள் அனைவரும் மைதானத்தில் திரண்டு இருந்து இளவரசர்களுடைய வித்தைகளை கண்டனர். ஒவ்வொருவரும் தங்களு-டைய திறமையை வெளிக்காட்டினார். அர்ஜுனன் சரமாரியாக அம்புகளை எய்-துபல்வேறு வித்தைகளை செய்து தன்னுடைய திறமையை வெளிக்காட்டினார். கர்-ணன் அதை மாடத்தில் அமர்ந்து பார்த்துக் கொண்டிருந்தான். இதையெல்லாம் மாணவர்கள் முரளி சொல்ல சொல்ல நடித்துக் காட்டிக் கொண்டிருந்தனர். பறை இசைக் கலைஞர்களும் இசைத்துக் கொண்டிருக்கிறார்.

போட்டியின் இறுதியில் துரோணர்கூட்டத்தினரை நோக்கி " அன்பான அஸ்தி-னாபுரத்து மக்களே இந்த உலகிலேயே என்னுடைய மாணவன் கர்ணன் தான் மிகச் சிறந்த வில்லாளன். அவனுக்கு ஈடு இணையே கிடையாது" என்று அர்ஜுனனை வாழ்த்திப் பேசினார். இதைக்கேட்ட கர்ணன் களத்திற்கு வந்தான். "வணங்குகி-றேன் குருவே. உங்களுடைய மாணவனின் திறமையை நீங்கள் உயர்த்தி பேசு-வது சரி. ஆனால் உலகிலேயே சிறந்த வில்லாளன் என்று கூறவேண்டுமானால் அவன் மற்றவர்களோடு போட்டியிட்டு நிரூபிக்க வேண்டும் அல்லவா. உங்க-ளுடைய மாணவனை என்னோடு போட்டியிட சொல்லுங்கள். என்னை வெற்றி கொண்டால் அப்போது நான் நீங்கள் கூறுவதை ஏற்றுக் கொள்கிறேன்".

போர்ச்சூழல் வருவதை போன்று பறை இசை ஓங்கி ஒலித்தது. கலைஞர்கள் ஆவேசமாக ஆடினார்கள். கர்ணன் அர்ஜுனனுடன் போட்டியிட தயாரானான். அப்போது பார்வையாளர் மாடத்தில் அமர்ந்திருந்த பீஷ்மர் எழுந்து வந்தார். " மகனே யார் நீ" என்று கேட்டார்." நான் கர்ணன். அதிரதன் என்ற தேரோட்டி-யின் மகன்" என்று தன்னை அறிமுகப்படுத்தினார். "மகனே இங்கு நடப்பதுஅரச குலத்தை சேர்ந்த சத்திரியர்கள் பங்கேற்கும் போட்டியாகும். உன்னை போன்ற நான்காம் வர்ணத்தை சேர்ந்த தேரோட்டியின் மகன் இதில் பங்கேற்க இயலாது" என்று கூறினார். உடனே சுற்றி அமர்ந்து வேடிக்கை பார்த்துக்கொண்டு இருந்த-வர்களும் "போ போ வெளியே போ" என்று முழக்கமிட்டனர்.

பறை இசைஅமைதியானது. அந்த இடத்தில் நிசப்தம் நிலவியது. முரளியின் குரல் மட்டும் அந்த அமைதியை கிழித்துக்கொண்டு வெளிவந்தது.எங்கு போனா-லும் எந்த குலத்தில் பிறந்தாய் என்பதே முதல் கேள்வியாக இருக்கிறது. இங்கு திறமைக்கு எங்கே மதிப்பு இருக்கிறது. அதைவிடக் கொடுமை எந்த குலத்தின் அடிமைத்தனத்தை போக்க வேண்டுமென்று பாடுபடுகிறோமா அந்த குலத்தைச் சார்ந்தவர்கள்தன்னை வெளியே போ என்றது கர்ணனுக்கு வருத்தத்தை உண்டாக்-கியது.

தன் குலத்தை பற்றி பேசிஅவமரியாதை செய்ததால் அந்த மைதானத்தை விட்டு வெளியேற முடிவு செய்து தலைகுனிந்தவாறு கர்ணன் திரும்பி நடந்தான். அப்போது "நண்பா போகாதே. சற்று நில்" என்று குரல் கேட்டது. திரும்பிப் பார்த்-தான். துரியோதனன் கர்ணனை நோக்கி வேகமாக ஓடி வந்தான். அவனை கட்டி அணைத்தான்." நீதான் உண்மையிலேயே மிகப்பெரிய மாவீரன். இவன் போட்டி-யில் பங்கேற்க இவன் பிறந்த குலம் தான் தடையாக இருக்கிறது என்றால் இந்த நிமிடம் முதல் இவனை நான் உயர்த்துகிறேன்.அங்கதேசத்திற்குஅரசன் ஆக்குகி-றேன்.இப்போது போட்டியை நடத்துங்கள்" என்றான். உடனே அவனை வணங்கிய கர்ணன் " நண்பா இத்தனை கூட்டத்திற்கு முன் என்னை மட்டுமல்ல என் குலத்-

தின் ஒவ்வொரு குடிமக்களையும் தலைநிமிரச் செய்தஉனக்கு நான் என்றென்றும் உறுதுணையாக இருப்பேன்.இந்த உலகில் உனக்கு எத்தனை எதிரிகள் வந்தாலும் அவர்களை அழித்து உன்னை நான் காப்பேன்'' என்று சத்தியம் செய்து கொடுத்-தான்.

சந்தோஷ ஒலி எழும்பியது சற்று நேரம் வரை கலைஞர்கள் நடனமாட-னார்.முடிவாக கர்ணன் போட்டியில் கலந்து கொள்ள முடியாதுஎன்று சபை கூறி-யவுடன் இசை நின்றது அங்கு நிசப்தம் நிலவியது.

முரளி கதையை தொடர்ந்தான். "பாஞ்சால நாட்டின் இளவரசிதிரௌபதியின் சுயம்வரம் நடத்த துருபத மன்னன் ஒரு போட்டியை அறிவித்தான். எல்லா நாட்டு இளவரசர்களும் அதில் கலந்து கொண்டனர்.போட்டி என்னவென்றால் மைதானத்-தின் நடுவே வைக்கப்பட்டிருந்த வில்லில் நாணேற்றி முறுக்கி அம்பினை எடுத்து மேலே சுழன்று நின்றுகொண்டிருந்த மீனின் கண்ணை கீழே குளத்திலிருந்து நீரில தெரியும் பிம்பத்தை பார்த்துகுறிவைத்து தாக்க வேண்டும். பல மன்னர்கள் வந்தார்-கள். அவர்களால் அந்த அதிசய வில்லை கையால் தூக்கி பிடிக்க இயலவில்லை. துரியோதனன் முயன்றான் முடியவில்லை. துரியோதனன் கேட்டுக்கொண்டதற்கி-ணங்க கர்ணன் மைதானத்திற்கு வந்தான்.

மிக சுலபமாக வில்லை எடுத்தான். அதை வளைத்து நாண்ஏற்றி கட்டினான் வில்லைஒரு கையில் ஏந்தினார். வெறுமனே நாணை இழுத்து இடிபோல் ஒலியை உண்டாக்கினான். மறு கையினால் அம்பினை எடுத்தான். அப்போதும் ஒருபுதிய குரல் பழையபடி அதே வாசகங்களை சொன்னது."இளவரசே நில்லுங்கள். நீங்கள் யார் என்பதை முதலில் சொல்லுங்கள்''இளவரசி திரவுபதி எழுந்து வந்து கேட்-டாள். " கர்ணன் அங்க தேசத்தின் அரசன்'' என்று பதிலளித்தான். திரௌபதி "நீங்கள்அங்கதேசத்தின் அரச குலத்தில் பிறந்தவரா''கர்ணன் பதில் சொல்ல-வில்லை அவன் மௌனத்தை பார்த்து திரவுபதி ஏளனமாக சிரித்தாள்.

மீண்டும் மீண்டும் குலத்தின் பெயரால் தான் திறமையை வெளிக்காட்ட முடி-யாது அவமானப்படுத்தப்பட்டதை கண்டு கர்ணன் ஆவேசம் அடைந்தார் மைதா-னத்தை விட்டு வெளியேறினார். ஒரு மாவீரனின் திறமை அங்கு பரிசோதிக்க படாமலேயேஅவன் பிறந்த குலத்தின் பெயரால் அவமானத்திற்கு உள்ளாக்கப்பட்-டது.

கர்ணன் பிறந்ததிலிருந்து யார் எதை எப்போது கேட்டாலும் தானமாக வழங்கும் வள்ளல். அதுவும் காலையில் நீராடி முடிந்து சூரிய நமஸ்காரம் செய்துவிட்டு திரும்பும்போது எவர் எதிர்ப்பட்டு எதை கேட்டாலும் கொடுக்கும் தாராள மனது உள்ளவன் என்று கர்ணனின் ஈகை குணத்தை முரளி சொல்லும்போது மாணவர்-கள் அது போல் நடித்தனர்.

வருடங்கள் ஓடின. பாண்டவர்களுக்கும் கௌரவர்களுக்கும் போர் மூளும் சூழல் உருவானது. துரியோதனனின் மிகப்பெரிய சக்தியாக விளங்கிய கர்ணனை அவனிடமிருந்து பிரிக்க கிருஷ்ணன் பல முயற்சிகளை எடுத்தான். முதல் வேலையாக குந்தி தேவியை கர்ணனிடம் தூது அனுப்பினார். கர்ணனின் முன் வந்து நின்றாள் குந்தி.''மகனே கர்ணா நீ தேரோட்டியின் மகன் அல்ல. நான் தான் உனது தாய். சூரிய பகவானின் மூலம் எனக்கு மகன் ஆனவன் நீ''என்றாள்.

‘‘வணங்குகிறேன் அம்மா. இத்தனை காலமும் என்னை உங்களுடைய மகனாக வெளி உலகிற்கு தெரிவிக்கவில்லை. ஒரு சத்திரியனாக நான் எப்போதும் அறியப்படவில்லை. சூத்திரன் என்ற பெயரை தாங்கி நான் பல்வேறு அவமானங்களை சந்தித்து விட்டேன். அப்போதெல்லாம் பார்த்துக்கொண்டிருந்த நீங்கள் எந்த இடத்திலும் என்னை உங்களுடைய மகன் என்று அறிவிக்காமல் இருந்துவிட்டு திடீரென இப்போது வந்து கூறுவது ஏன்''.

‘‘பல்வேறு தருணங்களில் சொல்வதற்கு நான் தயாரானபோது அரசகுல பெருமை களங்க பட்டு விடக்கூடாது என்பதனால் என்னை மறைத்துக் கொள்ள வேண்டியதாயிற்று.மேலும் இப்போது ரத்தம் வருகிறது இதற்கு மேலும் எனக்கு சந்தர்ப்பம் கிடைக்குமா என்று தெரியவில்லை.அதுதான் இப்போது வந்து விட்டேன். வா என்னோடு. நீ தான் என் முதல் புதல்வன் என்பதை இந்த உலகிற்கு அறிவிக்க விரும்புகிறேன்''.

‘‘வேண்டாம் அம்மா நான் உங்கள் புதல்வன் என்பது எப்போதும் வெளியே தெரிய வேண்டாம்.என்னால் உங்களுக்கோ உங்களுடைய அரச குலத்திற்கோஎந்த களங்கமும் ஏற்பட வேண்டாம். மேலும் இப்போது நான் உங்களுடன் வந்து விட்டால் அது என் நண்பன் துரியோதனனுக்கு செய்யும் துரோகமாகும். உங்களைப் போன்றவர்கள் யாரும் ஆதரிக்காத போது அவன் தான் என்னை உலகிற்கு அடையாளம் காட்டினான். அவனுக்கு எப்போதும் நான் துணை நிற்பேன். அவனை விட்டு வர இயலாது. நீங்கள் சென்று வாருங்கள்'' என்றார். அப்போது ஒரு தந்திரம் செய்தாள்குந்தி‘‘மகனே உனக்கு ஏன் இத்தனை ஆவேசம். உன் சகோதரர்களை கொள்வதில் அப்படி என்ன ஒரு வெறி''.

‘‘போர் என்று வந்துவிட்டது. இனி களத்தில் சந்தித்து தானே ஆக வேண்டும். நான் ஆரம்பம் முதலே என்னுடைய திறமையை அர்ஜுனனிடம் மட்டுமே காட்ட விரும்பினேன். அதற்கு இந்த போர்க்களமும் பயன்படும்''.

அப்படியானால் எனக்கு நீஇரண்டு உறுதிமொழிகளை வழங்க வேண்டும். ஒன்றுநீ அர்ஜுனனுடன் போரிடு. மற்ற உன் சகோதரர்களை துன்புறுத்தக்கூடாது.மற்றொன்று உன்னுடைய நாகாஸ்திரத்தை ஒரு முறை மட்டுமே பயன்படுத்த வேண்டும்''.

“அப்படியே செய்கிறேன்.முதலாவது நீங்கள் கேட்டபடிஎன்னுடைய மற்ற சகோதரர்களை நான் ஏதும் செய்ய மாட்டேன். இது சத்தியம். போரின் முடிவில் எப்போதும்போல் உங்களுக்கு ஐந்து புதல்வர்கள் இருப்பார்கள். ஒன்று நான் அல்லது அர்ஜுனன் இருவரில் ஒருவர் மாண்டாலும் உங்களுக்கு ஐந்து மகன்கள் இருப்பார்கள்.மற்றொன்று நீங்கள் கூறியபடி நாகாஸ்திரத்தை ஒருமுறை மட்டுமே பயன்படுத்துவேன். என்னுடைய குறி எப்போதும் தவறாது. போர்க்களத்தில் நான் அர்ஜுனனை சந்திக்கும் சில நாழிகை நேரத்திலேயே போர் முடிவுக்கு வந்துவிடும்”.

குந்தி தான் வந்த காரியம் நிறைவேற அங்கிருந்து வெளியேறினார். ஒரு கொடூரமான ஒலியை பறை இசையின் மூலம் வெளிப்படுத்தினர்.

மறுநாள் காலை கர்ணன்சூரிய தேவனை வணங்க “மகனே உன்னை சுற்றி சதி நடக்கிறது. உனக்கு நான் கொடுத்த கவச குண்டலங்களை அபகரிக்க முயற்சி நடக்கிறது. தயவுசெய்து உன்னை தற்காத்துக்கொள்” என்ற அசரீரி சூரியனிடமிருந்து தகவலாக கிடைத்தது. என்றாலும் தன்னுடைய கொள்கையை மாற்றிக் கொள்ள வேண்டாம் என கர்ணன் முடிவெடுத்தார்.

அவன் முன் தோன்றிய இந்திரன்நைசியமாக பேசி கவச குண்டலங்களை தானமாக கேட்டான். வந்திருப்பது இந்திரன்என்பதையும்அவன் பேசுவதெல்லாம் நயவஞ்சகமாக தன்னிடமிருந்து கவச குண்டலங்களை பெறுவதற்காக என்பதையும் அறிந்த பின்னரும் கர்ணன் “தாராளமாக பெற்றுக்கொள்ளுங்கள்” என்று தன்னுடைய கவச குண்டலங்களை அவனுக்கு கொடுத்தான். பின் அவரிடம்“ நீங்கள் எதற்காக இதைக் கேட்கிறீர்கள் என்பது எனக்கு தெரியும். நான் என்னுடைப திறமையினால் இந்த போரை வெல்லுவேன். அதை விடுத்து இந்த கவச குண்டலங்களால் அல்ல. இது நான் பிறக்கும்போது என் உடம்போடு ஒட்டி இருந்தது வளர்ந்தது. இதனால் மட்டுமே நான் வெற்றி பெறுவேன் என்று ஒருபோதும் எண்ணவில்லை. என் திறமையின் மேல் எனக்கு நம்பிக்கை உள்ளது சென்று வாருங்கள்” என்று அனுப்பி வைத்தார்.போர் துவங்கியதுஎன்று சொன்ன முரளி சற்று நிறுத்தினார்.

போருக்கு போவது போன்று பறையிசை ஓங்கி ஒலித்தது. தப்பாட்ட கலைஞர்கள் முன் வந்து ஆவேசமாக ஆடினர். மாணவர்கள் படை வீரர்களை போல் வரிசையாக நின்றனர். அதைப் பார்ப்பவர்களுக்கு பறை இசையை கேட்கும்போது அங்கு ஒரு போர் சூழல் நிலவுவதை போன்று உணர்ந்தனர்.

போர்க்களத்தில் கௌரவர்களும், பாண்டவர்களும் எதிரெதிரே அணிவகுத்தனர் கௌரவர்களின் சேனைக்கு பீஷ்மர் தலைமை தாங்கினார். தன் படையின் அணிவகுப்பை சுற்றிவந்து பார்த்தவர் அதன் முன்னணியில் கர்ணன் நிற்பதை பார்த்த உடன் “உனக்கு இங்கு என்ன வேலை?” என்று கோபமாக கேட்டார். “பிதாம-

கரே, நீங்கள் கேட்பது எனக்கு ஆச்சரியமாக இருக்கிறது. போர்க்களத்திற்கு வந்த ஒரு வீரனிடம் இங்கு என்ன வேலை என்று கேட்பது எதனால் “என்று கர்ணன்-கேட்டான்.

“போர்க்களத்தில் சத்திரியர்களுக்கு போரிட வேண்டுமென்ற வேலை இருக்கி-றது. ஆனால் உன்னை போன்ற சூத்திரர்களுக்கு என்ன வேலை என்று உனக்கு தெரியும் அல்லவாபின் ஏன் ஆயுதங்களோடு தேரிலேறி நிற்கிறாய்’’ என்று ஏளன-மாக பேசினார்.

“பிதாமகரே போர் களத்திற்கு வந்து துரியோதனனின் வெற்றிக்காக என்னை போரிட அனுமதியுங்கள். நான் அர்ஜுனனை சில நாழிகை நேரத்தில் வீழ்த்தி விடுவேன். போர் உடனே முடிவுக்கு வந்துவிடும்’’ என்றார்.

“அதையெல்லாம் நாங்கள் பார்த்துக் கொள்கிறோம். ஒரு சூத்திரனின் உதவி-யினால் தான் வெற்றி பெற வேண்டும் என்ற அவசியம் எங்களுக்கு இல்லை. நான் உன்னை போரிட அனுமதிக்க மாட்டேன்’’ என்று உறுதியாக கூறினார்.

ஆவேசமான கர்ணன் “இனி நீங்கள் உயிரோடு இருக்கும் வரை நானும் போர்க்களத்திற்கு வரமாட்டேன்’’ என்று கூறி முகாமிற்கு திரும்பினார். முகாமில் அமர்ந்து இருந்தபோது அவன் எண்ண அலைகள் சுழற்றி அடித்தது. அவனை சுற்றி நடக்கும் சதிகளை நீங்களே கொஞ்சம் யோசித்து பாருங்கள் ஒருபுறம் பெற்ற தாய் வேண்டுகோள் என்ற பெயரில் செய்த சதித்திட்டம், மற்றொருபுறம் கிருஷ்-ணரின் ஏமாற்று வேலைகள்,போர்க்களத்திலோ பீஷ்மரின் அவமரியாதை. என்ன தவறு செய்தேன்? தாழ்ந்த குலத்தில் பிறந்தது ஒரு மிகப்பெரிய தவறா? ஏன் யாரும் என்னுடைய திறமையை மதிப்பிடுவதில்லை. என் திறமையை வெளிக்-காட்டவும் அனுமதி அனுமதிக்காதது ஏன் என்றெல்லாம் அவனைச்சுற்றி கேள்வி எழும்பியது.

எது எப்படி என்றாலும் துரியோதனன் தன்னை உயர்த்தியவன் அவனுக்காக போரிட வேண்டும் என்று உள்ளுணர்வு சொன்னது.அர்ஜுனனை வென்று போரை உடனடியாக முடிவுக்கு கொண்டுவர வேண்டும்என்பதற்கான வியூகங்களை முகா-மில் அமர்ந்திருக்கும்போது வகுத்தான்.போர்க்களத்தில் பீஷ்மர் வீழ்ந்தார். ஓங்கி ஒலித்துக் கொண்டிருந்தபறை இசை மெல்ல மெல்ல குறைந்தது.

மறுநாள்கர்ணன் போர்க்களம் புகுந்தான். எதிரிகளை நோக்கி கடும் போர் புரிந்தான். மறுபடியும் பறை இசை கொஞ்சம் கொஞ்சமாக உயர்ந்தது. உச்சஸ்தா-யியில் ஒலிக்கத் தொடங்கியது. பறை இசை கலைஞர்கள் உச்சபட்ச வேகத்தில் நடனமாடினார். மாணவர்களும்தங்களுடைய தங்களுடைய நடிப்பில் போர்க்களக் காட்சியை கண்முன் கொண்டுவந்து நிறுத்தினர்.

கிருஷ்ணரின் சூழ்ச்சி வளையம் கர்ணனை நெருக்கியது. போர்க்களத்தில் அர்-ஜுனனை நோக்கி கர்ணன் நாகாஸ்திரத்தை குறி வைத்தான்.அந்த அஸ்திரம்

அர்ஜுனன் தலையை தாக்காமல் இருக்க கிருஷ்ணன் உதவினார்.அப்படி நாகாஸ்திரத்தின்குறியிலிருந்து அர்ஜுனன் தப்பிப் பிழைத்தான். அதனால் அர்ஜு-னனை நோக்கி தேரினை செலுத்தச் சொன்னான்.அர்ஜுனனை நோக்கி நெருங்கி வந்த கர்ணனின் தேர்சக்கரம் மண்ணில் புதைந்தது.

அந்த சமயத்தில் கர்ணனின் தேரை ஓட்டி வந்தசல்லியன் என்ற மன்னன் தேரை விட்டு இறங்கி ஓடிப்போனார். தன்னுடைய விஜய தனுசு என்ற சிவனின் வில்லைசரிந்து போன தேரிலேயேவைத்து விட்டு கீழேஇறங்கி தேர் சக்கரத்தை சரி செய்ய முயன்றார். இதுதான் சமயமென்று கர்ணன்மேல் அம்பு எய்து கொல்லு-மாறு அர்ஜுனனை அவசரப்படுத்தினான் கிருஷ்ணன்.'' கிருஷ்ணா இது அநீதி. சற்று பொறு என்னுடைய ஆயுதத்தை எடுத்துக் கொள்கிறேன். பிறகு போர்செய்-யலாம்'' என்ற கர்ணனின் குரலுக்கு கிருஷ்ணன் செவிசாய்க்கவில்லை. மேலும் மேலும் அர்ஜுனன் அவசரப்படுத்தி அம்புகளைத் தொடுக்க செய்தான் கிருஷ்-ணன். அர்ஜுனன் தொடுத்த அம்புகள் கர்ணனின் மார்பை துளைத்தது.

போரின் உச்சகட்டத்தை காட்டும் வகையில் இசைத்துக் கொண்டிருந்த பறை-யிசை மெல்ல மெல்ல தாழ்ந்து அமைதியானது.மெல்லிய குரலில் முரளி ''இப்படி பல்வேறு சதித்திட்டங்கள் என்ற அம்புகளால் கர்ணன் வீழ்த்தப்பட்டான்'' என்று கூறி அமைதியானான்.மாணவர்கள் அசையாது நின்றனர்.கூடியிருந்த மக்கள் கூட்-டம் அமைதியானது. கர்ணனின் வீழ்ச்சிக்கு மக்கள் அனுதாபப்பட்டனர்.

முரளி தொடர்ந்தான். ''கிருஷ்ணா எனக்கு ஒரு சந்தேகம் பதில் சொல்-வாயா?''.

''தாராளமாக கேள் கர்ணா. உன்னுடைய எல்லா கேள்விகளுக்கும் விடைய-ளிக்கும் நேரம் வந்துவிட்டது''.

''இத்தனை நிகழ்ச்சிக்கும் சூத்திரதாரி நீதான் என்பதை எல்லோரும் அறிந்து கொண்டனர். உன்னை கடவுளாகவே வழிபடுகின்றனர். அப்படிப்பட்ட நீ இநத வகையில் அர்ஜுனனை பயன்படுத்தி என்னை கொல்வது உனக்கு அவப்பெயரை ஏற்படுத்தி தராதா? ஏன் இப்படி ஒரு காரியத்தை செய்தாய்''.

''சொல்கிறேன் கேள் கர்ணா. நீ சூரியனின் புத்திரன். எந்த ஒரு அப்பழுக்கும் அற்றவன். உன் படைப்பின் நோக்கமே மக்களிடையே பிறப்பினால் உயர்ந்தவர் தாழ்ந்தவர் இல்லைஎன்பதை உணர்த்துவதுதான்.அப்படி படைக்கப்பட்ட நீதேரோட்-டியின் வீட்டில்மிகச்சிறந்த திறமைசாலியாக வளர்ந்தாய். கொடை வள்ளலாகவும் இருந்தாய். உன்னை காக்க சூரிய பகவானால் கொடுக்கப்பட்ட கவச குண்டலங்-களை கூடதானமாககொடுத்தவன் நீ, உலகின் மிகச்சிறந்த அஸ்திரமான பிரம-மாஸ்திரத்தையும் யாருக்கும் கிடைக்காத நாகாஸ்திரத்தையும் சிவனுடைய ஆயு-தமாகிய விஜயதனுசுவையும் வைத்திருப்பவன் நீ. இந்த உலகத்திலேயே உனக்கு ஈடான வீரர்கள் யாரும் இல்லை என்று சொல்லலாம். அப்படிப்பட்ட நீ செய்த

ஒரே தவறு அதர்மத்தின் பக்கம் துணை போனது தான். நானும் பலவழிகளில் பலமுறை உன்னை எச்சரித்தேன். உன்னிடமிருந்து கவச குண்டலங்களை தான-மாகப் பெற்று ஒருமுறை ஆபத்து உன்னை நெருங்கிக்கொண்டிருக்கிறது என்றும் சுட்டிக் காட்டினேன். நீ அப்போதும் உன்னுடைய திறமையின் மேல் கொண்ட அபார நம்பிக்கையினால் அஞ்சாமல் இருந்து விட்டாய்.அதனால் உன்னுடைய மரணம் தவிர்க்க முடியாததாகிவிட்டது.

நீ செய்த தவறுகள் உன்னை இங்கே கொண்டுவந்து நிறுத்திவிட்டது.உனக்கு சற்று அவகாசம் கொடுத்தாலும் இனி உன்னை வெல்ல முடியாத சூழ்நிலை ஏற்-பட்டு விடும். உலகில் ஒருவர் எந்த குலத்தில் பிறந்து இருக்கிறாரோ அல்லது எந்த தொழில் செய்கிறாரோ அதனால் புகழ் அடைவதில்லை. அவருடைய செயல்க-ளாலேயே புகழ் அடைகிறார் என்பதை உலக உலக மக்கள் அறிந்து கொள்ள உன் வாழ்க்கை ஒரு பாடமாக அமையும். எப்போதும் உன் புகழ் நிலைத்திருக்-கும்.இப்போதுஉன் படைப்பில் நோக்கம் நிறைவடைந்தது. நீ திரும்ப அழைக்கப்ப-டுகிறாய்.

“இன்னும் ஒரே ஒரு கேள்வி கிருஷ்ணா. என் குலத்தின் பெயரைச் சொல்லி-என்னை சிறுமைப்படுத்தியவர்களிடமிருந்து என்னை உயர்த்தி அரசனாக்கிய துரி-யோதனனுக்கு நான் நன்றி கடன் செலுத்துவது எப்படி குற்றமாகும்”.

“ஒருவன் தான் பட்ட நன்றிக் கடனை தீர்க்கும் வழியானதுஅறம் சார்ந்து தர்மத்திற்கு உட்பட்டதாகஇருக்க வேண்டும்.தான்மட்டுமல்லாது தன் நண்பனின் செயல்களும் தர்மத்தின் வழி நடப்பதை கவனிக்க வேண்டும்.தன்னுடைய நண்பன் செய்யும் தவறுகளை திருத்த வேண்டும். நீ அவ்வாறு இல்லாமல் உன்னுடைய வீரத்தின் துணை கொண்டுதுரியோதனனின் அதர்மங்களுக்கு துணை போனாய்.உன் வீரத்தின் மேல் அவன் கொண்ட நம்பிக்கையினால் தான் அவனு-டைய அதர்மத்தின் கணக்குகள் கூடிக் கொண்டே போயின.அவன் செய்த தவறு-களை நீ சரி செய்யாததால் நீ அவனுக்கு சிறந்த நண்பன் என்பதை ஒப்புக்-கொள்ள முடியாது. ஒரு மீனவனுக்கு கடல் தான் வாழ்வு தருகிறது என்பதற்காக அந்த மீனவன் எப்பொழுதும் கடலின் உள்ளேயே இருப்பதில்லை. அதுபோல் நீயும் இருந்திருக்கவேண்டும்”.

முரளி தழுதழுத்த குரலில் மேற்கொண்டு பேசினார். “கர்ணன் மரணம் எய்தி-னான். அதை பொறுக்கமாட்டாமல்வானம் கண்ணீர் சிந்தியது” பறையிசை ஓங்கி ஒலித்தது எல்லாம் மெதுவாக அடங்கி நிசப்தம் ஆனது.கர்ணனாக நடித்த மாண-வன் அம்புபட்டு விழுந்தவன் போல் கண்மூடி தரையில் கிடந்தான்.

“எந்த குலத்தில் பிறந்தாலும் தான் செய்த நற்செயல்களால் கர்ணன் பல ஆயிரம் ஆண்டுகளைக் கடந்தும் இன்னும் மக்கள் மனதில் நீங்காது நிறைந்தி-ருக்கிறான்” என்றுகர்ணனின் கதையை முரளி கூறி முடித்தார். சில நிமிடங்கள்

பறை இசை கலைஞர்கள் நடனமாடி நிகழ்ச்சியை முடித்தனர்.

கர்ணனின் கதையை பறை இசையுடன் கேட்டுக் கொண்டிருந்த மக்கள் கர்-ணன்அப்போதுதான் மாண்டு போனது போல் நினைத்துபொறுத்துக்கொள்ளமுடியா-மல்கண்ணீர் விட்டனர். நிகழ்ச்சி முடிந்த பின்னரும் அங்கு அமைதி நிலவியது. கொஞ்சம் நேரம் கழித்து அனைவரும் எழுந்து நின்று கைதட்டினர். மிக அமை-தியாக கலைந்து சென்றனர்.

நிகழ்ச்சி முடிந்து கூட்டம் கலைந்து போனபின் முரளி ஓடிவந்து மூர்த்தினய கட்டி அணைத்தான்.மூர்த்தி காரணம் புரியாமல் அவனை பார்க்க“இன்று பறை இசை நிகழ்ச்சியுடன் சில நாட்டுப்புறப் பாடல்களை பாடுவதற்காக தயாராக இருந-தோம். ஆனால் நேற்று நீங்கள் கொடுத்த புத்தகம் என் சிந்தனையை மாற்றி விட்டது. கர்ணனின் பிறப்பு எதற்காக என்பதையும் அவனுடைய வாழ்வையும் எப்பேர்பட்ட வீரமரணம் அடைந்தார் என்பதையும்விளக்கி கூறியது அந்த புத-தகம்.ஒரு பறை இசை நிகழ்ச்சியை பயனுள்ளதாக மாற்றியது நீங்கள் கொடுத்த புத்தகம்தான்”.

வீட்டிற்கு வந்து இரவு உணவு சாப்பிட்டு படுத்த கல்யாணிக்கு உறக்கம் வரவில்லை. இன்னும் இரண்டு நாளில் முகாம் முடிந்துவிடும் மூர்த்தி போய் விடு-வார் என்ற நினைப்பே அவளுடைய மனதில் ஏதோ ஒரு வெறுமையை உண்டு-பண்ணியது. அவரை பிரிவதற்கு இப்படி பயப்படுகிறோமே அவருக்கும் நமக்குமான உறவு என்ன என்பதையே மனம் சிந்தித்துக் கொண்டிருந்தது.

22

வெள்ளிக்கிழமை அதிகாலையில் எழுந்து குளித்துவிட்டு சூரிய உதயத்திற்கு முன்பே கோவிலுக்கு வந்தாள் கல்யாணி.மூர்த்தியை பற்றிய சிந்தனையில் அவளுடைய மனம் எப்போதும் மூழ்கிக் கிடந்தது.இத்தனை வயதுக்கு பிறகு தான் விரும்புவது சரியா தவறா என்பதை உணர முடியாமல் தடுமாறினாள்.வாழ்வில் முதல்முறையாக திருமணத்தைப் பற்றி வேண்டிக்கொண்டு கல்யாண நாதர் சந்நிதியில் வழிபட்டாள்.சற்று மனம் தெளிவானது."என் வாழ்வை வழி நடத்துவது நீ தான். என் வாழ்வில் எது நடக்க வேண்டும் என விதிக்கப்பட்டிருந்ததோ அதெல்லாம் குறைவில்லாமல் நடந்துவிட்டது.இழக்க வேண்டியதையெல்லாம் இழந்தாகிவிட்டது. இனி எது நடக்க வேண்டும் என்று விதிக்கப்பட்டிருக்கிறதோ அதை உன் விருப்பப்படி நடத்து. கலங்காமல் ஏற்றுக்கொள்கிறேன்" என்று மனதினுள் வேண்டிக்கொண்டு வீட்டிற்கு திரும்பினாள்.

இன்று என்ன வேலை செய்வது என்று அவள் மனதில் கேள்வி எழுந்தது. வீட்டிற்கு வந்தவுடன் சரிதாவும் வந்து அதே கேள்வியை கேட்டாள்."சாரிடம் கேட்டு முடிவு செய்துகொள்ளலாம்" என்று கூறி அவர்கள் கிளம்பினார்கள்.

முரளி குழுவினருடன் மூர்த்தி கடைவீதியில் நின்று கொண்டிருந்தார். மறுபக்கத்தில் கடைகளில் செய்ய வேண்டிய வேலைகளை தொடங்கியிருந்தனர். " உங்களுக்கு உதவிக்கு இன்னும் ஆட்கள் தேவையென்றால் இந்த மாணவர்களை பயன்படுத்திக் கொள்ளுங்கள். இன்று மாலைக்குள் இந்த வேலையை முடிக்க வேண்டும்.நாளை எங்களுடைய முகாமின் கடைசி நாள். அதனால் இலவச மருத்துவ பரிசோதனை முகாம் நடத்துவதற்கு ஏற்பாடு செய்திருக்கிறோம். அதனால் வெளி வேலைகளை இன்றுடன் முடிக்க வேண்டும்" என்று கூறினார். முரளி மாணவர்களில் இருந்து 10 வரை தேர்ந்தெடுத்து அவருடைய தொழிலாளர்களுடன் பயன்படுத்திக்கொண்டார்.

"சார் எங்களுக்கு இன்று என்ன வேலை" என்று கேட்டாள் கல்யாணி."அதைத்தான் யோசித்துக் கொண்டிருக்கிறேன்" என்று சொன்னவர் "இன்று மாணவர்களைதலா நான்கு பேர் வீதம் ஐந்து குழுவாக பிரித்து ஒவ்வொரு

வீட்டிலும் சென்று பாலிதீன் ஒழிப்பு பிரச்சாரம் செய்தால் என்ன" என்று கேட்டார். அதன்படி 20 மாணவர்களையும் ஐந்து குழுவாக பிரித்து ஒவ்வொரு குழுவையும் ஒவ்வொரு தெருவிற்கும் அனுப்பினார். இந்த குழுக்களைசரிதாவும் கமலாவும் மீனாட்சியும் தந்தையும் வழிநடத்தி சென்றனர்.கல்யாணி மூர்த்தியுடன் கடைவீதியில் நடைபெறும் மழைநீர் சேகரிப்பு வேலைகளை கவனித்துக் கொண்டிருந்தாள்.

வீடு தோறும்சென்ற மாணவர்கள் பாலிதீன் பொருட்களை உபயோகிப்பதால் ஏற்படும் கெடுதல்களை மக்களுக்கு எடுத்துக் கூறினர்.பாலிதீன் பொருட்களை உபயோகித்தால்மண்ணின் வளம் கெட்டுப்போகும். மண் வளம் கெடும்போது தானாகவே விளைச்சல்குறையும்.மேலும் பாலிதீன் பொருட்கள் உடல்நலத்திற்கு கேடு விளைவிக்கும் என்பதையும் கூறினர். அதனால்தான்மக்கிப் போகாத பாலிதீன் பொருட்களை உபயோகிக்க கூடாது என்று அரசு சட்டம் இயற்றி இருப்பதை எடுத்துக்கூறினர்.

மாணவர்கள் கூறுவதை கேட்டு மக்கள் இனி தேவையில்லாமல் பாலிதீன் பொருட்களை உபயோகிக்கக்கூடாது என்று முடிவு செய்தனர். மறுசுழற்சி செய்ய முடியாத பாலிதின் பைகளில் பொருள்களை வாங்காமல் வீட்டிலிருந்து துணிப்பை கொண்டு போய் வாங்கலாம் என முடிவு செய்தனர். மாணவர்களால் பொதுமக்களிடையே அன்று பெரிய அளவில் விழிப்புணர்வு ஏற்படுத்த முடிந்தது. வீட்டிற்கு வந்த மாணவர்களை பொதுமக்களும் அன்புடன் வரவேற்றனர். அவர்களுக்கு குளிர்பானங்களையும், குளிர்ந்த மோரும் கொடுத்தனர். சில வசதியான வீடுகளில் மாணவர்களுக்கு பலகாரங்களும், காப்பியும் கொடுத்து உபசரித்தனர்.

அதிக நேரம் மூர்த்தியுடன் இருந்ததால் அன்று பகல் முழுவதும் கல்யாணி மகிழ்ச்சியுடன் சுற்றிவந்தாள்.மூர்த்தியின் அருகாமை தவறுக்கு ஆனந்தத்தை தந்தது. மழைநீர் சேமிப்பு குழாய்களை ஒவ்வொரு கடையாக பொருத்தி வந்தார்கள். கடைசியாக ஒரு பெரிய குழாய் மூலம் அனைத்து கடைகளில் இருந்து வந்த சிறு குழாய்களையும் இணைத்து தெப்பக்குளத்தை நோக்கி கொண்டுசென்றனர்.நந்தவனத்தில் செய்ததை போன்று ஒருவால்வு லிவரை பொருத்தினர். அதன்மூலம் முதலில் வரும் அழுக்கான தண்ணீர் தெப்பக்குளத்திற்கு வெளியே விழும்படி செய்யப்பட்டது. கடைவீதியில் உள்ள கடைகளின் மேற்பரப்பில் விழும் மழைநீர் ஒரு துளி கூட வீணாகாமல் நேராக தெப்பக்குளத்திற்கு வந்துசேர வழி ஏற்பட்டது.

முரளியும் அவரது குழுவினரும் பரபரப்புடன் வேலை செய்து அன்று மாலைக்குள் மொத்த வேலைகளையும் முடித்துவிட்டனர். கடைவீதியில் உள்ள கடைக்காரர்களிடம் சொல்லி ஒவ்வொரு கடையிலும் மேலிருந்து தண்ணீர் ஊற்றி சோதனை செய்து பார்த்தனர். தண்ணீர் சரியானபடி குழாய் வழியாக தெப்பத்தை வந்தடைந்தது. கடைக்காரர்கள் மகிழ்ச்சி தெரிவித்தனர். மூர்த்தியையும் முரளியையும் பாராட்டினார்.

இன்று மாலை என்ன மாதிரியான கலை நிகழ்ச்சிகளை நடத்துவது என்று மனதிற்குள் சிந்திக்க தொடங்கினாள் கல்யாணி.இன்று வெள்ளிக்கிழமை கடவுளின் பெருமையை சொல்லும் வகையில் கதாகாலட்சேபம் நடத்தினால் என்ன என்று தோன்றியது. ஆனால் அதற்கு பொருத்தமான ஆள் வேண்டுமே என யோசித்தாள்.அதைப்பற்றி கலெக்டரின் தந்தையிடம் கேட்டபோது ‘‘ஓ தாராளமாக செய்யலாம். நானும் கணபதி ஐயரும் சேர்ந்து இந்த நிகழ்ச்சியை நடத்துகிறோம். இந்த ஊரின் பெருமைகளை ஊர் பொது மக்களுக்கு எடுத்துக் கூறுகிறோம். தான் பிறந்த ஊரின் பெருமையை அறிந்து கொண்டால் இனி இங்கு யாரும் சண்டையை விரும்பமாட்டார்கள்’’.

அன்று மாலை கோவில் மைதானத்தில் கதாகாலட்சேபம் தொடங்கியது.கலெக்டரின் தந்தையும் கணபதி ஐயரும் மேடையின் முன் பக்கம் அமர்ந்திருக்க அவர்களின் பின்னே ஐந்து மாணவர்கள் வாத்தியக் கருவிகளுடன் அமர்ந்திருந்தனர்.

மேடையில் அமர்ந்திருந்தவர்கள்வந்திருந்த கூட்டத்தைப் பார்த்து வணங்கி நிகழ்ச்சியை தொடங்கினார்கள்.முதலில் கலெக்டரின் தந்தை பேசத் துவங்கினார்.

‘‘அன்பார்ந்த திருச்சுழி வாழ் பொதுமக்களே உங்கள் அனைவருக்கும் எங்களின் பணிவான மாலை வணக்கங்கள். நண்பர்களே நாம் பிறந்த இந்த பூமி ஏற்பட்டது என்பதை நாம் அறிந்து கொள்ள வேண்டும்.தான் பிறந்த பூமியின் பெருமையை ஒருவன் அறிந்து கொள்ளவில்லை என்றால் அவனுடைய வாழ்வில் முழுமையடையாது. என்ன எல்லோரும் தெரிந்து கொள்ள ஆவலாக இருக்கிறீர்களா’’ என்று கேட்டு நிறுத்தினார். பின்பக்கம் அமர்ந்திருந்த மாணவர்கள் வாத்தியங்களை இசைத்தனர்.

கணபதி ஐயர் ‘‘என்ன சொல்லட்டுமா’’ என்று உரத்த குரலில் கேட்க கீழே அமர்ந்திருந்த பொதுமக்கள் ‘‘சொல்லுங்கள் சொல்லுங்கள்’’ என்று குரல் எழுப்பினர். அதுவரை குடித்துக்கொண்டிருந்த வாத்தியக் கருவிகளை கைகாட்டி நிறுத்தச் சொன்னார்.

பண்டைய காலத்தில்உலகை படைத்த இறைவன் உலக மக்களை காக்கும் பணியில் தனக்குத் துணையாக சில தேவர்களை நியமித்தார். அவர்களில் முக்கியமாக 8 பேர் இருந்தனர்.அவர்களைத்தான் நாம் ஆதித்யர்கள் என்று அழைக்கிறோம். ஒவ்வொருவருக்கும் ஒவ்வொரு விதமான பணி வழங்கப்பட்டு இருந்தது. அதே போல் ஒவ்வொருவரும் ஒவ்வொரு பகுதிக்கு அதிபதியாக விளங்கினார்கள்.யார் யார் என்னென்ன வேலைகள் செய்தார்கள் என்று பார்ப்போமா’’.

மக்கள் தெரியாத ஒரு விஷயத்தை தெரிந்து கொள்ளும் ஆர்வத்தில் நிகழ்ச்சியை பார்த்துக் கொண்டிருந்தனர். பேச்சாளர்கள் சற்று ஓய்வெடுக்க மாணவர்கள் இசைக்கருவிகளை வாசித்தனர்.

இப்போது கலெக்டரின் தந்தை தொடர்ந்தார் “கிழக்குப் பகுதிக்கு இந்திரன் அதிபதியாக இருந்தான்.அவனுடைய முக்கிய பொறுப்பு தேவர்களின் தலைவனாகவும் போர்தொழில் செய்பவர்களுக்கு தலைவனாகவும் இருந்தான். மேற்குப் பகுதிக்கு வருண பகவான் அதிபதியாகஇருந்தான். அவனுடைய பொறுப்பாக மழை, நீர்நிலைகள் போன்ற போன்றவை இருந்தது. எமதர்மன் தெற்கு பகுதிக்கும், குபேரன் வடக்குப் பகுதிக்கும்பொறுப்பாக செயல்பட்டனர்.தென்கிழக்கில் அகனி தேவனும், தென்மேற்கில்வீரத்திற்கு பொறுப்பானநிருதியும், வடகிழக்கில் மங்கலம் அருளும் ஈசானன், வடமேற்கில் வாயுதேவன் பொறுப்பில் இருந்தனர்.எல்லாம் நல்லபடியாகதான் போய்க்கொண்டிருந்தது.யார் கண் பட்டதோ மேலோகத்தில்ஒரு பெரிய பிரச்சனை எழுந்தது”.

பின்னால் அமர்ந்திருந்த மாணவர்கள் “அச்சச்சோ அது என்ன பிரச்சினை” என்று கேட்டவாறு கையிலிருந்த சலங்கைகளை குலுக்கினார். “இங்கே நடக்கிற அதே பிரச்சினைதான். தமக்குள் யார் பெரியவர் என்ற பதவிச் சண்டை தான்”என்று சொல்லி சிரித்தார் கணபதி ஐயர்.

“கொஞ்சம் விளக்கமா சொல்லுங்கஐயரே. மேலோகத்திலும் அப்படியா நடக்குதுநம்பவே முடியலையே”மாணவர்கள் கைதட்டி சிரித்தவாறு பின் பாட்டு பாடினர். “தம்பி பதவி ஆசை யாரை விட்டது. தேவர்கள் மட்டும் இதற்கு விதிவிலக்கா என்ன?.விளக்கமாக சொல்கிறேன் கேள்”.

தேவலோகத்தில் உள்ள 8 ஆதித்தியர்களில் யார் தலை சிறந்தவர் என்பதில் இந்திரனுக்கும் வருண பகவானுக்கும் போட்டி ஏற்பட்டது.கிருஷ்ணர் யாதவ குலத்தில் மானிடராக அவதரித்து இருந்த நேரம் அது. அதனால் நாடெங்கிலும் இந்திர விழா சிறப்பாக கொண்டாடப்பட்டது. இதனால் வருண பகவான் கோபமானார்.

ஒரு முறை யாதவ குலத்தவர் எப்போதும் செய்கின்ற வர்ண பகவானுக்கானபூஜையை செய்யாமல் கிருஷ்ணரின் அறிவுரைப்படி கோவர்த்தனகிரி மலைக்கு முதல் பூஜை செய்தனர். இதை சகித்துக்கொள்ள முடியாதவருண பகவான் கடும் கோபம் கொண்டான். தேவராக இருந்தாலும் வருணபகவானுக்குள் எப்போதுமே ஒரு அசுர குணம் அடிக்கடி தலை தூக்கிக்கொண்டு இருக்கும். அன்றும் அது போல் அவருடைய அசுர குணம் வெளியே தலை காட்டியது. தன்னுடைய பொறுப்பை மறந்து இந்திரனுடன் போட்டியிட வேண்டி நீயா நானா யார் பெரியவன் என்று பார்ப்போம் என்று முடிவெடுத்த வருண பகவான் பூமியில் விடாது மழை பெய்யச் செய்தான்.தன்னை மதிக்காதவர்களை வெள்ளத்தால் மூழ்கடிக்க முடிவு செய்தார்.

“அச்சச்சோ அப்புறம் என்ன ஆச்சு. மக்கள் என்ன ஆனார்கள்” கீழே அமர்ந்திருந்த மக்களின் மனதில் தோன்றிய கேள்வியை மேடையில் இருந்த மாணவர்கள் உரக்க கேட்டனர். பயந்ததை போன்று சலங்கை ஒலி எழுப்பினர்.

கலெக்டரின் தந்தை தொடர்ந்தார்‘‘இந்தியாவின்வடக்குப்பக்கம் கடவுளின் அவதாரமாக தோன்றியிருந்த கிருஷ்ணர் கோவர்த்தனகிரி மலையைதன் கைகளால் ஒரு குடையை போல் தூக்கி பிடித்தார்.அதன்கீழ் மக்களை வந்து நிற்கச்சொல்லி வருண பகவானின் கொடுமையிலிருந்து வட இந்திய பகுதியை காத்தார். கோவர்த்தனகிரி மலையைத் தூக்கி பிடித்ததால் வட இந்தியப் பகுதியில் இருந்த வெள்ளம் தெற்கு பக்கம் நோக்கி வந்தது.நதிகளில் வெள்ளப்பெருக்கு உண்டானது. பல கிராமங்களை வெள்ளம் மூழ்கடித்தது. மக்கள் உயிர் பிழைக்க வேண்டி மேடான பகுதிகளுக்கு ஓடினர்.

கலெக்டரின் தந்தை கதையை நிறுத்தினார். அங்கு முழு அமைதி நிலவியது. இடையிடையே கேள்வி கேட்க வேண்டிய மாணவர்கள்கூட அதை மறந்து அமைதியாக அமர்ந்திருந்தனர்.

அவரே மேலும் தொடர்ந்தார். ‘‘வெள்ளத்தில் சிக்கி மடிய விரும்பாதமக்கள்வர்ண பகவானின் மகனான அகத்தியரிடம் ஓடினர். அவர் பாதம் பணிந்து வேண்டினர். உடனே மக்களின் துயர் தீர்க்க வேண்டி தன் தந்தையான வருண பகவானை நோக்கி கைகூப்பி வணங்கினார்.‘‘தந்தையே உங்களின் பதவி மோகத்திற்கு இந்த அப்பாவி மக்களை பலி ஆக்குவது சரியா? உடனே மழையை நிறுத்துங்கள்’’ என்று கேட்டுக்கொண்டார்.

‘‘அகத்தியர் பெரிய முனிவர் ஆயிற்றே. மேலும் அவருடைய செல்ல மகன் ஆதலால் அவர் சொன்னவுடன் வருண பகவான் மழையை நிறுத்தி இருப்பாரே’’மேடையில் இருந்த மாணவர்கள் ஆர்வமுடன் கேட்டனர்.

‘‘கண்ணா அங்கே தான் ஒரு பெரிய ட்விஸ்ட் இருந்தது’’சிரித்தார் கணபதி ஐயர். ‘‘டிவிஸ்டா அப்படி என்ன நடந்தது’’ மேலும் ஆச்சரியத்துடன் மாணவர்கள் கேட்டனர்.

வருண பகவான் மகனின் முன் தோன்றினார்.‘‘மகனே உன் வேண்டுதல் கேட்டேன்.கிருஷ்ணருடன் போட்டியிட்டு தோல்வியடைந்ததால்அவரிடம்என் தவறை உணர்ந்து மன்னிப்பு கேட்டுஅப்போதே மழையை நிறுத்தி விட்டேன். ஆனால் ஏற்கனவே வடபகுதியில்பெய்தமழையின் வெள்ளம் மொத்தமாக தெற்கு நோக்கி பாய்வதால் எங்கும் வெள்ளக்காடாக காட்சி அளிக்கிறது.நதிகள் கரைபுரண்டு ஓடுகின்றன. மேலும் மேலும் வெள்ளம்தெற்கு நோக்கி வருவதால்இங்கே நீரின் அளவு கூடிக்கொண்டே செல்கிறது.நிலைமை என் கை மீறி சென்று விட்டது.இனிமேல் என்னால் ஒன்றும் செய்ய இயலாது. என்னை மன்னித்துக்கொள்’’.

என்ன செய்வது இன்று என்று யோசித்த அகத்தியர் தன்னை சந்திக்க வந்தவர்களை நோக்கி ‘‘இனி நமக்கு ஒரே வழிதான் உள்ளது. எல்லாம் வல்ல இறைவனை, அந்த சர்வேஸ்வரனை நோக்கி வேண்டுவதை தவிர வேறு வழியில்லை. இறைவனை வேண்டி இங்கு நான் யாகம் வளர்க்கிறேன்.அதேபோல் தெற்குப்ப-

குதியில் மக்கள் மொத்தமாக இருக்கும் இடத்தில் இறைவனை வேண்டி யாகம் வளர்க்கச் சொல்லுங்கள் அதற்கு தக்க பலன் கிடைக்கும்'' என்று சொல்லி சிலரை தெற்குப்பக்கம் அனுப்பினார்.

பல பகுதிகளிலிருந்தும் வெள்ளத்தினால் பாதிக்கப்பட்டஆயிரக்கணக்கானோர் தப்பி வந்து சற்று மேலான ஓரிடத்தில் குழுமியிருந்தனர். அவர்களில் சில முதிய-வர்கள் களிமண்ணால் ஆன சிவலிங்கத்தை சிருஷ்டித்தார்கள். அதற்கு பூஜைகள் செய்து யாகம் வளர்க்க ஆரம்பித்தனர். அனைவரும் ஓம் நமச்சிவாய என்ற சிவ கோஷத்தை ஒரே நேரத்தில் திரும்பத்திரும்ப இடைவிடாது உச்சரித்தனர்.

அகத்தியர் யாகம் வளர்த்துசிவனை நோக்கி வேண்டினார்.'' கடவுளே ஒன்றும் அறியாத மக்கள் உன் திருவடி சரணம் என்று அபயம் வேண்டிகாத்திருக்கிறார்கள். உடனே வந்து உதவி செய்ய வேண்டும்''. அகத்தியரின் வேண்டுதலை ஏற்ற சிவ-பெருமான் தென்பகுதியில் தோன்றினார். மக்கள் வேண்டி நின்ற இடத்தில் பாய்ந்து ஓடிக்கொண்டிருந்த வெள்ள நீரை பூமிக்குள் போகும்படி செய்தார்.சற்று நேரத்தில் வெள்ளநீர் வடிந்து அந்த இடம் பழையது போல் காட்சியளித்தது.இறைவனின் அற்புதத்தை கண்ட மக்கள் மெய்சிலிர்த்து போய் நின்றனர்.

கதையை கேட்டுக் கொண்டிருந்த மக்கள் தாங்களே அந்த வெள்ளத்தில் சிக்-கியவர்களாகவும் சற்றுநேரம் திணறி பின் நீர் வற்றி சுபிட்ச நிலைக்கு திரும்பி வந்தவர்களாகவும் உணர்ந்தனர். வேறு ஏதும் கேள்விகள் கேட்க போன்றவர்களை அமைதியாக அமர்ந்திருந்தனர்.

"அப்படி பூமியில் பெரும் பிரளயம் நடந்தபோது அதை காக்க சிவபெருமான் எழுந்தருளிய இந்தப் பிரதேசம் தான் பின்னர் திருச்சுழியல் என்று அழைக்கப்படடு தற்போது திருச்சுழி என்று பெயர் பெற்றுள்ளது. இதன் சிறப்புகளை அறிந்த நாயன்மார்களில் ஒருவரான சுந்தரர் இந்த கோவிலுக்கு வந்தார். தன்னுடைய தேவார பதிகத்தில் இந்த கோவிலின் பெருமையை கூறியுள்ளார்''.

"அப்படி நம்ம ஊரைப் பற்றி சுந்தரர் என்ன பாடி இருக்கிறார். கொஞ்சம் பாடி காட்டுங்கள்'' என்று பின்னால் அமர்ந்திருந்த மாணவர்கள் கேட்க கலெக்ட-ரின் தந்தையும் கணபதி ஐயரும் சுந்தரர் அருளிய ஏழாம் திருமுறை பாடல்களில் திருச்சுழி பற்றிய பதிகத்தைசேர்ந்து பாடினர்.

ஊனாய்உயிர் புகலாய்அக
லிடமாய்முகில் பொழியும்
வானாய்வரு மதியாய்விதி
வருவானிடம் பொழிலின்
தேனாதரித் திசைவண்டினம்
மிழற்றுந்திருச்சுழியல்
நானாவிதம்நினைவார்தமை

நலியார்நமன் தமரே.

அதைக் கேட்டுக்கொண்டிருந்த கூட்டத்தினர் அமைதியாக இருந்தனர். மேடையிலிருந்த மாணவன் ஒருவன் ‘‘ஐயா உங்களுடைய பாட்டு நன்றாக இருந்தது. ஆனால் அதன் பொருள் விளங்கவில்லையே’’ என்றான்.

‘‘உடம்பாகவும்,அதை இயக்குகின்றஉயிராகவும், பரந்து விரிந்த நிலமாகவும், மேகங்கள் நின்று மழை பொழியும் வானமாகவும், முழு நிலவாகவும்,வினைப்பயன் தீர வழியாகி நிற்பவனாகியஇறைவனுடைய இடமானதுஇந்தஅடர்ந்தசோலைகள் நிறைந்த இடத்தில்வளர்ந்துள்ள பூக்களில் தேனை விரும்பி உண்ணுவதற்கு வந்த வண்டினங்கள் இசை பாடுகின்ற திருச்சுழியல்கிராமமாகும்.இங்குகுடிகொண்டிருக்கும்இறைவனின் பாதத்தை பற்றிக் கொண்டால் எமனின் ஏவலர்களும் நம்மை துன்புறுத்த மாட்டார்கள்’’.

என்றுதேவார பதிகத்திற்கு விளக்கம் சொல்லி நிறுத்தினார் நாராயணன். ‘‘இப்போது இந்தப் பாடலின் பொருள் உங்களுக்கு விளங்கியிருக்கும் என்று நினைக்கிறேன். இந்தப் பாடல்கி பி எட்டாம் நூற்றாண்டில் பாடப்பட்டது. அன்று நம்முடைய கிராமம் எப்படி இருந்தது என்றுஇந்த பாடல் கூறியதை உங்களுடைய மனதிற்குள்சற்று சிந்தித்துப் பாருங்கள். சோலைகள் நிறைந்த ஊராக பாடல் பெற்ற இடம் இன்று எப்படி இருக்கிறது. குடிப்பதற்கு தண்ணீர் இல்லாமல் கடும் வெயிலுக்கு ஒதுங்கி ஓய்வெடுக்க ஒரு மரம் கூட இல்லாமல் எல்லாவற்றையும் அழித்துவிட்டு இருக்கோம். இது யார் செய்த தவறு என்று இனி ஆராய்ச்சி செய்து பயன் இல்லை. இனி பழையது போல் இந்த ஊரை மாற்ற நாம் முயற்சி செய்ய வேண்டும்’’.

‘‘நகரமயமாக்கல் காரணமாக ஊர் பெரிதாகிவிட்டது. இனிமேல் எப்படி சோலைகளை உண்டு பண்ணுவது. அதற்கான இடம் எங்கு உள்ளது’’மாணவர் கேட்டார்.

‘‘தம்பி மனமிருந்தால் மார்க்கமுண்டு என்று சொல்வார்களே அதுபோல் ஒரு வீட்டில் தங்களால் முடிந்த அளவிற்கு சில காய்கறிச் செடிகளையோ, பூச்செடிகளையோ,கொடி வகைகளையோ தங்கள் வசதிக்கு ஏற்ப நட்டு வளர்க்க வேண்டும். ஒரு வீட்டு வாசலில் பசுமையான செடி கொடிகள் இருப்பது வீட்டிற்கு ஒரு ஐஸ்வர்யத்தை கொடுக்கும். அந்த வீடுகடவுள் குடியிருக்கும் இடமாகும். அப்படி ஒவ்வொரு வீட்டிலும் தாவரங்களை வளர்க்கும் போது தானாகவே சோலைகள் உண்டாகும். தற்போது நகரங்களில் வீட்டில் மாடித்தோட்டம் அமைக்கும் முறை பரவலாக பின்பற்றப்படுகிறது. அதை நம்முடைய ஊரிலும் பின்பற்ற தொடங்கலாம். ஏற்கனவே இதன் தொடக்கமாக நேற்று எல்லா வீடுகளிலும் கீரை விதை போட்ட பைகள் கொடுத்திருக்கிறோம். இது ஒரு துவக்கம் தான்.இதை வெற்றிபெற செய்வது உங்களுடைய கைகளில் தான் உள்ளது. உங்களால் முடிந்த அளவிற்கு அதி-

கப்படியான செடிகளை வளருங்கள்'' இப்படி ஆன்மிக கருத்துகளுக்கு இடையே சுற்றுச்சூழலை பற்றியும் பேசினார் நாராயணன்.

''ஐயா உங்களின் மூலம் இந்த ஊரின் சிறப்புகளை அறிந்து கொண்டோம். மேலும் எங்களுக்கு வீட்டின்முன் பசுமை தோட்டத்தை உருவாக்க வேண்டும் என்ற எண்ணத்தை தோற்றுவித்து விட்டீர்கள்'' என்று ஒரு மாணவன் கூறினான்.

மாணவனின் பேச்சை கேட்டவுடன் கணபதி ஐயர் ''பார்த்தீர்களா இவ்வளவு நாளாக இந்த ஊரின் பெருமையை நாம் அறியாமல் இருந்து விட்டோம். அதனால் தான் நம்மிடையே இவ்வளவு பிரச்சனைகள் ஏற்பட்டது. இனி அவ்வாறு எந்த தவறும் ஏற்படாது என்று நினைக்கிறேன். இந்த ஊரை பற்றி பெருமை தரக்-கூடிய மேலும் ஒரு விஷயம் உண்டு அதையும் கூறுகிறேன் கேளுங்கள். இந்த நூற்றாண்டில் தோன்றிய சிறந்த ஆன்மீக குரு ரமண மகரிஷி பிறந்ததும் இந்த ஊரில் தான்.அவருடைய முக்கிய உபதேசமான ''நான் யார்'' என்பதை ஒரு முறை படித்தாலும் அல்லது யாராவது ஒரு நபர் சொல்லக் கேட்டாலும் போதும். நம் மனதில் உள்ள அழுக்குகள் வெளியேறி மனம் சுத்தமாகும்.இவ்வாறு பல்வேறு சிறப்புகளைப் பெற்ற இந்த பூமியில் பிறந்த நாம் எத்தகைய பேறு பெற்றவர்கள் என்பதை உணர வேண்டும். இங்கிருக்கும் ஒவ்வொருவரும் அதை உணரும் போது நம்முள் தோன்றும் தீய விஷயங்களாகியஅழுக்காறு, அவா,வெகுளி, இன்னாச்-சொல், காமம், குரோதம் எல்லாம் நீங்கி அமைதியான வாழ்வு வாழலாம். சற்று சிந்தித்துப் பாருங்கள்'' என்று கூறினார்.

பல்வேறு நல்ல கருத்துக்களை கூறுகின்ற பெரியவர்களிடமிருந்து அந்த மாண-வர் கூட்டம் இன்னும் நிறைய விஷயங்களை கற்றுக்கொள்ள விரும்பியது. அதனால் பல கேள்விக்கணைகளை தயார் செய்து அவர்கள் மேல் வீசியது.

''ஐயா, கடவுளைப் பற்றிக் கொள்வது என்றால் என்ன? இதன் அர்த்தம் எனக்கு புரியவில்லை''ஒருவன் ஆரம்பித்தான்.

''நல்ல கேள்வி கேட்டாய் தம்பி. கடவுளைப் பற்றிக் கொள்வது என்பது வெளி உலகத்திற்கு தெரியும்படி செய்யும் காரியமல்ல.உன் மனதிற்குள் இவர்தான் கடவுள். இவரிடம் வேண்டினால் வேண்டுதல் பலிக்கும் என்று நம்பிக்கையை உருவாக்கி அவரை அப்படியே மனதிற்குள் இருத்திக்கொள்.அவரிடம்உனக்கு தேவையானதை கேள். திரும்பத்திரும்பஇடைவிடாது கேள். கண்டிப்பாக உன் வேண்டுதல்களை நிறைவேற்றுவார். உனக்குள் இருக்கும் கடவுள் வேறெங்கும் செல்ல மாட்டார். அவர் உனக்கே உனக்கானவர். அவரை எங்கும் எப்போதும் நீ காணலாம். நீ எப்-படி எல்லாம் அவரை அலங்கரிக்கிறாயோ அப்படியே உனக்கு காட்சியளிப்பார்'' பதிலளித்தார் கணபதி ஐயர்.

''நீங்கள் இந்துமதத்தின் பிரச்சாரகாரரா. நீங்கள் பேசுவதெல்லாம் இந்து கடவுள்களை உயர்வாக வைத்து பேசுவதை போல் உள்ளது'' மற்றொரு மாணவன்

முகத்தில் அடித்தார் போல் நேரே நின்றுஅம்பு தொடுத்தான்.

“இந்த கேள்விக்காக நிறைய நேரம் காத்திருந்தேன். உனக்கு மிக்க நன்றி. நான் இங்கு கடவுள் என்றுதான் சொன்னேனே தவிர எந்தக் கடவுளின் பெயரையும் சொல்லவில்லை.திருச்சுழி நகரத்தில் குடிகொண்ட கடவுளின் பெயரை உச்சரிக்கும் போது வேண்டுமானால் ஒரு பெயரைச் சொல்லி இருப்பேனே தவிர சென்ற கேள்விக்கும் சரி இப்போதும் சரி தெளிவாகச் சொல்கிறேன் கேள். எந்த கடவுள் ஆனாலும் அதை உன் மனதிற்குள் வைத்துக் கொள்.அதற்கு என்ன பெயர் வேண்டுமானாலும் வைத்துக்கொள். அதையே பூஜை செய். அதன் மேலேயே முழு நம்பிக்கை கொள் உன் காரியம் பலிக்கும்” என்று அந்தக் கேள்வி கணையை முறித்தார் கலெக்டரின் தந்தை.

“நான் கடவுள் நம்பிக்கை அற்றவன். கடவுளே இல்லை என்ற கொள்கையுடைய நான் எப்படி கடவுளை உருவகப்படுத்தும் முடியும். அவரை எப்படி பற்றிக் கொள்ள முடியும். என் கண்ணால் பார்க்காத கடவுளை நான் நம்ப மாட்டேன். எனக்கு எதையும் ஆதார பூர்வமாக சிந்தித்து தான் பழக்கம். இதற்குப் பதில் சொல்வீர்களா?” மறுபக்கத்தில் இருந்து பறந்து வந்தது ஒரு கேள்வி.

சிரித்துக்கொண்டார் கணபதி ஐயர் “சொல்கிறேன் தம்பி, கடவுளை கண்டதில்லை அவரை நம்பவில்லை என்று சொல்பவர்கள் பொய்யர்கள். அல்லது இதுவரை உண்மையை அறியாதவர்கள். கடவுளை அவர்கள் தினசரி காண்கிறார்கள். அவரோடு எப்போதும் பேசுகிறார்கள்”.என்று பேச்சை நிறுத்தி சுற்றிலும் அமர்ந்திருந்தவர்களை சில நிமிடங்கள் உற்றுப் பார்த்தார்.கூட்டம் அமைதியாக இருந்தது.

“என்ன நான் சொல்வது புரியவில்லையா.சரி இப்போது உங்களுடைய தெய்வத்தை உங்களுக்கு காட்டுகிறேன்.எல்லோரும் கொஞ்சம் நேரம் கண்ணை மூடிக்கொள்ளுங்கள். நான் சொல்வதை ஒரு நிமிடம் காது கொடுத்து கேளுங்கள். அதன்பின் ஒரு நிமிடம் அமைதியாக இருந்தால் கண்டிப்பாக உங்கள் மனதிற்குள் கடவுள் தோன்றுவார்”.

நிகழ்ச்சியை ஆங்காங்கே நின்று பார்த்துக் கொண்டிருந்தவர்கள் தரையில் அமர்ந்தனர். தின்பண்டங்களை தின்று கொண்டும் அடுத்தவர்களுடன் பேசிக்கொண்டும்இருந்தவர்கள் அமைதியானார்கள். அந்த கூட்டமே வாழ்நாளில் முதல்முறையாககடவுளின் தரிசனத்தை பார்க்கவேண்டி அமைதியாக இருந்தது.

நிசப்தமாக இருந்த இடத்தில்கணபதி ஐயர் உடைய குரல்மெதுவாக ஒலித்தது. அவர் என்ன சொல்கிறார் என்பதை கேட்க வேண்டி மக்கள் காதுகளை கூர்மையாக்கிக்கினர். மேலும் அமைதியாக இருந்தனர். “என் அன்பு நண்பர்களே, அன்னையும் பிதாவும் முன்னறி தெய்வம் என்ற சான்றோரின் வழி வந்தவர்கள் நாம்.ஒருவனுடைய கடவுள் என்பது அவருடைய அன்னையும் பிதாவும் தான். பெற்ற தாயை ஒருவன் கடவுள் என்று ஏற்றுக் கொள்ளவில்லை எனில் அவன்

வேறு யாரையும் ஏற்றுக் கொள்ள மாட்டான். எந்த ஒரு கடவுளையும் ஏற்காதவர்கள் யாரேனும் இருந்தாலும் கூட நீங்களும்நான் ஏற்கனவே சொன்னதை போல் உங்களுடைய தாயின் உருவத்தை மனதிற்குள் கொண்டுவாருங்கள். அவளை கடவுளாக பாவித்து பற்றிக் கொள்ளுங்கள். உங்களுடைய வேண்டுதல்களை அவளிடம் சொல்லுங்கள். தாயிடம் வேண்டுவது இன்னும் ஒரு படி மேலான சிறப்பான விஷயம்.ஏனென்றால் மனதிற்குள் வேண்டுவதை அவரிடம் வாயாலும் சொல்லலாம்.கண்களால் அந்தகடவுளின் உருவத்தை பார்க்கலாம். காலில் விழுந்து வணங்கலாம். கடவுளின் பேச்சுக்களை கேட்கலாம். அவளுடைய வாசனையை உணரலாம். திரும்பத் திரும்ப நீங்கள் வேண்டும் போது வேண்டியது கண்டிப்பாக கிடைக்கும்.இப்போது அந்தகடவுளின் திருவுருவத்தை உங்கள் மனதிற்குள் கொண்டு வாருங்கள். அவருக்கு எப்படிப்பட்ட அலங்காரம் செய்து பார்க்க வேண்டுமென்று உங்களுக்குத் தோன்றுகிறதோ அப்படி அலங்கரியுங்கள்.அவரோடு பேசுங்கள். உங்களுடைய வேண்டுதல்களை அவரிடம் தெரிவியுங்கள்''.

சற்று நேரம் கழித்து ''நண்பர்களே மெதுவாக கண்களை திறங்கள்.கடவுளுடன் பேசினீர்களா? உங்களுடைய வேண்டுதல்களை அவரிடம் தெரிவித்தீர்களா? என்ன நடந்தது என்று எனக்குச் சொல்லுங்கள். இந்த கூட்டத்தில் கடவுளை பார்க்காமல் யாரேனும் இருந்தால் கையை உயர்த்துங்கள்''.

கூட்டம் சலசலத்தது. எல்லோரும் தங்களுக்குள் பேசிக்கொண்டனர். ஆனால் யாரும் எழுந்து சொல்லவில்லை. கணபதி ஐயர் ஒரு நபரை கைகாட்டி எழுப்பினார். '' ஐயாகடவுளை பார்த்தீர்களா. அப்போது உங்களுடைய அனுபவம் எப்படி இருந்தது என்பதை எல்லோருக்கும் சொல்கிறீர்களா?''.

அந்த நபரின் கண்களில் கண்ணீர் வழிந்தது. '' ஐயா நான்என் அம்மாவை அவருடைய வாழ்நாளில் சரியாக கவனித்துக் கொள்ளவில்லை. முதிர்ந்த வயதில் நோய்வாய்ப்பட்டவரை நான் கண்டுகொள்ளவில்லை. இப்போது அவரை கடவுளாக என் மனதிற்குள் உருவகப்படுத்தும் போது குற்ற உணர்ச்சியால் செத்து விட்டேன். அப்போதும்கூட என் மனக்கண்ணில் தோன்றிய என் தாய் தான் என்னை ஆறுதல் படுத்தினார்'' அதற்கு மேல் பேச முடியாமல் அந்த நபர் கதறி அழுதார்.சுற்றி இருந்த கூட்டம் தங்களுக்குள்ளும் ஏற்பட்ட நிகழ்வுகளை எண்ணி மனதிற்குள் கண்ணீர் வடித்தது அல்லது பரவசத்தில் கண்ணீர் விட்டது.குழுமியிருந்த மக்களின் வாழ்வில் விந்தையான நிகழ்வு அங்கே நடந்தேறியது.

சற்று நேரம் அமைதியாக இருந்த மாணவர்கள் மேலும் தெளிவு பெற விரும்பி கேள்வி ஒன்று கேட்டனர். ''சிறுவனாக இருக்கும் போது தாயின் காலில் விழலாம். கட்டியணைக்கலாம். அவளுக்கு முத்தம் கொடுக்கலாம். வயதாக வயதாக இதையெல்லாம் செய்ய முடியுமா?''.

“ஏன் செய்யக்கூடாது. இங்கு நமது பண்பாட்டை மறந்து நாம் எப்போது மேலை நாட்டு நாகரீகத்தின் பக்கம் போனோமோஅப்போதே நம்முடைய நிலை இரண்டும் கெட்டான் நிலை ஆகிவிட்டது. இன்று நம் பண்பாட்டின்படி தாயை எந்த வயதினர் ஆனாலும் காலில் விழுந்து வணங்குவதை வழக்கமாக கொள்ளாமல் விட்டு விட்டோம். மேற்கத்திய நாகரீகத்தை போன்று பார்த்தவுடன் கட்டியணைப்பதும் பலருக்குமுன் தாயின் கைகளிலும் கன்னத்திலும் முத்தமிடுவதையும்போன்றும் நம்மால் செய்ய முடியவில்லை. நடுவழியில் நிற்கிறோம். தாய்க்கு கொடுக்க வேண்டிய மரியாதையை கொடுக்க மனதாலும் முடியவில்லை, உடலாலும் முடியவில்லை. இதன் தீர்வாக தான் நாம் மனதிற்குள் கடவுளாக நினைத்து வணங்குவது அப்போது யாருக்கும் எந்த தயக்கமும் இருக்காது”.

“அப்படியானால் அனாதைகள், ஆதரவற்றவர்கள் இவர்களின் நிலை என்ன”கடைசியாக ஒரு பிரம்மாஸ்திரம் வந்து விழுந்தது.

கலெக்டரின் தந்தை சிரித்துக் கொண்டே “தம்பி அனாதைகள், ஆதரவற்றவர்கள் யாரால் தங்களுடைய வாழ்வு ஏற்றம் பெறும் என்று நம்பிக்கை கொள்கிறார்களோ, யார் தங்களைஆதரித்து கைதூக்கி விட்டார்களோ அவர்களுடைய உருவத்தை மனதிற்குள் கொண்டுவரலாம். அப்படியும் அல்லாது சுயம்புவாக வளர்ந்தவர்கள் எனில் தாங்கள் விரும்புகின்ற படிப்பையும், பணியையும், செய்கின்ற தொழிலையும் கடவுளாக உருவகப் படுத்தலாம். ஒருவர் மருத்துவர் எனில் அவர் செய்யும் தொழிலை மனதினுள் கொண்டுவரலாம். எப்போதும் அதை திறம்பட செய்ய வேண்டும் என மனதிற்குள் திரும்பத் திரும்ப வேண்டிக் கொள்வதால் அவருடைய மனமும் புத்தியும் ஒருசேர அந்த தொழிலின் மேல் கவனம் கொள்கிறது. அதனால் கண்டிப்பாக அவரால் மருத்துவத் துறையில் தலை சிறந்து விளங்க முடியும்”.

மாணவர்கள் தொடுத்த கேள்விக்கணைகளும் அதற்கு பெரியோர்கள் அளித்த பதில்களும் பார்ப்பவரின் மூளையை பட்டை தீட்டியது. அன்றைய நிகழ்ச்சி இனிதே முடிவுற்றது. கூட்டத்தினர் தங்களுக்குள் விவாதித்துக் கொண்டு சென்றனர். மூர்த்தி கலெக்டரின் தந்தைக்கும், கணபதி ஐயருக்கும், நிகழ்ச்சியில் பங்கேற்ற மாணவர்களுக்கும் நன்றி கூறினார்.“நீங்கள் நன்றி சொல்ல வேண்டுமானால் இந்த மாணவர்களுக்கு தான் சொல்ல வேண்டும். சரியானபடி கேள்விகள் கேட்டார்கள். அதனால்தான் நாங்களும் விளக்கமாக சொல்ல முடிந்தது. உங்களை பார்த்தால் ஆச்சரியமாக இருக்கிறது.தம்பிகளா எங்க இருந்துடா இதையெல்லாம் கற்றுக் கொண்டீர்கள்”.

மாணவர்கள் மூர்த்தியை நோக்கி கை காட்டினார்கள் “எந்த ஒரு விஷயத்தையும் அப்படியே ஏற்றுக் கொள்ளக் கூடாது. தங்களுக்கு தோன்றுகின்ற கேள்விகளை கேட்பதன் மூலம் முழுமையான விளக்கத்தை பெறவேண்டும் என்று கூறி-

யிருந்தார்''.

நாராயணனும் கணபதி ஐயரும் விடைபெற்று சென்றனர். மூர்த்தியும் கல்யா-ணியும் முரளியும் அவனுடைய நண்பர்களும் நிகழ்ச்சி நடந்த கோவில் மைதானத்-தில் நின்று நாளைய நிகழ்ச்சிக்கான ஏற்பாடுகளை பற்றி பேசிக் கொண்டிருந்தனர். என் எஸ் எஸ் மாணவர்களுடன் சரிதாவும் இரவு உணவு அருந்த சமுதாய நல கூடத்திற்கு சென்றாள்.

தெப்பக்குளத்தின் ஒரு மூலையில் இருட்டில் அமர்ந்திருந்த மூவர் கிசுகிசுத்த குரலில் பேசிக்கொண்டனர். " தினேஷ் இது நம்ம ஊர் மாதிரி இல்லை. ரொம்ப பிரச்சனையான இடம். தொட்டதற்கெல்லாம் அடிதடி சண்டை நடக்கும் இடம். அதனால் வா பேசாம ஊருக்கு போய் விடலாம்'' என்று ஒருவன் கூறினான்.

"போடா பயந்தாங்கொள்ளி எந்த ஊராக இருந்தாலும் நமக்கு ஒன்றுதான்.டதி-தாய் ஒருத்தியை பிக்கப் பண்ண போகும்போது தான் பயப்படனும். இவள் ஏற்-கனவே நம்மிடம் சிக்கி சீரழிந்தவள்தானே. அவளுக்கு ஒரு பாடம் புகட்ட தான் இங்கே வந்திருக்கிறோம்.காதல் பண்ணுவதற்கு அல்ல என்பதை மறக்காதே'' முகத்தில் பட்ட காயத்தை மறக்காமல் இருந்த தினேஷ் உறுமினான்.

"அவளை நீ ருசி பார்த்து விட்டாய் அல்லவா. அது போதும். விடு எங்-களுக்கு அவள் தேவையில்லை'' பயத்துடன் ஒருவன் கூறினான்."உங்களுக்கு தேவையில்லை என்றால் போங்கடா. என்னை அவமானப்படுத்தியவளை இங்கு வைத்து அசிங்க படுத்தாமல் விடக்கூடாது''.

"டேய் இதெல்லாம் தேவையில்லாதது. கடைசி பஸ்ஸில் ஏறி போய் விடு-வோம்''.

"ஏண்டா இப்படி எதற்கெடுத்தாலும் பயப்படுகிறீர்கள். நீங்கள் வேறொன்றும் செய்ய வேண்டாம். இப்போது நிகழ்ச்சி முடிந்து கூட்டம் கலைந்து விடும். அதன்-பின் மாணவிகளோடு வரும் சரிதாவை எப்படியாவது தனிமைப்படுத்தி இந்தப்பக்-கம் வர வைத்தால் போதும். மற்றதை நான் கவனித்துக் கொள்கிறேன்''.

"அவள் இங்கு வந்த பிறகு நீ என்னடா செய்வாய்''.

அவன் இடுப்பில் சிறிய மதுபாட்டில் போல் ஒரு கண்ணாடி பாட்டிலை சொருகி இருந்தான். சட்டையை தூக்கி மற்றவர்களிடம் அதை காட்டியவன் "காலேஜ் லேபில் இருந்து கொஞ்சம் ஆசிட் எடுத்துட்டு வந்திருக்கிறேன். அழகா இருக்-கிறேன் என்கிற திமிர் தானே அவளை இப்படி ஆட்டம் போட வைக்கிறது. ஆசிட்டை அவள் முகத்தில் அடித்து விட்டு அப்படியே ஓடி விடுவோம். யாருக்-கும் தெரியாமல் போய்விடும் சரிதாவும் வெளியே சொல்ல முடியாது''.

"டேய் ஏன் இந்த வேண்டாத வேலை. நீ எப்படியோ ஏமாற்றி அவளை அனு-பவித்து விட்டாய். உன் தப்புக்கு தண்டனையா அவள் அடித்தாள். இரண்டுக்கும்

சரியா போச்சு என்று நினைத்து அவளும் வெளியே சொல்லி பிரச்சனையாக்கலை. அது அப்போதே முடிந்துவிட்டது. மேலும் மேலும் பிரச்சினையை நீயாக உண்டாக்குவது நல்லதல்ல. வா போகலாம்'' என்றான்மற்றவன்.

''போங்கடா டேய் போங்க. ஏதாவது பொண்ணு கிடைச்சா மட்டும் நாக்கை தொங்க போட்டுக்கிட்டு என் பின்னாடியே நான் வரட்டுமா நான் வரட்டுமா என்று நாயைப் போல திரிங்க. உதவி என்று கேட்டால் மட்டும் இப்படி பயந்து நடுங்கிநீங்களா. போங்கடா நானே பார்த்துக்கொள்கிறேன்''என்றான்.

இவனை விட்டு விலகி போனால் நாளைக்கு ஏதேனும் பெண் சிக்கினால்நம்மை கூப்பிட மாட்டான் என்று நினைத்த அந்த இரு சபல கேஸ்களும் அவன் திட்டத்திற்கு ஒத்துழைக்க தயாரானார்கள்.

கலை நிகழ்ச்சி முடிந்து சரிதா மாணவிகளுடன் சாப்பிட செல்வதை பார்த்துக் கொண்டிருந்தனர்.பத்து நிமிடம் கழித்து ''இப்போது நீ கடைவீதியில் உள்ள முதல் கடை பக்கத்தில் போய் நில். அந்தப் பாதை வழியாகத்தான் சரிதா வீட்டிற்கு திரும்புவள். அந்த நேரம் ஏதாவது சொல்லி அவளை இங்கு அழைத்து வா''என்று ஒருவனை அனுப்பினான்.

அந்த புதியவன் பயந்துகொண்டே கடை வீதியை நோக்கி நடந்தான். அப்பொழுது கடை வீதியில் கடைகள் அடைக்கப்பட்டு இருட்டாக இருந்தது. முதல் கடைக்கு அருகே இருட்டில் போய் ஒளிந்துகொள்ள இடம் தேடினான். இவனுடைய காலடி சப்தம் கேட்டு கடை வாசலில் படுத்திருந்த ஒரு தெரு நாய் எழுந்துகுறைந்தது. நாய்க்கு பயந்த அவன் சற்று பின் வாங்கினான். அதை பார்த்த நாய் தைரியம் பெற்று மேலும் மேலும் முன்னேறி அவனை நோக்கி வேகமாக குரைத்தபடி வந்தது. நாய் அருகில் வருவதை கண்டு மேலும் பயந்தவன் தினேஷ் அமர்ந்திருந்த பகுதியை நோக்கி வேகமாக ஓடி வந்தான். நாய் அவனை விரட்டியது.''டேய் நாய் கடிக்கவருதுடா'' என்று கத்தியபடி அவன் மெயின் ரோட்டை நோக்கி ஓடத் தொடங்கினான். அங்கு என்ன நடக்கிறது, ஏன் அவன் அப்படி ஓடுகிறான் என்பதை அறியதினேஷ் வேகமாக எழுந்திருக்க முயற்சித்த போது அவன் அமர்ந்திருந்த கல் சரிந்தது. தடுமாறிய தினேஷ் தெப்பக்குளத்திற்கு விழுந்தான். விழுந்த வேகத்தில் அவன் இடுப்பில் சொருகியிருந்த ஆசிட் நிரம்பிய பாட்டில் உடைந்து உடலெல்லாம் பரவியது.

மாணவிகளுடன் இரவு உணவை முடித்துவிட்டு கல்யாணி வீட்டிற்கு திரும்பி வந்தாள்சரிதா. கலெக்டரின் தாயும் தந்தையும் திரும்பி போனபின் கமலாவும் கல்யாணியும் வீட்டில் தனித்து இருந்தனர்.'' நாளை ஒரு நாள் தான் இருக்கிறது. அதோடு இந்த மாணவர்கள் திரும்பி போய்விடுவார்கள். நாமும் நம்முடைய பழைய வாழ்க்கைக்கு போய்விட வேண்டியதுதான்'' என்றாள் கமலா.

எதையோ நினைத்துக் கொண்டுதான் அம்மா இப்படி பேசுகிறாள் என்பதை உணர்ந்த கல்யாணி "முகாமிற்கு வந்தவர்கள் கிளம்பத் தான் செய்வார்கள்.நம்முடைய பங்கிற்க்கு நாமும் சேவை செய்ய ஒரு வாரம்கடை விடுமுறை விட்டோம்.நாளை அவர்கள் போனபின் நாமும் நம்முடைய வேலையை கவனிக்க வேண்டியது தான்.அதற்கு நீ ஏன் டல்லாக இருக்கிறாய். உடம்பு சரி இல்லையா".

"நான் நன்றாகத்தான் இருக்கிறேன்.மீனாட்சி அம்மா ஒரு விஷயம் சொன்னார்கள். நாலு நாளா அதுதான் என்னுடைய சிந்தனையில் ஓடிக்கொண்டிருக்கிறது".

"அப்படி என்ன முக்கியமான விஷயத்தை சொன்னார்கள்".

"எல்லாம் உன்னை பற்றிதான். உனக்கு வயதாகிக் கொண்டே போவதைப் பற்றி கவலைப்பட்டு பேசினார்கள். அப்போதுதான் எனக்கு மண்டையில் உறைத்தது. இத்தனை வருடமாக உன்னிடம் கல்யாணத்தை பற்றி வற்புறுத்தி பேசாமல் விட்டுவிட்டேனேஎன்று. இப்ப பேச வேண்டிய காலமும் அவசியமும் வந்துவிட்டது".

"தயவுசெய்து கல்யாணத்தை பற்றி பேசாதே. இவ்வளவு நாள் எப்படி இருந்தோமோ அதுபோலவே இனியும் இருந்துவிடலாம். கல்யாணத்தை பற்றி பேசுவதற்கு இப்போது எந்த அவசியமும் இல்லை".

"எனக்கு வயதாகிக் கொண்டே போகிறது. என்றாவது ஒரு நாள் திடீரென்று- உன்னை தனித்து விட்டு போக வேண்டியிருந்தால் அப்போது உன் நிலை கஷ்டமாக இருக்கும். ஏற்கனவே உன் தந்தை திடீரென்று நம்மை விட்டு போன போது நாம் இருந்த நிலையை, கஷ்டத்தை சற்று யோசித்துப் பார். அதனால் சொலவதைக் கேள். உனக்குத் தகுதியான வரன் பார்க்க ஆரம்பிக்கலாம் என்று நினைக்கிறேன்".

கல்யாணி பதிலேதும் பேசாமல் எழுந்து சென்று விட்டாள். அதற்கு என்ன அர்த்தம் என்பது புரியாமல் கமலா அமைதியாக அமர்ந்தாள்.

அன்றிரவு நடந்த கலை நிகழ்ச்சிகளை பற்றி மாணவிகளுடன்சரிதா பேசிக்கொண்டிருந்தாள். பால் கொண்டு வந்த கல்யாணியும் அவர்களுடன் சேர்ந்து அமர்ந்துகொண்டு மாணவிகள் கூறுவதை கவனித்துக் கொண்டிருந்தாள்."அந்த பெரியவர் எல்லோரையும் கண்களை மூடி மனதுக்குள் பார்க்க சொன்னபோது எப்படி இருந்தது" என்று சரிதா ஒவ்வொருவரிடமும் கேட்டாள்.

மாணவிகள்ஒவ்வொருவரும் ஒவ்வொரு மாதிரியாக சொன்னார்கள்."அம்மாவை இனி சிறப்பாக கவனிக்க வேண்டும்". " முடிந்தவரை தினந்தோரும் பாத நமஸ்காரம் செய்து அவர்களுடைய வாயால் ஆசிபெற வேண்டும்".செய்த தவறை எல்லாம் சொல்லி மன்னிப்பு கேட்டேன்". "நன்றாக படித்து இன்ஜினியர் ஆவேன்

என சபதம் செய்தேன்''. ''எப்போதும் என்னை திட்டாதீர்கள் உங்களிடம் நல்ல பெயர் வாங்க முயற்சிப்பேன்''என்றெல்லாம் மனதினுள் தாயை கடவுளாக வைத்து வேண்டியதாக கூறினர்.

இதை கேட்டுக்கொண்டிருந்த கல்யாணி ''சரிதா நீ மனதிற்குள் வேண்டினாயா. உனக்கு எப்படி இருந்தது'' என்று கேட்டாள்.

''அக்கா எனக்கு சிறுவயதிலேயே அம்மா இல்லாது போனதால்அவர்களுடைய உருவம் எனக்கு மறந்தே போனது. அதனால் என் தந்தையையும் அக்கா சங்-கீதாவையும்கடவுளாக நினைத்தேன். ஆனால் நான் மனதில் உருவகப்படுத்தும் போது நம்முடைய கோவிலிலுள்ள பிரளயவிடங்கர் உருவமே மறுபடியும் மறுபடியும் காட்சியளித்தது.இன்று செய்திருந்த அலங்காரத்தை போன்றே காட்சி அளித்தார். அமைதியான புன்னகையுடன் தங்கநிற மேனி ஜொலிக்க என் மனதினுள் நின்றார். நானும் அவரிடம் ஏதேதோநீண்ட நேரம் வேண்டினேன். ஆனால் கண் திறந்த-போது என்ன வேண்டினேன் என்பது மறந்து போய்விட்டது''என்றாள்.

கல்யாணி அவள் கூறியதை கேட்டு ''இப்போது உன்னிடம் சாதாரணமாக கேட்டால் நீ என்னென்ன வேண்டுதல்களை கடவுள் முன் வைப்பாய்'' என்றுசிரித்-தாள். ''வேறு என்ன இந்த மாணவிகள் கேட்டதையெல்லாம் நானும் கேட்பேன்''. அனைவரும் சிரித்தனர்.

சற்று நேரம் கழித்து சரிதா''அக்கா உங்களுடைய வேண்டுதல்என்ன''.

''சரிதா நான் சொல்வதை உன்னால் நம்ப முடியாது. ஏனென்றால் அப்போது நடந்ததை நினைக்கும்போது இப்போதுவரை என்னாலேயே நம்ப முடியவில்லை''.

அப்படி கல்யாணி கூறியவுடன் சரிதாவும் மாணவிகளும் ஆர்வத்துடன் ''அப்-படிஎன்னஅதிசயம் நடந்தது அக்கா.எங்களிடம் கூறுங்கள்'' என்று கேட்டனர்

''நான் கண்ணை மூடி என் அம்மாவை நினைத்து வேண்டினேன். என் மனதிற்குள் வந்த அம்மாவிடம் நான் செய்த தவறுகளுக்கு மன்னிப்பு வேண்டி நின்றேன். ஆனால் அம்மாவோ ''மகளே உன் மீது எனக்கு கோபம் இல்லை. உன்னிடம் கேட்பதற்கு என்னிடம் ஒரு வேண்டுகோள் தான் உள்ளது'' என்றார். நான் அவரை நோக்கி கைகூப்பி ''அம்மா வேண்டுகோள் என்று சொல்லாதீர்கள். நீங்கள் சொல்வதை கட்டளையாக ஏற்று கட்டாயம் நிறைவேற்றுவேன்'' என்று சொன்னேன். அதற்கு அவர் ''மகளே தயவு செய்து திருமணம் செய்து கொள். இதையே உன்னிடம் வேண்டுகிறேன்'' என்று சொல்லிஎன் பதிலை கூட கேட்கா-மல் மறைந்துவிட்டார்''.

''இதில் என்ன பெரிய ஆச்சரியம் இருக்கிறது என்று நினைக்கிறீர்களா. நிகழ்ச்சி முடிந்து வீட்டுக்கு வந்தவுடன் இப்போது அம்மா நேரடியாக திருமணத்-தைப் பற்றி பேசுகிறார். நீண்ட நாட்களாக எங்கள் வீட்டில் எழும்பாத ஒரு பேச்சு

திடீரென இன்று தலைதூக்குகிறது என்றால் அது ஆச்சரியம் தானே''.

சற்று நேரம் பேசிக்கொண்டிருந்துவிட்டு வீட்டிற்கு திரும்ப போனாள்கல்யாணி.''ஏன் கல்யாணி அக்கா இன்னும் திருமணம் செய்து கொள்ளாமல் இருக்கிறார்கள்'' என்று ஒரு மாணவி சரிதாவிடம் கேட்டாள்.சரிதாவும் அதையேதான்நினைத்தாள்.

''கல்யாணி அக்கா திருமணம் செய்துகொண்டால்என்ன.சற்று வயதானாலும்இன்னும் இளமையாகவும் அழகாகவும் இருக்கிறார்களே.அவருடைய முகத்தில் கவர்ச்சி இருக்கிறது.என்றோ நடந்த ஒரு பிரச்சனையை இன்றுவரையிலும் மனதிலேயே வைத்துக்கொண்டு வாழ்வது ஏன்?எப்பேர்பட்ட காயத்தையும் ஆற்றிவிடும் சக்தி காலத்திற்கு உண்டுஎன்று சொல்வார்களே. இத்தனை ஆண்டுகளில் கல்யாணி அக்காவின் காயம் ஆறி இருக்காதா''.

கல்யாணி அக்காவுக்கு மூர்த்தி சார் போன்ற ஒருவர் கணவனாக வந்தால் எப்படி இருக்கும். சரிதாவுக்கு திடீரென்று அப்படி ஒரு கற்பனை தோன்றியது.அவரும் இன்னும் திருமணம் செய்து கொள்ளாதவர் என்பதை எண்ணியபோதுஏதேதோகாரணங்கள் தோன்றி அந்த எண்ணம் பெரிதாகி மூர்த்திசாரேகல்யாணி அக்காவிற்கு கணவரானால் என்ன என்று தோன்றியது. கல்யாணிக்கும் மூர்த்தியின் மேல் ஒரு ஈர்ப்பு இருப்பதை சில நாட்களாகவே சரிதா அறிந்திருந்தாள்.தான் நினைப்பது சரியா என்று யோசித்தாள்.அங்கிருந்த மாணவிகளிடம் மூர்த்தி சாரைபற்றிவிசாரித்தாள்.

அவருடைய நிலையும் தற்போதைய சூழ்நிலையும் தெரிந்தவுடன் கல்யாணிக்கு மூர்த்தி தான் சரியான துணை என்று முடிவெடுத்தாள். மாணவிகள் உதவியுடன் இருவரையும் பேசவைப்பது என்று தீர்மானித்தாள். தன்னுடைய திட்டத்தை சில மாணவிகளிடம் ரகசியமாக கூறினாள். மூர்த்தி நலன் வேண்டி எது வேண்டுமானாலும் செய்ய தயாராக இருந்த அந்த மாணவிகள் சரிதாவின் திட்டத்திற்கு உடன்பட்டனர்.அவர்களுடன் பேசிப்பேசி தன்னுடையதிட்டத்தை சீரமைத்த சரிதா அதைஎவ்வாறு செயல்படுத்துவது என்பதை மாணவிகளுக்கு சொல்லிக் கொடுத்தாள். அவர்கள் சரியான தருணத்திற்காக காத்திருந்தனர்

23

சனிக்கிழமை காலை சூரியன் உதிக்கும் முன்னரேஊர் பரபரப்பாக இருந்தது.சில ஆண்கள் தெப்ப குளத்தை நோக்கி ஓடினர். வீட்டு வாசலில் கோலம் போட்டுக்கொண்டிருந்த கல்யாணி கடைவீதியில் வந்த ஒருவரை நிறுத்தி என்னவென்று விசாரித்தாள்."யாரோ ஒரு பையன் குளத்தில் விழுந்து கிடக்கிறான். உடல்எல்லாம் பற்றி எரிந்தது போல் இருக்கிறது. உடலில் உயிர் இருக்கிறதா என்று தெரியவில்லை.போலீசுக்கு தகவல் சொல்லிவிட்டு ஆட்கள் காத்துக் கொண்டிருக்கிறார்கள்" என்று சொல்லிவிட்டு போனார்.

யாராக இருக்கும் என்று நினைத்தவள் கோலம் போட்டுவிட்டு உள்ளே போகும்போது சரிதா வெளியே வந்தாள். அவளிடம் இதைப்பற்றி சொல்லி போய் யார் என்று பார்த்துவிட்டு வருவோம் என்று அவளையும் அழைத்துக்கொண்டு தெப்பக்குளம் நோக்கி போனாள்.

சற்று இருட்டாக தெரிந்தகுளக்கரையில் பத்து பதினைந்து பேர் நின்றுகொண்டிருந்தனர். அவர்களை விலக்கி பார்த்தபோது ஒரு இளைஞன் படுத்து இருந்தது தெரிந்தது. அருகில் சென்று உற்று நோக்கியபோது சரிதாவுக்கு அடையாளம் தெரிந்தது. சற்றுநேரம் பார்த்தவள் கல்யாணியை கையை பிடித்து இழுத்துக்கொண்டு கூட்டத்திலிருந்து விலகி வந்தாள்.

"அக்கா இவன்தான் அந்த தினேஷ்" ரகசியமாக கூறினாள்.

"இவன் ஏன் இங்கு வந்தான். இவனை யார் இப்படி செய்தது" என்று கல்யாணி படபடத்தாள். "அதுதான் எனக்கும் தெரியலை. இவன் சில நாட்களாகவே இங்குதான் சுற்றித் திரிந்தான். என்னிடம் அடி வாங்கிய பிறகாவது போயிருப்பான் என்று நினைத்தேன்.திரும்பவும் வந்திருக்கிறான் என்றால்" என்று கூறி-பாதியிலேயே நிறுத்தியவள் சுற்றும் முற்றும் பார்த்தாள். கூட்டத்திலிருந்து விலகி பஸ் நிற்கும் இடத்தில் ஒரு மரத்தடியில் இருவர் தனியாக அமர்ந்து இருப்பதை பார்த்தவுடன் அவளுக்கு அடையாளம் தெரிந்தது. நேராக அவர்களை நோக்கி ஓடினாள். அவள் ஓடுவது ஏன் என்று புரியாமல் கல்யாணியும் அவளை பின் தொடர்ந்தாள்.

இவளை கவனிக்காத அவர்கள் எதிர்புறம் எங்கோ நோக்கியவாறு அமர்ந்திருந்தனர். திடீரென்று அவர்களுக்கு முன் சரிதாபோய் நின்றாள். அவர்கள் இருவரும் பயத்துடன் எழுந்து நின்றனர்."உண்மையை சொல்லுங்கள். எதற்காக இங்கே வந்தீர்கள். இங்கே என்ன நடந்தது". இருவரும் ஒன்றும் பேசாமல் தலைகவிழ்ந்து நின்றனர்.

" என்னிடம் உண்மையை மறைத்தாலோ, பொய் சொன்னாலோ அதோ போலீஸ் வந்துவிட்டது. நான் அவர்களிடம் உங்களைப் பிடித்து கொடுப்பேன்".

அதற்குள் கல்யாணியின் வந்துவிட்டாள்."நாங்கள் தினேஷிடம் வர மாட்டோம் என்று தான் கூறினோம். அவன்தான் என்னை எங்களை கட்டாயப்படுத்தி அழைத்துவந்தான்"

"அவன் எதற்காக உங்களை அழைத்துக்கொண்டு இங்கே வந்தான். அவனுடைய நோக்கம் என்ன".

"நீங்கள் அவனை அடித்து அவமானப்படுத்தியதால்உங்களை பழிவாங்குவதற்காகதுடித்துக்கொண்டிருந்தான்.நேற்று கல்லூரி லாப்பிலிருந்து ஒரு பாட்டில் ஆசிட் எடுத்து வந்திருந்தான். அதை உங்கள் மேல் பேசுவதற்காக இருட்டில் காத்திருந்தபோது குளக்கரையில் கல் சரிந்து குளத்தினுள் விழுந்து விட்டான். பாட்டில் உடைந்து ஆசிட் அவன் உடல் முழுவதும் பட்டு விட்டது.இரவில் நடந்ததால் யாரிடம் சொல்வது எப்படி உதவி கேட்பது என்பது தெரியாமல் இங்கேயே காத்திருந்தோம். இனி என்ன செய்வது என்று தெரியவில்லை. போலீஸ் வந்து நாங்கள் மாட்டிக்கொண்டால் பல உண்மைகள் வெளிவரும்.அவனுடன் சுற்றித்திரிந்தநாங்களும் ஜெயிலுக்கு போக வேண்டி இருக்குமே" என்று சொல்லி அவன் அழுதான்.

சரிதாவுக்கு உள்ளுக்குள் உதறல் ஏற்பட்டது. இந்த இளைஞர்களை டோலீஸ் பிடித்தது எதற்காக இங்கே வந்தீர்கள் என்று விசாரிக்கும் போது தன்னுடைய பெயர் வெளிப்பட்டு தலைகுனிவு உண்டாகுமே என்று பயந்தாள்.தன்னுடையவாழ்வில்பிரளயம் தோன்ற போகிறதோ என பதறினாள்.

நின்ற இடத்தில் இருந்து கோபுரத்தைப் பார்த்தாள். மனதிற்குள் பிரளயவிடங்கரை வணங்கினாள்."கடவுளே காப்பாற்று. என்னுடைய பிரச்சினைகள் தொடர்கதையாகிறது. இன்றோடு அதில் இருந்து எனக்கு விடுதலை கொடு" என்று திரும்பத் திரும்ப வேண்டினாள். அவள் கண்களில் கண்ணீர் அருவியாய் பெருக்கெடுத்தது.

நடந்தவைகளை அந்த இளைஞர்கள் சொல்லும்போது கவனமாக கேட்டுக்கொண்டிருந்த கல்யாணி சரிதாதண்ணீர் கண்ணீர் விடுவதை பார்த்துஅவளருகில் சென்றாள்.ஆதரவாக அணைத்துக்கொண்டாள்."கவலைப்படாதே நீ பயப்படும்படி இனி ஒன்றும் நடக்காது.தினேஷின் வயிறு முழுவதும் வெந்து போய் இருக்கிறது. கீழே விழுந்ததில் தலையில் அடிபட்டு அதிகமாக இரத்தம் வெளியேறி உள்ளது.

எனவே அவன் உயிர் பிழைப்பது சிரமம். அவனால் இனி உனக்கு பிரச்சனைகள் நேராது''என்றவள் அந்த மாணவர்களிடம் திரும்பினாள்.

‘‘தம்பிகளா படிக்கிற வயதில் உங்களுக்கு ஏன் இந்த கெட்ட புத்தி. இப்படி பட்ட அயோக்கியர்களோடு சேர்ந்தால் உங்களுடைய வாழ்க்கையே பாழாகிவிடும் என்பதை யோசிக்கவே மாட்டீர்களா?. இப்போது போலீஸ் கேசில்சிக்கினால் உங்களுடைய எதிர்காலம் என்னவாகும்.உங்களுடைய குடும்பத்தின் நிலையையும் யோசித்துப் பாருங்கள்''.

‘‘இதில் இருந்து தப்பிக்க உங்களுக்கு இப்போதும் ஒரு சந்தர்ப்பம் உள்ளது.முதலில்இன்றோடுஇந்த கெட்ட விஷயங்களிலிருந்துவிடுபட வேண்டுமே என்று கடவுளை நினைத்து வேண்டுங்கள். நல்லவர்களாக மாற முயற்சியுங்கள்.அடுத்தது நீங்கள் தினேசுடன் இங்கே வரவில்லை. இங்கு நடந்த சம்பவம் பற்றி எதுவும் உங்களுக்கு தெரியாதுஎன்று உங்களுடைய வேலையை பார்த்துக்கொண்டு போங்கள்.உங்கள் உயிர் உள்ளவரை இதைப்பற்றி யாரிடமும் பேசாதீர்கள். இப்போது வருகிற பேருந்தில் ஏறி ஊருக்கு போங்கள். இனி எந்தத் தவறும் செய்யாது இருங்கள். இதற்கு மேலும் ஆட்டம் போட்டால் உங்களுக்கு கடவுளின் தண்டனை தினேஷிற்கு கிடைத்தது போல்நிச்சயமாக கிடைக்கும். ஜாக்கிரதை ஓடிப் போங்கள்'' என்று மிரட்டினாள்.

அப்போது தினேஷை சோதனை செய்த போலீஸ்காரர் அவன்உடலில் உயிர் இல்லை என்று சொன்னதாக சிலர் பேசிக் கொண்டு சென்றனர்.

‘‘அக்கா,இனி எப்போதும் இந்தப் பக்கமே வர மாட்டோம். எந்த தவறும் செய்ய மாட்டோம். தினேஷ் காட்டிய பெண் மோகத்தினால் சில தவறுகளை செய்து விட்டோம். இனி என்றுமே எந்த பெண்ணிடமும் தவறான வார்த்தைகளை கூட பேசமாட்டோம். எங்களை காப்பாற்றுங்கள்'' என்று கூறியவர்கள் பேருந்து வந்தவுடன் ஏறி போனார்கள்.

பேருந்து நகர்ந்து போனபின் சரிதா கல்யாணி கல்யாணியின் கால்களில் விழுந்தாள்.‘‘அக்கா இரண்டாவது முறை என்னை காப்பாற்றி இருக்கிறீர்கள். நீங்கள் இல்லையென்றால் இப்போது நான் கண்ட காட்சிகளுக்கு பயந்துபோய் ஏதேனும் செய்து இருப்பேன். அல்லது யாராவது விஷயம் தெரியாதவர்களிடம் ஆலோசனை கேட்கிறேன்பேர்வழி என்று கேட்டு என்னைப் பற்றி நானே உளறிக்கொட்டி மாட்டிக் கொண்டு இருப்பேன். தக்க சமயத்தில் காப்பாற்றினீர்கள்'' என்று கதறி அழுதாள்.

‘‘ஏய் சரிதாமுதல்ல எழுந்திரு. என்ன இது எதற்கெடுத்தாலும் சின்ன பிள்ளை போல் அழுதுகொண்டு. இப்போது உன்னை சூழ்ந்த எல்லா பிரச்சினைகளும் முற்றிலும் நீங்கி விட்டது என்று நினைத்து சந்தோச படுவதற்கு பதில் அழுது கொண்டிருக்கிறாயே. வா வீட்டிற்கு போகலாம்'' என்று ஆறுதல் கூறியவாறு வீட்டிற்கு

அழைத்து வந்தாள்.அவளின் ஆறுதலும்,அரவணைப்பும் சரிதாவை சீக்கிரமே பழைய நிலைக்கு கொண்டு வந்தது.

மாணவிகள் பரபரப்பாய் இருந்தனர். முகாம் முடிந்து ஊருக்கு செல்வதால் துணிகளை எடுத்து அவரவர் பைகளில் வைத்து தயாராகினர்.அவர்கள் கிளம்புவதை பார்த்தபோது கல்யாணிக்கும் சரிதாவிற்க்கும்நீண்டநாள் நெருக்கமாக பழகியவர்களை பிரிவது போன்ற ஒரு துக்கம் தோன்றியது.

காலையில் மருத்துவ முகாம் நடக்க இருந்த இடத்தில் ஒரு பெரிய சாமியானா பந்தல்போடபட்டிருந்தது.அதில்மாவட்ட தலைமை மருத்துவமனையில் இருந்து வந்திருந்தநான்கு மருத்துவர்களுக்கும் தனித்தனி அறை போல் ஒதுக்கியிருந்தனர். ஒவ்வொரு மருத்துவரும் ஒவ்வொரு துறையில் நிபுணத்துவம் பெற்றவர்கள். அவரை சந்திக்க வரும் மக்களை என் எஸ் எஸ் மாணவர்கள் வரிசைப்படுத்தி ஒவ்வொருவராக அனுப்பிவைத்தனர்.அங்கே ஒட்டப்பட்டிருந்த சில படங்களை காட்டி உடல் தூய்மை அவசியத்தைப் பற்றி வந்திருந்தவர்களுக்கு மாணவர்கள் விழிப்புணர்வு ஏற்படுத்தினர். சாப்பிடுவதற்கு முன் கைகளை சுத்தப்படுத்த வேண்டும் என்பதை சிறுவர்களுக்கு கற்றுக் கொடுத்தனர்.

சரிதா மருத்துவபரிசோதனைக்கு வருபவர்களின் பெயரை ஒரு நோட்டில் எழுதி கையெழுத்து வாங்கினாள். அவள் அருகில் அமர்ந்திருந்த ஒரு மாணவி நோயாளியிடம் பெயர்,வயது,எடை ஆகியவை எழுதிய சீட்டை கொடுத்தாள். அவளருகே அமர்ந்திருந்த ஒரு நர்ஸ் அவர்களுடைய இரத்த அழுத்தம் சோதித்து சீட்டில் எழுதிக் அவர்கள் போய் சந்திக்க வேண்டிய மருத்துவர் இருக்கும் அறையை காட்டிஅனுப்பினார்.

அந்த ஊர் மக்கள் அனைவரும் திரண்டு வந்து உடல் பரிசோதனை செய்துகொண்டனர். அவர்களுக்கு தேவையான ஆலோசனைகளை மருத்துவர்கள் வழங்கினர். ஊட்டச்சத்து குறைபாடு உள்ளவர்களுக்கு வைட்டமின் மாத்திரைகளை வழங்கினர்.உடல்நிலை சற்று மோசமாய் இருந்தவர்களை உடனடியாக மருத்துவமனைக்கு போய் காண்பிக்க வேண்டும் என அறிவுறுத்தினர்.

கல்யாணி மூர்த்தி நிற்கின்ற இடத்திற்கு வந்தாள். இன்று முகாம் முடிந்து அவர் கிளம்ப போவதை நினைக்கும் போது மனதிற்குள் துக்கம் பொங்கியது. எப்போதும் அவனுடன் இருக்க வேண்டும் என்ற ஆசை துளிர்த்து வளர்ந்தது.ஆனால் இதை எப்படி அவரிடம் சொல்வது என்பது தெரியாமல் தவித்தாள். தன் விருப்பத்தை அவரிடம் கூறப்போக அவருக்கு அது விருப்பம் இல்லாமல் இருந்தால் பின் தன் நிலைமை என்னவாகும் என்று யோசிக்கும்போது அவளுக்கு பயமாயிருந்தது.

நாராயணனும் மீனாட்சியில் கமலாவும் மருத்துவ முகாம் நடக்கும் இடத்திற்கு வந்தனர். அங்கே கல்யாணி தனித்துநின்று கொண்டிருப்பதைக் பார்த்தவுடன்

அவளிடம் வந்தனர்.''என்ன கல்யாணி இங்கே தனியா நிற்கிறாய். மூர்த்தி சாரை எங்கே'' என்று கேட்டார் மீனாட்சி.''சிலருக்கு உடம்புக்கு ரொம்ப முடியலை. அவர்களை மருத்துவமனைக்கு அழைத்துச் செல்லபோன் செய்து ஆம்புலன்ஸ் வரவழைக்க போயிருக்கிறார்''.

''ஏன் எதற்காக சாரை தேடுகிறீர்கள்''. ''நீ என்ன அவருக்கு பிஏ வா.நாங்கள் அவரிடம் ரகசியமாகஒரு பர்சனல் மேட்டர் பேச வேண்டும்''. அவர்கள் என்ன பேசப் போகிறார்கள் என்பதை அறிய கல்யாணிக்கு ஆர்வம் ஏற்பட்டது. ''முகாம் இன்று முடிவடைகிறது.சார்ரொம்ப பிசியாக இருக்கிறார். எதுவாயிருந்தாலும் முதலில் என்னிடம் சொல்லுங்கள். அதன் முக்கியத்துவத்தை அறிந்து அவரிடம் சொல்லலாமா வேண்டாமா என்பதை பிறகுமுடிவு செய்யலாம்''.

''அதுதான் பர்சனல் மேட்டர் என்று சொல்லிவிட்டேனே. திரும்பவும் கேட்கிறாய் என்பதால் சொல்கிறேன்.மூர்த்திக்கு பெண் பார்க்கலாம் என்று நினைக்கிறேன். என்னுடைய சொந்தக்காரர் வீட்டிலேயே ஒரு படித்த பெண் இருக்கிறாள். கேட்டுப் பார்ப்போம். பாவம் மூர்த்தி அவனும் இதுவரை கல்யாணம் செய்து கொள்ளாமலேயே இருக்கிறானே. இதுவரையும் அவன் சார்பில் போய் பேசுவதற்கு ஆள் இல்லாமல் இருந்திருக்கலாம். இப்போதுதான் நாமெல்லாம் இருக்கிறோமே அவன் மட்டும் சரிஎன்று சொல்லட்டும். நாளைக்கே பெண் பார்க்க போய்விடலாம்''என்றாள் மீனாட்சி.

சற்றுநேரம் அமைதியாக இருந்த கல்யாணியின் முகத்தையே மூவரும் பார்த்துக்கொண்டிருந்தனர். அதில் தெரிந்த மாற்றங்களை கொண்டு அவள் என்ன நினைக்கிறாள் என்பதை அறிந்து கொண்டனர்.''சரி மூர்த்தி சார் வந்தவுடனே இதைப்பற்றி நீ பேசிகாரியத்தைகெடுத்து விடாதே. நாங்கள் வந்து பக்குவமாகப் பேசிக் கொள்கிறோம்.மூர்த்தி அந்தப் பெண்ணை திருமணம் செய்துகொண்டால் இனிமேல் உள்ள அவன் வாழ்க்கை நன்றாக இருக்கும்'' என்று சொல்லிவிட்டு நகர்ந்தனர்.

கல்யாணிக்கு ஆத்திரமாக வந்தது. அது எதனால், யார் மேல், எதற்காக என்பது அவளுக்கு தெளிவாக தெரியவில்லை. இவர்களுக்கு என்ன ஆனது. ஏன் திடீரென மூர்த்தியின் மேல் இவ்வளவு பாசம். மீனாட்சிஅம்மாவுக்கும்அவருடைய கணவருக்கும் தான் இப்படி என்றால் நம்ம அம்மாவுக்கு என்ன ஆயிற்று. அவளும் அவர்களுடன் சேர்ந்து பேசுகிறாளே'' வெறித்து பார்த்தபடி நின்றுகொண்டிருந்தாள்.

''ஏண்டி கமலா நான் சொன்னத இப்பயாவது ஒத்துக் கொள்கிறாயா.மூர்த்தியின் கல்யாணத்தை பற்றி சொன்னவுடன் அவள் முகம் போன போக்கை பார்த்தாயா''.

“ரொம்ப சரியா சொன்னீர்கள். பெற்ற தாயான நானே அவளுடைய விருப்பத்தை புரிஞ்சிக்க முடியாமல் தவிச்சுகிட்டு இருந்தப்ப நீங்கள் எப்படி கண்டுபிடித்தீர்கள்”.

“மூர்த்தி பக்கத்தில் நிற்கும்போது அவளுடைய முகம் எப்படி தாமரையாய் மலர்ந்திருக்கிறது என்பதைக் கொண்டு அனுமானித்தேன். அதை உறுதிப்படுத்ததான்நாம் நாம்இப்போது போய் அவளிடம் சீண்டிப் பார்த்தது”.

“அக்கா இப்போது அவளுடைய மனதில் என்ன இருக்கிறது என்பது நமக்கு தெரிந்துவிட்டது. மேற்கொண்டு இதில் நாம் என்ன செய்வது” ஆவலுடன் கேட்டாள் கமலா.

“கொஞ்சம் பொறுமையாக இரு. இதேபோல் மூர்த்தியின் மனதில் என்ன நினைத்துக் கொண்டிருக்கிறான் என்பதை அறிவோம். இதற்கு ஒரு வழி இருக்கிறது. இன்று இரவு உணவிற்கு மாணவர்கள் அனைவரையும் உன் வீட்டிற்கு வரச்சொல்” மீனாட்சி மனதினுள் இருந்த திட்டத்தை செயல் படுத்த தொடங்கினாள்.

மதியம் மருத்துவ முகாம் நிறைவடைந்தது. கடுமையாக நோயினால் பாதிக்கப்பட்டவர்களை ஆம்புலன்ஸ் வந்து மருத்துவமனைக்கு கொண்டு சென்றது. மாலையில் அந்த நாட்டு நலப்பணித் திட்ட முகாம் நிறைவடைவதை ஒட்டி ஒரு பாராட்டு விழா நடத்தப்பட்டது.கலெக்டர், பள்ளிக்கல்வித்துறை அமைச்சர்,முக்கிய பிரமுகர்களும் ஊர் மக்களும் திரளாக கலந்து கொண்டனர்.

வரவேற்புரை ஆற்றிய கோவில் நிர்வாக அலுவலர் ராமசுப்பிரமணியன் “மாலை வணக்கம் நண்பர்களே, இங்கே வந்திருந்த என் எஸ் எஸ் மாணவர்களும் அந்த குழுவின் தலைவரான திரு. மூர்த்தி அவர்களும் நம்மூருக்கு ஆற்றிய பணிகள் அளப்பரியவை. குறிப்பாக கோவிலில் ஒரு சிறப்பான சேவையை செய்திருக்கிறார்கள். பல ஆண்டுகளுக்கு பயன்படும் மழைநீர் சேகரிப்பு அமைப்பை சிறப்பாக செய்திருக்கிறார்கள். இதை நான் வாய் வார்த்தையால் கூறுவதற்கு பதில் இதோ இந்த திரையில் ஒரு படம் காண்பிக்கப்படுகிறது. அதை சற்று பாருங்கள். அதன்பின் வந்திருக்கிற முக்கிய பிரமுகர்கள் பேசுவார்கள்” என்றார்.

தொலைக்காட்சி செய்தியாளர் எடுத்திருந்த வீடியோ அழகாக எடிட்டிங் செய்யப்பட்டு கோவில் பணி தூங்குவதற்கு முன் இருந்த நிலையிலும் பின் இவர்கள் செய்த பணியும் காட்டப்பட்டது. கோவில் குளத்தில் சிலை கண்டெடுக்கப்பட்டு பிரச்சினைஆனதிலிருந்து சுமுக தீர்வு உண்டாகி சாமி ஊர்வலம் நடந்தது, மக்களிடம் கலெக்டர் பேசியது மற்றும் கடைவீதியில் மழைநீர் சேகரிப்பு அமைப்பு, குளம் தூர் வாரியது, வீடுகளின் முன் சிறு தோட்டம் அமைக்க செய்த முயற்சி, பாலிதீன் ஒழிப்பு பிரச்சாரத்தில் மாணவர்கள் ஈடுபட்டது என்று அந்த பத்து நாட்களில் மாணவர்கள் ஈடுபட்ட ஒவ்வொரு செயலையும் பதிவு செய்து வைத்திருந்தது எல்லாவற்றையும் ஒளிபரப்பப்பட்டது. படம் நிறுத்தப்பட்டபோது அங்கே அமர்ந்-

திருந்தவர்கள் மட்டுமல்லாது அமைச்சரும் கலெக்டரும் முக்கிய பிரமுகர்களும் எழுந்து நின்று கைதட்டி மரியாதை செய்தனர்.

விழாவிற்கு தலைமை தாங்கிய கலெக்டர் பேசும்போது "என் எஸ் எஸ் மாண-வர்களின் சாதனைகள் மிக பெரியது.இந்த சாதனையை படைக்க அவர்களுக்கு குருவாக மூர்த்தி சார் கிடைத்துள்ளார். எப்படி பாண்டவர்களுக்கு கிருஷ்ணன் சாரதியாக திகழ்ந்தாரோ அதேபோல் இந்த மாணவர்களின் சாதனைக்கு மூர்த்தி சாரேசாரதியாக இருந்துள்ளார். மாணவர்களே உங்களுடைய வாழ்நாளில் ஒரு சிறந்த குரு கிடைத்திருக்கிறார். இவரைபோன்ற நல்லதொரு குரு கிடைத்தால் அவரைவிடாமல் சிக்கென்று பற்றிக் கொள்ளுங்கள். குருவே உன் திருவடியே சரணம் என்று பற்றிக் கொண்டால் உங்கள் இலக்குகளை நிச்சயம் வெல்லலாம். இதுபோன்று ஆசிரியர் கிடைப்பது வரப்பிரசாதமாகும்".

இந்த உலகில் ஒவ்வொருவரும் ஏதோ ஒரு காரணத்திற்காக படைக்கப் படுகி-றார்கள். ஆனால் 99 சதவீதத்தினர் தாங்கள் படைக்கப்பட்டதன் நோக்கம் அறி-யாமலேயே மரணித்து விடுகின்றனர். தங்களை அறிந்தவர்கள் பலராலும் போற்றப்-படுகிறார். கம்பீரமாய் வெளியில் பிரகாசிக்கின்றனர். பலருடைய வாழ்விலும் ஒளி ஏற்றுகின்றனர்.மூர்த்தி சார் நீங்கள் எதற்காக படைக்கப்பட்டு உள்ளீர்கள் என்-பது இப்போது உங்களுக்கு விளங்கியிருக்கும்.இதுபோன்று பல ஆயிரக்கணக்கான மாணவர்களின் வாழ்விலும் நீங்கள் ஒளியேற்ற வேண்டும்.இனிநீங்கள் மேலும் மேலும் வளர வாழ்த்துக்கள்.உங்கள் அனைவரின் பெயரும் விருதுக்கு பரிந்துரைக்-கப்படும்" என உறுதி கூறினார்.

இளமையான, தமிழின் மேல் பற்றுக் கொண்ட, நன்கு படித்த அந்தபள்-ளிக்கல்வித்துறை அமைச்சர் பேச வந்தார்."அனைவருக்கும் என்னுடைய மாலை வணக்கம். நான் அமைச்சராக பதவியேற்றதிலிருந்து தமிழ்நாட்டில் உள்ள பல ஆயிரம் பள்ளிக்கூடங்களுக்கு சென்றிருக்கிறேன். சில ஆயிரம் பள்ளிகளில் என் எஸ் எஸ், என் சி சி, சாரணர் படை போன்ற எந்த ஒரு மாணவர்களுக்கான அமைப்புமே இல்லாமல் இருப்பதையும் பார்த்திருக்கிறேன். பல்வேறு பள்ளிகளில் விளையாட்டு மைதானங்கள் இருந்தாலும் விளையாடுவதற்கு கூட அனுமதிப்ப-தில்லை.இதனால் மாணவர்கள் மத்தியில் விளையாட்டுத் திறன் குறைவது மட்டு-மல்லாது குழுவாக செயல்படுவது, சமூக சேவை செய்வது, நாட்டு நலப் பணிக-ளில் தங்களை ஈடுபடுத்திக் கொள்வது போன்ற சமூகம் சார்ந்த ஆர்வம் குறைந்து கொண்டே செல்கிறது. இதனால் மாணவர்களிடையே ஏற்படும் தனிமை அவர்-களை பல்வேறு வகையான தீய பாதைகளுக்கு கொண்டு செல்கிறது. சமூக குற்-றங்கள் பெருகுகிறது.

இவ்வாறு குற்றங்கள் நடக்காமல் மாணவர்களை நல்வழிப்படுத்துவதில் பள்ளி-களில் இயங்கும் இந்த அமைப்புகளுக்கும் விளையாட்டு துறைக்கும் பெரும் பங்கு

உள்ளது. நாட்டு நல பணியில் ஈடுபட முகாம்களுக்கு செல்லும் நிறைய பள்ளி மாணவர்களை பார்த்திருக்கிறேன். அவர்களுடைய சேவை நன்றாக இருந்தாலும் நீண்டநாள் பலனளிக்கும் செயலாக இருக்காது. ஏதோ சிறுபிள்ளைகள் செய்யும் பணிகளை அவர்கள் செய்வதை இதுவரை நான் பார்த்திருக்கிறேன். இந்த விழாவிற்கு நான் வரும்போது கூட அதுபோன்று ஏதோ ஒரு நிகழ்ச்சி தான் இதுவும் என்று நினைத்திருந்தேன். இப்போது காட்டப்பட்ட வீடியோவில் உள்ள சம்பவங்களை பார்க்கும்போது ஒரு அரசாங்கத்தால் இதை சாதிக்க முடியாமல் 16 ஆண்டுகள் ஆனதை இவர்கள் நடத்திக் காட்டியிருக்கிறார்கள் என்னும்போது எனக்கு பிரமிப்பாக உள்ளது. இது ஒரு உன்னதமான செயல் ஆகும். இப்படிப்பட்ட ஒரு மாணவர் கூட்டம் உருவாகும் போது தான் நாட்டில் நல்ல ஒரு மாற்றம் ஏற்படும். அந்த மாற்றத்தை ஏற்படுத்த திரு.மூர்த்தி அவர்களை போல இன்னும் நமக்கு நிறைய ஆசிரியர்கள் தேவைப்படுவார்கள் என நினைக்கிறேன். திரு.மூர்த்தி அவர்களையும் மாணவர்களையும் அவர்களின் பணியையும் வாழ்க வாழ்க என வாழ்த்துகிறேன்''.

மிகச்சிறந்த முகாமில் பங்கேற்றவர் என்று எழுதப்பட்ட சான்றிதழ்கள் ஒவ்வொரு மாணவரையும் அழைத்துஅமைச்சரால் வழங்கப்பட்டது. சிறந்த சமூக சேவைக்கான விருதிற்கு ஆசிரியர் மூர்த்தியையும் 30 மாணவர்களையும் பரிந்துரைக்க உள்ளதாகஅமைச்சர் கூறியபோது கைதட்டல் ஓசை விண்ணை பிளந்தது.

வரிசையாக சில முக்கிய பிரமுகர்கள் பேசினர். கடைவீதியில் உள்ள கடைக்காரர்கள் சங்கத்தலைவர்''மாலை வணக்கம் நண்பர்களே,நம்ஊரில் மாணவர்கள் செய்த சேவை மிக சிறப்பானது. நம்முடைய கடைவீதிகள் இரண்டு பககமும் மழை நீர் சேகரிப்பு அமைப்பை உண்டுபண்ணிய நம் ஊர் காலனி பகுதியில் நண்பர்கள் முரளி, தண்டபாணி மற்றும் அவருடைய நண்பர்களுக்கும் நம்முடைய நன்றியை தெரிவித்து கொள்கிறேன். அவர்களுடைய சேவையை பாராட்டி வியாபாரிகள்சங்கத்தின் சார்பில் ஒரு சிறு தொகையை கொடுக்க விரும்புகிறோம். தயவுசெய்து மேடைக்கு வந்து அதை பெற்றுக்கொள்ளுமாறு தாழ்மையுடன் கேட்டுக்கொள்கிறேன்'' என்று கூறினார்.

அதை கேட்ட முரளி வேண்டாம் என்பதாய் கீழே இருந்து அவரை நோக்கி கையை அசைத்தார். சற்றுநேரம் நின்றுகொண்டிருந்த கடைக்காரர் அந்த பணம் இருந்த கவரை கையில் வைத்தவாறு கீழே இறங்கி போனார்.

அனைவரும் பேசியபின் ஏற்புரை வழங்க மூர்த்தி வந்தார். ஊர் மக்களும் மாணவர்களும் அவரை கைதட்டி வரவேற்றனர்.''மாலை வணக்கம் நண்பர்களே, இந்த ஊரில் முகாம்நடத்தஅனுமதி வேண்டி வந்ததிலிருந்து பலரும் எங்களுக்கு உதவியுள்ளனர்.அவர்களில் முக்கியமான நான்கு பேரின்உதவியால் தான் நாங்கள் இந்த முகாமை சிறப்பாக நடத்தினோம். நான் பேசுவதற்கு முன் அவர்கள் நான்கு

பேரையும் மேடைக்கு அழைத்து கௌரவப்படுத்த விரும்புகிறேன்'' என்று கூறி கலெக்டர் நோக்கி அனுமதி கேட்டார். அவர் புன்னகையுடன் தலையசைக்க கல்யாணி, சரிதா, முரளி மற்றும் காண்ட்ராக்ட்காரர் தண்டபாணி ஆகியோரைமேடைக்கு அழைத்தார்.

திடீரென்று மூர்த்தி அழைத்ததும் நான்கு பேரும் மேடைக்கு வர தயங்கினர். பொதுமக்கள் அவர்களை உற்சாகப்படுத்தி கைதட்டிக் கொண்டே இருந்தனர்.இதனால் சற்று தைரியம் அடைந்தவர்கள் தயக்கத்துடன் மெதுவாக மேடையில் ஏறினார். மேடைகளில் அவர்களுக்கும் இருக்கைகள் போடுமாறு கலெக்டர் அதிகாரிகளுக்கு உத்தரவிட்டார். மேடையின் மேல் மேலும் 4 இருக்கைகள் போடப்பட அவர்கள் அமர்ந்தனர்.

''இவர்கள் நான்கு பேரும் இல்லை என்றால் கண்டிப்பாக எங்களால் எந்த ஒரு வேலையையும் சரியாக முடித்திருக்க முடியாது. எல்லா முகாம்களிலும் நடப்பது போல் பாதைகளை சுத்தம் செய்தும் பாலிதீன் பொருட்களை உபயோகிக்காதீர்கள் என்ற விழிப்புணர்வையும் மட்டும் செய்திருப்போம். கோவில் மழை நீர் சேமிப்பு அமைப்பு மட்டுமல்லாது கடைவீதியில் மழைநீர் சேகரிப்பு அமைப்பை உண்டுபண்ணியதில் இவர்கள் நாலு பேருக்கும் பங்கு உண்டு. தங்களுடைய அனுபவங்களைப் பற்றியும் இனி இந்த ஊருக்கு செய்யவேண்டிய செயல்களைப் பற்றியும் இவர்கள் நான்கு பேரும் உங்களிடம் சில நிமிடங்கள் உரையாற்ற வேண்டுமாய் கேட்டுக்கொள்கிறேன்'' என்று கூறிவிட்டு முதலில் கல்யாணியை பேச வைத்தார்.

இதுவரை அவமானங்களுக்கும் பயந்து பல வருடங்களாக வீட்டிற்குள்ளும் தன்னுடைய கடை யோடும் அடைந்து கிடந்த கல்யாணி இப்போது பேசுவதற்கு எழுந்து வந்தாள். அத்தனை கூட்டத்தை பார்த்தவுடன் அவள் உடல் நடுங்கியது. மைக்கின் அருகில் வந்தவள் ''அனைவருக்கும் என் மாலை வணக்கம். இந்த முகாமில் பங்கேற்றது தவிர நான் ஒன்றும் பெரிதாக எந்த வேலையும் செய்யவில்லை. முழு பொறுப்பு ஏற்று வேலை செய்தது இந்த மாணவர்களும், அவர்களை வழிநடத்திய மூர்த்தி சாரும் தான். ஒரு முறை இந்த ஊரில் என்ன மாதிரியானவேலைகள் செய்ய வேண்டி இருக்கிறது என்றுமூர்த்தி சார் கேட்டார். நமக்கு தேவையான அடிப்படை வசதிகள் எது குறைவாக இருக்கிறதோ அதை அவருக்கு சொன்னேன். அத்துடன் என்னுடைய வேலை முடிந்தது. எனவே நீங்கள் யாரும் என்னை ஏதோ பெரிய சமூக சேவை செய்தவள் என்று என்ன வேண்டாம்'' என்று கூறிவிட்டு வணக்கம் தெரிவித்து இருக்கையில் அமர்ந்தாள்.

அடுத்து பேசுவதற்கு சரிதா வந்தாள். என்னதான் பெரிய வாயாடியாக இருந்தாலும் மேடையில் ஏறி பேசுவது அவளுக்கு இதுவே முதல் முறை.''மாலை வணக்கம் நண்பர்களேஎனக்கு விவரம் தெரிந்த நாளிலிருந்து நம்முடைய ஊர்மக்கள் அனைவரும் ஒற்றுமையாக ஓரிடத்தில் கூடி சந்தோசமாக இருந்ததை நான்

பார்த்ததில்லை. எனக்கு விபரம் தெரிந்த நாளிலிருந்து இந்த ஊரில் சாமி ஊர்வலமும், கோவில் கலை நிகழ்ச்சிகளும் நடந்தது இல்லை. இப்போது நம்சாமி ஊர்வலத்தை ஒற்றுமையுடன் நடத்தியதை போல் இன்னும் பல நிகழ்ச்சிகளை நடத்த கடவுளை பிரார்த்திக்கிறேன். தங்களுடைய முகாமில் என்னையும் தங்கி இருக்க அனுமதித்தார் திரு.மூர்த்தி சார். அவர்களுக்கு என்னுடைய பணிவான வணக்கங்கள்'' என்று கூறிவிட்டு இருக்கைக்கு திரும்பினாள்.

பின்னர் பேசவந்த முரளி ''வணக்கம் நண்பர்களே இயக்கம் சம்பந்தமானபலமேடைகளில் நான் பேசியிருக்கிறேன். ஆனால் இன்றைய மேடை எனக்கு வித்தியாசமானது. மூர்த்தி சார் அவர்கள் தனக்கு கிடைத்த பாராட்டை எங்கள் பககம் தள்ளி விட்டுள்ளார். உங்களுடைய பாராட்டுகளுக்கு நாங்கள் பொருத்தமானவர்களா என்பது தெரியவில்லை. என்றாலும் உங்களுடைய அன்பை நாங்கள் ஏற்றுக் கொள்கிறோம். முன்பு பேசியவியாபாரிகள் சங்க தலைவர் எங்களுடைய பணியை பாராட்டி நாங்கள் செய்த செயலுக்கு ஊதியமாக ஒரு தொகையை தருவதாக கூறினார்கள். நண்பர்களே நாங்கள்இதைஊழியத்திற்காகவோ, வேறு பணப்பலன்களுக்காகவோஇந்த வேலையை செய்யவில்லை. எங்களுடைய ஆத்ம திருபதிக்காகவும் ஊருக்கு ஏதேனும் சேவை செய்ய வேண்டும் என்ற நோக்கத்திற்காகவுமே அந்த வேலைகளை செய்தோம். ஒருவாரம் இவர்களுடன் இணைந்து சேவை செய்ததால் எங்களுடைய ஊதியத்தை இழந்திருக்கிறோம். ஆனால் நம்முடைய ஊருக்காக சேவை செய்தோம் என்ற மனநிறைவு அதைவிட பெரிதாக உள்ளது. எங்களுக்கு ஏதேனும் நீங்கள் தரவேண்டும் என்று விரும்பினீர்கள் என்றால் நான் ஒன்றை உங்களிடமிருந்து கேட்டுப் பெற விரும்புகிறேன். நீங்கள் தர தயாராக இருக்கிறீர்களா?'' என்று மேடையிலிருந்த பிரமுகர்களையும் தரையில் அமர்ந்திருந்த பொதுமக்களையும் நோக்கி கேட்டான்.

மேடையில் இருந்த பிரமுகர்கள் தயாராக இருப்பதாக கையசைத்தார். தரையில் அமர்ந்திருந்த பொதுமக்களும் ''கேளுங்க என்ன வேணும்னாலும் கேளுங்க''என்று குரல் எழுப்பினர். அவர்களின் முகங்களை சற்று நேரம் மௌனமாக பார்த்துக் கொண்டிருந்த முரளி மீண்டும் பேசத் துவங்கினார்.

'' நண்பர்களே, நான் உங்களிடம் கேட்க நினைப்பது பணமோ, பொருளோ அல்ல பின்ன என்னவென்று யோசிக்கிறீர்களா? நீங்கள் தரவேண்டும் என்று நினைத்தால் அது எங்களுக்கான மரியாதையை தந்தால் போதும்''.

''பள்ளியிலும் கல்லூரியிலும் படிக்கும்போது வரை ஒன்றாக தோளில் கைபோட்டு பேசிக் கொள்பவர்கள் மாணவர் பருவம் முடிந்த உடன் அப்படியே மாறிப் போவது ஏன்? என்னோடு பள்ளியில் படித்த மாணவர்கள் நிறைய பேர் மேலத்தெருவில் உண்டு. இங்கேயும் நிறைய பேர் அமர்ந்திருக்கின்றனர். மனசாட்சியைத் தொட்டுச் சொல்லுங்கள். பள்ளியில் படிக்கும்போது என்னோடு உணவை

பகிர்ந்து உண்டவர் இல்லையா. என் வீட்டில் இருந்து கொண்டு வந்த உணவை நீங்களும்,உங்கள் வீட்டில் இருந்து கொண்டு வந்த உணவை நானும் மாற்றி சாப்பிட்டது இல்லையா.வகுப்பறையில் நாம்ஒரே பென்சில் அமர்ந்தவர்கள்தானே. ஆனால் இன்று உங்கள் வீட்டு விசேஷத்திற்கு எனக்கு அழைப்பில்லை. என்னுடைய வீட்டு அழைப்பிதழ்களை உங்களிடம் கொடுக்கவும் வழியில்லை. எப்போது வந்தது இந்த பிரிவினை''.

''நாங்கள் வேண்டுவது இதுதான். மாணவப் பருவத்தில் உள்ள அந்நியோன்யம் வாழ்க்கையில்பிறகு எப்போதும் வராது என்றாலும் எதிரே பார்க்கும் போது ஒரு நலம் விசாரிக்கலாமே. உங்கள் வீட்டில் விசேஷத்திற்கு எங்களையும் அழைக்கலாமே. எங்களுடைய அழைப்பிதழை ஏற்று எங்கள் வீட்டு விசேஷங்களுக்குவந்து நிகழ்ச்சிகளில் சில நிமிடங்களாவது பங்கேற்கலாமே. நாம் அனைவரும் ஒற்றுமையாக இருப்பது எல்லோருக்கும் நல்லதுதானே. இதை எங்களுக்கு தருவீர்களா'' என்று பேச்சை முடித்தார்.

மக்களை பார்த்தார்.அவர் பேச்சில் இருந்த ஆதங்கத்தை உணர்ந்தவர்கள் இளைஞர்கள்தான். நாலாபுறமும் அமர்ந்திருந்த இளைஞர்களும் மாணவர்களும் பலத்த கைதட்டல் ஓசை எழுப்பினர். சிலர் விசில் அடித்தனர். வயதானவர்கள் நடுத்தர வயதினர் தங்களுடைய தவறை உணர்ந்தனர். அமைதியாக இருந்தனர். முரளி இருக்கைக்கு திரும்பி வந்தார்.

கடைசியாக காண்ட்ராக்ட்காரர் பேசுவதற்கு வந்தார்.''கோவிலில் நாங்கள் செய்த பணி என்பது மிக சிறியது. அதை முதன்முறையாக அமைக்கும்போது சரியாக அமைத்து இருந்தால் இந்த ஐந்து ஆறு வருடத்தில் எவ்வளவோ நீரை சேமித்து இருக்கலாம். அரசு ஒப்பந்ததாரர்கள் தவறாக அதை அமைத்து விட்டனர். கடைவீதியில் நாங்கள் அமைத்த மழை நீர் சேமிப்பு அமைப்பு பல நீண்ட ஆண்டுகளுக்கு பலன் கொடுக்கும். செலவு குறைவான ஒரு முறையாகும். இனி கடைவீதிக்கு அருகிலுள்ள ஒவ்வொரு தெருவிலும் மழைநீர் அமைப்பு ஏற்படுத்த விரும்பினால் கூட குறைந்த செலவில் குழாய்களை பதித்து கொண்டு வந்து கடைவீதியில் போகின்ற பெரிய மழை நீர் குழாயில் இணைத்தால் போதும். ஊரில் உள்ள அத்தனை தெருவில் பெய்யும் மழை நீரும் நேராக குளத்திற்கு வந்து சேரும். குளத்தில் எப்போதும் நீர் இருந்தால் நிலத்தடி நீர்மட்டம் உயரும். சுற்றுவட்டாரத்தில் உள்ள கிணறுகளின் நீர் மட்டம் உயர்ந்து கிணறுகளில் எப்போதும் தண்ணீர் இருக்கும். நாம் தாராளமாக கிணற்று நீரை கொண்டு விவசாயம் செய்ய முடியும். குடிநீர் தேவைக்காக அரசாங்கத்தை சார்ந்திருக்க வேண்டிய அவசியம் இருக்காது. வாழ்நாளில் ஒருமுறை செலவு செய்து மழைநீர்சேகரிப்பு அமைப்பினை உருவாக்கினால் போதும் தலைமுறைக்கும் பயனுள்ளதாய் இருக்கும். இப்படி ஒரு நல்ல ஒரு திட்டத்தை எங்களுக்கு சொல்லி எங்களையும் இந்த புனி-

தமான காரியத்தில் பயன்படுத்திய திரு.மூர்த்தி சார்அவர்களை வணங்குகிறேன்'' என்று சொல்லி விடைபெற்றார்.

இறுதியாக நன்றியுரை சொல்லவந்த ஊராட்சி மன்ற தலைவி ''இந்த ஊரில் முகாம் நடத்தி பல்வேறு நலத்திட்டங்களை தாங்களாக முன்வந்து சிறப்பாகசெய்து முடித்த மாணவர்களையும்,ஆசிரியர் மூர்த்தியையும், உடன் பக்கபலமாக நின்ற மற்றவர்களையும் வாழ்த்துகிறேன். இன்றுடன் முகாம் முடிந்தாலும் இன்று ஒருநாள் இரவு இங்கு தங்கி நாளை என்னுடைய வீட்டில் நடக்கும் விருந்தில் கலந்து கொள்ள வேண்டுகிறேன். மேடையில் அழைப்பதையே என்னுடைய வேண்டு-கோளை ஏற்று இந்தக் குழுவினர் அனைவரும் நாளை என் வீட்டிற்கு வரவேண்-டும். எங்களை சிறப்பிக்க வேண்டும்'' என்று வேண்டுகோள் விடுத்தார்.

கூட்டம் நிறைவடைந்தது மூர்த்தி. அன்று இரவு அங்கேயே தங்க சம்மதித்தார் மூர்த்தி. கூட்டம் கலைந்து சென்றது. மூர்த்தியும் கல்யாணியும் தனித்து நின்று-கொண்டிருந்தனர். அவர்களை நோக்கி கமலாவும் மீனாட்சியின் வந்தனர்.தூரத்தில் அவர்கள் வருவதை பார்த்த கல்யாணிக்கு ஆத்திரம் பொத்துக் கொண்டு வந்தது. அதை கவனித்தமூர்த்தி''ஏன் மேடம் திடீரென்று டென்சன் ஆனது போல் இருக்-கிறீர்கள்'' என்று கேட்டார்.

''திடீரென்று அவர்களுக்குபைத்தியம் பிடித்திருக்கிறது. தேவையே இல்லாமல் அடுத்தவர் விஷயத்தில் தலையிடுகிறார்கள்.அதிலும் முதல் வேலையாகஉங்க-ளுக்கு பெண் பார்க்கும் வேலையை ஆரம்பித்திருக்கிறார்கள்''.

''ஓ அப்படியா. அது நல்ல விஷயம் தானே. சீக்கிரம் பார்க்கச் சொல்லலாம்'' என்று கூறிய மூர்த்தி அவளையே கவனித்துக்கொண்டிருந்தான். விரும்பத்தகாத விஷயத்தை கேட்டதை போல் கல்யாணி நின்றுகொண்டிருந்தாள்.

நெருங்கி வந்த மீனாட்சி அப்போதுதான் கல்யாணியை பார்ப்பதுபோல் பாவனை செய்து ''ஓ பிஏமேடமும் இங்கே தான் இருக்கிறார்களோ.மூர்த்தி இன்-றைக்கு இரவு கமலாவின் வீட்டில் உங்களுக்கு சாப்பாடு தயார் செய்கிறோம். அனைவரும் இரவு உணவிற்கு அங்கே வர வேண்டும்'' என்று கூறினாள்.

''சரி கண்டிப்பாக வருகிறோம்'' என்று முரளி கூறியவுடன் வந்தவர்கள் திரும்பி நடக்க துவங்கினர்.''வேறு எதுவோ பேச வேண்டுமென்று சொன்னீர்களே. அதை பேசாமலேயே போகிறீர்கள்'' என்று அவர்களுக்கு ஞாபகப்படுத்தினார் கல்யாணி.

''டேய் முந்திரிக்கொட்டை, நாங்கள் தான் அதை தனியாக பேசிக் கொள்கி-றோம் என்று சொன்னேமே. அதற்குள் ஏன் அவசரபடுகிறாய்''.

''அப்படி என்ன ரகசியமான விஷயம்''. ''சரி நீயே கேட்டு விட்டாய். நாங்கள் இருவரும் சேர்ந்து எங்களுக்குத் தெரிந்த ஒரு பெண்ணை உனக்காக பேசி முடிக்-கலாம் என்று நினைக்கிறோம். நீ என்ன சொல்கிறாய்''.

“நல்லவேளையாக இப்போதாவது கேட்டீர்கள். தயவுசெய்து எனக்காக யாரும் பெண் பார்க்க வேண்டாம். ஏற்கனவே நான் ஒரு பெண்ணை பார்த்து உறுதி செய்து வைத்துள்ளேன். நல்ல அழகி, புத்திசாலிஅவள். நான் திருமணம் செய்வ-தாக இருந்தால் அந்தப் பெண்ணை தான் செய்வேன்”.

மூர்த்தியின் பதிலை கேட்ட மூவரும் நொறுங்கிப் போயினர். மூவரின் தவிப்பை அறிந்த மூர்த்தி மனதிற்குள் சிரித்துக் கொண்டார். இன்னும் கொஞ்சம் விளை-யாட்டு பார்க்கலாம் என முடிவு செய்தார்.

மாணவர்கள் அனைவரும் சேர்ந்து சரிதா உடன் கோவிலுக்கு சென்றனர். கோவிலில் அர்ச்சகரும் ராமசுப்பிரமணியம் மாணவர்களை வரவேற்று ஒவ்வொரு-வரின் பெயரிலும் தனித்தனியாக அர்ச்சனை செய்தனர். மாணவர்களுக்கு மாலை அணிவித்து வாழ்த்திபிரசாதம் கொடுத்து அனுப்பி வைத்தனர்.

பிரகாரத்தில் வந்து அமர்ந்த மாணவர்களிடம் சரிதா இன்று இரவு மூர்த்திக்கும் கல்யாணிக்கும் திருமணம் நடக்கதான் செய்யப்போகும் திட்டத்தை கூறி-னாள்.அவள் கூறிய திட்டம் மாணவர்களுக்கு மிகவும் பிடித்துப்போனது. அப்படியே செய்யலாம் என்றுமாணவர்களும் உற்சாகமூட்டினர். அதே உற்சாகத்துடன் கல்யா-ணியின் வீட்டிற்கு வந்தனர்.

மாணவர்கள் கல்யாணியின் வீட்டிற்கு வந்தபோது மூர்த்தி உள்ளே அமர்ந்து காபி குடித்துக் கொண்டிருந்தார். மாணவர்களை பார்த்த கல்யாணி“டேய் பசங்களா இருட்டும் வரை எங்கேடா போய் சுற்றிவிட்டு வருகிறீர்கள்? சீக்கிரமாக கை,கால்-களை கழுவிக்கொண்டு வாருங்கள். காபி தயாராகஇருக்கிறது” என்று கூறினாள்.

எப்போதும் போல் இல்லாமல் அன்று கல்யாணியின் குரலில் உற்சாகம் குறைந்திருப்பதை கண்ட சரிதா இதுதான் தன்னுடைய திட்டத்தை ஆரம்பிக்கச-ரியான சமயம் என்று நினைத்தாள்.“அக்கா உங்களுக்கு உடல்நிலை சரி இல்-லையா. ஏதோ உற்சாகம் இல்லாதவரை போல் பேசுகிறீர்களே?மாணவர்களை பிரி-கிறோம் என்ற கவலையா”என்று கேட்டாள்.உடனே மூர்த்தியும் “ஆமாம் நான் கூட கேட்கலாம் என நினைத்தேன்” என்றார்.

மாணவர்களுக்கு காப்பி கோப்பைகளை கொடுத்தவாறு “அப்படியல்ல ஒன்றும் இல்லையே. நான் நன்றாகத்தான் இருக்கிறேன்” என்று கூறினாள். “சார் இரவு உணவு தயாராக இன்னும் நேரமிருக்கிறது. அதுவரையிலும் நாம் அனைவரும் சேர்ந்து கல்யாணி மேடத்தின் கவலையை போக்க ஒரு விளையாட்டு விளையா-டலாமா” என்று ஒரு மாணவி கேட்டாள்.

“விளையாட்டா? எல்லோரும் சேர்ந்தா? ரொம்ப இன்ட்ரஸ்டிங்கா இருக்கி-றதே.நான் தயார். இதில் கல்யாணி அக்காவையும் மூர்த்தி சாரையும் சேர்த்துக்-கொள்ள முடியுமா”.

“இது அனைவரும் ரசித்து விளையாடக்கூடிய ஒரு விளையாட்டு. எல்லோருமே பங்கேற்கலாம்”. “சார் நீங்கள் தயாரா”. “ நானும் வருகிறேன். எனக்கும் பொழுது போக வேண்டும் அல்லவா”. “கல்யாணி அக்கா வாருங்கள் நீங்களும் கலந்து கொள்ளுங்கள்”. “இல்லை எனக்கு சமையலறையில் நிறையவேலை இருக்கிறது. நான் வரவில்லை”.

“எப்பொழுதும்போல்இன்று ஒருநாளும் சமையலறையில் அம்மா வேலை செய்து கொள்வார்கள். ஏதாவது உதவி தேவை என்று கேட்டால் நான் போய் பார்த்துக் கொள்கிறேன். அது வரை சற்று நேரம் நாம் விளையாடலாம். இந்த விளையாட்டு உங்கள் மனதை மாற்றத்தான்”. கல்யாணி அவர்கள் அத்தனை பேரும் வற்புறுத்தியதால்அரைமனதுடன் ஒப்புக்கொண்டாள்.

விளையாட்டின் விதிமுறைகள் சொல்லப்பட்டது. “அனைவரும் ஒரு பெரிய வட்டமாக அமர வேண்டும். ஒவ்வொருவருக்கும் ஒவ்வொரு எண் வழங்கபபடும். நாம் மொத்தம் 33 பேர் 33 சிறு பேப்பர்களில் எண்களைஎழுதி சுருட்டி ஒரு டப்பாவில் போட்டு குலுக்கி எடுப்போம். எந்த எண் வருகிறதோ அந்த எண்ணிற்கு உரியவர் எழுந்து நிற்பார். போட்டியை நடத்துபவர் அவருக்கு ஒரு செயலை செய்ய உத்தரவிடுவார். அதன்படி இந்த வட்டத்திற்கு நடுவே வந்து அவர் அந்த செயலைகட்டாயமாக செய்ய வேண்டும். இதுவே போட்டி. இதில் பங்கேற்பவர்கள் செய்யும் செயலின் அடிப்படையில்மதிப்பெண் வழங்கப்படும். யார் அதிக மதிப்பெண் பெறுகிறாரோ அவரே வெற்றி பெற்றவர். யார் யார் எத்தனை மதிப்பெண் பெற்றுள்ளார்கள் என்பதை போட்டியின் முடிவில் அறிவிப்போம்” என்றுசரிதா கூறினாள்.

அதன்படி அனைவரும் வட்டவடிவமாக அமர்ந்தனர். கல்யாணியும் மூர்த்தியும் எதிரெதிரே அமர்ந்திருந்தனர். அனைவருடைய எண்களும்சிறு துண்டு சீட்டில் எழுதி சுருட்டிஒரு டப்பாவில் போட்டனர். நடுவராக மீனாட்சியும், கலெக்டரின் தந்தையும் சற்று தள்ளிசேரில் அமர்ந்திருந்தனர். முதல் சீட்டு குலுக்கி எடுக்கப்பட்டது.“ஏழாம் நம்பர் யார்” என்று சரிதாகேட்டாள். ஒரு மாணவி எழுந்து நிற்க அவளை “கூட்டத்தின் நடுவில் நின்று ஒரு பாட்டு பாட வேண்டும்” என்று கூறினாள்.

அந்த மாணவி கூட்டத்தின் நடுவே வந்து ஒரு சினிமா பாடல் நல்லபடி ராகத்துடன் பாடினாள். அந்த ராகத்திற்கு ஏற்றவாறு மாணவர்கள் கைதட்டினர். அந்த இடத்தை உற்சாகம் தொற்றிக்கொண்டது.

அடுத்தது 29 என்று அழைத்தவுடன் ஒரு மாணவன் எழுந்தான். கூட்டத்தை மேலும் உற்சாகப்படுத்த வேண்டி அந்த மாணவனை தனியாக அழைத்துச் சென்று “உனக்கு மோனோ ஆக்டிங். கூட்டத்தின் நடுவே வந்து மோட்டார் சைக்கிளை ஸ்டார்ட் பண்ணி வேகமாக ஓட்டிச் செல்வது போல் நடிக்க வேண்டும்” என்று

கூறினாள். அவனை சற்று நேரம் அங்கேயே நிற்க வைத்துவிட்டு உள்ளே வந்து மாணவர்களிடம் ‘‘இப்போது அந்தப் பையன் என்ன செய்யப்போகிறான் என்பதை நீங்கள் கண்டுபிடித்துச் சொல்ல வேண்டும். சரியாக சொல்பவர்களுக்கு அதி-கப்படியாக ஐந்து மதிப்பெண் வழங்கப்படும்’’என்றாள். பிறகு அந்த மாணவனை அழைத்து இப்போது நீ தொடங்கலாம் என்று சொன்னாள்.

அந்த மாணவனும் கூட்டத்தின் நடுவே நின்று கைகளை நீட்டி காலால் உதைத்து பைக்கை கிளப்புவது போல் நடித்தார். கூட்டத்தினர் அவன் செய்கையை வேறு மாறி வேறு மாதிரி சிந்தித்தனர் கொல்லென்று சிரித்தனர். அவர்கள் சிரிப்-பதை பார்த்தவுடன் அந்த மாணவன் வண்டியின் வேகத்தை அதிகரித்தான். பார்த்-தவர்கள் சிரிப்பை அடக்கமாட்டாமல் விழுந்து விழுந்து சிரித்தார்கள். அவர்களை மூர்த்தி கஷ்டப்பட்டு அடக்கினார்‘‘ஏண்டா தம்பி இப்படி நடு ஹால்ல ஆயி போற. டாய்லெட் வெளியே இருக்கு’’ என்றதும் மாணவர்கள் மறுபடியும் சிரித்தனர்.

அடுத்தது 16 அந்த எண்ணிற்குரிய கல்யாணி எழுந்தாள்.சரிதா இதுபோல் ஏதாவது ஏடாகூடமாக செய்ய சொல்லி தன்னுடைய மானத்தை வாங்கி விடு-வாளோ என்று உள்ளுக்குள் பயம் வந்தது.‘‘எனக்கு தலைவலிக்கிறது போலிருக்கு. நான் போகிறேன்’’ என்று சொல்லி தப்பிக்க பார்த்தாள்.‘‘அதெல்லாம் முடியாது நான் தான் முதலிலேயே சொன்னேனே ஆட்டத்தில் பாதியில் போகக்கூடாது-என்று. சரி ஏதாவது ஒரு பாடல் பாடுங்கள் போதும்’’ என்று கூறினாள்.

கல்யாணிக்கு பொழுதுபோக்கே சினிமா பாடல்கள்தான். தனிமையில் இருக்கும் போதெல்லாம் இளையராஜாவின் பாடல்களை கேட்பதே அவருடைய வாடிக்கை. அதனால் பாட சொல்லும்போது எளிதாக பாடி விடலாம் என்று தோன்றியது. எழுந்து நின்று மாணவர்களை பார்க்கும்போது என்ன பாட்டுபாடுவதுஎன்பது மறந்து போனது. அவள் ஏதாவது காதல் பாடலை பாடினால் அதை அப்படியே பிடித்துக் கொண்டு ஏன் இந்தப் பாடலை பாடினீர்கள் யாரை நினைத்து இப்படி பாடினீர்கள் என்பது போன்ற கேள்விகளை கேட்டு பேச்சைமேன்மேலும்நீட்டிக்கொண்டு மூர்த்-தியிடம் கொண்டு போய் சேர்க்க வேண்டும் என்பதே அவர்களுடைய திட்டமாக இருந்தது.

குறை ஒன்றும் இல்லை மறை மூர்த்தி கண்ணா
குறை ஏதும் இல்லை கோபாலா

என்கிற எம்எஸ் சுப்புலட்சுமி பாடிய பாடலை பாடினாள் கல்யாணி.இதனால் குறுக்கே புகுந்து ஏதும் பேசமுடியாத மாணவர் கூட்டம் கைதட்டியதோடு அமைதி ஆகியது. வேறு ஏதும் வழி உள்ளதா என யோசிக்கத் துவங்கினார்.

அடுத்து 3 ஒரு மாணவன் எழுந்தான். அவனை டான்ஸ் ஆட உத்தரவிட்-டாள் சரிதா. அந்த பையனும் ஒரு திரைப்பட பாடலுக்குநன்றாக நடனமாடினான்.

அடுத்தது 32மூர்த்தி எழுந்தார். இதுவே கடைசி வாய்ப்பு. இவரை சரியாக பயன்படுத்த வேண்டும் என்று நினைத்த சரிதா வெளியே பூத்திருந்த ஒரு பூவைப் பறித்து வந்துஅவரிடம் கொடுத்தாள். ‘‘சார் நீங்கள் சேக்ஸ்பியரின் ரோமியோ ஜூலியட் நாடகத்தில் வரும் ஏதேனும் ஒரு காதல் காட்சியை நடித்துக் காட்ட வேண்டும்’’ என்று கூறினாள். மூர்த்திக்கு மிகவும் தர்மசங்கடமாக இருந்தது. இது-நாள் வரை பலநூறு மேடைகளில் பேசி இருப்பதால் எத்தனை பேர் முன்னிலை-யிலும் பேசுவதற்கு தயக்கமும் ஏற்பட்டதில்லை. ஆனால் முதல்முறையாகநடிக்க-வேண்டியிருப்பதாலும் அதிலும்காதல் காட்சியை மாணவர்கள் முன் நடித்து காட்ட வேண்டி இருப்பதாலும் தயக்கமாய் இருந்தது.

‘‘எனக்கு நடிக்க தெரியாது. அதனால்வேறு ஏதாவது செய்வதற்கு சொல்லுங்-கள். ஏதாவது பாட்டு வேண்டுமானாலும் பாடட்டுமா’’.

‘‘வேண்டாம் பாடுவதற்கு இங்கே நிறைய ஆட்கள் உண்டு. இது போன்ற ஆங்கில நாடகங்களை மாணவர்களுக்கு கற்றுக்கொடுக்க தான் ஆட்கள் இல்லை. எனவே நீங்கள் நடித்து காட்டுங்கள்’’.

‘‘எனக்கும் ஆங்கிலத்தில் அவ்வளவு புலமை இல்லை நான் சாதாரண உடற்-பயிற்சி ஆசிரியர் தான்’’ தப்பிக்க முயற்சித்தார் மூர்த்தி.

‘‘பரவாயில்லை அந்த நாடகத்தின் தமிழாக்கம் எப்படி இருக்கும் என்று நீங்கள் நினைக்கிறீர்களோ அதை தமிழில் பேசி நடித்து காட்டினால் போதும்’’.

இனி தப்பிக்க வழியில்லை என நினைத்தவர் கடைசி அஸ்திரத்தை வீசினார். ‘‘நான்அவ்வாறுநடிக்கும்போது என்னிடமிருந்து பூவை வாங்குவதற்கு ஒரு ஜூலி-யட் தேவை’’ என்று கூறினார். இதுதான் சந்தர்ப்பம் என்றுகாத்திருந்த சரிதா‘‘அதற்குதான் கல்யாணி அக்கா இருக்கிறார்களே’’ என்று கூறி அவளை எழுப்பினாள்.‘‘நான் மாட்டேன். எனக்கு நடிக்க தெரியாது’’என்றாள் கல்யாணி.

‘‘அக்கா நீங்கள் என்ன மேடை நாடகத்திலா நடிக்கபோகிறீர்கள். இங்கே எங்-கள் முன் மூர்த்தி சார் நடிக்கும்போது நீங்கள் சும்மா சிலைபோல்நின்றுஅவர் கொடுக்கும் பூவை வாங்கினால் போதும்.வசனம் பேசிநடிக்க வேண்டியது மூர்த்தி சார் தான்.அவர் பூ கொடுக்கும் போது நீங்கள் வாங்கினால் போதும்’’ என்று-அழுத்தமாக சொல்லி மாணவர்களைப் பார்த்து கண் சிமிட்டினாள்.மாணவர்கள் தயாரானார்கள்.

கல்யாணி எழுந்து நின்றாள். மாணவர்கள் சற்று விலகி பாதையை ஏற்படுத்தி கொடுத்தனர். கையிலிருந்த பூவை முதுகுப்பக்கம் வைத்து மறைத்துக்கொண்டு ரோமியோ வாக மூர்த்தி வந்தார். நந்தவனத்திற்கு நுழையும் முன் சுற்றும் முற்றும் யாரும் பார்க்கிறார்களா என்று நோட்டமிட்டான். பின் காதல் புன்னகையுடன் நடந்து ஜூலியட் டை நெருங்கினான்.

“ கண்ணே எப்படி இருக்கிறாய். உன் அழகு நாளுக்கு நாள் கூடிக்கொண்டே இருக்கிறதே” “கூடும் கூடும் ஏன் கூடாது”மாணவர்கள் கோரசாக குரல் எழுப்பி-னர்.

“வேலையின் நிமித்தமாக சில நாட்கள் உன்னை பிரிந்து இருந்தேன். இப்போது வந்து பார்த்தால் நீ பேரழகியாக மாறிஇருக்கிறாய். இது எப்படிநடந்தது. உனக்கு என்மேல் கவலை இல்லையா”. “ஒரே கவலைதான்.ஊருக்கு போறேன்னு சொன்-னதிலிருந்தே கவலைதான்” மாணவர் கூட்டம் வேறுஅர்த்தம் வைத்து குரல் எழுப்-பியது.

“ஆனால் என் நிலையோ வேறு. உன்னை காணாத ஒவ்வொரு நாளும்எ-னக்கு ஒரு யுகம் போல் தோன்றுகிறது”. “உங்களை பார்த்தாலே தோன்றுகிறது” மாணவர்களின் கோரஸ் தொடர்ந்து பாடியது.

“ உண்ணநினைத்தால் பசியில்லை. படுத்தால் உறக்கம் வருவதில்லை” “பித்-தம் தலைக்கேறி விட்டது” விசில் சத்தம் கேட்கத் தொடங்கியது.

“யாராவது கேட்கும் சாதாரண கேள்விக்குக் கூட பித்துப் பிடித்தவன் போல் தவறான பதில்களை சொல்கிறேன்”. “கன்ஃபார்மா முத்திப் போச்சு” கேலி செய்து சிரித்தனர்.

“இது எங்கு போய் நிற்குமோ” என்றவாறு அவளை சுற்றி வந்தான். அவளுக்கு முன் மண்டியிட்டு அமர்ந்தான். பூவை இரண்டு கைகளாலும் பற்றி அவளிடம் நீட்டினான். கல்யாணி பூவை வாங்குவதற்கு வலது கையை நீட்டினாள். பூவை அவளிடம் கொடுக்காமல் அவளுடைய வலது கையை பற்றினான் முத்த-மிட்டான். பின்னர் பூவை கொடுத்தான்.

இதை பார்த்துக்கொண்டிருந்த அனைவரும் அமைதியானார்கள். அடுத்து என்ன நடக்கும் என்பதை அறிந்து கொள்ளும் ஆவலில் இருந்தனர். அந்த அறையில் நிசப்தம் நிலவியது. அங்கே நடப்பவைகளை மீனாட்சியும் கமலாவும் ஆச்சரியத்துடன் பார்த்துக்கொண்டிருந்தனர் நாராயணன் அந்த நாடகத்தில் தன்னை மறந்து அமர்ந்திருந்தார்.

கல்யாணி அவள் செய்கையால் அதிர்ச்சி அடைந்தாள் என்றாலும் இது நாட-கமா உண்மையா என்று புரியாத நிலையிலும் அவள் பரவசமடைந்தாள். தானும் ஜூலியட் ஆக பாவித்து நடிக்க தயாரானாள்.

“இத்தனை அன்பு கொண்ட நீங்கள் அதை வெளிப்படுத்தாமல் மனதிற்குள்-ளேயே வைத்திருந்தது எப்படி சரியாகும் இது எந்த விதத்தில் நியாயம்”

“அன்பே உன்னை காண வரும் போதெல்லாம் சொல்லிவிட வேண்டும் என்று தைரியத்தை திரட்டிக்கொண்டு தான் வருவேன் இரவில் தோன்றும் பணி காலை-யில் சூரிய ஒளி பட்டவுடன் எப்படி மாயம் ஆகிறதோ அதேபோல் உன் அழகை

கண்ட மாத்திரத்தில் என் வார்த்தைகள் எல்லாம் ஆவியாகி போகின்றன நான் என்ன செய்வது''

''இன்று மட்டும் அந்த தைரியம் எப்படி வந்தது''

''சில நாட்கள் உன்னை பார்க்காமல் பிரிந்திருந்த போதே நீ பேரழகியாக தோன்றுகிறாய் இன்னும் நீண்ட நாட்கள் பிரிந்திருந்தால் நீ உலக பேரழகியாக ஆனாலும் ஆகிவிடலாம் உன்னை கவர்ந்து செல்ல பல மாவீரர்கள் வருவார்கள் அப்போது அவர்களுடன் எல்லாம் நான் போராட வேண்டியிருக்கும் அந்த சூழ்நிலையை யோசிக்கும்போதுஇப்போது உன்னிடம் தைரியமாக பேசும் துணிவு வந்தது என்னை ஏற்றுக் கொள்வாயா''

''உங்கள் மேல் அன்பில்லாமலாநீங்கள் வரும் பாதை பார்த்து காத்துக் கிடந்தேன்''

அவள் அப்படி சொன்னவுடன் ரோமியோ எழுந்து நின்றான்.அவன் முகம் ஆனந்தத்தில் ஜொலித்தது. பற்றியிருந்த அவளுடைய வலது கரத்தை சுழற்றி மெதுவாக நடனமாடினான் அவன் அவ்வாறு தன்னை சுழற்றி விடுவான் என்பதை எதிர்பாராத கல்யாணி இரண்டு சுற்று சுற்றி விட்டு வேகமாக அவன் மீது சாய்ந்தாள். அவளை கீழே விழாமல் தாங்கிப் பிடித்த மூர்த்தி அனைத்தபடியே சற்று நேரம் நின்றான் சுற்றிலும் அமர்ந்து இருந்த மாணவர்களில் கைதட்டல் சத்தமும் விசில் ஓசையும் கூச்சலும் அவர்களை சுய நினைவுக்கு கொண்டு வந்தது.என்றாலும் இருவரும் விலகாமல் அணைத்தபடி நின்றனர்.

பப்பப்பா பப்பப்பரே பப்பப்பா பப்பப்பரே

புது மாப்பிள்ளைக்கு நல்ல யோகமடா

அந்த மணமகள் தான் வந்த நேரமடா

வீட்டிலிருந்த அனைவரும் ஒரே குரலில் கோரசாக பாட அந்த இடமே மகிழ்ச்சியில் திளைத்தது.

www.ingramcontent.com/pod-product-compliance
Ingram Content Group UK Ltd.
Pitfield, Milton Keynes, MK11 3LW, UK
UKHW040621041026
15589UKWH00012B/804

9 798885 309783